கல் தெப்பம்

கலை இலக்கியம் அரசியல்

கல் தெப்பம்
கலை இலக்கியம் அரசியல்

எஸ். வி. ராஜதுரை

நியூ செஞ்சுரி புக் ஹவுஸ் (பி) லிட்.,
41-B, சிட்கோ இண்டஸ்டிரியல் எஸ்டேட்,
அம்பத்தூர், சென்னை– 600 098.
☎ : 26241288, 26251968, 26258410

Language : Tamil
Kal Theppam
Kalai Ilakkiyam Arasiyal
Author: **S.V.Rajadurai**
N.C.B.H. First Edition : November, 2014
Copyright: Author
No. of pages : x + 282 = 292
Publisher :
New Century Book House Pvt. Ltd.,
41-B, SIDCO Industrial Estate,
Ambattur, Chennai - 600 098.
Tamilnadu State, India.
Email : info@ncbh.in
Online: www.ncbhpublisher.com

ISBN: 978 - 81 - 2342 - 767 - 6
Code No. A 3114
₹ 260/-

Branches
Ambattur (H.O.) 044-26241288, 26258410, 26251968, 26359906 044-24404873 **Spencer Plaza (Chennai)** 28490027 **Trichy** 0431-2700885 **Tanjore** 04362-231371 **Tirunelveli** 0462-2323990 **Madurai** 0452-2344106, 2350271 **Dindigul** 0451-2432172 **Coimbatore** 0422-2380554 **Salem** 0427-2450817 **Hosur** 04344-245726 **Ooty** 0423-2441743 **Vellore** 0416-2234495 **Villupuram** 04146-227800 **Pondicherry** 0413-2280101 **Thiruvannamalai** 04175-223449

கல் தெப்பம்
கலை இலக்கியம் அரசியல்
ஆசிரியர் : எஸ்.வி. ராஜதுரை
என்.சி.பி.எச்.முதல் பதிப்பு : நவம்பர், 2014

அச்சிட்டோர் : பாவை பிரிண்டர்ஸ் (பி) லிமிடெட்.,
16 (142), ஜானி ஜான் கான் சாலை, இராயப்பேட்டை, சென்னை - *14*
☎ : 044 - 28482441

ஜெயராணி (மீனாமயில்)
யாழன் ஆதி
பூங்குழலி (உமா)
கொளத்தூர் தா.செ.மணி
ஆகியோருக்கு

முன்னுரை

'செ' குவேராவில் தொடங்கி, 'செ' குவேராவில் முடியும் இந்தத் தொகுப்பிலுள்ள பதினெட்டு கட்டுரைகளிலொன்று, அன்பு நண்பரும் பதிப்பாளருமான வைகறைவாணனின் 'சாளரம் 2008' மலரிலும், ஒரு கட்டுரை ரோஜா முத்தையா நூலக வெளியீடொன்றிலும் இடம் பெற்றிருந்தன. எழுத்தாளர் தோழர் ஆதவன் தீட்சண்யாவின் 'புது விசை' ஏட்டில் இரு கட்டுரைகளும், தோழர் சரவணனை ஆசிரியராகக் கொண்டுள்ள 'உங்கள் நூலகம்' மாத ஏட்டில் மூன்று கட்டுரைகளும் வெளிவந்தன. மற்ற கட்டுரைகள் யாவும் அன்புத் தோழர் சுதீர் செந்தில் நடத்தி வரும் 'உயிர் எழுத்து' மாத ஏட்டிற்காக எழுதப்பட்டவை.

இவர்கள் அனைவரின் தூண்டுதலும் வற்புறுத்தலுமில்லாமல் நானாக ஒரு கட்டுரையைக்கூட எழுதியிருக்க மாட்டேன். இவர்களுக்கும், ரோஜா முத்தையா நூலக இயக்குநர் ஜி. சுந்தர் அவர்களுக்கும் என் நன்றி.

கடைசிக் கட்டுரையைத் தவிர, மற்ற அனைத்தையும் ஒரே தொகுப்பாக 2008ஆம் ஆண்டு இறுதியில் 'அடையாளம்' வெளியீடாகக் கொண்டு வந்தவர் அன்பு நண்பர் மு.சாதிக்.

ஆறு ஆண்டுகளுக்கு முன் எழுதப்பட்ட பதினெட்டு கட்டுரைகளிலும் திருத்தங்களும் மாற்றங்களும் செய்யப் பட்டுள்ளன. இவற்றை எழுதுங் காலத்தில் எனக்குப் பல்வேறு

வகைகளில் துணை நின்ற நண்பர்களையும் உறவினர்களையும்-குறிப்பாக சகு, மீரா, விஜயபாஸ்கர், வ. கீதா- நன்றியோடு நினைத்துப் பார்க்கிறேன்.

இந்தப் புதிய பதிப்பைச் சாத்தியப்படுத்திய தோழர்கள் சண்முகம் சரவணன், இரத்தினசபாபதி, எம்.வி. மணிகண்டன் ஆகியோரும் என் நன்றிக்குரியவர்கள்.

எஸ்.வி.ராஜதுரை

பொருளடக்கம்

1. செ குவேரா: மற்றொரு வெற்றி — 1
2. லெனின்: இயல்பான எளிமை — 11
3. சாதியும் வர்க்கமும்: இரு ஏகாதிபத்தியங்களுக்கு எதிராக — 19
4. எரியும் பனிக்காட்டில் உருகிய மனிதர்கள் — 55
5. தமிழ் ஆண்டுத் தொடக்கம் — 66
6. நினைக்கப்படவேண்டிய இரண்டு பெண்கள் — 69
7. கூகி: அபுரிரியாவில் ஒரு சூனியக்காரன் — 88
8. நெரூடாவைப் படிப்போம் — 102
9. பிக்காஸோ : போரும் ஓவியமும் — 117
10. நாக்பா : 1948 முதல் 2008 வரை — 129
11. அஃப்ஸல் தூக்கிலிடப்பட்டது நியாயமா? — 135
12. மஹ்மூத் தர்வீஷ்: 'தொடுவானத்திற்கு அப்பால்' — 161
13. கல் தெப்பம் — 177
14. சென்னையில் ஓர் அறிவாலயம் — 197
15. அமெரிக்கா: இனம், வர்க்கம், இராணுவ - தொழிற்துறை இணைப்பு — 204
16. மயாகோவ்ஸ்கியின் 'நான்' — 221

17.	இரு நாவல்கள், ஒரு நாயகன்	231
18.	'செ'வின் மருத்துவப் புரட்சி	260

பின்னிணைப்பு

I.	தமிழ் வருஷப் பிறப்பு 60 வருடங்களுக்கு மானங்கெட்ட கதை	267
II.	மரணத்தின் மறுபக்கத்திலிருந்து பாப்லோ பிக்காஸோ காலின் பவுலிடம் கூறும் வார்த்தைகள்	271
III.	போருக்காகவே நடத்தப்படும் போர்	276

1

செ குவேரா: மற்றொரு வெற்றி

வரலாற்றுச் சிறப்புமிக்க மாமனிதர் 'செ'வைப் பற்றிப் பேசுவதற்கு முன், அந்த வரலாற்றில் சிறு அடிக்குறிப்பாகப் பதிவு செய்யப்பட்டுள்ள ஒரு மனிதரைப் பற்றிச் சில வார்த்தைகள் சொல்ல வேண்டும். தனது சர்வதேசியக் கடமைகளிலொன்றாக, மூன்றாம் உலக நாட்டு மக்களுக்கு இலவச மருத்துவ சேவை வழங்கிவருகிறது கியூபா என்பது எல்லோருக்கும் தெரியும். 2006ஆம் ஆண்டு, இலவசக் கண் மருத்துவசிகிச்சை வழங்குவதற்காக இலத்தீன் அமெரிக்க நாடுகள் பலவற்றுக்குக் கியூபக் கண் மருத்துவர்கள் சென்றனர். பொலிவியாவில் நடத்தப்பட்ட இலவச கண்சிகிச்சை முகாமிற்கு ஒரு வயோதிகர் வந்தார். அவருக்குக் கண்களில் புரை வளர்ந்து பார்வை இல்லாமல் போய்விட்டது. அறுவை சிகிச்சை மூலம் அந்தக் கண் புரைகளை அகற்றிய கியூப மருத்துவர்கள், அதைத் தங்களது வழக்கமான கடமைகளில் ஒன்றாகவே கருதினரேயன்றி அதற்குப் பெரும் முக்கியத்துவம் வழங்கவில்லை. அந்த வயோதிகரின் மகன், கியூப மருத்துவர்களுக்கு நன்றி தெரிவித்து பொலிவிய நாளேடொன்றுக்குக் கடிதம் எழுதியபோதுதான், உண்மை வெளி உலகத்திற்குத் தெரிய வந்தது. 1967 அக்டோபர் மாதம் 9-ஆம் நாள், 'செ'வை சுட்டுக்கொன்ற மரியோடெரான் என்பவர்தான் அந்தக் கிழவர். 'செ'வின் நாற்பதாம் ஆண்டு நினைவு நிகழ்ச்சிகளுக்கான ஏற்பாடுகள் 2007 செப்டம்பர்-அக்டோபரில் கியூபா முழுவதிலும் நடந்து கொண்டிருந்த போதுதான், கியூபப் பொதுவுடைமைக் கட்சியின் நாளேடான 'கிராண்மா' இந்தச் செய்தியை அதிகாரபூர்வமாக வெளியிட்டது: "ஒரு கனவை, ஒரு கருத்தை அழிக்க மரியோடெரான் முயற்சி செய்த நாற்பதாண்டுகளுக்குப் பிறகு, மேலுமொரு சண்டையில் வெற்றிபெறுவதற்காக 'செ' திரும்பி வந்தார்... இப்போது மூப்படைந்துவிட்ட டெரானால், வானத்தின் வண்ணங்களையும்

வனங்களின் எழில்களையும் மீண்டும் பார்த்து இரசிக்க முடிகின்றது. . . தனது பேரக் குழந்தைகளின் புன்சிரிப்புகளைக் கண்டு மகிழவும் கால் பந்தாட்டங்களைப் பார்த்துக் களிக்கவும் முடிகின்றது."[1]

'செ' இன்னும் கியூப, இலத்தீன் அமெரிக்க, ஏன் உலக மக்கள் அனைவரிடையேயும் உயிரோடுதான் இருக்கிறார் என்பதற்கான மற்றொரு சாட்சியம்தான் இந்தச் செய்தி. மார்க்ஸிய ஆசான்களும் போராளிகளுமான மார்க்ஸ், எங்கெல்ஸ், லெனின், மாவோ, ரோஸாலுக்ஸம்பர்க், கிராம்ஷி, அமில்கார் கப்ரால் முதலியோரைப் போல சாவே இல்லாத மனிதர்களிலொருவராகத் திகழ்கிறார் 'செ'.

கியூப சோசலிசப் புரட்சியின் வளர்ச்சிப் பாதையில் எத்தனையோ விரும்பத்தகாத திருப்பங்கள் ஏற்பட்டிருக்கின்றன; எத்தனையோ குண்டு குழிகள் அப்பாதையை அடைத்துக் கொண்டிருக்கின்றன; ஆங்காங்கே இன்னும் அகற்றப்படாத முட்புதர்கள் வளர்ந்துள்ளன. எனினும் அந்தப் பாதை இன்னும் மறையவில்லை. தொடர்ந்து செப்பனிடப்பட்டுக் கொண்டு வருவதாகவே நாம் கருதுகிறோம். எனினும் 'செ' விட்டுச் சென்ற விழுமியங்களில் ஒன்றாக, மரபுகளில் ஒன்றாக அவரது அற்புதமான சர்வதேசிய உணர்வு, உலகின் ஒடுக்கப்பட்ட மக்களுக்கு, பராரிகளுக்கு, சபிக்கப்பட்ட மாந்தர்களுக்கு நம்பிக்கை ஒளியூட்டும் கலங்கரை விளக்காக ஒளிர்ந்து கொண்டிருக்கிறது என்பதில் ஐயமில்லை.

எத்தகைய விளக்கு அது! எத்தகைய ஒளி அது! 1966-இல் ஹவானாவில் நடைபெற்ற மூன்றாம் உலக மாநாட்டிற்கு அவர் அனுப்பிய வாழ்த்துச் செய்திதான் அந்த ஒளி. 'உலகின் ஏதோவொரு மூலையிலிருந்து', அந்த வாழ்த்துச் செய்தியை 'செ' அனுப்பியதாக அன்றைய தகவல்கள் கூறின. 'செ' அப்போது பொலிவியாவில் புரட்சிக்கான ஆயத்தங்கள் செய்து கொண்டிருப்பது கியூபத் தலைமைக்கு மட்டுமே தெரிந்திருந்தது. ஒருவேளை அப்போதே சிஐஏவுக்கும் தெரிந்திருக்கக்கூடும். இப்போது நாமனைவரும் அறிவோம், அந்தச் செய்தியை அவர் பொலிவியாவிலிருந்துதான் அனுப்பியிருக்க வேண்டும் என்பதை. அவர் எழுதிய வரலாற்றுச் சிறப்புமிக்க அந்த ஆவணத்தின்

பெரும் பகுதிகள், ஏதோ நேற்று எழுதப்பட்டதைப் போன்ற சமகாலத் தன்மையைக் கொண்டிருக்கின்றன. அந்த ஆவணத்தில் அவர் குறிப்பிடும் சோசலிச முகாம் இப்போது ஏதும் இல்லை; இருபத்தி மூன்று ஆண்டுகளுக்கு முன்பு சோவியத் ஒன்றியமும் அதன் துணைக் கோள்களும் சரிந்து போயின; 1978-ஆம் ஆண்டிலிருந்து சீனத்தின் மீதிருந்த செவ்வண்ணம் சிறிது சிறிதாகத் துடைக்கப்பட்டு ஒரு வெள்ளை சீனம் உருவாக்கப்பட்டுவிட்டது. காங்கோவில் 'செ' நடத்த முயன்ற புரட்சி தோல்விகளிலும் ஏமாற்றங்களிலும் முடிந்து விட்டாலும், அவர் போர்ச்சுகீசிய காலனிகளாக இருந்த மூன்று நாடுகளில் புரட்சி வெற்றி பெறும் என நம்பினார். எனினும் போர்ச்சுகல், உலக அரங்கில் செல்லாக்காசு ஆகிவிட்ட நிலையில் அந்த மூன்று நாட்டுப் புரட்சிகளும் உலக நாடுகளின் பலாபலத்தில் பெரும் மாற்றத்தை ஏற்படுத்தும் என அவர் நினைக்கவில்லை. ரொடீஷியாவிலும் தென்னாப்பிரிக்காவிலும் புரட்சிகள் நடைபெறுமானால், அவை உலக ஏகாதிபத்தியத்திற்குப் பெரும் பாதிப்பை ஏற்படுத்தும் எனக் கருதினார். ஆனால், போர்ச்சுகீசியக் காலனி நாடுகளில் ஏற்பட்ட புரட்சிகள் தோல்வி யடைந்துவிட்டன. ரொடீஷியா, ஆங்கிலேய ஏகாதிபத்தியத் திடமிருந்து அரசியல் விடுதலை பெற்று ஜிம்பாப்வே எனப் பெயர் மாற்றம் கண்டாலும், போலி ஆப்பிரிக்க தேசியம் பேசும் முகாபெவின் கொடுங்கோலாட்சியின் கீழ் நவதாராளவாதப் பொருளாதாரத்தைப் பின்பற்றி வருகிறது. தென்னாப்பிரிக்காவில் 1995-இல் வெள்ளை இனவெறியர்களின் ஆட்சிக்கு முற்றுப்புள்ளி வைக்கப்பட்டதாகச் சொல்லப்பட்டாலும், நெல்சன் மண்டெலா, காந்திய வழியில் அந்த நாட்டை நவகாலனிய நாடாக மாற்றும் பொறுப்பை ஆப்பிரிக்க தேசியக் காங்கிரஸ் தலைவர்களிடம் ஒப்படைத்துவிட்டுச் சென்றுவிட்டார். ஆப்பிரிக்கக் கண்டத்தில் ஏற்படக்கூடிய, இப்போது எற்பட்டு வருகின்ற மாற்றங்களை 'செ' தமது ஆவணத்தில் முன்கூட்டியே சொல்லியிருக்கிறார். அமெரிக்காவுக்கு அங்கு காலனி நாடுகள் இல்லை; ஆனால், பிற ஐரோப்பிய நாடுகளின் செல்வாக்கைக் குறைத்து அந்தக் கண்டம் முழுவதிலும் அமெரிக்கா ஊடுருவும் என்றார் 'செ'. அதைத்தான் இன்று நாம் காண்கிறோம். ஆசிய நாடுகள் சில முற்போக்கான பாதைகளில் சென்றுகொண்டிருப்பதாக அவர் கருதினார். ஆனால், விதிவிலக்கின்றி அவை அனைத்துமே உலக

வங்கியின், உலக வர்த்தக அமைப்பின், சர்வதேச நிதியத்தின் கட்டளைகளைப் பின்பற்றிக் கொண்டிருக்கின்றன.

ஆனால், 'செ'வின் ஆவணத்தை இன்று படிக்கையில், அதை அவர் வெறும் சாகச உணர்வோடு அல்ல, எத்தனை ஆழமான மார்க்ஸிய வரலாற்றுப் பொருள்முதல்வாத அடிப்படையில் அன்றிருந்த உலகச் சூழ்நிலையை மதிப்பிட்டிருக்கிறார் என்பதை உணர்ந்து வியப்புறுகிறோம். அன்று, அமெரிக்க ஏகாதிபத்தி யத்திற்குச் சாவு மணி அடிக்கக்கூடியதாக, ஏகாதிபத்தியச் சங்கிலியில் பலவீனமான கண்ணிகளில் முக்கியமானதாக இருந்தது என்று அவர் சரியாக மதிப்பிட்டது அன்றைய வீர வியத்நாமைத்தான். மத்திய கிழக்கு நாடுகளில் புதிய எரிமலைகள் வெடிக்கும் என்று அப்போது அவர் கூறியது இன்று மெய்யாகிவிட்டது. எனினும் அங்கு புரட்சிகர சக்திகள் அனேகமாக ஏதும் இல்லை. ஆக்கிரமிப்புக்கும் ஒடுக்குமுறைக்கும் எதிரான மக்களின் போராட்டங்கள் மத அடிப்படைவாத வழிகளில்தான் சென்றுகொண்டிருக்கின்றன. இந்தியாவிலும், இடதுசாரிகள் எனச் சொல்லிக்கொள்வோர் ஆட்சி நடத்தி வந்த மேற்கு வங்காளத்திலும்கூட மத அடிப்படை வாத பாசிச சக்திகள் தலைதூக்கி வருகின்றன. அந்தப் பேராபத்தைத் தடுத்து நிறுத்தவேண்டிய பெரும் கடமையைப் பரந்து பட்ட மக்கள் நலன்களில் ஆழ வேரூன்றியுள்ள உண்மையான புரட்சிகர சக்திகள் தங்கள் தோள்களில் சுமந்தாக வேண்டும்.

அன்றும் சரி, இன்றும் சரி, உலக முதலாளியம் என்பது ஒன்றுபட்டதொரு கட்டமைப்பாகச் செயல்படுவதை, அமெரிக்கா அதற்குத் தலைமை வகிப்பதைக் குறித்த 'செ'வின் விளக்கங்கள் இன்றும் பொருத்தப்பாடு உடையனவாக உள்ளன:

> ஏகாதிபத்தியம் என்பது ஓர் உலக அமைப்பு. முதலாளியத்தின் கடைசிக் கட்டம் என்பதை, உலக அளவில் அதை எதிர்கொண்டு மோதுவதன் மூலம் அதைத் தோற்கடிக்க வேண்டும் என்பதை நாம் மனதில் கொள்ளவேண்டும். ஏகாதிபத்தியத்தை அழிப்பதுதான் இந்தப் போராட்டத்தின் மூல உத்திக் குறிக்கோளாக இருக்க வேண்டும். நமது பங்கு, அதாவது உலகிலுள்ள சுரண்டப்படும் நாடுகளுக்கு, குறை வளர்ச்சியடைந்துள்ள நாடுகளுக்குள்ள பொறுப்பு, ஏகாதிபத்தியத்தின் அஸ்திவாரங்களைத் துடைத்தெறிவதாகும். மூலதனம், மூலப்பொருள்கள்,

> தொழில்நுட்பவாதிகள், மலிவான உழைப்பு ஆகியன கறந்தெடுக்கப் படும் நமது ஒடுக்கப்பட்ட தேசங்கள்தாம் - நம்மை முழுமையான அடிமைத்தனத்தில் மூழ்கடிப்பதற்காக ஏகாதிபத்தியவாதிகளால் புதிய மூலதனங்கள், ஆதிக்கத்திற்கான கருவிகள், ஆயுதங்கள் மற்றும் இதர பொருள்கள் ஏற்றுமதி செய்யப்படும் நமது ஒடுக்கப்பட்ட தேசங்கள் தாம் - ஏகாதிபத்தியத்தின் அஸ்திவாரங்கள்.[2]

இந்தச் சர்வதேச உணர்வு, 'செ'வின் புரட்சிகர அரசியலின் தொடக்க நாள்களிலிருந்தே அவரால் வளர்க்கப்பட்டதாகும். மாணவப் பருவத்தில் அவர் ஆர்ஜென்டீனாவிலும் தென் அமெரிக்காவிலும் மேற்கொண்ட பயணங்களின் மூலமாகக் கிடைத்த பட்டறிவு, 1953-54இல் குவாதமாலாவில் தங்கியிருந்த போது அமெரிக்க ஏகாதிபத்தியத்தின், அதனுடைய முதன்மைக் கருவிகளிலொன்றான சிஐஏவின் சூழ்ச்சித்திறன்கள் பற்றி அவர் பெற்ற நேரடியான அறிவு, மெக்ஸிகோவில் பிடல் காஸ்ட்ரோ வுடன் அவருக்கேற்பட்ட பிணைப்பு, கியூபாவின் புரட்சியில் அவரது பங்கேற்பு, கியூப அரசாங்கப் பொறுப்புகளிலிருக்கும் போதே கோஸ்ட்டாரீக்கா, பனாமா ஆகிய நாடுகளில் கெரில்லாப் புரட்சியாளர் படைகளை உருவாக்க அவர் மேற்கொண்ட முயற்சி, ஆசிய ஆப்பிரிக்க நாடுகளில் அவர் மேற்கொண்ட பயணம், அமெரிக்காவில் அவர் சந்தித்த கறுப்பின விடுதலைப் போராளிகள் எடுத்துரைத்த இலட்சியங்கள், காங்கோவில் அவர் பங்கேற்ற புரட்சிக்கு ஏற்பட்ட தோல்வி தந்த படிப்பினைகள், பொலிவியாவில் அவர் தழுவிய வீர மரணம் ஆகிய அனைத்தும் அவரது அப்பழுக்கில்லாத சர்வ தேசியத்தின் வெளிப்பாடுகளாகும். அவரது அற்புதமான வார்த்தைகளில் சொல்வதானால்:

> உண்மையான பாட்டாளிவர்க்க தேசியத்தை நாம் வளர்ப்போமாக. சர்வதேசப் பாட்டாளிவர்க்கச் சேனைகளுடன் எந்தக் கொடியின் கீழ் நாம் போராடுகிறோமோ, அது மானுட குலத்தை விடுதலை செய்யும் கொடியாகும். இன்றைய ஆயுதமேந்திய எதிர்ப்புப் போராட்டக் காட்சிக் களங்களில் ஒருசில எனச் சொல்லத்தக்க வியத்நாம், வெனிசுலா, குவாதமாலா, லாவோஸ், கினியா, கொலம்பியா, பொலிவியா, பிரேஸில் ஆகிய நாடுகளின் எந்தவொரு கொடியின் கீழ் மரணமடைந்தாலும், அது அமெரிக்கனுக்கும், ஆப்பிரிக்கனுக்கும், ஆசியனுக்கும், ஏன் ஐரோப்பியனுக்கும் கூட ஒரே மாதிரியான புகழைத் தரக்கூடியதும் விரும்பத்தக்கதுமாகும்.

நாம் பிறக்காத எந்த ஒரு நாட்டின் கொடியின் கீழ் சிந்தப்பட்ட ஒவ்வொரு துளி இரத்தமும், நமக்குப் பின் எஞ்சியுள்ளவனுக்கு வழங்கப்படும் ஓர் அனுபவமாகும். அவன் பிறகு தனது சொந்த நாட்டின் விடுதலைக்கான போராட்டத்தில் சேர்த்துக்கொள்ளப்படக் கூடிய அனுபவமாகும். விடுதலை செய்யப்பட்ட ஒவ்வொரு தேசமும், ஒருவன் தனது சொந்த நாட்டின் விடுதலைக்கான போராட்டத்தின் வெற்றியிலுள்ள ஒரு கட்டமாகும்.

எந்த ஒரு நாட்டினதும் சோசலிசப் புரட்சி முழு வெற்றி யடைய வேண்டுமானால், அது சர்வதேசியத் தன்மை பெற்றதாக, உலகளாவியதாக, அல்லது குறைந்தபட்சம் பல நாடுகளை உள்ளடக்கியதாக அல்லது 'செ'வின் அளவுகோலின்படி சொல் வதானால் ஒரு கண்டம் முழுவதையும் தழுவியதாக இருக்க வேண்டும் என்பது முன்னைக்காட்டிலும் இன்று கூர்மையாக வெளிப்பட்டு வருவதைப் பார்க்கின்றோம். உலகிலுள்ள ஒரே வல்லரசாக, உலக ஏகாதிபத்தியத்தின் தலைமைப் பீடமாக உள்ள அமெரிக்காவை முறியடிக்க வேண்டுமானால், சர்வதேச அளவிலான புரட்சிப் போராட்டங்கள் அல்லது பல்வேறு புரட்சிப் போராட்டங்களின் ஒருங்கிணைப்புகள் இன்றியமை யாதவை. இதன் பொருள், ஒரு குறிப்பிட்ட நாட்டின் புரட்சி யாளர்கள், தங்கள் நாட்டில் காணப்படும் சாதகமான புறச் சூழ்நிலைமைகள், அக வலிமைகள் (கட்சி, அமைப்பு வலிமை முதலானவை) ஆகியன பிற நாடுகளிலும் இதே அளவுக்கு வளர்ச்சி பெறும்வரை காத்துக்கொண்டிருப்பது அல்ல. மாறாக, 'செ' கூறியது போல,

> இந்தத் தருணம் போராட்டத்திற்கு உசிதமானதாகவோ, உசிதமற்ற தாகவோ இருக்கலாம். ஆனால், போராடாமல் விடுதலை கிடைத்து விடும் என்ற பிரமை நம்மிடம் இருக்கக்கூடாது. அப்படிப்பட்ட பிரமையை வைத்துக்கொள்ள நமக்கு உரிமை இல்லை. இந்தச் சண்டைகள் கண்ணீர்ப்புகைக் குண்டுகளுக்கு எதிராக கற்களை வீசி நடத்தும் வெறும் தெருச் சண்டைகளாக இரா; அல்லது சீற்றமும் சினமும் அடைந்த மக்கள் மூன்று, நான்கு நாள்களில் ஆளும் கும்பல்களின் ஒடுக்குமுறைத் தூக்குமேடைகளை அடித்து நொறுக்குவதாகவும் இரா. அது நீண்ட கடினமான போராட்டம். கெரில்லாப் போராளிகளின் புகலிடம்தான் போராட்ட முனையாக இருக்கும். அதாவது நகரங்கள், போராளிகளின் குடும்பங்கள்- இங்குதான் ஒடுக்குமுறைச் சக்திகள் தம் கைக்கு எளிதாக அகப்படும்

பலிகளைத் தேடிச் செல்கின்றன - படுகொலைகளுக்கு இலக்கான கிராமப்புற மக்கள் எதிரிகளின் குண்டுவீச்சுகளால் அழிவுக்குள்ளாக்கப் பட்ட கிராமங்கள் அல்லது நகரங்கள் ஆகியன எல்லாமே போராட்ட முனையாகும்.[4]

அதாவது, மாவோ கூறுவாரே, 'புரட்சி' என்பது இரவு விருந்தல்ல. ஓவியங்கள் தீட்டுவதையோ, துணியில் பூ வேலைகள் செய்வதையோ போன்ற மென்மையான செயல்களல்ல; அது ஒரு வர்க்கம் மற்றொரு வர்க்கத்தைப் பலாத்காரமாகத் தூக்கியெறியும் செயல் என்று. அதைத்தான் 'செ' இங்கு தனது சொந்த வார்த்தை களில் சொல்கிறார்.

இன்று உலகில் எத்தனையோ ஆயுதமேந்திய போராட்டங்கள் நடைபெறுகின்றன. தேசத்தின் பேரால், தேசியத்தின் பேரால், மதத்தின் பேரால். உழவர்களுக்கும் சிறுபான்மை மக்களுக்கும் எதிராக, பன்னாட்டு மூலதனத்தைப் பாதுகாப்பதற்காக. கம்யூனிச வேடம் தரித்த ஆயுதமேந்திய போராட்டமும்கூட நடைபெறுகிறது. ஆனால், 'செ' நடத்த விரும்பிய, நடத்திய ஆயுதமேந்திய போராட்டம் உலகத்தின் உழைக்கும் மக்கள் அனைவருக்குமானதாக இருந்தது. அந்த அற்புதமான மனிதர் எத்தகைய அடக்கத்தோடு தாம் மேற்கொள்ள விரும்பிய போராட்டப் பணியைப் பற்றிக் கூறுகிறார்:

> உலக வரைபடத்தில் ஒரு சிறு புள்ளியில் நாங்கள் எங்களது கடமையை நிறைவேற்றுவோமேயானால், நாங்கள் வழங்க அனுமதிக்கப்படும் சிறு பங்கை, அதாவது எங்கள் உயிர்களை, எங்கள் தியாகங்களை இந்தப் போராட்டத்திற்கு அர்ப்பணிப்போமேயானால், ஏற்கெனவே நம்முடை யதாகிவிட்ட, நமது இரத்தம் தெளிக்கப்பட்ட ஏதேனுமொரு நாட்டில் ஏதேனும் ஒருநாள் நமது இறுதி மூச்சைவிட வேண்டியதாக இருக்கு மானால், ஒன்று தெரிந்துகொள்ளப்படட்டும். நமது நடவடிக்கை களின் வீச்சை நாங்கள் அளவிட்டுள்ளோம்; மகத்தான பாட்டாளி வர்க்க சேனையின் சில கூறுகளே நாங்கள் என்றே எங்களைக் கருதுகிறோம்...

> நமது ஒவ்வொரு நடவடிக்கையும் ஏகாதிபத்தியத்திற்கு எதிரான போர் முழக்கம்; மனிதகுலத்தின் மாபெரும் பகைவனான அமெரிக்க ஐக்கிய நாடுகளுக்கு எதிரான மக்களின் ஐக்கியத்திற்கான போர்ப்பரணி. எங்கெல்லாம் எதிர்பாராத வகையில் சாவு நம்மை எதிர்கொள்கிறதோ, அதை நாம் வரவேற்போமாக. ஆனால் ஒரு நிபந்தனை; நமது போர்

> முழக்கம், அதைச் செவிமடுக்கும் மற்றொரு காதுக்குப் போய்ச்சேர வேண்டும்; நமது ஆயுதங்களைத் தரிக்க மற்றொரு கை நீள வேண்டும்; இயந்திரத் துப்பாக்கிகள் சுடும்போது எழுகின்ற ஒலிகளுடனும் போர், வெற்றி என்னும் புதிய போர் முழக்கங்களுடனும் இறந்தவர்களுக்கு இரங்கல் பா பாட இதர மனிதர்கள் ஆயத்தமாக இருக்கவேண்டும்.[5]

ஏகாதிபத்தியவாதிகள் மீதும் அவர்களது அடிவருடிகள் மீதும் கடும் வெறுப்பைக் கக்குகின்றவர்களாக, சிறிதும் தயக்க மின்றியும் ஈவிரக்கமின்றியும் அவர்களைக் கொன்றழிப்ப வர்களாக இருக்கவேண்டும் என்று கூறிய அந்த மாபெரும் மனிதரின் உள்ளத்தில் சுரந்தது ஒடுக்கப்படும், சுரண்டப்படும் பராரிகள் மீதான அளவுகடந்த அன்பு. அதனால்தான் பொலிவியக் கானகத்தில் அவர் பதுங்கி நின்று போர்புரிந்த அந்தக் கடைசி நாளில், புதர்களிடையே மறைந்திருந்து அவரைச் சுடுவதற்கு துப்பாக்கியை நீட்டிய அமெரிக்க இந்திய இனத்தைச் சேர்ந்த பொலிவிய இராணுவ சிப்பாயிடம் கூறினார்: 'என்னைக் கொன்றுவிடாதே. நான்தான் 'செ' குவெரா. செத்துபோன 'செ'வை விட உயிரோடுள்ள 'செ' உனக்குப் பயன்படுவார்". பொலிவியாவிற்கு வந்து அந்தக் கெரில்லாப் போரை ஏன் நடத்தினீர்கள் என்று அவரைக் கைது செய்து கட்டி வைத்தவர்கள் கேட்டதற்கு 'செ' பதிலளித்தார்:

> உழவர்களின் வாழ்க்கை நிலையை நீங்கள் பார்க்கவில்லையா? நமது மனத்தை அழுத்துகின்ற வறுமையில், காட்டுமிராண்டி நிலையில் அவர்கள் உழல்கின்றனர். அவர்களது வீடுகளில் சமைப்பதற்கும் உறங்குவதற்கும் ஒரே ஒரு அறைதான் உள்ளது. உடுத்துவதற்கு ஆடைகள் ஏதும் இல்லை. விலங்குகளைப் போல அவர்கள் கைவிடப் பட்டுள்ளனர். இந்த உழவன் எப்படிப் பிறக்கின்றானோ அப்படியே சாகிறான், தனது மானுட நிலைமையில் எவ்வித முன்னேற்றத்தையும் காணாமல்.

வாஷிங்டனிலுள்ள தமது அமெரிக்க ஆண்டைகளின் ஆணையின்படி, அன்றைய பொலிவிய அதிபர் பார்ரியண்டோஸ், 'செ'வைச் சுட்டுக் கொல்ல முடிவு செய்தபோது, கட்டிலொன்றில் கட்டிவைக்கப்பட்டிருந்த அவரை யார் சுடுவது என்பதில் அங்கிருந்த இராணுவ வீரர்களிடையே சிறு சச்சரவு நடந்ததாகச் சொல்லப்படுகிறது. கியூபாவில் மீண்டும் கண்பார்வை வழங்கப்

பட்ட மரியோ டெரானுக்குத்தான் அந்த அவப்பேறு கிடைத்தது. அவர் தயங்கி நிற்பதைக் கண்ட 'செ' கூறினார்: "கோழையே, ஏன் தயங்குகிறாய். சுடு. உடனே சுடு."

இவ்வாறு வீர மரணமடைவதற்குப் பல ஆண்டுகளுக்கு முன், தமது தாய்க்கு அவர் எழுதிய கடைசிக் கடிதம் இது:

> தங்களை விடுதலை செய்துகொள்வதற்காகப் போராடும் மக்களுக்கான ஒரே தீர்வு ஆயுதமேந்திய போராட்டம்தான் என நம்புகிறேன். இந்த நம்பிக்கைகளில் நான் முரணற்றவனாக இருக்கிறேன். பலர் என்னை சாகசவாதி என அழைக்கலாம்; ஆம், நானும் ஒரு சாகசவாதிதான். ஆனால், வேறு வகையான சாகசவாதி. தாங்கள் உண்மைகள் எனக் கருதுவனவற்றைச் சோதித்துப் பார்ப்பதற்காகத் தங்கள் உயிரையும் விடத் தயாராக இருப்பவர்களின் ரகத்தைச் சேர்ந்தவன். இப்படித்தான் அவனது வாழ்க்கை முடியக்கூடும். நான் அதைத் தேடிச் செல்வதில்லை. ஆனால், தர்க்கரீதியான சாத்தியக் கூறுகளில் இதுவும் அடங்கும். அது அப்படித்தான் என்றால், இதோ எனது கடைசித் தழுவலை ஏற்றுக்கொள்ளுங்கள். உங்களை நான் மிகவும் நேசித்தேன். ஆனால் எனது பாசத்தை வெளிப்படுத்த எனக்குத் தெரிந்திருக்கவில்லை. எனது நடவடிக்கைகளில் நான் மிகவும் இறுக்கமாக இருந்திருக்கிறேன். சிலநேரம் நீங்கள் என்னைப் புரிந்துகொள்ளவில்லை என நினைக்கிறேன். தவிரவும், என்னைப் புரிந்துகொள்வது அவ்வளவு எளிதானதாக இருந்திருக்கவில்லை. ஆனால், இன்று நான் கூறுவதை நம்புங்கள். ஒரு கலைஞன் பாசத்தோடும் அக்கறையுடனும் தனது கலைப்படைப்புக்கு மெருகூட்டுவது போல மெருகூட்டப்பட்ட எனது மனோ உறுதி எனது பலவீனமான கால்களையும் களைப்புற்ற கைகளையும் தாங்கி நிறுத்தும். என்னால் முடியும்...[6]

ஆனால், அந்தத் தாய்க்கு மகனின் கடைசித் தழுவல் போய்ச் சேரவில்லை. அதற்கு முன்பே அவர் இறந்துவிட்டார். ஆனால், 'செ'வின் தோழமை நிறைந்த தழுவலில் உலகின் ஒடுக்கப்பட்ட மாந்தர்கள் உயிர்ப்போடு எழுந்து நிற்கிறார்கள்.

தரவுகள்

1. Cubans Treat Man who killed Che, BBC News, October 2, 2007 quoted in *Monthly Review*, November 2007

2. Che Guevara, Message to Tricontinental, *Marxist Internet Archive*

3. *Ibid*

4. *Ibid*

5. *Ibid*

6. John J.Simon, The Death and life of Che Guevara, *Monthly Review*, November, 2007

7. Quoted by Eduardo Galeano, Magic Death for a magic life, *Monthly Review*, November, 2007

2

லெனின்: இயல்பான எளிமை
(22-04-1870 - 21-01-1924)

1905-ஆம் ஆண்டில் நடந்த முதல் ரஷியப் புரட்சி தோல்வி யடைந்து விட்டாலும் அதன் கங்குகள் கனன்றுகொண்டே இருந்தன. அது மீண்டும் வெடிக்கப்போவதைப் பற்றிய முன்னுணர்வு, ரஷியப்புரட்சிக் கவிஞர்களில், மயாகோவ்ஸ்கிக்கு மட்டுமே இருந்தது. 'புரட்சி தனது கவித்துவத்தை எதிர்காலத் திலிருந்தே பெற வேண்டும்' என மார்க்ஸ் கூறியதை எழுத்துக்கு எழுத்து அப்படியே எடுத்துக்கொண்டதாலோ என்னவோ, மயாகோவ்ஸ்கி தனது கவிதைக் கோட்பாட்டை, கவிதைப் பாணியை 'ஃப்யூச்சரிசம்' என அறிவித்தார். தாம் எதிர்பார்த்த புரட்சி 1916லேயே நடக்கும் எனக் கருதினார்:

நீண்ட, உதறியெறியப்பட்ட சந்தமாய்
சமகாலக் கவிஞர் கூட்டத்தால்
எள்ளி நகையாடப்படும் நான்
காலமெனும் மலைகளைத் தாண்டி வருகின்ற ஒன்றை
யாரும் காணாததைக் காண்கின்றேன்
பட்டினிப் பட்டாளத்தால் மனிதனின் பார்வை
குறுக்கப்படும் அவ்விடத்தில்
புரட்சியின் முட்கிரீடம் தரித்த
1916ஐப் பார்க்கிறேன்.[1]

இந்த நம்பிக்கையை அவருக்கு ஊட்டியிருந்தது போல்ஷ்விக் கட்சி - அதிலும் குறிப்பாக லெனின்; அதைவிட முக்கியமாக லெனினின் எளிமை. அதனால்தான் புரட்சிப் பிழம்பாக வாழ்ந்த லெனினை விக்கிரகமாக்கும், வழிபாட்டுப் பொருளாக்கும் அனைத்து முயற்சிகளும் கவிஞருக்கு வெறுப்பூட்டின. லெனினின் மறைவுக்குப் பிறகு அவர் எழுதிய நெடுங்கவிதையின் சில வரிகள்:

அழுக்கைப் போக்கிக் கொண்டு
புரட்சிக் கடலில் பயணம் செய்ய
லெனினிடம் செல்கிறேன்
பொய்களையும் ஏமாற்றங்களையும் கண்டஞ்சும் சிறுவனைப் போல்
இந்தப் புகழஞ்சலிகளைப் பார்த்து அஞ்சுகிறேன்.
எந்த மனிதன் பற்றியும் அது பீதியை உண்டாக்கிவிடும்
கவிதையில் பிறந்த ஒளிவட்டம்
லெனினின் உண்மையான பரந்த - மனித நெற்றியை மறைத்துவிடும்
இந்த நினைப்பே எனக்கு வெறுப்பூட்டுகிறது
சடங்குகள்
சமாதிகள்
அஞ்சலிகள்
விளம்பரங்கள்
என்னும் இனிய தூபங்கள்
லெனினின் இயல்பான எளிமையைத்
தெளிவற்றதாக்கிவிடும் என்னும்
பதற்றம் ஏற்படுகிறது எனக்கு.[2]

‘லெனினின் இயல்பான எளிமை’ என்று மயாகோவ்ஸ்கி மிகச் சரியாகவே சொல்லியிருக்கிறார். கலை, இலக்கியம் பற்றி லெனின் கூறிய கருத்துகளும்கூட இதைத்தான் மெய்ப்பிக்கின்றன. படித்த மேட்டுக்குடிக் குடும்பத்தில் பிறந்த லெனினுக்கு அவரது பெற்றோர்கள் இருந்தபோதே ரஷியச் செவ்வியல் இலக்கியத்திலும் பழமையான, சாஸ்திரிய இசையிலும் ரசனை ஊட்டப்பட்டிருந்தது. ஆனால், ஓவியம், சிற்பம் போன்ற கட்புலக் கலைகள் மீது அவரது குடும்பத்தினருக்கு ஆர்வம் இருக்கவில்லை. ஜாரிச ஒடுக்குமுறையிலிருந்து தப்பி, மேற்கு ஐரோப்பிய நாடுகளில் அவர் வசித்துவந்த நாள்களிலும்கூட, பாரிஸிலுள்ள ‘லூவர்’, இலண்டனிலுள்ள ‘டேட் கலைக்கூடம்’ போன்ற உலகப் புகழ் பெற்ற ஓவிய, சிற்பக் கலைக்கூடங்களுக்கு அவர் சென்று வந்த தற்கான சான்றுகள் இல்லை. அருங்காட்சியகங்களையும் பொருள் காட்சியகங்களையும் பார்ப்பதற்குத் தமக்குப் பொறுமை போதாது என அவர் நேர்மையுடன் ஒப்புக்கொள்வது வழக்கம்.

எனினும் ஐரோப்பியச் செவ்வியல் இலக்கியத்தின் மீது அவருக்கிருந்த ஆர்வமும் ரசனையும் ஈடுபாடும் சற்றும் குறையவில்லை. தமது சொற்பொழிவுகளுக்கும் எழுத்துகளுக்கும் மெருகூட்டவும் அவற்றின் பொருள்செறிவைக் கூட்டுவதற்கும் பூஷ்கின், நெக்ரஸோவ், லெர்மந்தோவ், ஸால்டிகோவ்-ஷ்செட்ரின் ஆகியோரின் படைப்புகளிலிருந்து அடிக்கடி அவர் மேற்கோள் காட்டுவதுண்டு. ஜார் அரசாங்கத்தால் சைபீரியாவுக்கு நாடுகடத்தப்பட்டபோது, துர்கனேவின் எழுத்துகளடங்கிய பன்னிரண்டு தொகுதிகளும் அவருக்கு அனுப்பப்பட்டன. பின்னர் இவை அனைத்தின் ஜெர்மன் மொழியாக்கத்தையும் வர வழைத்துத் தமது ஜெர்மன் மொழியறிவை வளர்த்துக்கொள்ளப் பயன்படுத்தினார். அங்கு, ஜெர்மானிய மாக் கவிஞர் கெதெவின் 'ஃபாஸ்ட்'டை ஜெர்மன் மூலத்திலேயே படித்தார். சைபீரியா விலிருந்து திரும்பி வந்தபோது அவர் கொண்டுவந்த நூல்களின் எடை 180 கிலோ! முதன்முறையாக வெளிநாடு சென்றபோது பொருளாதாரம் தொடர்பான நூல்களுடன் நெக்ரஸோவின் கவிதைத் தொகுப்பும் 'ஃபாஸ்ட்'டும் அவருடன் இருந்தன. பின்னர் பாரிஸில் வசிக்கையில் அதனுடைய ரஷிய மொழியாக்கத்தையும் படித்தார். ரஷியப் பாட்டாளி வர்க்கத்தின் புரட்சிகர அரசாங்கத்தில் கல்வி - பண்பாட்டு அமைச்சராக இருந்த லூனாசார்ஸ்கி எழுதினார்: 'கலைகளை ஆழ்ந்து கற்க லெனினுக்கு அவரது வாழ்நாள் முழுவதுமே நேரம் இருக்கவில்லை. நுனிப்புல் மேய்வது அவரால் வெறுக்கப்பட்ட தும் அவரது இயல்புக்கு மாறானதுமாகவும் இருந்ததால் கலை பற்றிய எந்த அறிக்கையையும் வெளியிட அவர் விரும்பியதில்லை. அவர் ரஷிய செவ்வியல் இலக்கியத்தை நேசித்தார். இலக்கியம், நாடகம், ஓவியம் முதலானவற்றில் யதார்த்தவாதத்தை விரும்பினார்.'

'ரஷியப் புரட்சியின் நிலைக்கண்ணாடி தோல்ஸ்தோய்' என்னும் கட்டுரையைத் தமிழ் வாசகர்கள் பலர் படித்துள்ளனர். உண்மையில் இக்கட்டுரையின் முதல் தமிழாக்கத்தைச் செய்தவர் கள் தந்தை பெரியாரும் சுயமரியாதை இயக்கத்தின் மிகச் சிறந்த சிந்தனையாளர்களிலொருவருமான எஸ்.ராமநாதனும் ஆவர் என்பது மிகச் சிலருக்கே தெரியும். ரஷியப் புரட்சிக்குக் குறுக்கீடாக தோல்ஸ்தோயிசம் இருந்தது போல, இந்தியாவின்

சமூக விடுதலைக்குக் காந்தியம் குறுக்கீடாக இருக்கிறது என்னும் கருத்தை வலியுறுத்தவே அவர்கள் இக்கட்டுரையைத் தமிழாக்கம் செய்தனர். எனினும், லெனின் தோல்ஸ்தோயின் இலக்கியத் திறனைக் குறைத்து மதிப்பிடவில்லை. தோல்ஸ்தோயிசம் என்னும் சமூகத் தத்துவப் போக்கை விமர்சிப்பதுதான் அவரது நோக்கம். தோல்ஸ்தோய்க்குள்ளிருந்த முரண்பாடுகளை - இவை லெனினின் கவனத்தை ஈர்த்தன - அம்பலப்படுத்துவதே அவரது விருப்பம். அந்த மாபெரும் இலக்கியப் படைப்பாளி பற்றி அன்று பல்வேறு விமர்சகர்களிடையே நடந்த விவாதங்களில் தலையிட்டுக் கல்வி புகட்டும் நோக்கத்துடன் லெனின் அக்கட்டுரையை எழுதினாரேயன்றி, அழகியல் ஆய்வுகளைச் செய்வதற்கு அல்ல. 'மேம்போக்கான, போலி மார்க்ஸியத்தன்மை வாய்ந்த வகைப்பாடுகளையும் கொச்சைப்படுத்துதலையும் தவிர்க்குமாறு தமது தோழர்களுக்கு அறிவுறுத்துவதை' முதன்மைக் கடமையாகக் கொண்டிருந்தார். சமுதாயப் பிரச்சினைகளில் தம்மைப் போலவே ஆர்வம் காட்டிய படைப்பாளிகள் அவரைக் கவர்ந்தனர். இந்த உண்மையை அவர் வெளியே சொல்லாமல் மூடி மறைத்தது கிடையாது. இருப்பினும், அவர் தமது நண்பர்களுடனும் ஆதரவாளர் களுடனும் தனியாக அளவளாவும்போது, இலக்கியம் பற்றிய பேச்சு வந்தால் சங்கடத்துக்குள்ளாவார். அப்போது, இலக்கியம் பற்றிய ஆழமான விவாதம் தவிர்க்கப்படும். கலை, இலக்கியம் பற்றிய தமது கருத்துகளைப் பொது இடங்களில் சொல்வதைக் கூடுமானவரை தவிர்த்துக்கொண்டார்.[4]

1917-ஆம் ஆண்டுப் பாட்டாளிவர்க்கப் புரட்சியை அடுத்து, ரஷியாவில் பல்வேறு வகையான கலை, இலக்கியப் போக்குகளும் பரிசோதனை முயற்சிகளும் தோன்றின. லெனினின் ரசனையில் செவ்வியல் படைப்புகளுக்கும் யதார்த்தவாதத்திற்கும் மட்டுமே முன்னுரிமை தரப்பட்டிருந்தது. இளந்தலைமுறையினரால் மிகவும் விரும்பப்பட்ட மயாகோவ்ஸ்கியின் ஃப்யூச்சரிசம் போன்றவை அவருக்கு விசித்திரமானவையாகவும் புரிந்துகொள்ள முடியாதவையாகவும் தோன்றின. மயாகோவ்ஸ்கியின் படைப் பொன்றை ஐந்தாயிரம் பிரதிகள் அச்சிட்டதற்காக கல்வி - பண்பாட்டு அமைச்சர் லூனாசார்ஸ்கியை அவர் கடிந்து கொண்டிருக்கிறார்: 'லூனாசார்ஸ்கியைச் சவுக்கில் அடிக்க வேண்டும்' (தமிழக மார்க்ஸியவாதிகள் சிலர் அதை மிகவும்

காத்திரமாக எடுத்துக்கொண்டு, லெனின் உண்மையிலேயே லூனாசார்ஸ்கியை சவுக்கில் அடிக்க விரும்பினார் எனப் பொருள் கொண்டதுமுண்டு!). தம்முடைய நூலொன்றுக்கான அதிகப் பிரதிகளை அச்சடித்ததற்காகக்கூட அவர் கோபப் பட்டிருக்கிறார். புரட்சியை அடுத்து உள்நாட்டுப் போரும் பின்னர் பஞ்சமும் பட்டினியும் உருவானதைக் கருத்தில்கொண்டு, அவர் சிக்கன நடவடிக்கைகளைப் பரிந்துரைத்ததன் பின்னணி யிலேயே இதைப் பார்க்கவேண்டும்.

அன்று தோன்றிய சில புதிய கலை, இலக்கியப் போக்குகள், குறிப்பாக 'புரொலிட்கல்ட்' என்பது - புதிய புரட்சிகர சோசலிசச் சமுதாயத்தில் தான் மட்டுமே அங்கீகரிக்கப்பட வேண்டும் என உரிமை கொண்டாடியபோது, லெனின் இளைஞர்களிடம் கூறிய கருத்துகள் மனங்கொளத்தக்கன: நமது சாதனை மகத்தானது என்பது உண்மையே. மானுட குலத்தின் வரலாற்றில் போல்ஷ்விக் புரட்சி மகத்தான மைல் கற்களிலொன்றாக இருக்கும் என்பதும் உண்மையே. ஆனால் இளைஞர்களுக்கே உரிய முறையில், எல்லாச் சிறப்பும் நமக்கே உரியது என்று உரிமை பாராட்டிக் கொள்ள முடியாது. தலைமுறை தலைமுறையாய் வாழ்ந்து மறைந்த சிந்தனையாளர்கள், தத்துவவாதிகள், எழுத்தாளர்கள், கலைஞர்கள், வீரத்தியாகிகள் போன்றோரால் நமது அடித்தளம் செம்மைப்படுத்தப்பட்டிருக்கிறது. நாம் நமது மூதாதையர்களின் தோள்கள் மீது நின்றுகொண்டிருக்கிறோம். எனவே அவர்களை உதைத்தெறிவது தகாது. மிகவும் புதியதொரு பாட்டாளிவர்க்க அமைப்பை நாம் கட்டத் தொடங்கியிருப்பதால், நமக்கு முன், முதலாளியத்தின் அடர்ந்த சூழலில் வாழ்ந்தவர்கள் எல்லாம் நமக்குத் தேவையில்லை என்பது தவறு. மார்க்ஸியமுமே தத்துவம், அரசியல் பொருளாதாரம், சோசலிசம் ஆகியவற்றின் மாபெரும் பிரதிநிதிகளின் போதனைகளின் நேரடியான, உடனடியான தொடர்ச்சியாகத்தானே வளர்ந்திருக்கிறது; கடந்தகாலத்தில் மானுட குலம் உருவாக்கிய சிறப்பானவற்றின் நியாயமான வாரிசு அல்லவா மார்க்ஸியம். எந்தக் குறிப்பிட்ட காலத்திலும், எந்தக் குறிப்பிட்ட வர்க்கமோ, தேசமோ பண்பாட்டைக் கட்டுப்படுத் தவோ தனக்கு முற்றுரிமையாக்கிக் கொள்ளவோ முடியாது. மானுட குலத்தின் சாதனைகளின் தொடர்ச்சி பற்றிய உணர்வு கொண்டிருப்பது, புதிய சமுதாய அமைப்பைக் கட்டத் துடிக்கும் அனைவருக்கும் முக்கியமுடையதாகும்.

லெனினின் ஆளுமை முழுவதும் - சோசலிச மாற்றம் என்னும் ஒற்றை இலக்கு நோக்கியே திரும்பியிருந்தது. அதன் மீதே அவரது கவனம் பதிந்திருந்தது. எனவே கலை - இலக்கியம் என்பதையும்கூட, சமுதாயத்திற்கு அர்ப்பணிப்புச் செய்தல் என்னும் விஷயத்திலிருந்து அவரால் பிரித்துப் பார்த்திருக்க முடியாது. எனினும், சமூக உள்ளடக்கமற்றமாகத் தோன்றிய, பயன்பாட்டு நோக்கம் வெளிப்படையாக இல்லாத, அழகியல் நோக்கம் மட்டுமே கொண்டிருந்ததாகத் தோன்றிய படைப்புகளை அவர் விரும்பவில்லை என்பதல்ல இதன் பொருள். 'பீத்தோவனின் அப்பாஸியோனாட்டாவைவிடச் சிறந்த இசையை நான் கேட்டதே கிடையாது. ஒவ்வொரு நாளும் நான் அதைக் கேட்க விரும்புகிறேன். அது அற்புதமான, மனித ஆற்றலை மீறிய இசை. மனிதப் பிறவிகளால் எப்பேர்ப்பட்ட அதிசயங்களையெல்லாம் சாதிக்க முடிகிறது என எப்போதும் பெருமைப்பட்டுக் கொள்கிறேன்' என்று மாக்ஸிம் கார்க்கியிடம் கூறிய அதே லெனின் இன்னொரு கருத்தையும் கூறினார்: 'இசையை அடிக்கடி என்னால் கேட்க முடியாது. அது நரம்புகளைப் பாதிக்கிறது, பைத்தியக்காரத்தனமானவற்றைச் சொல்ல வேண்டும் என்னும் விருப்பத்தை நமக்கு ஏற்படுத்துகிறது. இந்த யோசனை, நரகத்தில் வாழ்ந்துகொண்டே இப்படிப்பட்ட அழகைப் படைப்பவர்களின் தலையைத் தடவிக் கொடுக்கும்படி நம்மைத் தூண்டுகிறது. ஆனால் யாருடைய தலையையும் நாம் தடவிக் கொடுக்கக்கூடாது. அவர்கள் நமது கையையே கடித்து விடக்கூட செய்வார்கள். யாருக்கு எதிராகவும் வன்முறையைப் பயன்படுத்தக்கூடாது என்பது நமது நெறியாக இருந்தாலும், ஈவிரக்கமின்றி அவர்களது மண்டையில் அடிக்க வேண்டும். உம், நமது கடமை மிக மிகக் கடினமானதாக இருக்கிறது.⁵ இக் கூற்றைக்கொண்டு, லெனின் கலையின் எதிரி என்ற முடிவுக்கு வரக்கூடாது. அவர் இங்கு சுட்டிக்காட்டுவதெல்லாம், செவ்வியல் இசையிலுள்ள அழகியல் அம்சத்திற்கும் முதலாளிய சமூகத்தின் நரக அம்சத்திற்குமுள்ள முரண்பாட்டைத்தான். மேலும், அன்றிருந்த சூழலில், இசையில் மனதைப் பறிகொடுப்பது தமது கவனத்தைத் திசை திருப்பிவிடும் என்று அஞ்சினார் அவர்.

லெனினின் கலை இலக்கியக் கொள்கைகள் எப்படி இருந்தாலும், அவரது மாபெரும் சாதனைகளிலொன்று,

பல்வேறு தேசிய இனங்கள், தேசிய இனக்குழுக்கள், தேசங்கள் ஆகியவற்றின் சேர்க்கையாக சோவியத் ஒன்றியத்தை உருவாக்குவதற்கான அடிப்படையை உருவாக்கியதுதான். பாட்டாளி வர்க்கத்தின் வர்க்கப் போராட்டத்திற்கு உட்பட்டதாக, தேசங்களின் தன்னுரிமையை, தேசிய இனக் குழுக்களின் தன்னாட்சிப் பகுதிகளை அங்கீகரித்ததாலேயே இது சாத்திய மாயிற்று. தேசிய இனப் பிரச்சினையில் இன்றும் நமக்கு வழிகாட்டியாக இருப்பவை லெனினின் கோட்பாடுகளும் நடைமுறைகளும் தாம். அவரது மறைவுக்குப் பிறகு அவற்றில் பல கைவிடப் பட்டன என்றாலும், ரஷியாவிலும் பிற சோவியத் குடியரசுகளிலும் இருந்த நூற்றுக்கணக்கான சிறு தேசிய இனக் குழுக்கள், பழங்குடி சமூகக் குழுக்கள் (இவற்றில் பல, சில ஆயிரம் பேர்களை மட்டுமே கொண்டிருந்தன) எழுத்தறிவு பெறுவதற்கும், அவர்களது மொழிகளிற் பல எழுத்து வடிவம் பெறுவதற்கும், அவை இலக்கிய மொழிகளாக வளர்ந்து படைப்பிலக்கியங்களை உருவாக்குவதற்கும் லெனின் இட்ட கால்கோள்தான் காரணம்.

சின்னஞ்சிறு இனக்குழுக்களில் முதன்முதலாக இலக்கியப் படைப்புகளை எழுதியவர்களின் ஆக்கமொன்றைப் பார்ப்போம். 1986-ஆம் ஆண்டுக் கணக்கின்படி மொத்தம் இருபத்தையாயிரம் பேரை மட்டுமே கொண்டிருந்த கிழக்கு சைபீரியாவைச் சேர்ந்த 'எவென்க்', (முன்பு இவர்கள் 'டுங்கு' என அழைக்கப்பட்டு வந்தனர்) பழங்குடி மக்களைச் சேர்ந்த நிகோலாய் காட்லின் எழுதிய கவிதை -

முன்னோர்கள் வழங்கிய போதனை

எனது தாத்தா எத்தகைய துடிப்பான கிழவர்
குறைந்தது அவருக்கு நூறு வயதிருக்கும்
பனிப்பிரதேசக் காடு முழுவதிலும் என்னைத் துரத்திக்கொண்டு
வருவார்
பறவைகளையும் விலங்குகளையும் பற்றிச் சொல்லிக் கொடுப்பதற்கு.

அவரது மூதாதையர்கள் விடுத்த ஆணைதான் அவருக்குச் சட்டம்
ஒவ்வொரு அசைவையும் ஒலியையும் கத்தலையும்
நீ புரிந்துகொள்ள வேண்டும்
அப்போது விலங்குகள் உன்னையும் அவற்றிலொன்றாகக் கருதும்
நீ கூப்பிட்டதும் பறவைகள் உன்னிடத்தில் பறந்து வரும்.

பனிப்பிரதேசக் காடு முழுவதிலும் சுற்றியலைந்தேன் –
என் பாதங்களில்தான் எத்தனை கொப்புளங்கள்!
தேவதாரு மரங்கள் எல்லாம் உடனே பேசத் தொடங்கின
நான் சீழ்க்கையடித்தபோது அணில்கள் ஆனந்தமாய் பதில் தந்தன.
ஏரியும்கூட ஒரு நட்புப் புன்னகையை என் மீது அள்ளி வீசிற்று

கொம்பு மானின் வெற்றி எக்காளத்தை நான் கேட்டால்
இந்த நல்ல நாளில் மகிழ்ச்சியோடு அதனை எதிரொலிப்பேன்
ஒரு கிழட்டுக் கரடி தனது பாதையில் எங்கோ அசைந்தாடிச்
                                                செல்கையில்
அதைச் சுடுவதற்கு எனது துப்பாக்கியைத் தூக்கமாட்டேன்.

இயற்கையிலுள்ள அனைத்துயிர்களையும் நேசித்தவர்
அவற்றைப் பாதுகாக்கும்படி மக்களிடம் கூறியவர்
இந்தப் பனிப்பிரதேச வன உலகின் சாவியைத் தந்த
எனது நூறு வயதுப் பாட்டனார்தான் எத்தகைய விவேகி.[6]

தரவுகள்

1. Vladimir Mayakovsky, *Selected Works in Three volumes,* Raduga Publishers, Moscow, 1985.
2. Hernert Marshal (Compiled), *Mayakovsky and His Poetry.* Pilot Press, London, 1945.
3. *Lenin, Art and Literature,* Progress Publishers, Moscow, 1982.
4. Tamara Deutscher, *Not By Politics Alone: The Ohter Lenin,* Lawrence Hill and Company, Cambridge.
5. *மாக்ஸிம் கார்க்கி, லெனினுடன் சில நாட்கள்* (தமிழாக்கம்: கு.அழகிரிசாமி). தமிழ்ப் புத்தகாலயம், சென்னை, 1985.
6. A *Stride Across A Thousand Years, Prose, Poetry and Essays by Writters of the Soviet North and Far East,* Progress Publishers, Moscow, 1986.

3
சாதியும் வர்க்கமும்:
இரு ஏகாதிபத்தியங்களுக்கு எதிராக*

2007 ஆம் ஆண்டு நெடுக நூறாம் ஆண்டு நிறைவு விழாக்கள். பகத்சிங், சிங்காரவேலர், ஜீவா, எம்.ஆர்.ராதா. அது மட்டுமல்ல, தலித்துகள் தங்கள் அரசியல் பிரதிநிதித்துவத்தைப் பெறுவதற்கு சாதி இந்துக்களைச் சார்ந்திருக்க வேண்டும் என்பதற்கான புனே ஒப்பந்தத்திற்கு - உண்ணாவிரத மிரட்டல் மூலம் காந்தி சாதித்த ஒப்பந்தத்திற்கு - 75-ஆம் ஆண்டு விழா.

திருத்துறைப்பூண்டியில் இந்தியப் பொதுவுடைமைக் கட்சி நடத்திய ஜீவா - பி. சீனிவாச ராவ் நூற்றாண்டு நிறைவு விழாவில் கலந்துகொள்ள அழைப்பு வந்தபோது அதை மகிழ்ச்சியுடன் ஏற்றுக்கொண்டேன். எனது காலத்தில் வாழ்ந்த மாபெரும் மனிதர்களுக்கு அஞ்சலி செலுத்தக்கூடிய நிகழ்ச்சி என்பதால் மட்டுமல்ல; இந்த நிகழ்ச்சி நடக்கும் திருத்துறைப்பூண்டி, தந்தை பெரியாரின் இயக்கத்திலும் ஜீவாவின் வாழ்விலும் மிக முக்கிய மான திருப்பத்தை ஏற்படுத்திய இடம் என்பதும், வரலாற்று நிகழ்வுகளைப் பார்ப்பது, நிகழ்காலத்தைப் புரிந்துகொள்வதற்கும் புரட்சிகரமான சமூக மாற்றங்களைக் கொண்டு வருவதற்கு முற்போக்கு சக்திகள் ஒன்றிணைய வேண்டிய தேவையை உணர்வதற்கும் இந்தச் சந்திப்பு நம் எல்லோருக்கும் உதவும் என்று நான் கருதியதும்தான் முக்கிய காரணம். வரலாற்றைப் பின்னோக்கிப் பார்க்கவேண்டும் என நான் கூறுவது, நமது கருத்துகளே சரியானவையான இருந்தன, நமது நிலைப்பாடுகளே

---

* ஜீவா-பி.எஸ்.ஆர். நூற்றாண்டு நிறைவையொட்டி இந்தியப் பொதுவுடைமைக் கட்சித் தோழர்கள் 21-09-2007 அன்று திருத்துறைப்பூண்டியில் ஏற்பாடு செய்திருந்த கருத்தரங்கத்தில் படிப்பதற்காக எழுதப்பட்ட கட்டுரையின் சில பகுதிகள்.

சரியானவையாக இருந்தன என நாம் ஒவ்வொருவரும் கருதுகின்ற விஷயங்கள் வரலாற்று மேடையில் எவ்வாறு தீர்ப்பளிக்கப் பட்டன என்பதைப் புரிந்துகொள்வதற்குத்தான்.

பெரியார்-ஜீவா முரண்பாடு

திருத்துறைப்பூண்டியில்தான் தோழர் பெரியார் அவர்களுக்கும் தோழர் ஜீவா அவர்களுக்கும் வரலாற்று ரீதியான பிளவு ஏற்பட்டது. 1936-ஆம் ஆண்டில் ஏற்பட்ட அந்தப் பிளவு பற்றிய ஒருதலைச் சார்பான விளக்கங்களே பொதுவுடைமை வட்டாரங் களில் நமக்குத் தரப்பட்டு வந்தன. பெரியார் கூறிய விளக்கங்கள் ஒன்று சொல்லப்படவே இல்லை அல்லது அரைகுறையாகச் சொல்லப்பட்டன. நானும் தோழர் வ. கீதாவும், *'பெரியார், சுயமரியாதை சமதர்மம்'* என்னும் நூலில் சில உண்மைகளைச் சுட்டிக்காட்டிய பின்னரே, தோழர் பொன்னீலன் போன்ற வர்கள், நாங்கள் கூறியதை ஓரளவு ஏற்றுக்கொண்டனர். எனினும், ஜீவா பற்றிய நூல்கள் சிலவற்றில் இன்னும் பழைய விவரப் பிழைகளும் கருத்துப் பிழைகளும் தொடர்ந்து தலை காட்டி வருகின்றன. மேலும், ஏறத்தாழ முப்பதாண்டுகளாக பெரியாரையும் சுயமரியாதை இயக்கத்தையும் மிகுந்த ஈடுபாட்டு டன் படித்து வரும் எனக்கு, உலகம் முழுவதிலுமுள்ள ஒடுக்கப் படும், சுரண்டப்படும் மக்களின் விடுதலைக்கான வழிகாட்டி மார்க்ஸியத் தத்துவமே என்பதில் உறுதியான நம்பிக்கை உள்ள எனக்கு, 'நமது நாட்டில் தந்தை பெரியாரின் துணையின்றி அந்த விடுதலை சாத்தியப்படாது என்னும் கருத்து ஒவ்வொரு நாளும் வலுப்பட்டே வருகிறது.

ஜமீன்தார்களும் பணக்காரர்களும் இருந்த, பிரிட்டிஷ் ஆதரவுப் போக்கு கொண்டிருந்த நீதிக்கட்சி ஆதரவு நிலைப் பாட்டை பெரியார் மேற்கொண்டார், ஆனால் ஜீவா சோசலிசப் பாதையில் சுயமரியாதை இயக்கத்தை நடத்திச் செல்ல விரும்பி னார் என்பதுதான் இருவருக்குமிடையே ஏற்பட்ட பிளவுக்குக் காரணம் எனப் பொதுவுடைமைக் கட்சித் தோழர்களால் சொல்லப்பட்டு வருகிறது. தோழர் ஜீவா எழுதிய 'ஈரோட்டுப் பாதை' என்னும் நூலைப் படிக்கையில் பெரியார் பற்றாளர் களுக்கு ஏற்படக்கூடிய உணர்வு நிலைகளைவிடச் சற்றும்

குறையாத உணர்வு நிலைகளையே பெரியார் ஜீவாவுக்குத் தந்த மறுமொழி ஏற்படுத்தும்.*

எனினும், பெரியார் நீதிக் கட்சி ஆதரவு நிலைப்பாட்டை மேற்கொண்டதை யாரும் மறுக்க முடியாது. ஆனால் நீதிக் கட்சி யினரின் நடைமுறைகள் அனைத்தையும் அவர் ஏற்றுக்கொண்ட வரல்லர். அவரைப் பொருத்தவரை நீதிக் கட்சிக்காரர்களுக்கும் காங்கிரஸ் கட்சிக்காரர்களுக்கும் வர்க்கத்தன்மையில் வேறுபாடு பெரிதாக ஏதும் இல்லை. ஆனால், சமுதாயக் கொள்கைகளில் நிச்சயமாக பார்ப்பனியக் காங்கிரஸைவிட எவ்வளவோ முற்போக்கானவர்கள். 1930களில் நிகழ்ந்த ஐந்து விஷயங்களிலிருந்து, காங்கிரஸ் கட்சி இந்த நாட்டிற்குப் பேரபாயமாக விளங்கப் போகிறது என்பதைப் பெரியார் உணர்ந்தார்: 1. காந்தி - இர்வின் ஒப்பந்தமும் போல்ஷ்விசம் இந்த நாட்டில் பரவக் கூடாது என காந்தி அறிவித்தமையும்; 2. பகத்சிங் தூக்கிலிடப் பட்டமை; 3. பகத்சிங் தூக்கிலிடப்பட்டதற்குப் பின் கராச்சியில் நடந்த அகில இந்திய காங்கிரஸ் மாநாடு; இந்த மாநாட்டில்தான் புகழ்பெற்ற 'கராச்சி தீர்மானங்கள்' நிறைவேற்றப்பட்டன. இந்தியா சுதந்திரம் பெற்றால் காங்கிரஸ் கட்சி என்னென்ன அரசியல், பொருளாதார, சமூக உரிமைகளை வழங்கும் என்பன பற்றிய தீர்மானங்கள். சுதந்திர இந்தியாவில், காங்கிரஸ் 'மத விஷயங்களில் நடுநிலை வகிக்கும்' என்பது ஒரு தீர்மானம்; 4. தாழ்த்தப்பட்டோரின் தனிவாக்காளர் தொகுதியை ஒழிக்கும் 1932-ஆம் ஆண்டு புணே ஒப்பந்தம். இந்த நிகழ்வுகள் எல்லாம் பார்ப்பன - முதலாளிய மேலாண்மையை நிலை நிறுத்துவதற் கான அஸ்திவாரங்கள் என்று பெரியார் கருதினார். 1931-ஆம் ஆண்டு விருதுநகரில் நடந்த மூன்றாவது மாகாண சுயமரியாதை மாநாடு, முழுக்க முழுக்க கராச்சி மாநாட்டிற்கான எதிர்வினை தான் என்பதை நாம் புரிந்துகொள்ள வேண்டும்; 5. 1934-இல் இந்தியப் பொதுவுடைமைக் கட்சி தடை செய்யப்பட்டமை.

இந்த ஐந்து நிகழ்ச்சிகளும் காங்கிரசுக்கும் (பார்ப்பன-பனியா சக்திகள்) பிரிட்டிஷ் ஏகாதிபத்தியத்துக்குமிடையில்

---

* ஜீவா - பெரியார் கருத்து முரண்பாடு குறித்த விவரங்களுக்கு: எஸ்.வி. ராஜதுரை - வ.கீதா, பெரியார்: சுயமரியாதை சமதர்மம், விடியல் பதிப்பகம், கோவை-11, 1997 (அதிதியாயம் 14, 15, 16)

ஏற்பட்ட, ஏற்படவிருக்கும் ஒப்பந்தங்களுக்கான முன்னோடி என்று பெரியார் கருதினார்.

பெரியார், ஜீவா, சிங்காரவேலர் ஆகியோரெல்லாம் ஒன்றாக இருந்தபோது 1932-இல் உருவாக்கப்பட்ட சமதர்மத் திட்டத்தின் மிக நீர்த்துப்போன வடிவத்தையே நீதிக் கட்சி 1936-இல் ஏற்றுக்கொண்டது என்று சுயமரியாதை இயக்கத்தி லிருந்து வெளியேறிய 'சமதர்மிக'ளும் அது கராச்சி தீர்மானங் களின் வெளிறிய நகலே என்று சத்யமூர்த்தி அய்யர்களும் கூறிவந்த போது, பெரியார் பதிலளித்தார்.

.....நமது திட்டங்களுக்கும் காங்கிரஸ் திட்டங்கள் என்பதற்கும் உள்ள வித்தியாசம் இரண்டு. அவை முக்கியமான வித்தியாசங்களாகும். காங்கிரஸ் திட்டத்தில் பழைய புராணங்களையும் சாதி, மத வித்தியாசங்களையும் காப்பாற்றவும் அவரவர் சாதி ஆசாரங்களை அமலில் நடத்திக் கொடுப்பதாகவும் உத்தரவாதம் அளிக்கிறது. இவற்றை ஒப்புக்கொள்ள முடியாது. ஒப்புக்கொள்வதானால், நாம் சூத்திரர்களாகவும் தீண்டாத சாதியாராகவும் இருக்க நாமே சம்மதித்துக்கொள்ள வேண்டியவர்களாவோம். அன்றியும் வருணாசிரம தர்மத்தையும் பறையன் - பிராமணன் என்கின்ற உயர்வு தாழ்வையும் ஒப்புக்கொள்ள வேண்டியவர்களாவோம். இன்றைய காங்கிரசின் கிளர்ச்சி எல்லாம் மேற்படி பிராமணத் தன்மையையும் பஞ்சமத் தன்மையையும் காப்பாற்ற வருகிறதேயொழிய பொதுவாக மனித சமுகத்திற்கு எவ்வித நன்மைக்காகவும் இல்லை என்று நான் 15 வருட காலமாகச் சொல்லி வருவதற்கு கராச்சி தீர்மானத்திலுள்ள இந்தத் தத்துவமேதான் காரணம்.

அன்றியும் நமது திட்டத்தில் உள்ள விஷயங்கள் கராச்சி திட்டத்தில் இருக்கிறது என்று யாராவது சொல்ல முடியுமா? நமது திட்டத்தில் அரசி யல் உத்தியோகங்கள் பிரதிநிதித்துவங்கள் இந்த மாகாணத்தில் உள்ள எல்லா வகுப்பார்களுக்கும் (அதாவது, முஸ்லிம்கள், கிறிஸ்துவர்கள், பார்ப்பனர்கள். பார்ப்பனரல்லாதார், தாழ்த்தப்பட்டவர்கள் ஆகிய வகுப் பாருக்கு) அவர்கள் ஜனத்தொகைப் பெருக்கத்துக்குத் தக்கபடி கிடைக்கும் படியாகச் செய்யவேண்டும் என்பதாக உள்ள திட்டம் காங்கிரஸ்காரர் களின் கராச்சித் திட்டத்தில் இருக்கிறதா என்று கேட்கிறேன். ஆகவே காங்கிரசுக்கும் ஜஸ்டிஸ் கட்சிக்கும் உள்ள ஒரே வித்தியாசமெல்லாம்

சாதி மத பேதங்கள் ஒழிக்கப்பட வேண்டியதும் அதுவரையில் வகுப்புகளின் அளவுக்குத் தகுந்தபடிதான் உத்தியோகமும் பிரதிநிதித்துவமும் இருந்துவர வேண்டும் என்பதுமேயாகும்.

சாதி பேதம், சாதிப் பிரிவு ஆகியன ஒழியவேண்டும் என்று சொல்லுகின்ற நீங்கள், வகுப்புவாரிப் பிரதிநிதித்துவம் கேட்பது, சாதியைக் காப்பாற்றுவது ஆகாதா? என்று பார்ப்பன தேசியப் பத்திரிகைகள் என்பனவும் அவர்களது கூலிப் பத்திரிகைகளும் கூலிகளும் எழுதவும் கேட்கவும் செய்கின்றார்கள். அதை விளக்கிக் காட்டக் கடமைப்பட்டுள்ளேன்.

கராச்சித் திட்டமோ காங்கிரசின் கொள்கையோ பேதங்களை அடியோடு ஒழித்துவிடுவது என்கிறதாக இல்லை. பூரண சுயேச்சை பெற்ற இந்தியாவில் பறையனும் பிராமணனும் இருக்க மாட்டார்கள் என்றோ, கொடுப்பன கொள்வினைக்கு அருகதையற்ற சாதிமத பேதங்கள் இருக்காது என்றோ ஒரு வாசகம் இருக்குமானால், நான் மாத்திரம் எதற்காக வகுப்புவாரிப் பிரதிநித்துவமும் வகுப்புவாதமும் பேசவேண்டும் என்று கேட்க காங்கிரஸ்காரர்களுக்கு உரிமை உண்டு.

பார்ப்பனர்கள் வெகு ஜாக்கிரதையாகத் தங்கள் உயர்வைக் காப்பாற்றிக் கொள்வதற்கு காங்கிரசிடம் உத்தரவாதம் பெற்றுக்கொண்டு, நம்மிடம் வந்து நமது தாழ்வையும் இழிவையும் காப்பாற்றிக் கொள்வதாய் உத்தரவு கொடு என்று நம்மைக் கேட்டால் நம் அத்தனை பேரும் முட்டாள்களா அல்லது வகுப்பு நலத்தை விற்று வயிறு பிழைக்கும் பார்ப்பனக் கூலிகளா என்று யோசித்துப் பாருங்கள்.

ஆகையால் நாம் வகுப்புவாரிப் பிரதிநிநித்துவம் கேட்பது, சாதி ஒழிய வேண்டும் என்பதற்கு எந்தவிதத்திலும் முரணான காரியம் ஆகாது என்பதுடன், அதிலும் காங்கிரசைக் கேட்பது எப்படியும் எந்த விதத்திலும் தவறாகாது என்றும் தெரிவித்துக் கொள்கிறேன்.

சாதிபேதங்கள் ஒழிவது சட்டத்தினால் முடியவேண்டுமே ஒழிய, பொதுஜன சம்மதத்தில் என்றால் ஒருபோதும் முடியாது. ஏனென்றால் சாதி காரணமாகப் பாடுபடாமல் கடவுளையும் மோட்சத்தையும் காட்டி, ஊரார் உழைப்பில் வயிறு வளர்க்கும்பட்டியான சவுகரியம் இருக்கும் போது, பலாத்காரத்துக்கோ அல்லது தண்டனைக்கோ அல்லாமல் எவனாவது சாதி ஒழிய சம்மதிப்பானா என்று கேட்கிறேன். ஆகவே சட்டத்தின் மூலம் சாதிகள் ஒழிகின்றபோது, சட்டத்தின் மூலம் வகுப்பு

வாரிப் பிரதிநிதித்துவத்தை எடுத்துவிடுவது சிரமமான காரியமல்ல என்பதைத் தெரிவித்துக்கொள்கிறேன். (வே. ஆனைமுத்து (பதிப்பாசிரியர்), *பெரியார் ஈ.வெ.ரா. சிந்தனைகள்.* 434 – 436)

அன்று இட ஒதுக்கீடு முறையைக் கொண்டு வந்தவர்கள் நீதிக்கட்சியினர். அதை எதிர்த்தவர்கள் காங்கிரஸ் பார்ப்பனர்கள். அது மட்டுமல்ல. அதற்கு முட்டுக்கட்டை போட்டு வருபவர்கள் இன்னும் காங்கிரஸ் கட்சியில் இருக்கிறார்கள். இது ஒன்றும் அற்ப சொற்பமான விஷயம் அல்ல. இதைக் குறித்துப் பேசுவதற்கு முன், முன்பு உலகளவிலும் இந்திய அளவிலும் ஏற்பட்டுள்ள மாற்றங்களைக் காணவேண்டும்.

உலக நிலைமைகள்

ஏறத்தாழ இருபதாண்டுகளுக்கு முன் நாம் பயன்படுத்திய வரைபடம் இப்போது காட்சிப் பொருளாக மட்டுமே வைக்கத் தகுதியுடையதாகிவிட்டது. இருபதாண்டுகளுக்கு முன்பிருந்த தேசங்கள் சில மறைந்துவிட்டன; சில புதிய தேசங்களும் தேச அரசுகளும் முளைத்துள்ளன. இந்தத் தொழில்நுட்ப,பொருளாதார, அரசியல் மாற்றங்கள் ஒன்றுக்கொன்று தொடர்புடையவை. இவை சர்வதேச வர்க்கப் போராட்டத்தின் மீது பெரும் தாக்கத்தை ஏற்படுத்தியுள்ளன. இலத்தீன் அமெரிக்காவில் சோசலிசப் பொருளாதாரத்தைக் கொண்டு வருவதற்காக முற்றிலும் புதிய முயற்சிகள், மார்க்ஸிய ஆசான்கள் எதிர்பார்த்திராத வழிமுறைகள் மேற்கொள்ளப்படுகின்றன.

உலக முதலாளியம் பல்வேறு நெருக்கடிகளுக்குத் தாக்குப் பிடித்து தனது ஆயுள் காலத்தை நீட்டித்துக்கொண்டுள்ளது. உலகில் பல்வேறு வல்லாண்மை மையங்கள் இருந்த நிலை மாறி அமெரிக்கா மட்டுமே இன்று ஒரே ஒரு உலக வல்லரசாக விளங்குகிறது. அதனுடைய பொருளாதார வலிமை கடந்த சில ஆண்டுகளாகக் குறைந்துகொண்டே வந்தாலும், இராணுவ வலிமை முன்னெப்போதைக் காட்டிலும் இப்புவிக் கோளத்தின் இருப்பையே அச்சுறுத்துகிற வகையில் பண்பு வகையிலும் அளவு வகையிலும் அதிகரித்து, வளர்ச்சியடைந்த ஐரோப்பிய நாடுகளைக்கூடப் பணிய வைத்துள்ளது. அமெரிக்கப் பொருளாதாரத்தின் சிறப்பியல்பாக உள்ள இராணுவ-தொழிற்துறை

இணைப்பு (military-industrial complex), அதாவது போர் ஆயுதங்களையும் தளவாடங்களையும் தயாரிக்கும் இராட்சத நிறுவனங்களுக்கும் அமெரிக்க இராணுவத்திலுள்ள உயர்நிலைத் தலைவர்களுக்குமுள்ள இணைப்பு உலகில் ஆயுதப் போட்டா போட்டிகளை உருவாக்குவதுடன், உலகின் எந்த ஒரு நாட்டையும் எந்த நேரத்திலும் ஆக்கிரமிக்கத் தனக்கு உரிமை உண்டு என அமெரிக்க ஏகாதிபத்தியம் வெளிப்படையாகவே அறிவிக்கக்கூடிய நிலையை ஏற்படுத்தியுள்ளது. எனினும் அமெரிக்கா தனது இராணுவ வலிமையை மட்டுமே சார்ந்திருப் பதில்லை. 'வாஷிங்டன் பொது ஏற்பாடு' எனச் சொல்லப்படும் பொருளாதார சீர்திருத்தங்களை உலக நாடுகள் அனைத்தின் மீதும் திணிக்கின்றது. அமெரிக்காவின் கட்டுப்பாட்டிலுள்ள சர்வதேச நிதியம், உலக வணிக நிறுவனம், உலக வங்கி ஆகியன இந்தத் தாராளவாதப் பொருளாதாரக் கொள்கையின் மூலம் இதுவரை உலக முதலாளியம் நுழைந்திராத மிகவும் வளர்ச்சி குன்றிய நாடுகளிலும்கூட முதலாளியப் பொருளாதார உற்பத்தி உறவுகளையும் பண்பாடுகளையும் உருவாக்கியுள்ளது.

அமெரிக்கா, நவீன அறிவியலையும் தொழிற்நுட்பத்தையும் பயன்படுத்திக்கொள்ளும் அதேவேளை, தனது நாட்டு மக்களி டையே அறிவியலுக்கு எதிரான கருத்துகளைப் பரப்பியும் வருகிறது. உயிரினங்களின் பரிணாம வளர்ச்சி பற்றிய டார்வினிய மரபில் வந்தவர்களின் அறிவியல் கருத்துகளுக்கு எதிராக உலகத்தின் தோற்றம் பற்றிய விவிலியக் கருத்துகளை அமெரிக்கக் கல்வி நிறுவனங்கள் பல உயர்த்திப் பிடிக்கின்றன. இந்தக் கருத்துகள் அமெரிக்கக் கல்வி நிலையங்களில் புகுத்தப் படுவதை குடியரசு தலைவர்கூட ஊக்குவிக்கிறார். இந்தப் பிற்போக்குக் கருத்துகள் அமெரிக்காவில் தற்போது ஊக்குவிக்கப்படும் கிறிஸ்தவ அடிப்படைவாதத்தின் பகுதிகளே. இஸ்லாமிய நாடுகளுக்கெதிரான தனது ஆக்கிரமிப்பு நடவடிக்கைகளுக்கு ஆதரவான பொதுமக்கள் கருத்தை உருவாக்குவதற்காகவே இந்த கிறிஸ்தவ மத அடிப்படைவாதம் ஊக்குவிக்கப்படுகிறது. கூடவே இஸ்ரேலிய ஜியோனிசத்தை வளர்த்து வருகிறது. அதே சமயம், பிற்போக்குத்தனமான இஸ்லாமிய நாடுகளிலுள்ள மத அடிப்படைவாதச் சக்திகளுடன் நட்புகொள்கிறது. இந்தச்

சக்திகள் தனக்குப் பயன்படாது என்ற நிலை ஏற்படுகையில் அவற்றை ஒழித்துக் கட்டுதல், பயங்கரவாதத்தைக் கட்டுப்படுத்துதல் என்னும் பெயரால், முஸ்லிம் நாடுகளின் மீது ஆக்கிரமிப்புப் போரை நடத்துகின்றது.

தனது ஆக்கிரமிப்புக் கொள்கையை அமெரிக்க மக்களிடம் நியாயப்படுத்திச் சொல்வதற்காக, ஏகாதிபத்திய அறிவாளிகள் புதிய தத்துவங்களை உருவாக்குகிறார்கள். மேற்கத்திய கிறிஸ்தவ நாகரிகம், இஸ்லாமிய நாகரிகம், கன்ஃபூசிய நாகரிகம், ஆப்பிரிக்க நாகரிகம், இந்து நாகரிகம் எனப் பல்வேறு நாகரிகங்களாக உலக மக்கள் பிரிக்கப்பட்டிருக்கிறார்கள் என்றும், இவற்றில் கிறிஸ்தவ நாகரிகம் ஜனநாயகத் தன்மை கொண்டது என்றும், இஸ்லாமிய நாகரிகம் ஆக்கிரமிப்புத் தன்மை கொண்டது என்றும், கன்ஃபூசிய நாகரிகத்தைக் கடைப்பிடிக்கும் சீனா போன்ற நாடுகள் நம்பத்தகாதவை என்றும் இந்த அறிவாளிகள் பிரசாரம் செய்கிறார்கள். ஆனால், இந்து மதத்தைப் பற்றித் தப்பாக ஒரு வார்த்தைகூட இவர்கள் பேசுவதில்லை. அமெரிக்காவில் குடியேறியும் குடியுரிமை பெற்றும் வாழ்கின்ற மேல்சாதி இந்தியர்கள் இந்துத்துவ சக்திகளின் நிதி ஆதாரங்களாகச் செயல்படுகின்றனர். முஸ்லிம் நாடுகளிலிருந்து அமெரிக்காவிற்கு வந்துள்ளவர்களின் வங்கிக் கணக்குகளை முடக்குகின்ற, அவர்களது கருத்துச் சுதந்திரத்தைப் பறிக்கின்ற அமெரிக்க அரசாங்கம் இந்தியாவிலுள்ள சிறுபான்மையினர் மீதான இன வெறுப்பைப் பரப்புகின்ற இந்துத்துவ சக்திகள் அமெரிக்காவில் சுதந்திரமாக உலவ அனுமதிக்கின்றது. பல அமெரிக்கக் கல்வி நிலையங்களில் இப்போது ராமாயணமும் மகாபாரதமும் கற்பிக்கப்படுகின்றன. அமெரிக்க ஊடகங்கள், உலகிலுள்ள முஸ்லிம்கள் அனைவருமே மத வெறியர்கள் அல்லது பயங்கரவாதிகள் என மக்கள் நம்பும்படிச் செய்கின்றன.

இந்தியாவில் வளர்ச்சி

இந்தியாவிலும் பெரும் மாற்றங்கள் ஏற்பட்டுள்ளன. வளர்முக நாடுகளைப் பிரமிக்க வைக்கும் மாற்றங்கள். அதிலும், பொருளாதாரச் சீர்திருத்தம் வந்ததற்குப் பிறகு ஏற்பட்ட மாற்றங்கள். உலகிலுள்ள மிகப் பெரும் பணக்காரர்கள் பட்டியலில் இந்தியர்கள் சிலர் இடம் பிடித்துள்ளனர் என்பது நாட்டிற்கு

எவ்வளவு பெருமை தரும் விஷயம்! அனில் அம்பானி, முகேஷ் அம்பானி, லட்சுமி மிட்டல், அஜிம் பிரேம்ஜி என இந்தப் பட்டியலில் இடம் பெற இன்னும் பலர் தயாராகிக் கொண்டிருக் கிறார்கள். முகேஷ் அம்பானியின் (2007)ஆம் ஆண்டு நிலவரப்படி, சொத்துகளின் மதிப்பு 20.1 பில்லியன் அமெரிக்க டாலர். ஒரு பில்லியன் என்பது ஆயிரம் மில்லியன். ஒரு மில்லியன் என்பது பத்து லட்சம். ஒரு டாலருக்கு ரூ.40 என்று வைத்துக்கொண்டால் 80,600 கோடி ரூபாய். முகேஷ் அம்பானி குடும்பத்தில் மொத்தம் ஆறு பேர்தான். ஆனாலும் அவர் தமது குடியிருப்புக்காக முப்பையில் 27 தளங்களைக் கொண்ட அடுக்குமாடிக் கட்டடமொன்றைக் கட்டி முடித்துள்ளார். இதற்குச் செலவாகிய தொகை அப்படியொன்றும் அதிக மில்லை! 1 பில்லியன் அமெரிக்க டாலர்தான்! அதாவது 4030 கோடி ரூபாய்.

ஆறு தளங்கள் கார்களை நிறுத்துவதற்காக; எட்டு தளங்கள் 'கேளிக்கை'களுக்காக. இதில் திரையரங்கு, பல நீச்சல் குளங்கள் இருக்கும். இன்னும் சில தளங்களில் உடல் பயிற்சி, உடல்நல மையங்களும், விருந்தினர் அறைகளும். முகேஷ் அம்பானி, அவரது மனைவி, மூன்று குழந்தைகள், தாயார் ஆகிய அறுவருக்காக ஆறு தளங்கள். இங்கிருந்துகொண்டு அவர்கள் அரபுக் கடலைப் பார்த்து இரசித்துக்கொண்டிருக்கலாம்; வானத்திலுள்ள நட்சத்திரங்கள் சிலவற்றைப் பறித்து விருந்தினர் களுக்குப் பரிசாகக் கொடுக்கலாம். அந்தக் கட்டடத்தின் மேல் ஹெலிகாப்டர்கள் வந்து இறங்க மூன்று இறங்கு தளங்கள். இந்தக் கட்டடத்தில் மொத்தம் 600 வேலைக்காரர்கள் இருப்பர். அதாவது, அம்பானியின் குடும்ப உறுப்பினர் ஒவ்வொருவருக்கும் தலா 100 வேலைக்காரர்கள். 4532 சதுரமீட்டர் பரப்பளவுள்ள பிளாட்டில் இந்தக் கட்டடம் கட்டப்பட்டுள்ளது. இந்த 27 தளங்களின் மொத்தப் பரப்பளவு பிரான்சின் புகழ்பெற்ற வெர்சே மாளிகையின் பரப்பளவை விட அதிகம். இப்படி ஒரு கட்டடத்தை ஏன் கட்டினார்? அவரது நண்பரும் உலகப் பெரும் பணக்காரர்களில் ஒருவருமான லட்சுமி மிட்டல் 2006-இல் இலண்டனில் மிக விலை உயர்ந்த மாளிகையை வாங்கி யிருந்ததுதான் காரணம். அதனுடைய மதிப்பு 60 மில்லியன் பவுண்டுகள். அதாவது 4922 கோடி ரூபாய். இலண்டனில் வசிக்கும் அவர் இன்னும் இந்தியக் குடியுரிமையைக் கைவிட

வில்லை. கிழக்கு ஐரோப்பிய நாடான ருமேனியாவிலிருந்த ஓர் உருக்குத் தொழிற்சாலையை வாங்கியிருக்கிறார். அதற்கு இங்கிலாந்து பிரதமர் டோனி பிளேயர் உதவி செய்திருக்கிறார். கைமாறாக பிளேய்ரின் தொழிற்கட்சிக்கு மிட்டல் 4 மில்லியன் பவுண்டுகளை நன்கொடையாகத் தந்திருக்கிறார். அப்படிப்பட்ட மனிதர் முகேஷ் அம்பானியின் விருந்தாளியாக வந்தால், அவரது தகுதிக்கேற்ற வீட்டில் அவரைத் தங்கவைக்க வேண்டுமல்லவா. அதற்குத்தான் இந்த 27 அடுக்குக் கட்டடம்.

அஜிம் பிரேம்ஜியின் ஒரு நாள் ஊதியம் ஒரு இலட்சம் ரூபாய். ஐரோப்பிய உருக்காலையை இந்தியாவின் டாட்டா வாங்கியிருக்கிறார். டிவிஎஸ் சீனாவில் முதலீடு செய்கிறது. இன்போசிஸ் நாராயண மூர்த்தியைவிடச் சிறந்த ரோல் மாடல் இருக்க முடியுமா? இதுபோன்ற சாதனைகளைக் காட்டித்தான் 'இந்தியா ஒளிர்கிறது' என்றது பாஜக அரசாங்கம்; 'இந்தியாவை வல்லரசாக்கிவிட வேண்டும்' என்று எட்டாம் வகுப்பு மாணவர்களிடம் கர்ச்சித்துக் கொண்டிருந்தார் ஏ.பி.ஜே. அப்துல் கலாம்; 'ஆசிய பசிபிக் பகுதியில் இந்தியா தலைமையிடம் பெறவேண்டும்' என்றார் மன்மோகன் சிங். அம்பானி 27 அடுக்குக் கட்டடம் கட்டிய மும்பையில் 2 கோடி பேர் சேரிகளிலோ அல்லது தரமில்லாத குடியிருப்புகளிலோ வாழ்கிறார்கள். சேரிகளில் ஆயிரம் பேருக்கு ஒரு கழிப்பறை. புதுவகைக் கழிப்பறை மாடலொன்று ஆப்பிரிக்க நாடான கென்யாவிலிருந்து வரப்போகிறது. 'பறக்கும் கழிப்பறை', அதாவது, மலம் கழிக்கக்கூட இடம் இல்லாத கென்ய நகரச் சேரிகளில் உள்ள மக்கள் பிளாஸ்டிக் பைகளில் மலம் கழித்துத் தூக்கி எறிந்துவிடுகிறார்கள். இதுதான் 'பறக்கும் கழிப்பறை'. தூக்கியெறியப்பட்ட பிளாஸ்டிக் பைகள் கணக்கில்லாமல் கிடக்கின்ற இந்தியாவின் நகரப் பகுதி சேரிகளிலும் இப்படிப்பட்ட 'கழிப்பறைகள்' உருவாகி வருகின்றன. இந்தியப் பணக்காரர்களுக்கு அமெரிக்க, ஐரோப்பிய மாடல் என்றால் இந்திய ஏழைகளுக்கு ஏழை ஆப்பிரிக்க மாடல்! இதில் ஆச்சரியப்பட என்ன இருக்கிறது? இந்திய மக்களில் 34.7 விழுக்காட்டினருக்கு, அதாவது ஏறத்தாழ நாற்பது கோடிப் பேருக்கு தினசரி வருமானம் ரூ.40-க்கும் குறைவு, 79.9% மக்களுக்கு இது ரூ. 80-க் கும் குறைவு, வறுமைக் கோட்டிற்குக் கீழே உள்ள மக்கள் 26.03 கோடிப் பேர்.

2001-ஆம் ஆண்டு மதிப்பீட்டின்படி, பொது மருத்துவ, உடல்நலச் சேவைகளுக்கு மத்திய அரசாங்கம் மொத்த தேசிய வருமானத்தில் ஒதுக்கியது 0.9%. ஆனால் தனியார் மருத்துவமனை வசதி மேம்பாட்டுக்காக அது ஒதுக்கியதோ 4.2ரூ. 2001-ஆம் ஆண்டு மக்கள்தொகைக் கணக்கெடுப்பின்படி, இந்தியாவில் எழுத்தறிவில்லாத ஆண்கள் 24.04%; பெண்கள் 43.72%. தொடக்கப் பள்ளிகளில்கூடச் சமச்சீர் கல்வி கிடையாது. உலகிலுள்ள 177 வறிய நாடுகளின் பட்டியலில் இந்தியா 127-ஆம் இடத்தை வகிக்கிறது. இதெல்லாம் ஐ.நா. அவையின் மனித மேம்பாட்டு அறிக்கை கூறிய தவல்கள். ஆனால் இந்தியா முன்னணியில் நிற்கும் விஷயங்களும் இருக்கின்றன. உலக நாடுகளில் அரசாங்க நிர்வாகம் எந்த அளவுக்கு ஒளிவுமறைவின்றி நடக்கிறது, இலஞ்ச ஊழல்கள் எந்த அளவுக்கு இருக்கின்றன என்பதை ஆராயும் Transparency International என்னும் அமைப்பு 2002-ஆம் ஆண்டில், இலஞ்சம் - ஊழல் விகிதம் உள்ள 144 நாடுகளைப் பட்டியலிட்டது. இந்தியா 91-ஆவது இடத்தில் இருக்கிறது.

ஆக, வறுமை, பிணி, இல்லாமை ஆகியவற்றிலும்கூட இந்தியாவில் பெரும் மாற்றங்கள் ஏற்பட்டுள்ளன.

இந்தியாவில் இந்துத்துவ சக்திகளின் வளர்ச்சியும் தாராள வாதப் பொருளாதாரக் கொள்கையும் இந்திய மண்ணில் அமெரிக்க ஏகாதிபத்தியத்தின் பிடிப்பு, செல்வாக்கு ஆகியவற்றின் வளர்ச்சியும் ஒன்றுக்கொன்று தொடர்புள்ளவை. நரசிம்மராவ் என்ற பார்ப்பனப் பிரதம அமைச்சர்தான் புதிய பொருளாதாரக் கொள்கையைத் தொடங்கி வைத்தவர். அவருக்கு அன்று உறு துணையாக இருந்தவர்கள் ஜார்கண்டைச் சேர்ந்த சுக்ரீவன்களும் விபீஷணர்களும். அவர்கள் மட்டும் இலஞ்சத்திற்கு இரையாகா மல் இருந்திருந்தால், நரசிம்மராவ் ஆட்சி கவிழ்ந்திருக்கும். பழங்குடி இன மக்களையே பயன்படுத்தி அவர்களது நீண்டகால நலன்களுக்குக் குழிபறிக்கச் செய்வது பார்ப்பனியத்திற்குக் கைவந்த கலை. பொதுத்துறை நிறுவனங்களைத் தனியார் மயமாக்கு தலை பாஜக அரசாங்கம் மிக வேகமாகச் செய்தது. பொதுத் துறை நிறுவனங்களின் பங்குகளை விற்பதற்காகவே தனி அமைச் சகத்தை உருவாக்கியிருந்தது. அமெரிக்க - இந்தியப் பாதுகாப்புப் படைகள் இன்று கூட்டாக இராணுவப் பயிற்சிகளை மேற்

கொள்வதற்கும், இந்திய மக்களை அமெரிக்காவுக்கு நிரந்தர அடிமைகளாக்குவதை நோக்கமாகக் கொண்ட 123 ஒப்பந்தத்திற்கும் ஆயத்த நடவடிக்கைகள் தேசிய ஜனநாயகக் கூட்டணி அரசாங்கத்தாலேயே தொடங்கப்பட்டன. இந்தியப் பெரு முதலாளி வர்க்கம், அமெரிக்காவின் பாதுகாப்பின் கீழ் உலகச் சந்தையில் ஒரு சிறிய, ஆனால் தனக்கு மட்டுமே பிரத்யேகமாக உள்ள இடத்தைப் பிடிக்கத் துடிக்கிறது. அது, இந்திய ஒருமைப்பாட்டை இந்து மத அடிப்படையிலேயே கட்டமைக்க விரும்புகிறது. இந்த வர்க்கத்தின் நலன்களைக் கட்டிக்காக்க காங்கிரசும் பாஜகவும் போட்டி போட்டுக் கொள்கின்றன.

சமூக-பண்பாடு ஏகாதிபத்தியம்

ஆனால், இந்தியாவில் மாற்றமே இல்லாத ஒரு விஷயம் இருக்கிறதென்றால் அது பல்லாயிரமாண்டுகளாக இந்த நாட்டில் இருந்து வருகிற உள்நாட்டு ஏகாதிபத்தியமான, சமூகப் பண்பாட்டு ஏகாதிபத்தியமான பார்ப்பனியமும் அதனுடைய முதன்மையான முகவர்களான பார்ப்பனர்களும்தான். 1920களிலேயே தந்தை பெரியார், 'அரசியல் பார்ப்பனியம்' (political brahminism) என்ற கருத்தைக் கூறிவந்தார். சமூகரீதியாகத் தங்களை எப்போதும் மற்றவர்களைவிட உயர்ந்தவர்களாகக் கருதிக்கொள்ளும் பார்ப்பனர்கள், அரசியலில், அதாவது 'தேசிய இயக்கம்' என்று சொல்லப்பட்ட காங்கிரஸில் நுழைந்த பிறகு ஏற்பட்ட நிகழ்ச்சிப் போக்கு அது. அந்த 'அரசியல் பார்ப்பனியம்' தான் காங்கிரசின் கருத்து நிலையாக, தத்துவ வழிகாட்டியாகத் தொடர்ந்து செயல்பட்டு வந்தது என்று தந்தை பெரியார் இடைவிடாது கூறிக் கொண்டிருந்தார். உலகறிந்த மார்க்ஸிய அறிஞர் அய்ஜாஸ் அஹமது, காங்கிரசும் பாஜகவும் ஒரே மண்ணில் விளைந்த இரண்டு செடிகள் என்று கூறினார். உண்மையில் அவை இரண்டும் ஒரே செடியின் இரு கிளைகள் என்பதற்கான சான்றுகளை எனது நூல்கள் சிலவற்றில் - குறிப்பாக *'இந்து இந்தி இந்தியா:'* - முன்வைத்துள்ளேன். காங்கிரஸ், 'மதச் சார்பின்மை' என்னும் போர்வையின் கீழ் எப்போதுமே மென்மையான இந்துத்துவத்தைக் கடைப்பிடித்து வந்தது. நேரு காலத்தில் மட்டுமே இது தூக்கலாகத் தெரியவில்லை. இந்திரா காந்தியிலிருந்து ராஜிவ்காந்தி, நரசிம்மராவ் வரை வெளிப்படையான இந்து மத,

சிறுபான்மை விரோத நடவடிக்கைகள் மேற்கொள் ளப்பட்டன. பண்பாட்டுத்துறையில், கருத்துச் சுதந்திரத்திற்கு எதிராக பாஜகவின் சங்பரிவாரங்களும் சிவசேனையும் நடத்தி வரும் தாக்குதல்களுக்கு காங்கிரஸ் மறைமுக ஒப்புதலைத் தந்து வந்திருக்கின்றது. தஸ்லிமா நஸ்ரின் விவகாரத்தில் மத்திய அரசாங்கம் ஓரளவுக்குத் தலையிட்டது என்றால் அது பாஜக வுக்கும் திருப்தியளிக்கும் என்னும் நம்பிக்கையில்தான் என நாம் கருத வேண்டியுள்ளது.

அந்த அரசியல் 'பார்ப்பனியத்தி'ன் மிகக் கோரமான வடிவம்தான் இந்துத்துவம். இந்த அரசியல் பார்ப்பனியத்திற்கு ஆதாரமாக உள்ள பார்ப்பனிய இந்து மதத்தைப் பற்றிப் பெரியார் கூறுகிறார்.

> இந்து மதம் என்பதற்காக எந்த ஆதாரமும் இல்லை. அதற்கு எந்த முறையும் எந்தத் திட்டமும் கிடையாது. பார்ப்பன சக்திக்கு ஏற்ப பார்ப்பனரால்லாதவர்களின் முட்டாள்தன்மைக்கு ஏற்ப அவ்வப்போது உண்டாகும், உண்டாக்கிக்கொள்ளும் திட்டங்களும் கருத்துகளுமே யாகும். ஊருக்கு ஒருவிதம், நாட்டுக்கு ஒருவிதம், சந்தர்ப்பத்துக்கு ஒருவிதம், ஆளுக்கு ஒருவிதம் என்றெல்லாம் சொல்லலாம். ராஜாஜி 'பஞ்சமர்' வீட்டில் சாப்பிடுவார். சங்கராச்சாரி பஞ்சமனைக் கண்ட தற்குக் குளிப்பார். சிலர் நிழல் பட்டதற்குக் குளிப்பர். சிலர் பஞ்சம ஆணையோ பெண்ணையோ திருமணம் செய்துகொண்டு பார்ப்பன ராகவே இருப்பர். 'பலித்தவரை' என்பதுதான் பார்ப்பனியமும் இந்து மதமும் (வே. ஆனைமுத்து (பதிப்பாசிரியர்), *பெரியார் ஈ.வெ.ரா. சிந்தனைகள்.* 1976. பக். 1392)

பார்ப்பனியமும் பார்ப்பனர்களும் மாறாமலேயே இருக் கிறார்கள் என்பதோடு தங்கள் மேலாண்மையை நிலைநிறுத்திக் கொள்வதற்குப் புதுப்புது வழிமுறைகளையும் உருவாக்கிக் கொள்கிறார்கள் என்பதற்கு, முதல் எடுத்துக்காட்டாக இட ஒதுக்கீட்டுப் பிரச்சினையைச் சுட்டிக்காட்ட விரும்புகிறேன்.

இட ஒதுக்கீடும் உச்ச நீதிமன்றமும்

இன்றும்கூட இடதுசாரி வட்டாரங்களில் ஒரு தப்பெண்ணம் பரவலாக இருந்து வருகிறது. அதாவது, இட ஒதுக்கீடு என்பது

பொருளாதார முன்னேற்றத்துக்கான வழிமுறை என்கிற கருத்து. இதனால்தான் 'வசதி படைத்த பிரிவினர்', 'வறிய பிரிவினர்' என ஆதிக்க சாதிகள் பேசத் தொடங்கும்போது, நமது தோழர்கள் பலரும் அந்தச் சொல்லாடலில் கொஞ்சம் மயங்கிவிடுகின்றனர். தோழர் ஜீவாவும்கூட, அவர் பெரியாரோடு முறிவு ஏற்படுத்திக் கொள்வதற்கு முன்பேயே இந்தக் கருத்தைத்தான் கொண்டிருந் தார் என்பதை 'குடி அரசி'ல் வெளிவந்த ஒரு செய்தி கூறுகிறது.

'தமிழ்நாட்டில் பார்ப்பனக் கொடுமையினின்றும் தமிழர்களைக் காப்பதெற்கென தற்காலிகமாக எழுந்ததும் அதுவும் ஒரு சிறு பாகமாக அரசாங்க உத்தியோகங்களைப் பிரித்துக் கொடுப்பதுமான கொள்கை களைக் கொண்ட ஜஸ்டிஸ் கட்சியினைக் கொண்டே ஏழை மக்களின் வறுமைகளையும் கஷ்ட நஷ்டங்களையும் அறியும் சந்தர்ப்பமும் ஆவேசிகமும் இல்லாத சுகபோகங்களில் மூழ்கிக் கிடக்கும் தற்காலத் தலைவர்களைப் பின்பற்றியும் தங்கள் உலக உன்னத மனித சமாஜ மாகிய சமதர்ம ஆட்சி முறையை ஸ்தாபித்து விடலாமென இயக்கத் தலைவர்கள் கொண்டார்கள். இளைஞர்கள் இவர்களில் சிற்சிலர் நினைப்பதையும் சொல்வதையும் எழுதுவதையும்' ஜீவா எடுத்துக் கூறினார் (குடியரசு. 30-6-1935. எஸ்.வி. ராஜதுரை. வ.கீதா. *பெரியார்: சுய மரியாதை சமதர்மம்*, விடியல் வெளியீடு, கோவை. 1998,ப. 347)

அரசாங்கப் பணிகளிலோ, கல்வி வாய்ப்பிலோ இட ஒதுக்கீடு என்பது வறுமை ஒழிப்புத் திட்டமோ, வேலைவாய்ப்புத் திட்டமோ அல்ல; இருக்கிற வேலைகளை, இருக்கிற இடங்களை சமுதாயத்தில் உள்ள எல்லாப் பிரிவினருக்கும் பிரித்துக் கொடுத்துவிட வேண்டும் என்பதுதான் இட ஒதுக்கீடு. வேலை வாய்ப்பினையோ, கல்வி வாய்ப்பினையோ சாதிகளால் பிளவு பட்டுள்ள நமது சமுதாயத்தில் எல்லா சாதியினரையும் சேர்ந்த வர்கள் சரிசமமாக எட்ட முடிவதில்லை என்பதனால்தான் இட ஒதுக்கீடு. இது சொத்துரிமை போன்ற தனி நபர் உரிமையல்ல, உண்மையில் சொத்துரிமையும்கூட இன்றும்கூட சாதியமைப் பால் தீர்மானிக்கப்படுகிறது என்றாலும்கூட. இது கூட்டு உரிமை. சமுதாயத்தின் எந்தப் பிரிவு அரசாங்கப் பணிகளிலும் கல்வி வாய்ப்பிலும் போதுமான பிரதிநிதித்துவம் பெறவில் லையோ, அந்தப் பிரிவினருக்கு போதுமான பிரதிநிதித்துவம் வழங்கும் இந்த முறையை ஆங்கிலத்தில் Affirmative Action என்றும் Positive Discrimination என்றும் கூறுகிறோம். இது

தாழ்த்தப்பட்டோருக்கும் பிற்படுத்தப் பட்டோருக்கும் சாதகமான, மேல் சாதியினருக்குச் சற்று பாதகமான பாரபட்சம்தான். ஆகவே தான் இது ஆக்கபூர்வமான பாரபட்சம் எனக் கருதப்படுகிறது.

அமெரிக்காவில் கறுப்பின மக்களுக்கும் இட ஒதுக்கீடு உண்டு. சோவியத் யூனியனிலும்கூட இது இருந்தது. பல்வேறு தேசிய இனங்களைக் கொண்டிருந்த ஆதிக்க தேசிய இனமாக மகாரஷிய தேசிய இனம் இருந்த அந்த நாட்டில், அரசாங்க நிர்வாக அமைப்புகளில் எல்லா தேசிய இனங்களும் போதுமான பிரதிநிதித்துவம் பெறுவதற்கான முயற்சிகள் செய்யப்பட்டன.

இந்தியாவைப் பொருத்தவரை அரசாங்கப் பணிகளில் இட ஒதுக்கீடு என்பது இன்றைய மகாராஷ்டிர மாநிலத்தின் பகுதியாகவும் அன்று பிரிட்டிஷாரின் கட்டுப்பாட்டின்கீழ் சமஸ்தானமாகவும் இருந்த கோலாப்பூர் சமஸ்தானத்தில்தான், சிவாஜி பரம்பரையில் வந்த சாகு மகராஜ் மன்னரால், 1902-இல் முதன்முதலாக நடைமுறைப்படுத்தப்பட்டது. பிறகு அதேபோன்ற சமஸ்தானமாக இருந்த மைசூரில் 1921-இல் கொண்டுவரப்பட்டாலும் பார்ப்பனர்களின் கடுமையான எதிர்ப்பு, நீதிமன்ற வழக்குகள் ஆகியவற்றின் காரணமாக 1928-இல்தான் நடைமுறைப்படுத்தப் பட்டது. சமஸ்தானாதிபதிகளாக இல்லாவிட்டாலும் ஜமீன்தார்களாகவும் நிலப்பிரபுக்களாகவும் இருந்த நீதிக்கட்சித் தலைவர்களால், 1920, 1921-ஆம் ஆண்டுகளில் அன்றைய சென்னை மாகாணத்தில் இட ஒதுக்கீடு அல்லது வகுப்புவாரிப் பிரதிநிதித்துவம் என்ற ஏற்பாட்டுக்கான அரசாங்க ஆணைகள் பிறப்பிக்கப் பட்டன. அப்போதிருந்த இரட்டை ஆட்சி முறையின் காரணமாக, ஆளுநருக்குக் கூடுதல் அதிகாரம் இருந்ததாலும் ஆளுநரின் நிர்வாக கவுன்சிலிலும் அதிகாரி வர்க்கத்திலும் பார்ப்பனர்களே செல்வாக்குப் படைத்தவர்களாக இருந்ததாலும், அந்த அரசாங்க ஆணைகளை உடனடியாக நடைமுறைப்படுத்த முடியவில்லை.

1926-இல் ப.சுப்பராயன் அமைச்சரவை ஏற்பட்டபோதுதான் முத்தையா முதலியார் என்னும் அமைச்சர் இதனை நடைமுறைக்குக் கொண்டுவந்தார். பிறகு தந்தை பெரியாரின் நிர்பந்தங்களின் காரணமாக, பார்ப்பனரல்லாதாரில் பிற்படுத்தப் பட்ட வகுப்பினருக்கு இட ஒதுக்கீடு வந்தது. பெரியாரும் நீதிக்

கட்சியினரும் மேற்கொண்ட நடிவடிக்கைகளின் காரணமாகவே கல்வி வாய்ப்பிலும் இட ஒதுக்கீடு வந்தது. அது மட்டுமின்றி, 1934-ஆம் ஆண்டு முதல் அன்றைய சென்னை மாகாணத்தில் இருந்த மத்திய அரசாங்கத் துறைகளிலும் தனியார் வசம் இருந்த ரயில்வே துறைகளிலும் (பின்னர் இது 1944-இல் அரசுடைமையாக்கப்பட்ட பிறகும், இம்பீரியல் வங்கியிலும் (ரிசர்வ் வங்கியின் முன்னோடி) தாழ்த்தப்பட்டோருக்கும் பிற்படுத்தப்பட்டோருக்கும் இட ஒதுக்கீடு முறை நடைமுறைப் படுத்தப்பட்டது. அண்ணல் அம்பேத்கர் 1943-இல் வைசிராயின் நிர்வாகக் குழு உறுப்பினராக ஆன பின்னரே, மத்திய அரசாங்கப் பணிகளில் தாழ்த்தப்பட்டோருக்கு இட ஒதுக்கீடு கிடைக்கத் தொடங்கியது.

ஆனால், சுதந்திரம் அடைந்த ஒன்றரை மாதங்களுக்குப் பிறகு, சென்னை மாகாணத்தில் இருந்த மத்திய அரசாங்க நிறுவனங்களில் பிற்படுத்தப்பட்டோருக்கான இட ஒதுக்கீடு இரத்து செய்யப்பட்டது. பிற்படுத்தப்பட்ட வகுப்பினருக்கு இட ஒதுக்கீடு என அரசியல் சட்டப் பிரிவு 16-ம், நலிந்த பிரிவினரின் முன்னேற்றத்துக்காக என சட்டப பிரிவு 46-ம் உருவாக்கப்பட்ட போதிலும் அட்டவணைக்குள் கொண்டுவரப்பட்ட தாழ்த்தப்பட்ட, பழங்குடி மக்களுக்கு மட்டும் இடஒதுக்கீடு என தெள்ளத் தெளிவாகக் கூறி உறுதி செய்கிற பிரிவுகள் சேர்க்கப்பட்டன. சட்டப் பிரிவு 16 (4), சமுதாயத்தின் எந்தப் பிரிவினருக்கு அரசாங்கப் பணிகளில் போதிய பிரதிநிதித்துவம் இல்லை என்று அரசாங்கம் கருதுகிறதோ (not adequately represented in the opinion of the government) அந்தப் பிரிவினருக்கு சிறப்பு உதவி செய்யலாம் எனக் கூறுகிறது. இந்தச் சட்டப் பிரிவு கூறுகிற 'பிற்பட்ட வகுப்பினர்' என்பது தாழ்த்தப்பட்ட மக்கள், பழங்குடியினர், பிற்படுத்தப்பட்டவர் ஆகிய மூன்று பிரிவினரையும் குறித்தாலும்கூட அட்டவணை சாதியினருக்கும் பழங்குடியினருக்கும் மட்டுமே இட ஒதுக்கீடு செய்யும் பிரிவுகள் சேர்க்கப்பட்டன. எனினும் அம்மக்களுக்கும்கூட அப்போது கல்வியில் இட ஒதுக்கீடு வழங்கப்படவில்லை.

சென்னை மாகாணத்தில் கல்வி வாய்ப்பில் இருந்த இட ஒதுக்கீடு முறையை எதிர்த்து 1950-இல் சென்னை உயர்நீதி மன்றத்தில் ஒரு பார்ப்பனப் பெண்மணி தொடர்ந்த வழக்கில் நீதிபதிகள் அவருக்குச் சாதகமான தீர்ப்பைக் கூறினர் (இந்தப்

பெண்மணியின் மனுவோடு வேறு இரண்டு பார்ப்பனர்கள் தாக்கல் செய்த மனுக்களும் சேர்த்துக்கொள்ளப்பட்டன). சென்னை அரசாங்கத்தின் மேல்முறையீட்டை விசாரித்த உச்ச நீதிமன்றமும் இட ஒதுக்கீடு, அரசியல் சட்டப்பிரிவு 14-க்கு எதிரானது எனத் தீர்ப்புக் கூறியது. வழக்குப் போட்டவரின் யோக்கியதையை இங்கு நாம் குறிப்பிட விரும்பவில்லை. இப்படித்தான் தொடங்கியது இட ஒதுக்கீடு விஷயத்தில் உச்ச நீதிமன்றத்தின் பார்ப்பனிய அநீதி. தந்தை பெரியார் சென்னை மாகாணத்தில் இருந்த பல்வேறு அரசியல், சமூகத் தலைவர்களை ஒன்று திரட்டிக் கிளர்ச்சி செய்ததன் காரணமாக, அரசமைப்பு அவையில் (Constituent Assembly- அன்று மத்தியச் சட்ட மன்றமே, அதாவது நாடாளுமன்றமே, அரசமைப்பு அவையாகவும் இருந்தது) அரசியல் சட்டத்திற்கு முதல் திருத்தம் கொண்டு வரப்பட்டது. அண்ணல் அம்பேத்கரின் வழிகாட்டுதலில் நேரு முன்மொழிந்த அந்தத் திருத்தம் 243 உறுப்பினர்களின் ஆதரவுடன் நிறைவேற்றப்பட்டது. எதிர்த்து வாக்களித்தவர்கள் 5 பேர் மட்டுமே. அந்தத் திருத்தம்தான் அரசமைப்புச் சட்டப் பிரிவு 15(4) ஆகும். 'சமூக ரீதியிலும் கல்விரீதியிலும் பிற்படுத்தப்பட்ட வகுப்பினருக்கு' கல்வியில் இட ஒதுக்கீடு செய்ய வேண்டும் என இப் பிரிவு கூறுகிறது. இந்தப் பிரிவுதான் தாழ்த்தப்பட்ட, பழங்குடி, பிற்படுத்தப்பட்ட மக்கள் அனைவரையும் சேர்த்து 'பிற்பட்ட வகுப்பினர்' என்ற கூறியது. 'பொருளாதார ரீதியில் பிற்படுத்தப்பட்ட' என்பதைச் சேர்க்குமாறு சில உறுப்பினர்கள் கூறியதை அம்பேத்கர், நேரு உள்ளிட்ட பெரும்பான்மையினர் ஏற்றுக்கொள்ளவில்லை. தாழ்த்தப்பட்ட, பழங்குடி மக்களுக்கும் கல்வியில் இட ஒதுக்கீடு இந்தப் புதிய சட்டப்பிரிவின் வழியாகத்தான் கிடைத்தது.

'பொருளாதார ரீதியாக பிற்படுத்தப்பட்ட' என்பதைச் சேர்க்குமாறு வற்புறுத்தியவர்களில் ஒருவர்தான் பாஜகவின் முன்னோடியான பாரதிய ஜன சங்கத்தின் தலைவர் ஷியாம் பிரசாத் முகர்ஜி. இவரும் அப்போது நேரு அமைச்சரவையில் இருந்தார். 'பிற்படுத்தப்பட்ட வகுப்பினர்' என்பதற்கான தெளிவான வரையறையை இந்தச் சட்டப் பிரிவு செய்திருந்த போதிலும் மத்திய அரசாங்கம் பிற்படுத்தப்பட்டோருக்கு வேலை வாய்ப்பை வழங்கவில்லை. அதற்குப் பதிலாக, சட்டப்

பிரிவு 340-இன் கீழ் ஒரு குழுவை அமைத்தது. சமூகரீதியாகவும் கல்வி ரீதியாகவும் பிற்படுத்தப்பட்ட வகுப்பினரின் மேம்பாட்டுக் கான திட்டங்களை மத்திய அரசாங்கம் வகுக்க வேண்டும் என்றும் பிற்படுத்தப்பட்டோர் பட்டியலைத் தயாரிக்கவேண்டும் என்றும் இச் சட்டப் பிரிவு கூறுகிறது. காகா காலேல்கர் என்ற மராட்டியப் பார்ப்பனரின் தலைமையில் அமைக்கப்பட்ட இக்குழு 1955-இல் தனது அறிக்கையைச் சமர்ப்பித்தது. அது 2399 சாதிகளைப் பிற்பட்ட சாதிகள் என அடையாளப்படுத்தியது. பெண்கள் எல்லோரையும் பிற்பட்ட வகுப்பினராகக் கருதவேண் டும் எனப் பரிந்துரைத்தது. உயர் (தொழிற்) கல்வியில் 70% விழுக்காடு பிற்படுத்தப்பட்டோருக்குத் தரும்படி கூறியது. மத்திய அரசாங்கப் பணிகளைப் பொருத்தவரை ஏ, பி, சி, டி பிரிவுகளில் முறையே 40, 33.3, 33.3, 25 விழுக்காடு பிற்படுத்தப்பட்டோருக்குத் தரவேண்டும் எனக் கூறியது. சாதிவாரியாக மக்கள்தொகைக் கணக்கெடுப்பு நடத்துவது 1881-இல் தொடங்கி 1931-ஆம் ஆண்டோடு நின்றுவிட்டதால், இனி சாதிவாரியாக மக்கள் தொகைக் கணக்கெடுப்பு நடத்த வேண்டும் எனவும் பரிந்துரைத் தது. மத்திய அரசாங்கத்திற்கு அனுப்பப்பட்ட இந்த அறிக்கை யுடன் காகா காலேல்கர் இணைத்திருந்த தனிப்பட்ட கடிதத்தில், ‘சாதிரீதியாக இட ஒதுக்கீடு தருவதில் எனக்கு விருப்பமில்லை’ என்று குறிப்பிட்டிருந்தார்! எப்படியிருந்தாலும் இந்த அறிக்கை யின் மீது எந்த நடவடிக்கையையும் நேரு அரசாங்கம் மேற் கொள்ளவில்லை.

மாறாக, ‘சோசலிஸ்ட்’ நேரு, மத்திய அமைச்சரவையைக் கூட்டி இந்த அறிக்கையை நடைமுறைப்படுத்த வேண்டியதில்லை என்று முடிவு செய்ததுடன் நிற்காமல் 1961-இல் மாநில முதலமைச்சர்களுக்கு ஒரு நேர்முகக் கடிதம் (demi official letter) எழுதினார்: ‘பொருளாதார ரீதியாகப் பிற்படுத்தப்பட்டவர் களுக்கு மட்டும் இட ஒதுக்கீடு கொடுங்கள். சாதி ரீதியாக இட ஒதுக்கீடு என்பது திறமையைப் பலி கொடுத்துவிடும்’ என்பதுதான் அதன் சுருக்கம். அக் கடிதம் சொல்கிறது:

> தேசிய ஒருமைப்பாடு பற்றிப் பரிசீலிக்க அண்மையில் முதலமைச்சர் கள் கலந்துகொண்ட கூட்டத்தில், பொருளாதாரக் காரணங்களாலன்றி சாதி அடிப்படையில் உதவி வழங்கப்படக்கூடாது என்று வரையறை செய்யப்பட்டது. தாழ்த்தப்பட்ட வகுப்பினர். பழங்குடியினர் ஆகியோ

ருக்கு உதவி செய்தல் குறித்த சில விதிகளுடனும் மரபுகளுடனும் பிணைக்கப்பட்டிருக்கிறோம் என்பது உண்மைதான். அவர்கள் உதவி பெற வேண்டியவர்கள்தான். ஆயினும்கூட நான், எல்லாவகையான இட ஒதுக்கீட்டையும் அதுவும் குறிப்பாகப் பணித்துறையில்(services) இட ஒதுக்கீட்டை விரும்பவில்லை. திறமைக் குறைவுக்கும் இரண்டாந் தர நிலைகளுக்கும் வழிவகுக்கும் அனைத்தையும் நான் கடுமையாக எதிர்க்கிறேன். எனது நாடு எல்லாவற்றிலும் ஒரு முதல்தர நாடாக இருப்பதையே விரும்புகிறேன். இரண்டாந்தரத்தை எந்தக் கணத்தில் நாம் ஊக்குவிக்கிறோமோ அக்கணமே நாம் ஒழிந்துவிடுவோம். வகுப்பு மற்றும் சாதி அடிப்படையில் இட ஒதுக்கீடுகளைச் செய்வோமே யானால், புத்திசாலித்தனமும் திறமையும் கொண்டவர்களை மூழ்கடித்து விடுவோம். வகுப்பு அடிப்படையில் இட ஒதுக்கீடு என்பது எவ்வளவு துரம் சென்றிருக்கிறது என்பதை அறிந்து நான் வேதனைப்படுகிறேன். பதவி உயர்வும்கூட சிலநேரங்களில் வகுப்பு அல்லது சாதி அடிப்படை யில் தரப்படுகிறது என்பது எனக்கு வியப்பூட்டுகிறது. இது முட்டாள் தனம் மட்டுமல்ல. பேரழிவும் ஆகும். நாம் எல்லா வகைகளிலும் பிற்பட்ட குழுவினருக்கு உதவிசெய்வோமாக! ஆனால் ஒருபோதும் திறமையைப் பலி கொடுத்து அல்ல. இரண்டாந்தர மனிதர்களைக் கொண்டு நமது பொதுத்துறையையோ அல்லது வேறெந்தத் துறையை யோ நாம் எப்படிக் கட்டப் போகிறோம்? (மேற்கோள் காட்டியவர். அருண்ஷோரி, *இந்தியன் எக்ஸ்பிரஸ்*, சென்னை பதிப்பு. 17-8-1990, எஸ்.வி.ராஜதுரை. *இந்து இந்தி இந்தியா*, மணிவாசகர் பதிப்பகம், சிதம்பரம், 1993, பக். 11 – 12)

அதாவது, நேருவின் பார்வையில் பிற்படுத்தப்பட்டோர் என அரசமைப்புச் சட்டத்தில் வரையறுக்கப்பட்டவர்கள் அனைவரும் (தாழ்த்தப்பட்டோர், பழங்குடியினர் உட்பட) இரண்டாந்தரத்தினர்தாம். மண்டல் குழு அறிக்கையின் சில பரிந்துரைகளை நடைமுறைப்படுத்தியதை எதிர்த்துப் போர்க் குரல் எழுப்பிய அருண் ஷோரி, நேருவின் கடிதத்தைப் பயன் படுத்திக் கொண்டது வியப்பல்ல. காகா காலேல்கர் அறிக்கை மீது நேருவைப் போலவே இந்திரா காந்தியும் எந்த நடவடிக்கை யும் எடுக்கவில்லை. 1977-இல் ஆட்சிக்கு வந்த ஜனதா கட்சி, தனது தேர்தல் அறிக்கையில் காகா காலேல்கர் குழு அறிக்கையை நடைமுறைப்படுத்தப் போவதாகக் கூறியிருந்தது. எனினும் 1979-இல்தான், உள்துறை அமைச்சராக இருந்த சரண்சிங் ஒரு

குழுவை அமைத்தார். அந்தக் குழுவின் தலைவர்தான் பிந்தேஸ்ட் வரி பிரசாத் மண்டல். அவர் பீஹார் முதலமைச்சராக இருந்தவர்; வழக்குரைஞர்; பிற்படுத்தப்பட்ட வகுப்பைச் சேர்ந்தவர்.

மண்டல் குழு இந்தியாவில் அப்போதிருந்த 1406 மாவட்டங்களில் 1405 மாவட்டங்களில் ஆய்வுகள் நடத்தியது. அசாம் மாநிலத்தில் உள்ள ஒரு மாவட்டத்தில் பெருமழை பெய்து கொண்டிருந்ததன் காரணமாக அங்கு அக்குழுவால் செல்ல இயலவில்லை. 1405 மாவட்டங்களில் ஆய்வு நடத்தியதோடு மட்டுமின்றி டாடா புள்ளியியல் மையம், டெல்லி பல்கலைக் கழகம் ஆகியவற்றிலிருந்த சமூகவியல் அறிஞர்களின் கருத்தையும் கேட்டறிந்தது. இவையெல்லாவற்றையும் தொகுத்த பிறகே மண்டல் குழு தனது அறிக்கையைத் தயாரிக்கத் தொடங்கியது. அரசமைப்புச் சட்டம் 'பிற்படுத்தப்பட்ட வகுப்பினர்' என்பதை சமூக ரீதியாகவும் கல்வி ரீதியாகவும் பிற்படுத்தப் பட்ட என்று மட்டுமே பொருள்கொள்ள வேண்டும் எனக் கூறியிருந்தபோதிலும், மண்டல் குழு 'பொருளாதார ரீதியாகவும்' என்பதையும் சேர்த்துக்கொண்டது. அதாவது ஒரு சாதியின் பிற்பட்ட தன்மையைத் தீர்மானிக்க சமூக, கல்வி, பொருளாதார அளவுகோல்கள் மூன்றையும் பயன்படுத்தியது.

இந்த அளவுகோல்களைக் கொண்டு இந்துக்களில் 44% இஸ்லாமிய, கிறிஸ்தவ, சீக்கிய சமயங்களைச் சேர்ந்தவர்களில் 8% என 52% மக்களை 'பிற்படுத்தப்பட்ட வகுப்பினர்' என வரையறுத்து அவர்களின் மேம்பாட்டிற்கான பரிந்துரைகளைச் செய்தது. முதலில் அந்தப் பரிந்துரைகளில் முக்கியமானவற்றைப் பார்ப்போம்:

1. கல்வி நிலையங்களில் இட ஒதுக்கீடு.
2. வேலைவாய்ப்பில் இட ஒதுக்கீடு.
3. தொழிற்பயிற்சிக்குக் கடன் கொடுப்பதில் 27% ஒதுக்கீடு.
4. அரசு உதவி பெறும் தனியார் நிறுவனங்களிலும் வேலைவாய்ப்பிலும் கல்வியிலும் இட ஒதுக்கீடு.
5. முற்போக்கான நிலச் சீர்திருத்தத்தின் மூலம் உற்பத்தி உறவுகளைப் புரட்சிகரமாக மாற்றுதல்.

6. மீனவர் போன்ற மிகப் பிற்படுத்தப்பட்ட வகுப்பினரை அட்டவணை சாதியினருடன் சேர்த்து அவர்களுக்கும் நாடாளுமன்றத்திலும் சட்டமன்றத்திலும் தனித் தொகுதிகள் தரப்பட வேண்டும்.

பிற்படுத்தப்பட்டோர் 52%எனத் தீர்மானித்த மண்டல் குழு 27 விழுக்காடு இட ஒதுக்கீட்டை மட்டுமே பரிந்துரை செய்தது. இதற்கான காரணத்தை அறிய நாம் மீண்டும் நீதிமன்ற வழக்கு களைப் பார்க்க வேண்டும். மைசூரைச் சேர்ந்த பாலாஜி என்பவர் மைசூர் பகுதியில் 1928 முதல் நடைமுறையில் இருந்த இட ஒதுக்கீடு முறையை (அங்கு, இட ஒதுக்கீடு என்பது சில நேரம் 68% வரை சென்றது) எதிர்த்து உச்சநீதிமன்றத்தை அணுகினார். இந்த வழக்கில் 1963ம் ஆண்டு தீர்ப்புக் கூறிய உச்சநீதிமன்ற நீதிபதிகள் ஐவர்கொண்ட ஆயம் (bench), இட ஒதுக்கீடு 50%ஐத் தாண்டுவது 'அரசமைப்புச் சட்டத்தின் உட்பொருளுக்கு' எதிரானது என்று கூறிவிட்டது. இந்தத் தீர்ப்பு சரியானது அல்ல என்று பல்வேறு வழக்குகளில் வீ. ஆர். கிருஷ்ணய்யர், சின்னப்ப ரெட்டி போன்ற உச்ச நீதிமன்ற நீதிபதிகள் கூறினர் என்றாலும் அவர்கள் ஐந்து நீதிபதிகள் கொண்ட ஆயமாக அமைந்து தீர்ப்புக் கூற முடியவில்லை. எனவே, அரசமைப்புச் சட்டப்படி ஏற்கெனவே தாழ்த்தப்பட்டோருக்கு இருந்த 15%, பழங்குடி யினருக்கு இருந்த 7½% ஆகியன போக மீதி 27% (மொத்தமாகப் பார்த்தால் 49½%, அதாவது 50%) உச்சநீதிமன்றம் விதித்த உச்ச வரம்பைத் தாண்டாதபடி பார்த்துக்கொண்டது மண்டல் குழு.

இந்திரா காந்தியும் ராஜிவ் காந்தியும் இந்த அறிக்கையை 1990 வரை கிடப்பில் போட்டு வைத்திருந்தனர். 1990-இல் வி.பி.சிங் ஆட்சிக்கு வந்த பிறகுதான் மண்டல் குழு பரிந்துரைகளிற் வேலை வாய்ப்புக்கான பரிந்துரையை நடைமுறைப்படுத்தும் அரசாங்க ஆணை பிறப்பிக்கப்பட்டது. அதிலும்கூட இராணுவப் பணிகளில் இட ஒதுக்கீடு இல்லை. சிவில் பணிகளில் மட்டுமே இட ஒதுக்கீடு. இதிலும்கூட நீதித்துறை, அறிவியல் உயர் ஆய்வுப் பணிகள், அணுசக்தி ஆராய்ச்சித்துறை போன்றவற்றில் இல்லை. மேலும், பிற்படுத்தப்பட்டோரில் மத்திய அரசாங்கப் பட்டியல், மாநில அரசாங்கப் பட்டியல் ஆகிய இரண்டிலும் இருப்போ ருக்கு மட்டுமே இட ஒதுக்கீடு உண்டு. மண்டல் குழு அறிக்கை யின்படி இட ஒதுக்கீடு பெற வேண்டிய சாதிகள் 3743. ஆனால்,

மத்திய, மாநிலப் பட்டியல்கள் இரண்டிலும் இருந்த சாதிகளோ 2000 மட்டுமே. பின்னர் 700 சாதிகள் சேர்த்துக்கொள்ளப் பட்டன. இன்னும் ஆயிரம் சாதிகள் சேர்க்கப்படவில்லை.

1991-இல் ஆட்சிக்கு வந்த பார்ப்பனர் நரசிம்மராவ் ஒரு சூழ்ச்சி செய்தார். வி.பி.சிங் பிறப்பித்த ஆணையில் ஒரு திருத்தம் செய்தார். பிற்படுத்தப்பட்ட வகுப்பினரில் உள்ள வறிய பிரிவினருக்கு 27% இட ஒதுக்கீடு என்பதுதான் அந்தத் திருத்தம். பின்னர் மற்றோர் ஆணை பிறப்பித்தார்: 'எந்தவித இட ஒதுக் கீட்டின் கீழும் வராத வறிய பிரிவினருக்கு 10% இட ஒதுக்கீடு' என்று அந்த ஆணை கூறியது. ஆனால், நரசிம்மராவின் ஆணை சட்டப்படி செல்லாது என்றும், ஏனெனில் அது 50% உச்ச வரம்பை மீறுகிறது என்றும், பிற்படுத்தப்பட்ட வகுப்பினர் யார் என்பதைத் தீர்மானிக்க சாதியை அடிப்படையாகக் கொள்வதில் தவறில்லை என்றும் 1992-இல் தீர்ப்பு வழங்கிய உச்ச நிதிமன்றம் (இந்திரா சாஹ்னி வழக்கு) பிற்படுத்தப்பட்ட வகுப்பினரில் 'வசதி படைத்த பிரிவினருக்கு' (creamy layer) இட ஒதுக்கீடு தருவதை எதிர்த்தது. பிறகு அரசாங்கம் சமர்ப்பித்த ஆலோசனைகளை ஏற்றுக்கொண்ட உச்ச நீதிமன்றம், ஆண்டுக்கு இரண்டரை இலட்சம் ரூபாய் வருமானமுள்ள குடும்பத்தைச் சேர்ந்தவர் களுக்கு இட ஒதுக்கீடு இல்லை என அறிவித்தது.

பாஜக ஆட்சிக்கு வந்ததும், ஓய்வு பெறும் அரசாங்க ஊழியர்களின் வயதை 58-இலிருந்து 60ஆக உயர்த்தியது. இது, பிற்படுத்தப்பட்ட வகுப்பினருக்கான 27% இட ஒதுக்கீட்டை நடைமுறைப்படுத்துவதற்கு எதிரான சூழ்ச்சிகளில் ஒன்று. அரசுப் பணிகளில் காலியான இடங்களை நிரப்பாமலிருந்தது பாஜக அரசாங்கம் என்பதையும் நாம் நினைவில் கொள்ள வேண்டும்.

இதற்கிடையே, அட்டவணை சாதியினருக்கும் பழங்குடி மக்களுக்கும் பதவி உயர்விலும் இட ஒதுக்கீடு இருந்தது அரசமைப்புச் சட்டம் 16(4)இன்படி. அது சட்டத்திற்கு எதிரானது என்று உச்ச நீதிமன்றம் ஒரு வழக்கில் தீர்ப்பளித்தது. எனவே நாடாளுமன்றம் 16(4)A என்னும் சட்டத் திருத்தத்தை நிறைவேற்றியது. அதை எதிர்த்தும் ஒரு வழக்குத் தொடரப் பட்டது. இரண்டாண்டுகள் கழித்துத் தீர்ப்பு வழங்கிய உச்ச

நீதிமன்றம், பதவி உயர்வு, வேலைக்கு எடுத்தல் ஆகிய இரண்டையும் சேர்த்தால் இட ஒதுக்கீடு 50%க்கும் மேல் போகிறது; எனவே இந்தச் சட்டத் திருத்தமும் செல்லாது என்று தீர்ப்புக் கூறியது. எனவே 16(4) B என்ற புதிய சட்டத் திருத்தத்தை நாடாளுமன்றம் நிறைவேற்றியது. இதை எதிர்த்தும் ஒரு வழக்குத் தொடரப்பட்டது. அதற்கும் ஒரு தீர்ப்பை வழங்கியது உச்ச நீதிமன்றம். அதாவது அரசமைப்புச் சட்டத்தின் 335-ஆம் பிரிவின்படி, தாழ்த்தப்பட்ட, பழங்குடி மக்களுக்குப் பணி வாய்ப்போ, வேலை வாய்ப்போ வழங்கும்போது, அரசாங்க நிர்வாகத்தில் தகுதி, திறமை (merit and efficiency) குறையாமல் பார்த்துக்கொள்ள வேண்டும்; ஆகவே பதவி உயர்வில் இட ஒதுக்கீடு தந்தால் தகுதி, திறமை போய்விடும் என்று கூறியது. நாடாளுமன்றம் இந்த 335-ஆம் பிரிவுக்கு பகுதித் திருத்தம் ஒன்று கொண்டு வந்தது. மீண்டும் உச்ச நீதிமன்றம் தலையிட்டது. பதவி உயர்வில் இட ஒதுக்கீடு பெறுகிறவர்களுக்கு பணி மூப்பு தரக்கூடாது என்று கூறியது. எனவே, இவர்களுக்கு தொடர் பணிமூப்பை (consequential seniority) வழங்குவதற்காக நாடாளுமன்றம் இன்னொரு சட்டத் திருத்தத்தைக் கொண்டுவந்தது. ஆக, தாழ்த்தப்பட்ட, பழங்குடி மக்கள் பதவி உயர்வில் இட ஒதுக்கீடு பெறுவதை ஒன்பது ஆண்டுகள் தடுத்து நிறுத்தியது உச்ச நீதிமன்றம்.

பிறகு இன்னொரு வழக்கு வந்தது. கர்நாடகத்தைச் சேர்ந்த பாய் பவுண்டேஷன் என்னும் தனியார் கல்வி நிறுவனம் தொடுத்த வழக்கு. தனியார் கல்வி நிறுவனங்களில் இட ஒதுக்கீடு தரும்படி கூற மத்திய அரசாங்கத்திற்கு அதிகாரம் இல்லை என்று உச்ச நீதிமன்றம் தீர்ப்புக் கூறியது. இதற்குப் பிறகுதான் பிற்படுத்தப்பட்ட, தாழ்த்தப்பட்ட சாதிகளின் அரசியல் பிரதிநிதிகள் விழிப்படைந்தனர். கல்வி நிறுவனங்களில் இட ஒதுக்கீடு என்னும் பிரச்சினை மீண்டும் முன்னணிக்கு வந்தது. ஐக்கிய முற்போக்குக் கூட்டணி அரசாங்கம் வந்ததும் சிவகங்கை நாடாளுமன்ற உறுப்பினர் சுதர்சனம் நாச்சியப்பன் தலைமையில் அமைக்கப்பட்ட குழு, மத்திய அரசாங்கத்தின் உயர் கல்வி நிறுவனங்களில் பிற்படுத்தப்பட்ட வகுப்பினருக்கு 27% ஒதுக்கீடு தரும்படி பரிந்துரைத்தது. அதன்படி மத்திய அரசாங்கம், Central Educational Institutions (Reservation in Admission) Act-2006 என்னும் சட்டத்தை இயற்றியது. இது IIT, IIM, AIIMS,

சென்ட்ரல் யுனிவர்சிடி போன்ற உயர் கல்வி நிறுவனங்களில் பிற்படுத்தப்பட்ட வகுப்பு மாணவர்களுக்கு 27% இட ஒதுக்கீடு வழங்க வகை செய்தது. உடனே இதை எதிர்த்து மேல் சாதியினர் உச்ச நீதிமன்றத்துக்குப் போனதுடன், இந்த உயர்கல்வி நிறுவனங்களில் குறிப்பாக AIIMS -இல் உள்ள மாணவர்களும் மருத்துவர்களும் போராட்டத்தைத் தொடங்கினர். மத்திய அரசாங்கம் பயந்துபோய் வீரப்ப மொய்லி தலைமையில் இன்னொரு குழுவை அமைத்தது. அது, முற்பட்ட வகுப்பினருக்கான 'கோட்டா' இந்த 27% ஒதுக்கீட்டால் பாதிக்கப்படாது என்றும் ஏனென்றால் இந்தக் கல்வி நிறுவனங்களிலுள்ள இடங்களில் இன்னும் 54% அதிகரிக்கப்படும் என்றும் எனவே, இட ஒதுக்கீட்டால் மேல்சாதியினர் இழக்கும் இடங்கள் இந்த அதிகரிப்பால் திரும்ப அவர்களுக்கே வந்துவிடும் என்றும் கூறியது. இந்த 27% இட ஒதுக்கீட்டை ஒரேயடியாக நடைமுறைப்படுத்தாமல் ஆண்டுக்கு 9% என்று (இதிலும் கான்பூர் IITயில் 4% தான்) நடைமுறைப்படுத்தலாம் எனப் பரிந்துரைத்தது. இதை மத்திய அரசாங்கம் ஏற்றுக் கொண்டு மற்றோர் ஆணையைப் பிறப்பித்தது. ஆனால் மேல்சாதி மாணவர்களும் உச்ச நீதிமன்றமும் இதைக்கூட ஏற்றுக்கொள்ளவில்லை. அர்ஜித் பசாயத், தல்வீர் பண்டாரி ஆகிய இரு பார்ப்பன நீதிபதிகள்தாம் இந்த வழக்கை விசாரித்து வந்தனர். முன்பு வேலைவாய்ப்பில் இட ஒதுக்கீட்டுக்காக உச்ச நீதிமன்றம் சொன்ன வருமான உச்ச வரம்பை, அதாவது ஆண்டுக்கு இரண்டரை இலட்சம் என்பதை, கல்வி நிறுவனங்களில் இட ஒதுக்கீட்டிற்கும் பிரயோகப்படுத்த வேண்டும் என்று கூறினர். வேலைவாய்ப்பில் இட ஒதுக்கீடு என்பதில் 'கிரீமி லேயர்' என்பதில் ஓரளவு நியாயம் இருக்கிறது. ஆனால், மத்திய அரசின் உயர் கல்வி நிறுவனங்களில் சேர்வதற்கான பயிற்சி பெறுவதற்கே இரண்டரை லட்சம் செலவாகும். அதாவது 'கிரீமி லேயரால்' மட்டுமே இவற்றில் சேர முடியும்!

அது மட்டுமன்றி, இந்த நீதிபதிகள், 'பிற்படுத்தப்பட்டவர்கள் என்ற பட்டியலில் சேர்வதற்கு போட்டி போட்டுக்கொண்டு வரிசையில் நிற்கும் மனிதர்களை வேறு எந்த நாட்டிலும் பார்க்க முடியாது' என்று கூறினர். 2007-ஆம் ஆண்டிலிருந்தே தவணை முறையில் இட ஒதுக்கீட்டை நடைமுறைப்படுத்த உயர் கல்வி நிறுவனங்களுக்கு அரசாங்கம் அறிவுரை சொல்லிக்கொண்டிருக்

கையில் அதற்கு இடைக்காலத் தடையும் விதித்துவிட்டனர். மத்திய அரசாங்கம், உச்ச நிதிமன்றத் தலைமை நீதிபதியை அணுகி இந்த வழக்கை அதிக எண்ணிக்கையுள்ள நீதிபதிகள் கொண்ட ஆயத்திற்கு அனுப்புமாறு கேட்டுக்கொண்டதன் பேரில் பழைய பார்ப்பன நீதிபதிகள் இரண்டு பேரையும் உள்ளடக்கிய ஐந்து நீதிபதிகள்கொண்ட ஆயம் இந்த வழக்கை விசாரித்து இந்த 27% இல் கிரீமிலேயருக்கு இடம் இல்லை என்று தீர்ப்புக் கூறிவிட்டது. மேல்சாதியினரின் சார்பில் வழக்காடும் வழக்குரைஞர்களின் வாதங்களை நாம் உன்னிப்பாகக் கவனிக்க வேண்டும். தாழ்த்தப்பட்ட, பிற்படுத்தப்பட்ட மக்களின் உரிமைக் காகப் பாடுபட்டோரின் சொல்லாடல்களை இன்று இவர்கள் தாம் பயன்படுத்துகிறார்கள் - சமூக நீதி, சமூக சமத்துவம் என்றெல்லாம். பிற்படுத்தப்பட்டோருக்கு இட ஒதுக்கீடு, சாதிய சமுதாயத்தில் புதிய ஏற்றத் தாழ்வுகளை உருவாக்கிவிடும் என்கிறார்கள். தற்சமயம் மேல்சாதி மேட்டுக்குடி மாணவர் களுக்கு தாழ்த்தப்பட்ட, பழங்குடி வகுப்பு மாணவர்களால் அச்சுறுத்தல் இல்லை. அவர்களுக்கான இட ஒதுக்கீடு 22 ½% என்றாலும், இந்த நிறுவனங்களில் உள்ள அந்த வகுப்பு மாணவர் கள் 2% கூட இல்லை. எனவேதான் மேல்சாதி மாணவர்கள், பிற்படுத்தப்பட்ட வகுப்பு மாணவர்கள் இட ஒதுக்கீட்டின் மூலம் உள்ளே நுழைந்தால் தங்களுக்குப் போட்டியாக வந்துவிடுவார் கள் என நினைக்கின்றனர்.

IIT, AIMS போன்ற உயர்கல்வி நிலையங்களில் வெளிப் படையாகப் பின்பற்றப்படும் வருணசாதி பாரபட்சங்களைப் பற்றி, குறிப்பாக உச்சநீதிமன்றத்தின் ஆணைக்குக்கூட கட்டுப்பட மறுத்த AIMS இயக்குநராக இருந்த வேணுகோபால் பற்றிப் பேச வேறு ஒரு சந்தர்ப்பம் வேண்டும்.

'சாதியை ஒழிப்பது என்பது செங்குத்தான மலையில் தலைகீழாக ஏறுவது போன்றது' என்றார் பெரியார். இட ஒதுக் கீட்டைப் பெறுவதே இப்படிப்பட்ட கடினமான காரியமாகி விட்டது.

'ராமர் பாலமும்' இந்துத்துவக் காங்கிரசும்

இனி, பார்ப்பனியமும் பார்ப்பனரும் மாறவில்லை என்பதற்கு இரண்டாவது எடுத்துக்காட்டு, ராமர் சேது என அழைக்கப்படும்

ஆதாம் பால விவகாரம். மன்மோகன்சிங் தலைமையிலான மத்திய அரசாங்கத்தின் பண்பாட்டு வளர்ச்சித் துறையும் தொல்லியல் துறையும் உச்ச நீதிமன்றத்தில் தாக்கல் செய்த பிரமாணத்தின் சில பகுதிகளைத் திரும்பப் பெற்றுக்கொண்டதன் மூலமும், தமிழகத்தைச் சார்ந்த தொல்லியல் அறிஞர்கள் இருவரைப் பணி இடைநீக்கம் செய்ததன் மூலமும் பாஜகவைத் திருப்திப்படுத்தின. சேதுக் கால்வாய்த் திட்டத்தை சுற்றுச்சூழல் பாதுகாப்பு இயக்கத்தினரும் மீனவ சமுதாயத்தினரும் எதிர்க்கின்றனர். சேதுக் கால்வாய்த் திட்டத்தை சுற்றுச்சூழல் காரணங்களைக் கொண்டோ, வேறு காரணங்களைக் கொண்டோ விமர்சிப்பது, எதிர்ப்பது என்றால் அதிலுள்ள நியாயத்தை நம்மால் புரிந்துகொள்ள முடிகின்றது. ஆனால், மத அடிப்படை வாதத்தை வலுப்படுத்தும் நோக்கத்துடன் அறிவியலுக்கும், பகுத்தறிவுக்கும், வரலாற்றுக்கும் எதிரான காரணங்களின் அடிப்படையில் சங்பரிவாரம் இதற்கு எதிர்ப்புத் தெரிவித்தது. தமிழகத்தில் ஒரு நகராட்சி மன்றத் தலைவர் பதவிக்குக்கூடத் தமது சொந்த பலத்தால் போட்டியிட்டு வெற்றிபெற முடியாத, ஆனால் இந்திய ஊடகங்களால் பெரும் முக்கியத்துவம் தரப்படுகின்ற அரசியல்வாதி சுப்ரமணியன் சுவாமி உச்சநீதி மன்றம் செல்கிறார். அவர் பார்ப்பன வெறியர். அங்கு அவரது மனு உடனடியாக விசாரணைக்கு ஏற்றுக்கொள்ளப்படுகிறது. இடைக்காலத் தடையும் வழங்கப்படுகிறது. மத்திய அரசாங்கம் ஆதாம் பாலம் பற்றிய ஒரு பிரமாணத்தைத் தாக்கல் செய்கிறது. அறிவியல் அடிப்படையில், தொல்லியல், வரலாற்று ஆய்வுகளின் அடிப்படையில் எழுதப்பட்ட பிரமாணம் அது. ராமனும் ராமாயணமும் மனிதக் கற்பனைகளிலிருந்து எழுதப்பட்டவை என்று அந்தப் பிரமாணம் கூறியதில் என்ன தவறு? ராமனை வணங்க வேண்டாம் என்றோ, ராமாயணத்தைப் படிக்கக்கூடா தென்றோ அது சொல்லவில்லையே. ராமனும் ராமாயணமும் மனிதக் கற்பனைகளேயன்றி யதார்த்தமானவை அல்ல என்றுதானே கூறுகிறது. ஆனால் இந்த மனு மதநம்பிக்கைகளைப் புண்படுத்திவிட்டது என்று பாஜக சொல்கிறது; காங்கிரஸ் ஒப்புக்கொள்கிறது; அரசாங்கத்தின் பிரமாணம், ராமனைப் பற்றியும் ராமாயணத்தைப் பற்றியும் குறிப்பிடாமல் ஆதாம் பாலம் மனிதர்களால் கட்டப்பட்டதல்ல, அது பல்லாயிரக் கணக்கான ஆண்டுகளாக இயற்கையாகவே உருவான

மணற்திட்டு என்று கூறுவதோடு நிறுத்தியிருக்கலாம் என்று ‘இந்து’ நாளேடு எழுதுகிறது. இடதுசாரிக் கட்சித் தலைவர்கள் சிலரும் இதே கருத்தையே எதிரொலித்தனர்.

மற்றொரு விஷயத்தை இங்கு பதிவு செய்தாக வேண்டும். இலங்கையின் சுற்றுச்சூழல், மீன்வளம், பாதுகாப்பு முதலியவற்றுக்கு சேது சமுத்திரத் திட்டம் பெரும் பாதிப்பு ஏற்படுத்தும் என்று அந்த நாட்டிலுள்ள பல்வேறு சுற்றுச்சூழல் அமைப்புகளும் மனித உரிமை அமைப்புகளும் தமிழகத்திலுள்ள அதே போன்ற அமைப்புகளைப் போலவே, நீண்ட காலமாகவே குரல் எழுப்பிக் கொண்டிருக்கின்றன. இதுபோன்ற விஷயங்களில் தகவல்களைப் பகிர்ந்துகொள்ள வேண்டும் என்று இந்தியா விடம் இலங்கை அரசு 2005 முதல் வேண்டுகோள் விடுத்து வந்தது. ஆனால், பின்னர் தென்னாசியப் பகுதியில் இந்தியாவின் மேலாதிக்கம் காரணமாக ராஜபக்ஷ அரசாங்கம் இந்தப் பிரச்சினையைப் பேசுவதை நிறுத்திக்கொண்டது. இந்தியாவில் அமெரிக்க மேலாதிக்கம் பற்றிக் கவலைப்படுபவர்கள் யாரும் இலங்கை போன்ற சிறிய நாடுகள் மீதான இந்திய மேலாதிக்கம் பற்றிப் பேச முன்வருவதில்லை. சொரி மணல் உள்ள கடல் பகுதியில் கால்வாய் தோண்டத் தோண்ட, அது மீண்டும் மீண்டும் மணலால் நிரப்பப்பட்டு வரும் என்பதும், அந்தப் பகுதியில் உள்ள சூழலமைப்பு (ஈகோ-சிஸ்டம்) கடுமையாகப் பாதிக்கப்படும் என்பதோடு, பல்லாயிரக் கணக்கான மீனவர் களின் வாழ்வுரிமை பறிக்கப்படும் என்பதும் அந்தத் திட்டத்தை எதிர்க்கும் மீனவர்கள், சூழலியல் ஆர்வலர்கள் ஆகியோரின் கருத்து. அதைப் பகிர்ந்து கொள்கிறவர்களில் நானும் ஒருவன். எனவே, என்னைப் போன்றவர்கள் அந்தத் திட்டத்திற்குக் காட்டும் எதிர்ப்பும் இந்துத்துவவாதிகளின் எதிர்ப்பும் ஒன்றல்ல.

ஆதாம் பாலம் ராமனால் கட்டப்பட்டது என்பதற்கான ‘அசைக்க முடியாத ஆதாரங்களாக’ உச்ச நீதிமன்றத்தில் முன்வைக்கப்பட்டவை ராமாயணமும் ராமசரித்மானசும்தான். புராணங்களையும் கட்டுக்கதைகளையும் ஆதாரமாகக் காட்டிக் கொண்டிருந்தால், அறிவியலுக்கு வேலையில்லை என்பதால்தான் தொல்லியல் துறையைச் சேர்ந்த வல்லுநர்கள், அறிவியல் ஆதாரமில்லாத புராணங்களையும் தொன்மங்களையும் இந்த வழக்குக்கான சான்றுகளாக எடுத்துக்கொள்ளக் கூடாது என்று கூறினர். மேலும், இந்தியச் தொல்லியல் துறை உலகம் முழுவதி

லுமுள்ள இந்து சமுதாயம். ராமாயணம், ராமசரித்மானஸ் ஆகிய வற்றின் மீது வைத்துள்ள மரியாதையை உணர்ந்துள்ளது, அதை மதிக்கிறது' என்று தனது பிரமாணத்தில் கூறியது. அதேவேளை, 'இந்தத் தொன்மங்களில் சொல்லப்படும் செய்திகளை மெய்ப்பிக் கின்ற வகையில் (ஆதாம் பாலத்தில்) மனித எச்சங்களோ, மனிதனால் கட்டப்பட்டவையோ ஏதும் கிடைக்கவில்லை' என்றும் கூறுகிறது. ஆமதாபாத்திலுள்ள விண்வெளி ஆய்வு நிலையம், சேது பாலம் என்பது இயற்கையாகவே உருவான திட்டு என்று கூறுவதை எடுத்துக்காட்டிய தொல்லியல்துறை, அமெரிக்க விண்வெளி ஆராய்ச்சி நிறுவனம் (USNASA) எடுத்த விண்கலப்படங்கள், சேது பாலம் மனிதரால் கட்டப்பட்டவை என்னும் முடிவுக்கு வருவதற்கான போதுமான சான்றுகள் அல்ல என்றும் கூறியது. நாஸாவும்கூட, மிகத் தொலைதூரத்திலிருந்து எடுக்கப்பட்ட இத்தகைய படங்களைக்கொண்டு சேது பாலம் மனிதரால் கட்டப்பட்டதா இல்லையா என்பதைத் தீர்மானிக்க முடியாது என்று விளக்கம் கூறியுள்ளது.

இந்தியப் புவியியல் ஆய்வுத் துறையும்கூட, கடலில் மூழ்கியுள்ள பாறைகளைத் துளைபோட்டு ஆய்வு நடத்தியதில், மனிதனால் கட்டப்பட்டது என்பதற்கான ஆதாரம் ஏதும் கிடைக்கவில்லை என்று கூறியது. இந்தியத் தீபகற்பத்தில் மனிதர்கள் வாழத் தொடங்குவதற்குப் பல்லாயிரம் ஆண்டுகளுக்கு முன்பே களிமண், சுண்ணாம்புக் கல், மணல் ஆகியவற்றின் சேர்க்கையால் இயற்கையாகவே உருவான திட்டு இது என்றும் கூறியது. ராமர் பாலம் எனக் கூறப்படும் ஆதாம் பாலம் ஒரு இலட்சம் ஆண்டுகளுக்கு முன்பே உருவானதாகும் என்பதைக் கடலியல் வல்லுநர்கள் ஐசோடோப் பரிசோதனை மூலம் நிறுவியிருக்கிறார்கள். இது டோம்போல் (tombol) எனச் சொல்லப்படும் மணல் திட்டு.

இவற்றை மட்டுமல்லாது, 'இந்துக்கள்' புராணங்களின் மீது வைத்துள்ள மரியாதையையும் கருத்தில் கொண்டுதான் மத்திய அரசாங்கத்தின் பிரமாணம் தாக்கல் செய்யப்பட்டிருந்தது.

தஞ்சாவூர் சாஸ்த்ரா பல்கலைக்கழகப் பேராசிரியர் விக்டர் ராஜமாணிக்கம் 'டைம்ஸ் ஆப் இந்தியா' 14-9-2007-இல் எழுதி

யிருக்கிறார்: வால்மீகி ராமாயணம் 5000 ஆண்டுகளுக்கு முன்பு எழுதப்பட்டது. அலகாபாத் பல்கலைக்கழக மானுடவியல் பேராசிரியர் வி.எஸ். சாஹெ கூறுகிறார்: ராமாயணம் எழுதப் பட்டது கி. மு. 5000 - 6000 ஆண்டுகளுக்கிடையே; அதாவது மனிதர்கள், உலோகங்களைப் பயன்படுத்தத் தொடங்கிய யுகம் m J (metal age). ஆனால், ஆதாம் பாலம் என்பது ஒரு இலட்சம் ஆண்டுகளுக்கு முன்பு உருவாக்கப்பட்டது. அப்போது மனிதகுலம் கற்காலத்தில் இருந்தது (Pleistocene Age). அப்போது கற்கருவிகள் மட்டுமே இருந்ததற்கான தடயங்கள் உள்ளன.

ஆனால், சங் பரிவாரத்தின் கணக்குப்படி ராமர் வாழ்ந்த காலம் பல இலட்சம் ஆண்டுகளுக்கு முன்! ராமர் பாலத்தைக் கட்டியது மனிதர்கள் கூட அல்ல, அனுமனின் மேற்பார்வையில் வானர சேனை. அது மட்டுமல்ல, அந்தக் காலத்திலேயே தொழில்நுட்பம் பெரும் வளர்ச்சியடைந்திருந்தது. ஆகாய விமானங்கள் இருந்தன; ஏவுகணைகள் இருந்தன! நமக்கு வருத்தம் தருகிற விஷயம் என்னவென்றால், அறிவியல் தொழில் நுட்பத்தில் அவ்வளவு பெரிய முன்னேற்றத்தை வானர யுகம் கண்டிருக்க, நமது கடவுள்கள் குரங்குச் சவாரி செய்வது போலவும் காளை மாட்டில் பயணம் செய்வது போலவும் அம்புகளை ஏவுவது போலவும் காட்டப்படுவதுதான். சங் பரிவாரத்தினர் இனிமேலாவது இந்தக் கடவுள்கள் சூப்பர் ஜெட் விமானத்திலோ, விண்கலங்களிலோ பயணம் செய்வதாகவும் அணுகுண்டு ஏவுகணைகளை வீசுபவர்களாகவும் சித்திரித்து இந்து மதத்தின் அறிவியல் தொழில்நுட்ப மேன்மையை உலகறியச் செய்ய வேண்டும்!

மத்திய அரசாங்கம் தாக்கல் செய்திருந்த பிராமணத்தில் உள்ள வாசகங்களை வேண்டுமென்றே திரித்து, மதவாதப் பிரசாரத்தை சங்பரிவாரம் மேற்கொண்டபோது, அந்த முழு பிரமாணத்தையும் பிரசுரித்து, அது அறிவியல் அடிப்படையில் தயாரிக்கப்பட்ட ஆவணம் என்று பதிலடி கொடுப்பதற்குப் பதிலாக, ஐக்கிய முற்போக்குக் கூட்டணி அரசாங்கம், 'மத உணர்வுகளைப் புண்படுத்தும் வாசகங்களைத் திரும்பப் பெறப் போவதாக' கூறிவிட்டுப் பின்னர் பிரமாணம் முழுவதையுமே திரும்பப் பெற விரும்புவதாக அறிவித்தது. மன்மோகன்சிங் அமைச்சரவையில் சட்ட அமைச்சராக இருந்த பரத்வாஜ்

என்னும் படு பிற்போக்குப் பார்ப்பனர் கூறினார்: 'ராம பிரான், இந்தியப் பண்பாடு, அறநெறி ஆகியவற்றின் பிரிக்க முடியாத பகுதி. எனவே அவர் விவாதத்துக்கு அப்பாற்பட்டவர்... அவர் இருக்கிறாரா இல்லையா என்பதை ஆய்வுக்கு உட்படுத்த முடியாது... இந்த உலகம் முழுவதும் இருப்பதற்கே ராமர்தான் காரணம்.' அதுமட்டுமல்ல, 'இமயம் எப்படி இமயமாக இருக்கிறதோ, கங்கை எப்படி கங்கையாக இருக்கிறதோ அதே போலத்தான் ராமர் என்பவரும் ராமர்தான். அது நம்பிக்கை சார்ந்த விஷயம். இந்த நம்பிக்கைக்கு ஆதாரம் வேண்டியதில்லை' என்று பொரிந்து தள்ளியிருக்கிறார்.

இது ராமன் மீதான நம்பிக்கை என்னும் விஷயமல்ல, அந்த நம்பிக்கையை ஆதாரமாகக் காட்டி, சேது பாலத்தை இடிக்க லாமா வேண்டாமா என்ற பிரச்சினை என்பதை அவர் அறியாம லில்லை. ஏனெனில், இதே பரத்வாஜ்தான் ராஜிவ் காந்தி அமைச்ச ரவையில் சட்ட இணை அமைச்சராக இருந்தார். அயோத்தியில் 'ஷிலான்யாஸ்' (செங்கல் பூசை) நடத்த சங் பரிவாரத்துக்கு அனுமதி தருமாறு ராஜிவ் காந்திக்கு யோசனை சொன்னவர் இவர்தான். அதே போல, ஷா பானு வழக்கில் தீர்ப்பு வந்த பிறகு முஸ்லிம் தனிநபர் சட்டத்தில் திருத்தம் கொண்டு வரும்படி ராஜீவுக்கு ஆலோசனை சொன்னவரும் இவர்தான். ஆக, இந்துத் துவத்தை வளர்க்கும் அதேவேளை, சிறுபான்மையினரிடையே பிற்போக்குவாதத்தை ஊக்குவிக்கும் மகத்தான சேவையையும் ஆற்றியிருக்கிறார் இவர்.

ராமன், ராமாயணம் பற்றிய கருத்துகளை மட்டுமல்லாது முழு பிரமாணத்தையும் திரும்பப் பெற்றுக்கொள்ள சோனியா காந்தி விரும்பியதில் ஆச்சரியமில்லை. அவர் வெள்ளையராக இருப்பதாலேயே இந்து மதத்திற்கு எதிராக இருக்கிறார் என்று சங் பரிவாரம் பிரசாரம் செய்தால் அடுத்த தேர்தலில் காங்கிரசுக்கு வாக்குக் கிடைக்காது என்ற பயம் அவருக்கு ஏற்பட்டிருக்கலாம். 2004-இல் அப்படி ஒரு பயம் அவருக்கு ஏற்பட்டது. அவர் இந்தியப் பிரதமரானால், நாங்கள் மொட்டையடித்துக் கொள் வோம், இந்துக்களின் மானத்தைக் காக்கப் போராடுவோம் என சங் பரிவாரத் தலைவர்கள் மிரட்டத் தொடங்கினர். கிராப் தலை யோடு இருக்கும்போதே பார்க்கச் சகிக்கவில்லை; இனி மொட்டையடித்துக்கொண்டு சன்னியாசி வேடத்தில் வந்துவிடு வார்களோ என்ற பயத்தின் காரணமாகக்கூட அம்மையார் பிரதமர் பதவியைத் தியாகம் செய்திருக்கலாம்! ஆனால், இந்து

மத உணர்வுகளைப் 'புண்படுத்தாமல்' நாம் இந்த நாட்டில் என்ன மாற்றத்தை ஏற்படுத்த முடியும்? மக்களிடையே அறிவியல் மனப்பான்மையை வளர்க்க அரசாங்கம் எல்லா முயற்சிகளையும் மேற்கொள்ள வேண்டும் என இந்திய அரசமைப்புச் சட்டம் கூறுகிறது!

இது ராமாயணம் பற்றிய, ராமன் பற்றிய விஷயம் என்பதாலும், உச்சநீதிமன்றத்தில் மனு தாக்கல் செய்தவர் சுப்ரமணியன் சுவாமி என்பதாலும்தான் பார்ப்பனிய உச்சநீதிமன்றம் இதை உடனடியாக விசாரணைக்கு எடுத்துக் கொண்டது. வருணசாதி முறைக்கு நியாயம் கற்பிக்கும் ஒரு கருத்துநிலைப் படைப்பு என்பதாலேயே ராமாயணத்தைக் கொளுத்த வேண்டும் என்றார் பெரியார். தந்தை பெரியாருக்கும் ஜீவாவுக்கும் இருந்த முரண்பாடுகளில் ராமாயணம் குறித்த அவர்களது பார்வையு மொன்று. எனினும், மத உணர்வுகளைப் புண்படுத்துகிறது என்னும் பெயரால் பிற்போக்குத்தனமாக சட்டங்களைக் கொண்டுவருவதையும் கருத்துச் சுதந்திரத்தைக் கட்டுப்படுத்து வதையும் தோழர் ஜீவா ஏற்றுக்கொண்டதில்லை என்பதைப் பின்னர் பார்ப்போம்.

தாழ்த்தப்பட்ட, பிற்படுத்தப்பட்ட மக்கள், சிறுபான்மை மதத்தினர் பாதிக்கப்படுவது தொடர்பான வழக்குகளை விசாரணை செய்யும்போது மட்டும் நீதிக்கும் சட்டத்திற்கும் சம்பந்தமில்லாத கருத்துகளைத் தெரிவிக்கும் உச்ச நீதிமன்றம், சேதுக் கால்வாய்த் திட்டத்திற்கு அன்றைய தே.ஜ.கூட்டணி (பாஜக) அரசாங்கம்கூட ஒப்புதல் தந்தது என்பதையும் இந்த ராமர் பாலம் பற்றிய விவரங்கள் அதற்கு அப்போதே தெரிந் திருந்தது என்பதையும் கருத்தில் கொள்ளவில்லை. மக்களின் ஆன்மிக, மத நம்பிக்கை தொடர்பானவையே ராமனும் ராமாயணமும் என்றெல்லாம் வாதிட்டால், நாளை ஒரு கொலைக் குற்றவாளி, பகவத்கீதையை வைத்துக்கொண்டு தனது குற்றத்தை நியாயப்படுத்துவான். பகவத் கீதையைக் கடுமையாக விமர்சித்த அண்ணல் அம்பேத்கர் கேட்டார்: 'மனிதனின் உடல்தான் அழிகின்றது, ஆன்மா அழிவதில்லை என்று பகவத் கீதை கூறுகிற கருத்தை ஒரு கொலையாளி நீதிமன்றத்தில் சொன்னால் நீதிமன்றம் அதை ஏற்றுக்கொள்ளுமா?'

ராமாயணங்கள்: காங்கிரசும் சங்பரிவாரமும்

இந்தியா மதச்சார்பற்ற நாடு என்றும் எந்தவொரு மதத்திற்கும் தனிச் சலுகையோ முதலிடமோ இல்லை என்றும் சொல்லப்

படுகிறது. அப்படியானால், ராமனையும் ராமாயணத்தையும் ஆன்மிக விஷயங்களாக அங்கீகரிப்பதில்கூட பாரபட்சம் காட்டக்கூடாது. ஏனென்றால், இந்தியாவில் பல ராமாயணங்கள் உள்ளன. இவற்றில் வட இந்தியாவில் பிரசித்தி பெற்றவை, வால்மீகி ராமாயணமும் துளசிதாசரின் ராமசரித்மானஸும்தாம். ஆனால் அவற்றைவிட, ஜனரஞ்சகமாக இருந்தது ராமானந்த சாகர் தயாரித்து நரசிம்மராவ் ஆட்சிக் காலத்தில் ஏறத்தாழ இரண்டாண்டுகள் தூர்தர்சனில் காட்டப்பட்ட ராமாயணம். அப்போதே காங்கிரஸ் கட்சி, பாஜகவுக்கு 'சாப்பர்ஸ் அண்ட் மைனெர்ஸாக' செயல்பட்டிருக்கிறது. வேறு ராமாயணங்களும் உள்ளன. அவை சிறுபான்மை மதத்தினரின் ராமாயணங்கள் என்பதால், ஆன்மிக விஷயங்களாகக் கருதப்படுவதில்லை.

நரசிம்மராவ் ஆட்சிக் காலத்தில், புதுடெல்லியில் சஹ்மத் பண்பாட்டு அமைப்பு ஒரு கண்காட்சியை நடத்தியது. இந்தியாவில் உள்ள பல்வேறு ராமாயணங்களைப் பற்றிய ஓவியக் கண்காட்சி. பௌத்த ஜாதகக் கதைகளிலுள்ள ராமாயணத்தில் சீதை, ராமனின் தங்கை. ஆனால் இருவரும் திருமணம் செய்து கொண்டு கணவன் மனைவியாக வாழ்கிறார்கள். பண்டைக் காலத்திலிருந்த சத்திரிய கோத்திரங்கள் தமது சாதித் தூய்மையைப் பாதுகாத்துக்கொள்ள சகோதர சகோதரிகளைத் திருமணம் செய்துகொள்ளும் வழக்கம் இருந்ததை வரலாற்றாய்வாளர்கள் எடுத்துக்காட்டுகின்றனர். இது ஒருபுறமிருக்க, இந்தப் பௌத்த ராமாயணம், ராமனை புத்தரின் சீடனாகக் காட்டுகிறது. இது தவிர, சமண ராமாயணம் இருக்கிறது. இது ராமனை பார்ப்பன எதிர்ப்பாளனாகவும் வன்முறையை எதிர்ப்பவனாகவும் காட்டுகிறது. பௌத்த ராமாயணம், சமண ராமாயணம் ஆகிய இரண்டுமே இராவணனைக் கொடியவனாக, வில்லனாகக் காட்டுவதில்லை. மாறாக, ஆன்மிகப் பண்புடைய வனாக, அறிவு வேட்கையுள்ளவனாக, தனது ஆசைகளைக் கட்டுப்படுத்திக்கொள்கிற ஞானியாக, பொறுப்புணர்வுடைய அரசனாகக் காட்டுகின்றன.

இவை தவிர, ஆந்திரத்தில் உள்ள தெலுங்குப் பார்ப்பனப் பெண்களால் புனையப்பட்டுப் பாடப்படும் பாடல்களை எழுத்தாளர் ரங்கநாயகியம்மா தொகுத்துள்ளார். பெண்கள் எதிர்கொள்ளும் முக்கியப் பிரச்சினைகளை மையக் கருவாகக் கொண்ட இந்தப் பாடல்கள், ஆணியப் பார்வைக்கு முற்றிலும்

மாறுபட்ட பெண்ணியப் பார்வையை முன்வைக்கின்றன. பல்வேறு சோதனைகளுக்கும் இன்னல்களுக்கும் ஆளான சீதை ராமனை வெற்றி கொள்வதாகவும் சூர்ப்பனகை ராமனைப் பழிதீர்த்துக்கொள்வதாகவும் கூறுகின்றன.

சங் பரிவாரம், சஹ்மத் நடத்திய ஓவியக் கண்காட்சி அரங்கிற்குள் நுழைந்து அந்த ஓவியங்களைச் சின்னா பின்னமாக் கியது. கண்காட்சியை ஏற்பாடு செய்தவர்களைத் தாக்கியது. ராமனையும் சீதையையும், அண்ணன் தங்கையாகவும் கணவன் மனைவியாகவும் சித்திரித்தது இந்துக்களின் மனத்தைப் புண்படுத்தியதாகக் குற்றம் சாட்டியது. உண்மையில் அவர்களுக்கு ஆத்திரமூட்டியது அண்ணனும் தங்கையுமாக இருந்த ராமனும் சீதையும் திருமணம் செய்து கொண்டிருந்ததாக பௌத்த ராமாயணம் கூறுவது அல்ல; மாறாக, ராமனைப் பார்ப்பன எதிர்ப்பாளனாகவும் சீதையையும் சூர்ப்பனகையையும் பெண் ணடிமைத்தனத்தை எதிர்ப்பவர்களாகவும் ராவணனை ஞானவா னாகவும் காட்டுவதுதான் அவர்களுக்கு எரிச்சல் உண்டாக்கி யிருக்கும். உண்மையில் அண்ணன் தங்கை திருமண உறவுகளைச் சகித்துக்கொள்ளக் கூடியவர்கள்தாம் சங் பரிவாரத்தினர். நேபாளத்தில் மன்னராட்சி ஒழிந்ததற்காகக் கண்ணீர் வடிக்கிறவர்கள். ஏனெனில் உலகத்திலேயே ‘இந்து அரசு’ எனப் பிரகடனம் செய்துகொண்ட ஒரே அரசு நேபாள அரசுதான். இப்போது கிரீடத்தை இழந்த ஞானேந்திரரால் கொலை செய்யப் பட்டதாகச் சொல்லப்படும் முன்னாள் மன்னர் வீரேந்திரர்கூட, தமது வம்சத்தின் தூய்மை கெட்டுவிடக்கூடாது என்று தமது தங்கைகளையே மணந்துகொண்டவர்தாம். வீரேந்திரரையோ, குடும்பம் முழுவதையும் கொலை செய்யச் சதி செய்த ஞானேந்திரரையோ சங்பரிவாரம் ஒழுக்கங் கெட்டவர்களாகவோ குற்றவாளிகளாகவோ பார்த்ததுண்டா?

சஹ்மத் கண்காட்சியை சங் பரிவாரம் நிர்மூலமாக்கியதை நரசிம்மராவ் அரசாங்கம் கண்டிக்கவில்லை. மாறாக, அந்த அமைச்சரவையில் இருந்த சிவராஜ் பாட்டீல் போன்றவர்கள், இந்துக்களின் மனம் புண்பட்டதால்தான் அந்த நிகழ்ச்சி நேரிட்டது என அறிக்கை விடுத்தனர்.

ராமாயணத்தில் வரும் இலங்கை இன்றைய இலங்கை அல்ல என்று வரலாற்றறிஞர்கள் கூறுகின்றனர். வரலாற்று

விவரங்களுக்கு நாம் வெவ்வேறு பொருள்கோடல்கள், வியாக்கியானங்கள் தரலாம். ஆனால் அந்த விவரங்களை ஒழித்துக்கட்டி விட்டு அல்ல. ஆனால் புராணங்களுக்கோ கட்டுக்கதைகளுக்கோ எந்த ஆதாரமும் சான்றுகளும் தேவையில்லை. அப்பட்டமாகப் பார்ப்பனியத்தை முன்நிறுத்தும் சங் பரிவாரங்கள் நாட்டில் செல்வாக்குப் பெறுவதற்கு முன்பேயே பார்ப்பனியம் வரலாற்றை மட்டுமல்ல, புராணங்களைக்கூடத் திருத்தி எழுதியிருக்கிறது; புதுப் புராணங்களைத் தயாரித்திருக்கிறது. தமிழ்நாட்டிலுள்ள எத்தனையோ பெண் தெய்வங்கள் - பார்ப்பன வழிபாட்டுக் கலப்பே இல்லாத தெய்வங்கள், அம்மன்கள் - பார்ப்பனத் தெய்வங்களாக மாற்றப்பட்டு அதற்கேற்ற ஸ்தல புராணங்கள் எழுதப்படவில்லையா? இந்துத்துவ அரசியல் என்று வந்து விட்டால் இன்னும் எத்தனையோ கட்டுக்கதைகளைப் புனையலாம். கேட்கிறவர்களின் தொடைகளில் கயறு திரிக்கலாம்.

குஜராத்தில், டாங் என்னும் பழங்குடி மக்கள் இருக்கின்றனர். இந்த மக்கள் வாழும் வனப் பகுதியில் உள்ள குன்றொன்றுக்கு மரபாக வழங்கி வந்த பெயர் 'சாமக் டொங்கர்'. பயிர்களைக் காக்கும் தெய்வம் என்று டாங்குகள் அதை வணங்கி வந்தனர். ஆனால் சங் பரிவாரம் அதை இப்போது 'சபரி கும்பம்' என்று பெயர் மாற்றிவிட்டது. ராமன் வனவாசத்திலிருந்தபோது அவனுக்குப் பழங்கள் கொண்டுவந்து கொடுத்தவள் சபரி என்று ராமாயணம் கூறுகிறதல்லவா? அந்தக் குன்றில்தான் அவள் ராமனுக்குப் பழங்கள் தந்தாள் என்று சங் பரிவாரத்தின் 'வரலாற்றறிஞர்'களும் 'தொல்லியல்வல்லுநர்'களும் கூறிவிட்டனர். வேறு என்ன ஆதாரம் வேண்டும் அந்தக் குன்றின் பெயரை மாற்றி அதற்கு சபரியின் பெயரைச் சூட்டுவதற்கு? அங்கு சபரிக்குக் கோவிலும் கட்டிவிட்டனர். அத்தோடு விட்டார்களா? அங்கிருந்து ஆறு கிலோ மீட்டர் தொலைவில் ஓடும் பூர்ணா ஆற்றில் தான் மாதங்க முனிவர் குளிப்பது வழக்கம் என்றும் பக்கத்து மலையிலுள்ள பாறையில் காணப்படும் கோடுகள், லட்சுமணன் அம்புகளைத் தீட்டியதால் ஏற்பட்டவை என்றும் இந்த 'அறிஞர்கள்' கூறுகின்றனர். இவர்கள் கூறும் இந்த வரலாற்று உண்மைகளைத் தட்டிக் கேட்டால், மத உணர்வைப் புண்படுத்துவதாகக் கலகம் செய்வார்கள். 'ஆமாம், மத உணர்வுகளைப் புண்படுத்துவது தவறுதான், நாமும் சற்று எச்சரிக்கையாக இருக்க வேண்டும், அநாவசியமாக வார்த்தைகளை அள்ளி வீசக்கூடாது'

என்று நாமும்கூடக் கூறிக் கொண்டிருந்தால், இந்த அறிவியல் விரோத, மக்கள் விரோத, பார்ப்பனியக் கருத்துகளை எப்படி எதிர்கொள்வது? எப்போது தடுத்து நிறுத்துவது?

இந்தச் சந்தர்ப்பத்தில் ஜீவா தொடர்பான ஒரு நிகழ்ச்சியைக் கூறுவது பொருத்தமானது. 1950களில், எம். ஆர். ராதா அவர்களின் நாடகங்களைத் தடை செய்யவேண்டும் என்ற நோக்கத்தோடு அன்றைய காங்கிரஸ் அரசாங்கம் ஒரு சட்ட மசோதாவைக் கொண்டு வந்தபோது, அதை எதிர்த்துத் தோழர் ஜீவா சட்ட மன்றத்தில் பேசினார்:

> 'அப்படிக் கவனித்தால் நமது ஹிந்து மதப் புராணங்களிலே பல ஆபாசங்கள் இருக்கின்றன. ஒரு தேரைப் பாருங்கள். ஹிந்து மதத்தின் பேரால் அதிலே சித்திரிக்கப்பட்டிருக்கிற ஆபாசமான சிற்பங்கள்தான் எத்தனை? அவற்றைப் பார்க்கும்போது குடலைப் பிடுங்கவில்லையா? அதைச் சொன்னால் கண்ணாடிக்கு முன்போய் நின்ற மூக்கரையன், கண்ணாடியில் தன் கோரமான முகத்தைப் பார்த்துக்கொண்ட போது தன் உருவம்தான் அவ்வளவு கோரமானது என்றுகூடச் சிந்தித்துப் பார்க்காது, கண்ணாடியையே உடைத்தெறிவதைப் போல, புராணங் களிலுள்ள ஆபாசத்தை எடுத்துச் சொன்னால், இதிகாசங்களிலுள்ள ஊழல்களை எடுத்துக்காட்டினால் காட்டுபவர்களின் மேல் சீற்றப் படுகிறார்கள் சிலர்.
>
> காரணம் அவர்கள் மனம் புண்படுகின்றதாம் வாஸ்தவம். புண்படத் தான் செய்யும். ஆனால் எங்கள் மனம் மாத்திரம் புண்படவில்லையா? இவ்வளவு ஆபாசமானவை எல்லாம் எங்கள் மதத்தில் இருக்கின்ற னவே என்று நாங்கள் எண்ணும்போது எங்கள் மனம் மாத்திரம் புண்பட வில்லையா? என்று கேட்கிறேன். (கே.ஜீவபாரதி, *சட்டப்பேரவையில் ஜீவா*. குமரன் பதிப்பகம், சென்னை2005, பக். 143-144).

எனவேதான் பெரியார் (சுயமரியாதை) மரபும் சிங்கார வேலர்-ஜீவா (சமதர்ம) மரபும் மீண்டும் ஒன்றிணைய வேண்டும் புதியதோர் நிலையில் எனப் பல ஆண்டுகளாகவே கூறி வருகிறேன்.

மலமும் மனமும்

கையால் மலம் அள்ளுவதற்காகவே இந்த நாட்டில் நாமெல் லோரும் - பார்ப்பனர்கள், பார்ப்பனரல்லாதோர் எல்லோரும் - சேர்ந்து ஒரு சாதியை வைத்திருக்கிறோம். இது யாருடைய மத,

மன உணர்வுகளையும் புண்படுத்துவதே இல்லை. அந்தச் சாதி யினரின் குரல், மலச் சட்டிகளைத் தாண்டி உச்ச நீதிமன்றத்துக்கு எப்படிச் செல்லும்? தோழர் ஜீவாவின் ஆழ்ந்த அக்கறைகளுக்கு உட்பட்டிருந்தவர்கள் இந்த மலம் அள்ளும் சாதியினர். ஜீவாவின் முன்முயற்சியில் பல்வேறு நகரங்களில் நகரசுத்தித் தொழிலாளர் சங்கங்கள் அமைக்கப்பட்டன. இன்று அதை விடக் கூடுதலான அக்கறையை நாம் எல்லோரும் காட்ட வேண்டும். மலம் நிறைந்த மனமுடைய நமது சாதியமைப்பில் எல்லோர்க்கும் கடையர்களாய், எல்லோருடைய மலங்களையும் அள்ளுகிறவர்களாய் தனியொரு சாதியினர் இருக்கும்நிலை, அவர்களுக்கும் கீழே மலமும் மூத்திரமும் பிற அழுக்குகளும் படிந்த அவர்களது துணிகளை வெளுக்கும் புதிரை வண்ணார் கள் இருக்கும் நிலை இந்துக்களின் பிரதிநிதிகளாகக் காட்டிக் கொள்ளும் சங் பரிவாரத்தினரது மனங்களைப் புண்படுத்தாது. ஆனால் இந்த நிலை நீடிக்கும் வரை நமக்கும்கூட சுயமரியாதை யோ சமதர்மமோ கிடைக்காது.

ஆனால், சங் பரிவாரத்தினர் இதைப் பெருமைக்குரிய விஷய மாகக் கருதினால் நாம் வியப்படைய வேண்டியதில்லை. தொழிலுற்பத்தி, வணிகம், சேவைகள் (services) என எல்லாத் துறைகளிலும் நீக்கமற நிறைந்துள்ள 'அயல் பணி' ('Outsourcing') என்பதைக் கண்டுபிடித்ததே இந்துமதம்தான் என்றும் இங்கிருந்துதான் இந்த ஏற்பாட்டை வெள்ளைக்காரன் கற்றுக் கொண்டான் என்றும் அவர்கள் கூறுவார்கள். சாதிப் படிநிலையில் ஒவ்வொரு சாதியும் தனக்கு வேண்டிய, ஆனால் தன்னால் இழிவாகவோ, கடினமானதாகவோ கருதப்படுகிற உழைப்பையும் உழைப்பின் விளைபொருள்களையும் தனக்குக் கீழே உள்ள சாதியிடமிருந்து, 'Outsourcing' மூலமாகத்தானே பெற்றுக் கொள்கிறது?

☯

4

எரியும் பனிக்காட்டில் உருகிய மனிதர்கள்

'நீலகிரிக்கு முதன்முதலில் கொண்டுவரப்பட்ட தேயிலைச் செடிகள் ஊட்டியிலேயே நடப்பட்டன என்பது பொதுவாக அறியப்படாத செய்தி என நான் கருதுகிறேன். அனால், இது, சந்தேகத்துக்கிடமில்லாத உண்மை. துணை அறுவைச் சிகிச்சை மருத்துவர் கிறிஸ்டிக்கு, தமது சொந்தச் செலவில் பரிசோதனை அளவில் தேயிலை, காப்பிப் பயிர்களை வளர்க்கவும் பட்டு உற்பத்தி செய்யவும் ஒரு பண்ணையை ஏற்படுத்த 1832-இலேயே அரசாங்கம் அனுமதி தந்திருக்கிறது. ஆனால், அரசாங்கத்தின் அனுமதி கிடைத்த சிறிது காலத்திற்குப் பிறகு அவர் அந்த ஆண்டு நவம்பரில் காலமாகிவிட்டார். எனினும் சிறிது காலத்திற்குள் ளாகவே, அவர் கேட்டிருந்த தேயிலைச் செடிகள் வந்து சேர்ந்தன. இவற்றில் இரண்டு உதகமண்டலத்தின் இராணுவத் தளபதி கர்னல் க்ரூவுக்குக் கொடுக்கப்பட்டன. அவற்றை அவர் 1833-ஆம் ஆண்டுத் தொடக்கத்தில் தமது வீட்டுத் தோட்டத்தில் நடவு செய்தார். அந்த வீட்டைப் பற்றி அவர் கொடுத்த வர்ணனை களைப் பார்த்தால், க்ரூ ஹால்தான் அது என்பது தெளிவு. அவை, ஓரடி உயரத்திற்குப் புதர்களாக வளர்ந்துள்ளன என்றும் அவற் றில் திடமான அடிக்கிளைகள் முளைத்துள்ளன என்றும் 1835 ஜூனில் எழுதினார். அவற்றைப் பற்றிய வேறு ஆவணங்கள் ஏதும் இல்லை. அவை இருந்த சுவடுகூட இப்போது இல்லை. உதக மண்டலத்திலேயே முதல் தேயிலைத் தோட்டம், பெல்மாண்ட் டில் 1863-இல் பயிரிடப்பட்டது. அது, பிஷப்படவுன் உடைமை யின் ஒரு பகுதியாகும்' (ஃபிரடெரிக் பிரைஸ், ஒட்டககமண்ட்: ஏ ஹிஸ்டரி, 1908, ரூபா&கோ, சென்னை, 2002. பக். 261 - 262.)

தென்னிந்திய மலைப் பகுதிகளில் தேயிலை, காப்பி, ரப்பர் பெருந்தோட்டங்கள் உருவான வரலாறு மேற்சொன்ன வகையில் ஆங்கிலேயர்களால் மட்டுமே எழுதப்பட்டுள்ளது எனக் கருதக் கூடாது. தமிழகத்தில் நீலகிரி மலைப் பகுதிகளைப் போலப் பெருமளவில் தேயிலை சாகுபடி செய்யப்படும் ஆனைமலைப் பகுதித் தேயிலைத் தோட்டங்களின் வரலாறும்கூட, ஏறத்தாழ இதேபாணியில், இந்தியர்களாலும் எழுதப்பட்டுள்ளது; எழுதப் பட்டு வருகின்றது. இத்தகைய வரலாறு நமக்குச் சொல்லும் தகவல்களிற் சில:

தென்னிந்தியாவைப் பொருத்தவரை, பெருந்தோட்டங்கள் உருவாக்கப்பட்ட கடைசிப் பகுதி ஆனைமலைதான். ஆனைமலைப் பகுதிக்கு முதலில் வந்தவர் (அதாவது 1831-இல்) வனத்துறை அதிகாரியான கேப்டன் மைக்கேல். அதன் பிறகு 1858-இல் சென்னை பெருமாநிலத்தின் தலைமை மருத்துவ அதிகாரியான டாக்டர் க்ளெகோர்ன், சானடோரியத்தையும் ஓய்வு இல்லத்தையும் அமைப்பதற்கு உகந்த இடம் இங்குள்ளதா என்பதைக் கண்டறிய இப்பகுதிக்கு வருகை தந்தார். காப்பி பயிரிடுவதற்குத் தகுந்த விரிந்த நிலப்பரப்பு இங்கிருப்பதாக அவர் தமது குறிப்புகளில் எழுதியிருந்தபோதிலும், 1864-இல்தான் கர்நாடிக் காப்பி நிறுவனத்தைச் சேர்ந்த ஆர்.ஜே.லோரி என்பருக்கும் கர்நாடிக் காப்பி நிறுவனத்திற்கும் ஆனைமலையின் கிழக்குச் சரிவு களிலிருந்த இரண்டு 'தரிசு' நிலங்களை அரசாங்கம் விற்றது. இப்படித்தான் வாட்டர்ஃபால், வேவர்லி பெருந்தோட்டங்கள் உருவாயின. ஆனைமலையின் மேற்குச் சரிவுகளிலும் பெருந் தோட்டங்களை உருவாக்குவதற்கு நிலம் கேட்டுப் பலரும் விண்ணப்பித்ததால், 1876-இல் சென்னை பெருமாநிலத்தின் வருவாய் வாரியம் (போர்டு ஆஃப் ரெவன்யூ) இந்த வேண்டு கோள்களைக் கருணையுடன் பரிசீலித்து, மேற்குச் சரிவுகளிலும் தேவையான நிலத்தை வாங்குவதற்கான ஒப்புதலை வழங்கியது. இங்கு பெருந்தோட்டங்களை உருவாக்கிய முன்னோடிகளில் குறிப்பிடத்தக்கவர்கள் ஜி. ஏ. மார்ஷ் (இவர், 'ஆனைமலையின் தந்தை' எனப் பலராலும் அழைக்கப்படுகிறார்), ஜி.ஆர்.டி. காங்க் ரீவ் ஆகியோராவர். பெருந்தோட்டங்களில் காங்க்ரீவுக்கு இருந்த அக்கறை 1945-இல் அவர் ஓய்வு பெறும்வரை நீடித்தது. இங்கு குறிப்பிடப்பட வேண்டிய மற்றொரு முக்கிய மனிதர்,

பொதுப்பணித்துறையின் நிர்வாகப் பொறியாளர் லோம் ஆவார். மலை அடிவாரத்திலிருந்து பெருந்தோட்டப் பகுதிகள் வரை நில அளவை செய்வதிலிருந்து மலைப் பாதைகள் அமைப்பது வரை அற்புதமான பணிகளைச் செய்தவர் இவர். பெருந்தோட்டங் களில் வேலை செய்வதற்கு அன்று தொழிலாளிகள் யாரும் இல்லை. தொழிலாளர் பற்றாக்குறை, போக்குவரத்துச் சிக்கல் கள், ஓயாது பெய்யும் கனத்த மழை, இரத்தத்தை உறிஞ்சும் இலட்சக்கணக்கான அட்டைகள், இதுபோன்ற இன்னும் ஏராளமான இயற்கையின் சவால்கள் ஆகியவற்றுக்கு நடுவே முதல் பருவ மழைக்காலத்தில் 50 ஏக்கர்களிலும் பின்னர் 1900-ஆம் ஆண்டுக்குள் 2543 ஏக்கர் நிலத்திலும் பெருமளவிற்கு காப்பியும் சிறு அளவிற்குத் தேயிலையும் ஏலக்காயும் பயிரிடப் பட்டன. பெருந் தோட்டங்களை உருவாக்கியவர்கள் அனை வரது பெயர்களையும் குறிப்பிடுவது கடினம் என்றாலும், பெருந் தோட்டங்களின் பொருளாதார வெற்றிக்கு இந்த மனிதர்களின் தொலைநோக்குத் தொழில் முனைப்பும் கடின உழைப்புமே காரணம் என்பதை நாம் மறக்கக்கூடாது.

பெருந்தோட்டச் சாகுபடிக்காக நிலங்களை ஒதுக்குவதை பிரிட்டிஷ் இந்திய அரசாங்கம் சிறிது காலம் நிறுத்தி வைத்திருந்தது. ஆனால், மீண்டும் 1911 முதல் நிலங்கள் ஒதுக்கப்பட்டன. 1916-இல் இருபத்தியோரு பெருந்தோட்டங்களுக்குச் சொந்தமான 13,317 ஏக்கர் நிலப் பரப்பில் பெருந்தோட்டப் பயிர்கள் சாகுபடி செய்யப்பட்டிருந்தன. ரப்பர் சாகுபடியில் இலாபம் இல்லாததால் அது படிப்படியாகக் கைவிடப்பட்டது. அரசாங்கத்திற்குச் சொந்தமான பெருந்தோட்டங்களில் சின்கோனா மரம் (மலே ரியா காய்ச்சலுக்கான மருந்து தரும் மரம் -எஸ்.வி.ஆர்.) சாகுபடி செய்யப்பட்டது. இது நீங்கலாக, இன்று ஏறத்தாழ 40,000 ஏக்கர் பரப்பில் (38 எஸ்டேட்டுகள்) பெருந்தோட்டங்கள் உள்ளன. பெருந் தோட்டங்கள் இன்றைய நிலையை அடைவதற்குமுன் தோட்ட அதிபர்களும் மேலாளர்களும் தொழிலாளர்களும் ஏராளமான இடையூறுகளைக் கடக்க வேண்டியிருந்தது. இவற்றில் மிக முக்கியமானது மலேரியாக் காய்ச்சலை ஏற்படுத்தும் பல இலட்சக் கணக்கான கொசுக்கள். பெருந்தோட்டச் சாகுபடிக்காக இயற்கைக் காடுகளிலிருந்து மரம் செடிகொடிகள் வெட்டப் பட்டதால், சிற்றாறுகளுக்கும் நீரோடைகளுக்கும்

இயற்கையாகவே கிடைத்துவந்த நிழல் இல்லாமல் போய் விட்டது. இதன் காரணமாக, அந்தச் சிற்றாறுகளிலும் நீரோடைகளிலும் மலேரியாக் காய்ச்சலை உண்டாக்கும் குறிப்பிட்ட வகைக் கொசுக்கள் முட்டையிடவும் பெருகவும் செய்தன. இவற்றை ஒழித்துக்கட்டிய பெருமை டாக்டர் ஈ. மீஷாம் அவர்களுக்கே உரியது.

பெருந்தோட்டங்களுக்குத் தேவையான சரக்குகளை சமவெளிப் பகுதியிலிருந்து கொண்டுவரவும் இத்தோட்டங்களில் உற்பத்தி செய்யப்பட்ட தேயிலை முதலியவற்றைச் சமவெளிப் பகுதிகளுக்குக் கொண்டு செல்லவும் 1927-ஆம் ஆண்டு ஆனை மலை ரோப் வே கட்டப்பட்டது. அதாவது தடிப்பும் முறுக்கமு முள்ள கம்பிகளில் தொங்கவிடப்பட்டுள்ள வண்டிகளை மலை யிலிருந்து கீழே இறக்கவும் கீழேயிருந்து மலைக்குக் கொண்டு செல்லவுமான உத்தியே இது (எம்.ஜி.ஆர். நடித்த 'மலைக் கள்ளன்' படத்தில் இதைப் பார்க்கலாம்- *எஸ்.வி.ஆர்*). பின்னர் ஏராளமான டிரக்குகளும் கொண்டுவரப் பட்டன. பெருந் தோட்டங்களில் சில தனக்கெனத் தனித்தனியான மின் உற்பத்தி நிலையங்களை அமைத்துக்கொண்டன என்றாலும் சென்னைப் பெருமாநிலத் தலைமை மின்துறைப் பொறியாளர் சர். ஹென்றி ஹோவார்டின் ஆலோசனையின்படி அரசாங்கத்தின் பைக்கரா மின் திட்டத்திலிருந்து ஆனைமலைத் தேயிலைத் தோட்டங்கள் மின்சாரத்தை எடுத்துக்கொள்ளத் தொடங்கின. 1848-ம் ஆண்டிலேயே வால்பாறையிலிருந்து இன்றைய கேரள மாநிலத் தைச் சேர்ந்த சாலக்குடி வரை சாலை அமைக்கப்பட்டிருந்தது. பெருந்தோட்டச் சாகுபடி செய்வோரின் நலன்களைப் பாதுகாப் பதற்காக ஓ.ஏ.பன்னாண்டைன் என்பவரின் தலைமையில் 1903-இல் ஆனைமலைத் தோட்ட அதிபர்கள் சங்கம் தொடங்கப் பட்டது. இச்சங்கத்தைச் சேர்ந்த பலர் உபாசியின் (UPASI)- தென்னிந்திய பெருந்தோட்ட அதிபர்கள் சங்கத்தின்- தலைவர்களாக இருந்தனர். அன்றைய சென்னை பெருமாநிலச் சட்டமன்றத்தில் பெருந்தோட்டங்களின் பிரதிநிதிகளாக இருந்த மூன்று ஆங்கி லேயர்களிலொருவரான காங்க்ரீவும் பெருந்தோட்டச் சாகுபடி யைத் தொடங்கிய அவரைப் போன்ற முன்னோடிகளும் ஆனைமலையில் இன்றும் அன்போடு நினைவுகூரப்படுகின்றனர். (வால்பாறை சுற்றுலாக் குறிப்புகள், பாண்டியன் கம்ப்யூட்டர்ஸ், வால்பாறை).

மேற்சொன்ன ஆங்கிலேயர்கள் எல்லோரும் 'சாகசவாதிகள்' என்பதில் சந்தேகமில்லை! பத்தாயிரம் மைல்களுக்கு அப்பாலிருந்து வந்து, தமக்கு முற்றிலும் அந்நியமான, விலங்குகளும் நச்சுப் பூச்சிகளும் நிறைந்த, இருண்ட மழைக்காடுகளுக்குள் நுழைந்து ஆயிரக்கணக்கான ஏக்கர் பரப்பளவில் பெருந்தோட்டங்களை நிறுவிய, அவற்றுக்குத் தேவையான அகக்கட்டுமானங்களை உருவாக்கிய, மலேரியா நோய்த் தடுப்பு நடவடிக்கைகளை வெற்றிகரமாக மேற்கொண்ட இவர்கள் உண்மையிலேயே 'சாகசவாதிகள்தாம்'. பிரிட்டிஷ் மூலதனத்தின் 'சாகசவாதிகள்'. இந்த ஆங்கிலேயர்களில் உண்மையிலேயே பாமர மக்கள் பால் அன்பும் அனுதாபமும் கொண்டிருந்த அரசு அதிகாரிகளும் இருந்தனர் (எடுத்துக்காட்டாக, உதகமண்டலம் நகரை அமைப் பதற்குப் பொறுப்பானவரான சர். ஜான் சுல்லிவன், வடமாவட் டங்களிலிருந்த தாழ்த்தப்பட்ட சாதியினரான 'பறையர்கள்' அனுபவித்த சமூக பொருளாதாரக் கொடுமைகளைப் பற்றிய அறிக்கையொன்றை அரசாங்கத்திற்கு அனுப்பி அந்தப் பராரி களின் வாழ்க்கை நிலையை மேம்படுத்தக் கடும் முயற்சி செய்த வரும் செங்கல்பட்டு மாவட்ட ஆட்சியராக இருந்தவருமான ட்ரெமென்ஹீர்) என்பதையும் ஒப்புக்கொள்ள நாம் தயங்க வேண்டியதில்லை. ஆனால், பொதுவாகச் சொல்லப்போனால், அமெரிக்க, ஆப்பிரிக்கக் கண்டங்களைக் 'கண்டுபிடித்த' கொலம்பஸ், ஹெர்னாண்டோ கோர்டெஸ், பிஸ்ஸாரோ போன்ற கொள்ளைக்கார 'சாகசவாதிகளை' ஒத்தவர்களே இந்த ஆங்கிலேய சாகசவாதிகளில் மிகப் பெரும்பான்மையினர்.

இவர்களைப் பற்றிய மேற்சொன்ன 'வரலாற்றுக் குறிப்பு'களை படிக்கையில், பெர்டொல்ட் ப்ரெஹ்ட்டின் கவிதையொன்று நமது நினைவுக்கு வருவதில் வியப்பில்லை. 'படிக்கும் தொழிலாளி எழுப்பும் கேள்விகள்' என்னும் கவிதை:

ஏழு வாயில்கள் உள்ள தெபெஸ் நகரைக் கட்டியது யார்?
புத்தகங்களில் அரசர்களின் பெயர்களைப் பார்க்கிறோம்
அரசர்கள் கற்களைத் தூக்கிக் கொடுத்தார்களா?
பாபிலோன் நகரம் பலமுறை தரைமட்டமாக்கப்பட்டுள்ளது
ஒவ்வொரு முறையும் அதனை மீண்டும் நிர்மாணித்தவர்கள் யார்?
பொன்னொளிரும் லிமா நகரத்தில்

எந்த வீடுகளில் அதைக் கட்டியவர்கள் வாழ்ந்தனர்?
சீனப் பெருஞ்சுவர் கட்டி முடிக்கப்பட்ட மாலையில்
கொத்தனார்கள் எங்கே சென்றனர்?
ரோமாபுரி நிறைய வெற்றி வளைவுகள்.
அவற்றை எழுப்பியவர்கள் யார்?
பாடல்களில் போற்றப்படும் பைஜாண்டியத்தில் வாழ்ந்தவர்களுக்கு
மாளிகைகள் மட்டுமே இருந்தனவா?
புகழ்பெற்ற அட்லாண்டிசைக்
கடல் கொண்ட அந்த இரவில் நீரில் மூழ்கியவர்கள்
அப்போதும் தங்கள் அடிமைகளைக்
கூப்பிட்டுக் கொண்டிருந்தார்கள் அல்லவா?
இளம் அலெக்ஸாண்டெர் இந்தியாவை வெற்றி கொண்டான்
தன்னந்தனியாகவா?
சீசர் பிரெஞ்சு மக்களைத் தோற்கடித்தான்
அவனுடன் சமையல்காரன்கூடவா இருக்கவில்லை?

ஸ்பெயின் மன்னன் பிலிப் தனது போர்க்கப்பல்கள்
கடலில் மூழ்கியபோது அழுதான்
வேறு யாரும் அழவில்லையா?
இரண்டாம் பிரெடெரிக் ஏழாண்டுப் போரில் வெற்றியடைந்தான்
வெற்றியை ஈட்டியவர்கள் வேறு யாரும் இல்லையா?

சரித்திரப் புத்தகத்தில்
ஒவ்வொரு பக்கத்திலும் ஒரு வெற்றி
வெற்றியாளர்களுக்கு உணவு சமைத்தது யார்?
ஒவ்வொரு பத்தாண்டுக்கும் ஒரு மாமனிதன்
செலவை ஏற்றுக்கொண்டது யார்?

எத்தனையோ அறிக்கைகள்
எத்தனையோ கேள்விகள்

ஆனைமலைப் பெருந்தோட்டங்களின் உருவாக்கம் ஒரு மாபெரும் அவல நாடகம்; அந்த நாடகத்தில் பங்கேற்ற பல்லாயிரக்கணக்கான ஆண், பெண் கூலித் தொழிலாளர்களின் இரத்தமும் சதையும் எலும்புகளும் ஒவ்வொரு தேயிலைச் செடிக்குக்

கீழேயும் இருக்கின்றன; நாம் பருகும் தேநீரின் ஒவ்வொரு துளியும் அந்தப் பெருந்தோட்டங்களில் நோய்களாலும் அவற்றைவிட பன்மடங்கு அதிகமாகக் கொடிய மனிதர்களாலும் கொன்று புதைக்கப்பட்ட பல்லாயிரம் குழந்தைகளின் தலைகள்; இந்த இரத்தம், எலும்புகள், தலைகள் பெரும்பாலும் தாழ்த்தப்பட்ட சாதிகளைச் சேர்ந்தவை; எனவே, 'தீட்டை'ப் பொருட்படுத்து பவர்கள் நேநீர்க் கோப்பையைத் தொடவே கூடாது. இந்த உண்மையைச் சொல்லும் புதினம் 'எரியும் பனிக்காடு' (விடியல் பதிப்பகம், கோவை)

பெருந்தோட்டங்களின் உருவாக்கம் பற்றிய 'அதிகாரப் பூர்வமான வரலாறுகளில்' இடம் பெறாத, ஆனால் அவற்றின் உண்மையான நிர்மாணிகளான கூலித் தொழிலாளர்களுக்கான உருவகமாகப் படைக்கப்பட்டிருக்கும் கருப்பனும் அவனது மனைவி வள்ளியும்தான் இந்தப் புதினத்தின் முதன்மையான கதை மாந்தர்கள். ஒவ்வொரு பெருந்தோட்டமும் நியமித்திருந்த முகவர்கள் (ஏஜென்டுகள்), கங்காணிகள் என்றும் மேஸ்திரிகள் என்றும் அழைக்கப்பட்டவர்கள் மூலம் தமிழகத்தின் பல்வேறு பகுதிகளிலுள்ள கிராமங்களிலிருந்து பெருந்தோட்டங்களில் கூலி வேலை செய்வதற்காக ஏழை மக்களுக்கு ஆசைகாட்டி அவர்களைப் பிடித்துவந்து மீளவே இயலாத 'எரியும் பனிக்காடுகளில்' அடைத்துவைக்கப் பயன்படுத்திய கொடிய முறைகளை இந்தப் புதினம் எடுத்துரைக்கிறது. பஞ்சத்திலும் பட்டினியிலும் அவதியுற்ற தமிழகக் கிராமப்புற மக்கள்-பெரும் பாலும் தாழ்த்தப்பட்ட மக்கள் - மோசடித்தனமான வழிமுறை கள் மூலம், தட்பவெப்ப நிலைகளிலும் சமூகச் சூழ்நிலைகளிலும் தங்களுக்கு முற்றிலும் அந்நியமான இடங்களுக்குக் கொண்டு வரப்பட்டு, விலங்கினும் கீழான நிலையில் கொட்டடிகளில் அடைக்கப்பட்டு, தேயிலைச் சாகுபடிக்காகச் சக்கையாகப் பிழியப்பட்டனர். சாதிப் படிநிலையைப் போலவே, பெருந் தோட்டங்களில் இருந்த ஒடுக்குமுறை, சுரண்டல் அமைப்புக்கும் ஒரு படிநிலை அமைப்பு இருந்தது. எல்லோருக்கும் உச்சியில் வெள்ளைக்கார மேலாளர்கள், உதவி மேலாளர்கள், தலைமை மருத்துவர் போன்ற வெள்ளைக்கார அதிகாரிகள்; அவர்களுக்குக் கீழே, பெருந்தோட்ட அலுவலகங்களிலும் தோட்டங்களிலும் பணிபுரிந்த நடுத்தர வர்க்க ஊழியர்கள்; அவர்களுக்குக் கீழே

மேஸ்திரிகள், மேஸ்திரிகளுக்குக் கீழே கோல் மேஸ்திரிகள்; எல்லோருக்கும் கீழே தோட்டத் தொழிலாளிகள். அதிலும் குறிப்பாகப் பெண் தொழிலாளிகள்.

சுரண்டலில்தான் எத்தனை வடிவங்கள்? பெருந்தோட்ட மேலாளர்களிலிருந்து மேஸ்திரிகள் வரை, மளிகைக்கடைக் காரனிலிருந்து ஈட்டிக்காரர்கள் வரை எல்லோருமே அவரவர் சக்திக்கு ஏற்ப அட்டைபோலத் தொழிலாளிகளின் இரத்தத்தை உறிஞ்சுகின்றனர். அவரவர்களின் தகுதிக்கேற்ப பெண் தொழி லாளிகளைப் பாலியல் சுரண்டலுக்கு உட்படுத்துகின்றனர். தொழிலாளர்களைப் பாதுகாக்கும் சட்டங்கள் ஏதுமில்லாதிருந்த காலகட்டத்தில், நோய்வாய்ப்படும் தொழிலாளிகளுக்கு மருத் துவ சிகிச்சையளிப்பதற்காகப் பெருந்தோட்டங்களில் நியமிக்கப் பட்ட 'மருத்துவர்கள்', எவ்வித மருத்துவப் படிப்பும் தகுதியுமற்ற வர்கள். 'மாட்டாஸ்பத்திரியை' விட மோசமான 'மருத்துவ மனைகள்'. பெருந்தோட்டங்களிலிருந்து தப்பியோட முயல்ப வர்கள் ஒன்று, போகும் வழியிலேயே மடக்கிப் பிடிக்கப்பட்டுத் திரும்பக் கொண்டுவரப்பட்டு கொடும் சித்திரவதைகளுக்காளாக வேண்டும் 'அதிர்ஷ்டம்' இருந்தால். அல்லது அடித்துக்கொல்லப் பட வேண்டும். ஓடிப்போகும் தொழிலாளிகளைத் திரும்பக் கொண்டு வருவதற்கு சட்டமே இடம் கொடுத்தது. கூடவே போலீசாரின் ஒத்துழைப்பும், சித்திரவதைகளும், அரைப்பட்டினி யும், மலேரியாக் காய்ச்சலும் கெள்ளைகொண்ட பல்லாயிரக் கணக்கான தொழிலாளிகள் போக எஞ்சியிருந்தவர்களின் உதிரத் தால் வளர்க்கப்பட்டன பெருந் தோட்டங்கள். சுரண்டலும் ஒடுக்குமுறையும் தவிர்க்கவியலாத வகையில் ஊழலுக்கும் ஒழுக்கக்கேட்டிற்கும் உரமிட்டன.

இந்தியாவின் விடுதலைக்கான தேசியவாத காங்கிரஸின் போராட்டங்களினால் 1940களிலிருந்து இந்த அவல நிலை சிறிது சிறிதாக மாறத் தொடங்குவதாகவும் மிகுந்த எரிச்சலோடு பெருந் தோட்ட நிர்வாகம் இந்த மாற்றங்களைச் செய்ய ஒப்புக் கொள்வதாகவும் இந்தப் புதினம் கூறுகிறது. ஆனால், இந்திய சுதந்திரம் மலர்வதற்கு முன்பேயே வள்ளி செத்துவிடுகிறாள். தனது சொந்த கிராமத்திற்குச் சென்று உற்றார் உறவினர்களை ஒருமுறையாவது பார்த்துவர வேண்டும் என்னும் அவளது கனவுகளும் சேர்த்துப் புதைக்கப்படுகின்றன.

கூலித் தொழிலாளிகளைப் போலவே பெருந்தோட்ட அலுவலகங்களிலும் தோட்டங்களிலும் மருத்துவமனைகள், தேயிலைத் தயாரிப்புத் தொழிற்சாலைகள் போன்றவற்றில் பணிபுரியும் அலுவலர்களும் சுரண்டலுக்கும் வன்முறைக்கும் ஆளாகி வந்தனர் என்பதையும் இப் புதினம் கூறுகின்றது. கூலித் தொழிலாளிகளுக்குத் தொழிற்சங்கம் அமைக்கும் உரிமை கிடைத்த பிறகு நீண்ட காலம் இந்த அலுவலர்கள் தமக்கென ஒரு சங்கம் அமைத்துக்கொள்ள முடியாமல் இருந்தபோது, தோட்ட மேலாளர்களின் தயவை நாடியும், இலஞ்சம் கொடுத்தும், 'கூட்டிக் கொடுத்தும்', 'கோள் சொல்லியும்' வாழ்க்கையை நடத்த வேண்டியிருந்தபோது, அவர்களது உரிமைகளைப் பாதுகாப்பதற்கான ஒரு சங்கத்தை உருவாக்கியவரும் பெருந்தோட்டங்களில் நீண்டகாலம் மருத்துவராகப் பணியாற்றியவருமான பி. எச். டேனியல், தமது பெருந்தோட்ட வாழ்க்கை அனுபவங்களின் அடிப்படையில் ஆங்கிலத்தில் முப்பதாண்டுகளுக்கு முன் எழுதிய *'ரெட் டீ'* என்னும் புதினத்தை அற்புதமாகத் தமிழாக்கம் செய்துள்ளார் முருகவேள். கருப்பன், வள்ளி போன்ற பாத்திரங்கள் திருநெல்வேலி வட்டாரத் தமிழும் 'மருத்துவர்' குரூப் மலையாளம் கலந்த தமிழும், வெள்ளைக்கார அதிகாரிகள் ஆங்கிலம் கலந்த தமிழும் பேசுவதாக இத்தமிழாக்கம் அமைந்துள்ளது பாத்திரங்களுக்கு அசலான தன்மையை வழங்குகிறது.

கூலித் தொழிலாளர்கள் மீதும் பெருந்தோட்ட வெள்ளைக்காலர் ஊழியர்கள் மீதும் ஆழ்ந்த அனுதாபம் கொண்டிருந்த, அவர்களுக்காகத் தமது வாழ்க்கையை அர்ப்பணம் செய்து கொண்டிருந்த அருமையான மனிதர் மருத்துவர் டேனியல். இருப்பினும், காங்கிரஸ் தேசியவாதியாக இருந்த அவரால், பெருந்தோட்டங்களில் காங்கிரஸ் தொழிற்சங்கமான ஐ.என்.டி.யு.சி., முதலாளிகளின் கைப்பாவையாகச் செயல்பட்டதையும் கம்யூனிஸ்ட் தொழிற்சங்கங்கள் நடத்திய வீரமிக்க போராட்டங்களையும் இந்தப் புதினத்தில் பதிவு செய்ய முடியவில்லை. கூலித் தொழிலாளர்களின் மீது வெள்ளைக்காலர் ஊழியர்கள் கொண்டிருந்த அணுகுமுறை பண்பளவில் மாறாமலேயே (இன்றுவரை) தொடர்ந்து நீடித்து வந்ததையும் அவர் பதிவு செய்யவில்லை. பிரிட்டிஷ் ஆட்சியின் கடைசி ஆண்டுகளில் ஆங்கிலேயர்களின் நேரடி நிர்வாகத்தின் கீழ் பெருந்தோட்டங்கள்

இருந்தபோது வழங்கப்பட்டு வந்த மருத்துவ சேவைகள், குடியிருப்பு வசதிகள் ஆகியன சுதந்திரம் அடைந்த பிறகு மேம்பாடு காண்பதற்குப் பதிலாக, அவற்றின் தரம் சிறிது சிறிதாகக் (குறிப்பாக 1980களிலிருந்து) குறைந்துகொண்டே வந்ததைப் பதிவு செய்வதற்கு இன்னொரு புதினத்தை வேறு யாராவது எழுத வேண்டும். சோவியத் யூனியனின் தகர்வுக்குப் பின், இந்தியத் தேயிலைக்கான உலகச் சந்தை சுருங்கிவிட்டதால், தோட்டத் தொழிலாளர்களும் அலுவலர்களும் பரிதாபகரமான நிலைக்குத் தள்ளப்பட்டுவிட்டனர். பணி நிரந்தரம், போனஸ் முதலியவை ஒருபக்கம் இருக்கட்டும், ஊதியமே ஒழுங்காகத் தரப்படுவதில்லை. தமிழ்நாடு அரசாங்கத்துக்கும் சொந்தமான 'டான்டீ'யால் நடத்தப்பட்டு வரும் பெருந் தோட்டங்களிலும் இதுதான் நிலைமை. சிறு தோட்டங்களிலுள்ள தொழிலாளர் நிலையைப் பற்றிக் கேட்கவே வேண்டாம்.

மிகப் பயங்கரமான சித்திரவதை முகாம்களாகச் சித்திரிக்கப் படும் தேயிலைத் தோட்டங்களுக்குச் செல்லுமாறு தாழ்த்தப் பட்ட வகுப்புத் தொழிலாளிகளைக் கட்டாயப்படுத்திய கிராமியச் சாதிய அமைப்பு, அதன் பொருளாதாரம் ஆகியவற்றைப் பற்றிய மேலோட்டமான குறிப்புகள் இந்தப் படைப்பில் காணப்படு கின்றன. தொழிலாளர்களை ஏமாற்றுகின்ற மாய மந்திரவாதி களைப் பற்றிப் பேசும் இந்தப் படைப்பில் பெருந்தோட்டங் களில் தொழிலாளர்களிடையே நிலவிய சாதியக் காழ்ப்புணர்வு கள் பற்றிய குறிப்புகள் இல்லை. வெள்ளைக்காரத் துரைமார்கள் மட்டுமே 'சக்கிலி', 'பறையன்' போன்றவற்றை இழிவுக் குறிப்புச் சொற்களாகப் பயன்படுத்துவதாகக் கூறுகிறது இந்தப் புதினம். பெருந் தோட்டங்களில் - குறிப்பாக மலேயா, இலங்கை போன்ற நாடுகளில் - வேலை செய்யும் வாய்ப்புக் கிட்டியதால்தான் தாழ்த்தப்பட்ட வகுப்பைச் சேர்ந்த பலர் சமூக, பண்பாட்டு, பொருளாதார ஏற்றமும் சுயமரியாதை உணர்வும் பெற முடிந்தது என சுந்தரராஜ் மாணிக்கம் என்ற தலித் வரலாற்றறிஞர் எழுதியுள்ளார். தலித் மக்களிடையேயும் இந்த அபிப்பிராயம் காணப்படுகின்றது என்றும், பெருந்தோட்டங்களில் சாதிப் பாகுபாடுகள் மறையவில்லை என்றாலும், கிராமப்புறங்களைப் போல 'ஊர்' என்றும் 'காலனி' என்றும் குடியிருப்புப் பகுதிகள் பாகுபடுத்தப்படவில்லை என்றும் பல்வேறு சாதியினர் ஒரே

பாடி வீடுகளில் (லைன் வீடுகளில்) குடியமர்த்தப்பட்டனர் என்றும், இந்த அம்சம் தாழ்த்தப்பட்ட சாதிகளைச் சேர்ந்த தொழிலாளிகள் மனதில் பெரும் தாக்கத்தை ஏற்படுத்தியிருந்தது என்றும் சுந்தர்ராஜ் மாணிக்கம் கூறுகின்றார். சாதியக் கொடுமைகள் நிறைந்த தங்கள் சொந்த கிராமங்களைவிட கடும்புலியும் நச்சுப் பூச்சிகளும் நிறைந்த மலைத் தோட்டங்களே பரவாயில்லை என தாழ்த்தப்பட்ட சாதித் தொழிலாளர்கள் நினைத்திருக்கிறார்கள் போலும். மருத்துவர் டேனியலின் தேசியவாதப் பார்வைக்கு வெளிநாட்டுப் பொருளாதார ஏகாதிபத்தியம் தெரிந்த அளவிற்கு உள்நாட்டு முதலாளியச் சுரண்டலும் சாதியம் என்னும் சமூக-பண்பாட்டு ஏகாதிபத்தியமும் புலப்படாமல் போய்விட்டது.

5

தமிழ் ஆண்டுத் தொடக்கம்

'இந்தியா மீது அடுத்தடுத்து நிகழ்ந்த படையெடுப்புகளைத் தவிர இந்தியாவிற்கென்று வரலாறு ஏதும் இல்லை' என கார்ல் மார்க்ஸ் ஒருமுறை கூறினார். இதனால், இந்திய தேசிய மரபில் வந்த தேசியவாத, மார்க்ஸிய வரலாற்று அறிஞர்களுக்கு மார்க்ஸ் மீது சற்றுக் கோபம்தான்! ஆங்கிலேயரின் வருகை வரை, தன்னிறைவான, பார்ப்பனிய - சாதி அடிப்படையிலான கிராமியப் பொருளாதார சமூக அமைப்பு முறை ஆட்டங் காணாமல் அப்படியே நிலைத்திருந்தது என்னும் பொருளில்தான் மார்க்ஸ் மேற்கண்ட கூற்றை எழுதினாரேயன்றி வரலாற்றை உருவாக்குவதில் இந்திய மக்களுக்குள்ள ஆற்றலை மறுப்பதற்காக அல்ல.

அதேபோலத்தான் 'தமிழனுக்கு சரித்திரம் இல்லை' எனத் தந்தை பெரியார் கூறியதும், பார்ப்பனியப் பண்பாட்டு ஆதிக்கத்திற்குத் தமிழ் மக்கள் - சூத்திரர்களும் பஞ்சமர்களும் - பன்னூறாண்டுகளாக அடிமைப்பட்டிருந்த நிலையைச் சுட்டிக் காட்டுவதற்குத்தான். ஒருமுறை, 'தமிழர்களின் பழம் பெருமை' பற்றிய பேச்சு எழுந்தபோது, 'யார் அந்தப் பழந்தமிழன்? அவனுக்கு வருஷம் உண்டா?' எனக் கேட்டார். தமிழர்களின் வரலாற்றை அறுபதாண்டுகளுக்குள் முடக்கி வைக்கவும் காலத்தின் முப்பரிமாணத்தை அகற்றி அவர்களிடம் வரலாற்றுணர்வு இல்லாமல் செய்வதும் பார்ப்பனர்களின் சூழ்ச்சிகளிலொன்று எனக் கருதினார்.

தமிழர்கள் கணித்தவற்றில் அவர்கள் கிழமை (வார) நாள்களுக்கும் திங்கள்களுக்கும் (மாதங்களுக்கும்) வைத்த பெயர்கள் எப்படியோ ஏறத்தாழ பார்ப்பன - சமஸ்கிருதத் திரிபுகளுக்கு உட்படாமல் தப்பிவிட்டன. ஆனால், 'பிரபவ', 'சுபாநு' போன்ற ஆண்டுப் பெயர்கள் அறுபதாண்டுகளுக்

கொருமுறை திரும்பத் திரும்ப வரும்படி செய்யப்பட்டன. இவை புராணங்கள் தொடர்பானவை மட்டுமன்று. அறுபதாண்டுகளுக்கு மேல் தமிழர்களின் வரலாறு தொடரவோ, அவர்களிடம் வரலாற்றுணர்வு முகிழ்க்கவோ கூடாது என்னும் சூழ்ச்சியின் விளைவுகளுமாகும். ஆகவேதான், ஆண்டுதோறும் பஞ்சாங்கங்களிலும் நாள்காட்டிகளிலும் 'தமிழ் வருஷப் பிறப்பு' எனக் காட்டப்படும் நாள் தமிழர்களின் ஆண்டுப் பிறப்பு நாளாக இருக்க முடியாது, இருக்கக்கூடாது எனத் தந்தை பெரியாரும் அவரது சுயமரியாதை திராவிடர் இயக்கத்தினரும் நீண்ட காலமாகவே கூறிவந்துள்ளனர்.

தந்தை பெரியார் 1930களிலேயே, பொங்கல் நாளைத் தமிழர் திருநாளாகக் கொண்டாடும்படி அறைகூவல் விடுத்தார். அதேபோல், 'தமிழ் வருஷப் பெயர்கள்' என்பதை ஒழித்துக்கட்டி விட்டு, அறிவுக்குகந்த புதிய ஆண்டு வரிசையைப் பின்பற்று மாறும் வலியுறுத்தி வந்தார். தி.மு.க ஆட்சிப் பொறுப்புக்கு வந்ததும், தைப் பொங்கலுக்கு அடுத்த மாட்டுப் பொங்கல் நாளை 'திருவள்ளுவர் பிறந்த நாளாக' அறிவித்தது.

சென்ற 10-01-2008-இல் சென்னையில் நடந்த 'சங்கமம்' கலை நிகழ்ச்சியின் தொடக்க விழா நிகழ்ச்சியில் உரையாற்றிய தமிழக முதல்வர் மு. கருணாநிதி, தை முதல் நாள் (பொங்கல் திருநாள்) தமிழ் ஆண்டுத் தொடக்கமாகக் கடைப்பிடிக்கப்படும் வகையில் அரசாங்க ஆணை பிறப்பிக்கப்படும் என அறிவித்ததைத் தமிழ் மக்கள் அனைவரும் மகிழ்ச்சியுடன் வரவேற்க வேண்டும். உலக அளவில் பெரும்பான்மை மக்களால் கடைப்பிடிக்கப்படும் ஆங்கில ஆண்டுத் தொடக்க நாளுக்கும் இதற்கும் இரு கிழமை களே இடைவெளி. மேலும் குறிப்பிட்ட திங்களின் (மாதத்தின்) முதல் நாளே ஆண்டுத் தொடக்க நாளாகவும் இருப்பதுதான் அறிவுக்குகந்ததாகும்.

தமிழர்களில் இறை நம்பிக்கையாளர்களே மிக மிகப் பெரும்பான்மையினர். எனவேதான் அவர்களுக்கு சுயமரியாதை உணர்வை (இதைத்தான் பெரியார் தமிழுணர்வு எனக் கருதினார்) ஏற்படுத்துவதற்காக அவர், 'சித்திரபுத்திரன்' என்னும் புனைபெயரில் 'குடியரசு' (08 - 04 - 1944 இதழில் 'தமிழ் வருஷப் பிறப்பு-60 வருடங்களுக்கு மானங்கெட்ட கதை' என்னும் கட்டுரையை எழுதினார்.

தமிழர்களின் இழிவு நீக்குவதில் ஒரு முயற்சியாக தமிழக முதல்வர் வெளியிட்டுள்ள அறிவிப்பை வரவேற்கும் முகத்தான் தந்தை பெரியாரின் கட்டுரையை இந்தத் தலைமுறையைச் சேர்ந்த வாசகர்கள் படிக்க வேண்டும். (காண்க, பின்னிணைப்பு:I)

6

நினைக்கப்படவேண்டிய இரண்டு பெண்கள்*

எனது கல்லூரி ஆசிரியர்களிலொருவர், நான் வரைந்த ஓவியங்கள் அனைத்தையும் பார்த்துவிட்டு என்னிடம் கூறினார். 'அழகான மனிதர்களை இந்த ஓவியங்களாக நீ தீட்டுவதற்குக் காரணம், உனது தோற்றம் எவ்வாறு இருக்கிறது என்பதை, நீ உண்மையில் என்னவாக இருக்கிறாய் என்பதை எதிர்கொள்ள நீ விரும்பவில்லை என்று நினைக்கிறேன்'. நான் அதிர்ச்சியடைந்தேன். அது என் மீது தனிப்பட்ட முறையில் நடந்த தாக்குதலாக எனக்குப் பட்டது. நான் பல்கலைக்கழகத்திற்கு வந்தது கலை பயில்வதற்காகவேயன்றி உளவியல் பகுப்பாய்வுக்கு உட்படுத்தப்படுவதற்கோ, ஓவியம் தீட்டுவதற்காக நான் தேர்ந்தெடுத்துக் கொண்ட கருப்பொருளுக்காக விமர்சிக்கப்படுவதற்கோ அல்ல.

-அலிசன் லாப்பர், மை லைஃப் இன் மை ஹான்ட்ஸ்

உலக வரலாற்றில் முதன்முறையாக இப்போது ஒவ்வொரு மானுடப் பிறவியும். அந்தப் பிறவி கருத்தரித்த நொடியிலிருந்து இறக்கும்வரை. அபாயகரமான வேதிப் பொருள்களுடன் தொடர்புகொள்ளவேண்டிய நிலைக்கு ஆளாக்கப்பட்டுள்ளார். செயற்கைப் பூச்சிகொல்லிகளைப் பயன்படுத்தத் தொடங்கி இருபதாண்டுகளுக்குள்ளேயே அவை, உலகிலுள்ள உயிருள்ள, உயிரற்ற பொருள்கள் எல்லாவற்றிலும் முழுமையாகப் பகிர்ந்தளிக்கப்பட்டுள்ளதால், உலகின் எந்தவோர் இடத்திலும் அவற்றைப் பார்க்க முடிகிறது. முக்கிய ஆறுகளிலிருந்தும், புவி மண்ணுக்கடியில் நமது கண்ணுக்குத் தெரியாமல் ஓடிக்கொண்டிருக்கும் நிலத்தடி நீரோட்டங்களிலிருந்தும் அவை எடுக்கப்பட்டிருக்

---

* திருச்சிராப்பள்ளி பாரதிதாசன் பல்கலைக்கழகத்தில் 12-03-2008 அன்று நடைபெற்ற 'உலக உழைக்கும் மகளிர் நாள்' நிகழ்ச்சியில் பெரியார் உயராய்வு மையத்தின் தலைவர் என்னும் முறையில் இந்நூலாசிரியர் ஆற்றிய உரை.

கின்றன. பன்னிரண்டு ஆண்டுகளுக்கு முன் எந்த வயலில் அவற்றைத் தெளித்தோமோ, அங்கு அவற்றின் எச்சங்கள் இன்னும் இருந்து கொண்டிருக்கின்றன. உலகளாவிய வகையில், மீன்கள், பறவைகள், ஊர்வன ஆகியவற்றின் உடல்களிலும் அவை நுழைந்து அங்கு தங்கி விட்டன. விலங்குகளைப் பரிசோதனைக்கு எடுத்துக்கொள்ளும் அறிவியலாளர்களுக்கு, இத்தகைய நச்சூட்டப்படாத உயிரினங்களைக் கண்டுபிடிப்பது சாத்தியமற்றதாகியிருக்கிறது. இந்த நச்சுப் பொருள்கள், எங்கோ தொலைவிலுள்ள மலைகளிலுள்ள ஏரிகளில், மண்ணைக் குடைந்துகொண்டிருக்கும் மண் புழுக்களில், பறவைகளின் முட்டை களில் - ஏன், மனிதனின் உடலிலும்கூடக் காணப்பட்டுள்ளன. அனைத்து வயதுப் பிரிவுகளையும் சார்ந்த பெரும்பான்மையான மனிதர்களின் உடல்களில் அவை சேமித்து வைக்கப்பட்டுள்ளன. அவை தாய்ப்பாலில் காணப்படுகின்றன. இன்னும் பிறக்காத குழந்தை யின் திசுக்களிலும்கூட அவை இருக்கக்கூடும்.

-ரேய்சல் கார்ஸன், சைலண்ட் ஸ்பிரிங்

கார்ல் மார்க்ஸ், ஃபிரெடரிக் ஏங்கெல்ஸ் ஆகியோரால் எழுதப்பட்டு, உலகிலுள்ள உழைக்கும் மக்களின் விடுதலைப் பிரகடனமாகத் திகழ்ந்துகொண்டிருக்கும் 'கம்யூனிஸ்ட் கட்சி அறிக்கை', 'பாட்டாளி வர்க்கத்திற்கு இழப்பதற்கு ஒன்றுமில்லை. அடிமைச் சங்கிலியைத் தவிர' என்னும் புகழ்பெற்ற வாசகத்தோடு முடிவுபெறுகிறது. ஆனால், உழைக்கும் பெண்களைப் பொருத்தவரை, அவர்கள் இழப்பதற்கு குறைந்தது இன்னொன்றும் இருக்கிறது. அதை அவர்கள் இழந்து கொண்டிருக்கிறார்கள். அவர்களை நினைப்பதற்கான, அவர்கள் மீதான சுரண்டலை, ஒடுக்குமுறையை, அவர்களது போராட்டத்தை, அவர்களது தியாகங்களை, அவர்களது வெற்றிகளை, தொடர்ந்து அவர்கள் நடத்தவேண்டிய கிளர்ச்சிகளை ஒவ்வொரு ஆண்டும் நினைவு கூர்வதற்கான நாளாக, உலக உழைக்கும் பெண்கள் நாளாக மார்ச்8 தேர்ந்தெடுக்கப்பட்டதே, அந்த நாளையே அவர்கள் இழந்து கொண்டிருக்கிறார்கள்.

அதாவது, 'உலக உழைக்கும் பெண்கள் நாள்' என்பதி லிருந்து 'உழைக்கும்' என்னும் சொல் அகற்றப்பட்டு, 'உலகப் பெண்கள்' நாளாக - அதிலும் வரலட்சுமி நோன்பு, காணும்

பொங்கல் என்பது போன்ற இன்னொரு பண்டிகையாக - மாற்றப்பட்டுள்ள அவலம் நேர்ந்துள்ளது. பிளாக் தண்டர், கிஷ்கிந்தா போன்ற பொழுதுபோக்குக் கேளிக்கைப் பூங்காக் களுக்குப் போவது போல இந்தத் தினத்தையொட்டிக் கேளிக்கை நிகழ்ச்சிகள் ஏற்பாடு செய்யப்படுகின்றன. 'கண்டிப்பாக ஆண்களுக்கு அனுமதி கிடையாது' என்னும் வாசகம் அடங்கிய சுவரொட்டி, திரைப்பட நடிகையொருவர் முதன்மை விருந்தினராகக் கலந்துகொள்ளும் 'உலக மகளிர் தின' இசை நிகழ்ச்சிக்கான விளம்பரத்தை அறிவிக்கிறது. இதில் வேடிக்கை என்னவென்றால், இந்த இசை நிகழ்ச்சியை நிகழ்த்துகிறவர்களில் முதன்மையானவர்கள் ஆண்கள்! அதை ஏற்பாடு செய்கிறவர் களும் ஆண்கள்தாம். அதிலும், பார்ப்பனியம், சாதியம், பெண் ணடிமைத்தனம் ஆகியவற்றைத் தூக்கி நிறுத்தும் ஊடக வணி கர்கள், தொலைக்காட்சி ஊடகங்கள், வணிக நிறுவனங்கள், அரசியல் கட்சிகள் ஆகியவையும் உலக 'உழைக்கும் மகளிர் நாளை'க் கொச்சைப்படுத்துவதில், சிறுமைப்படுத்துவதில் தமது பங்களிப்பைச் செய்து வருகின்றன.

நமது பல்கலைக்கழகத்தில் கடந்த ஆண்டு மார்ச் 8-இல் நடைபெற்ற நிகழ்ச்சிகளிலும்கூட 'உழைக்கும்' என்னும் சொல் குறிப்பிடப்பட்டிருக்கவில்லை என்பதோடு, சில கலைநிகழ்ச்சிகள், தமிழ்ச் சமுதாயத்தில் பெண்களுக்கு - அதுவும் குறிப்பாகப் பெண் குழந்தைகளுக்கு - மரபாக வழங்கப்பட்டிருக்கும் சமுதாய, பாலியல் பாத்திரத்தை வலியுறுத்தும் வகையிலேயே அமைந் திருந்தது அவப்பேறு. எனவேதான், இந்த ஆண்டு, மிக விழிப் போடு இருந்து, 'உலக உழைக்கும் மகளிர் நாள்' என்னும் பெயரையாவது மாற்றாமல் இருக்கவேண்டும் என்பதை உறுதி செய்துகொண்டேன். உலகிலுள்ள மகளிரைப் பொருத்தவரை அவர்களில் மிகப் பெரும்பாலானோர் உழைக்கும் மக்கள்தாம். வயல் வெளிகளில், தொழிற்கூடங்களில், சேவைத் துறைகளில் மட்டுமின்றி வீடுகளிலும் உழைப்பவர்கள். எனவே 'உழைக்கும் மகளிர்' எனச் சொல்கையில், பிறரது உழைப்பில் சுகம் காண்கிற மிகச் சிறுபான்மையான பெண்களைத் தவிர மற்ற எல்லாப் பெண்களும் உழைக்கும் பெண்கள்தாம். ஆணாதிக்கத்திலிருந்தும் பல்வேறு வகைப் பொருளாதாரச் சுரண்டல்களிலிருந்தும் பெண்களை விடுதலை செய்வதற்காகப் போராடும், இந்த உலகத்தை உண்மையிலேயே மானுடத் தன்மையாக்குவதற்காக

முயற்சி செய்யும் பெண்ணியச் சிந்தனையாளர்கள், கலைஞர்கள், அறிவியலாளர்கள் ஆகியோரையும் நாம் உழைக்கும் மகளிராக வே கருதவேண்டும். இத்தகையவர்கள் ஓரிருவரை இந்த நாளில் நினைவுகூர்வது, சமுதாய முன்னேற்றத்தில், நாகரிக, பண்பாட்டு வளர்ச்சியில் பெண்களின் பங்களிப்புகளைச் சிறப்பிப்பதற்கும் அவற்றிலிருந்து நமது தொடர்ந்த போராட்டத்திற்கான உள் உந்துதலையும் உற்சாகத்தையும் பெறுவதற்கும் உதவும்.

ஆண்களின் இச்சைக்குரிய போகப் பொருள்களாக, சொத்து வாரிசுக்காகப் பிள்ளை பெற்றுத் தரும் கருவிகளாக, சாதி மதிப்பீடுகளைப் பேணிப் பாதுகாப்பவர்களாகப் பெண்கள் கருதப்படுகின்றனர் என்பது நமக்கு நாமே திரும்பத் திரும்பச் சொல்லிக்கொள்கின்ற விசயங்கள். இத்தகைய பாத்திரங்களை வகிக்கும் பெண்களுக்கு இன்றியமையாததாகச் சொல்லப்படுவது 'அழகு'. அதிலும் 'சிகப்பு அழகு', இது, 'அழகு' என்பதற்கு ஆண்கள் வழங்கும் வரையறையின் அடிப்படையில் வலியுறுத்தப் படுவதாகச் சொல்லப்படுகிறது. இதில் உண்மை இருக்கத்தான் செய்கிறது. ஆனால், பார்ப்பனிய ஆதிக்கத்தின் காரணமாக பெண்களுக்கான இலட்சிய மாதிரியாக 'சிகப்பு அழகு' நமது சமுதாயத்தில் நீண்டகாலமாகவே வலியுறுத்தப்பட்டு வந்திருக் கிறது. 'அவ, பாப்பாத்தி மாதிரி நல்ல சிவப்பா இருப்பா' என்பது பொதுப் புத்தியில் ஏற்றுக்கொள்ளப்பட்ட மதிப்பீடு. எங்கள் காலத்தில் இது பெண்களுக்கு மட்டுமே சொல்லப்பட்டு வந்தது. ஆண்களைப் பொருத்தவரை 'அவன் நல்லா கருங்காலி மரத்தில செதுக்கின மாதிரி இருப்பான்யா' என்று கறுப்பாக உள்ள ஆண்களை அந்தக் காலத்தில் சிறப்பித்துக் கூறும் வழக்கம் இருந்தது. ஆனால், இன்றோ 'சிவப்பு அழகு' இளைஞர்கள் பலராலும் தேடிச் செல்லப்படுகின்ற இலக்காகி விட்டது. ஏனெனில், இன்று பார்ப்பனியப் பண்பாடு என்பதோடு வெள்ளைக்காரர்களின், ஜப்பானியர்களின் ஏகாதிபத்தியப் பண்பாடும் நம் மீது ஆதிக்கம் செலுத்துகின்றது. நவீனத் தொழில்நுட்பமும் மூலதனமும் அதிகம் தேவைப்படுகின்ற தகவல் தொழில்நுட்பத்துறை போன்ற சேவைத் துறைகளில், ஆள்களின் கல்வித் தகுதி, அனுபவம் ஆகியவை மட்டுமல்லாது அவர்களது தோற்றமும் ஆங்கில உச்சரிப்பும் முக்கிய தகுதி

களாகக் கொள்ளப்படுகின்றன. கென்ய எழுத்தாளர் கூகிவா தியாங்கோ கூறுவதுபோல நம்மில் பலருக்கு விடாத 'வெள்ளை வலி' ஏற்பட்டு விடுகிறது. Head Ache போல White Ache. அதாவது நாம் எப்படியாவது பார்ப்பனனைப் போல, வெள்ளைக்காரனைப் போல ஆகிவிட வேண்டும் என்பதுதான். இதில் வேடிக்கை என்னவென்றால், இந்துத்துவ சக்திகளால் தூக்கி நிறுத்தப்படும் ராமன் - பாபர் மசூதி விவகாரத்திலும் சரி, சேதுக் கால்வாய் விவகாரத்திலும் சரி - அந்த ராமன் கறுப்பன்தான்!

அமெரிக்காவிலுள்ள கறுப்பின மக்கள், ஆஃப்ரோ-அமெரிக்கர்கள், தங்கள் விடுதலை முழக்கங்களிலொன்றாக, தங்களது சுயமரியாதையின், பண்பாட்டு மரபுப் பெருமிதத்தின் வெளிப்பாடாகக் கூறுவது 'கறுப்பு அழகானது' (Black is Beautiful). எனக்குத் தெரிந்த வகையில், இந்தியாவில் கறுப்பாக இருப்பது தாழ்வு, குறை எனக் கருதும் போக்கிற்கு எதிராகப் போராடியவர் டாக்டர் ராம் மனோகர் லோஹியா மட்டுமே. அவர் அப்போது இருந்த சோசலிஸ்ட் கட்சியின் தலைவர். நமது நாட்டில் பெரியார் இயக்கமும், அம்பேத்கர் இயக்கமும் இதுபோன்ற முழக்கத்தை எழுப்பியிருக்க வேண்டும்.

பெண்களை அழகுப் பதுமைகளாக்குவதைப் பெண்களே ஏற்றுக்கொள்ளும்படி செய்வதில்தான் ஆணாதிக்கத் தந்தைமைக் கருத்து நிலையின் வெற்றிடங்கியுள்ளது என்பது உண்மைதான். ஆனால், இங்கு செயல்படுவது தந்தைமைக் கருத்துநிலை மட்டுமல்ல; ஏகாதிபத்திய முதலாளியமும்தான். 'பெண்களுக்கு அழகுதான் எல்லாமே' என்கிற கருத்து மிகத் தீவிரமாக ஊடகங் களால் பரப்பப்படுகிறது. இந்தியாவில் உலக மயமாக்கலின் விளைவுகளிலொன்று, அழகுப்பொருள் துறையின் வளர்ச்சி யாகும். 1990களில் ரூ.2,311 கோடியாக இருந்தது 2000-இல் ரூ.18,950 கோடியாக உயர்ந்துள்ளது. இந்த 2008-இல் இது இன்னும் பல மடங்கு உயர்ந்திருக்கும் என்பதில் ஐயதில்லை. ஒருபுறம் ஊடகங்கள், பெண்களை வழிபாட்டுக்குரியவர் களாகவும், மறுபுறம் மலிவான பாலியல் பொருள்களாகவும் காட்டுகின்றன. இதில் வருந்தத்தக்கது என்னவென்றால், அழகு சாதனங்கள் பெருமளவில் நகர்ப்புற, நாட்டுப்புற ஏழைப் பெண்களைக் குறியிலக்காகக் கொள்வதுதான். கறுப்புத் தோலின்

நிறத்தை எப்படிச் சிகப்பாக மாற்ற முடியும்? தோலிலுள்ள ‘பிக்மெண்டை’ எளிதாக மாற்ற முடியுமா? தமது தோலின் நிறத்தை மாற்றுவதற்காக மைக்கேல் ஜாக்சன் கோடிக்கணக்கான டாலர்களைச் செலவு செய்தார். இப்போது அவரது முகவரியே தெரியாமல் போய்விட்டது.

இந்தச் சூழ்நிலையில்தான், ‘அழகு’ என்பதை உடல் தோற்றத்தின் அடிப்படையில் வரையறுப்பதைக் கேள்விக் குட்படுத்தி, நிராகரித்து, அதற்குப் புதிய வரையறையை, விளக்கத் தை வழங்கிய ஒரு பெண்மணி முக்கியத்துவம் பெறுகிறார். அலிசன் லாப்பர் என்னும் ஓவியக் கலைஞர். அவர் அற்புதமான ஓவியக் கலைஞர் என்றாலும் உலகளவில் பரவலான கவனத்தை ஈர்த்தது 2005-ஆம் ஆண்டு இறுதியில்தான். அதற்கு இரண்டு காரணங்கள். முதல் காரணம், இலண்டனின் மையப் பகுதியான டிரஃபால்கர் சதுக்கத்தில் ஒரு குறிப்பிட்ட இடத்தில் புகழ்பெற்ற நவீனச் சிற்பங்கள் (சிலைகள்) சில மாதங்கள் காட்சிக்கு வைக்கப் படும். அங்கு வைக்கப்படும் சிலைகளைத் தேர்ந்தெடுப்பதற்காக உயர்நிலைக் குழுவொன்றும் உள்ளது. அப்படி 2005 இறுதியிலி ருந்து 2007 ஏப்ரல் வரை 18 மாதங்கள் காட்சிக்கு வைக்கப் பட்டிருந்தது ஒரு பளிங்குச் சிலை. இங்கிலாந்தின் புகழ்பெற்ற நவீன சிற்பக் கலைஞரான மார்க் க்வின் உருவாக்கிய சிலை. கர்ப்பிணியாகக் காட்சியளிக்கும் அலிசின் லாப்பரின் சிலை. உலகெங்குமிருந்து இலண்டனுக்கு உல்லாசப் பயணிகளாக வருபவர்களில் மிகப் பெரும்பாலானோரால் மகிழ்ச்சியோடு வரவேற்கப்பட்ட, பாராட்டப்பட்ட அந்தச் சிலையைப் பற்றிய சில முணுமுணுப்புகளும் இருக்கத்தான் செய்தன. இரண்டாவது காரணம், அலிசன் லாப்பர் எழுதிய சுயசரிதை: ‘எனது வாழ்க்கை எனது கைகளில்’ என்பது அந்தச் சுயசரிதைக்கு அவர் கொடுத்த தலைப்பு. அது, அவர் தன் கைப்பட எழுதியதல்ல. அவர் சொல்லச் சொல்ல கய் ஃபெல்ட்மன் என்னும் நண்பர் எழுதியது. அவரால் கைப்பட எழுத முடியாததற்கான காரணத்தை மார்க் க்வினின் சிற்பம் சொல்லும்.

‘உடல் குறை’, ‘ஊனம்’ என்னும் சொற்களை மிகத் தயக்கத் தோடும் விசனத்தோடும் பயன்படுத்துகிறேன் - ஒரு விசயத்தை விளக்குவதற்காக. பிறக்கும்போதே அலிசனுக்குக் கைகள்

இரண்டும் இல்லை. தொடைக்குக் கீழ் முழங்கால்களோ மூட்டு களோ கிடையாது. தொடைகள் முடியும் இடத்தில் வளர்ச்சி யடையாத பாதங்கள். இதை மருத்துவத்துறையில் Phocomelia என்று சொல்வார்கள். பிரசவத்திற்குப் பிறகு அவரது தாயார் அரை மயக்கத்தில் இருந்தார். மயக்கம் தெளிந்ததும் மருத்துவர் கள் வெளிப்படையாக அவரிடம் கூறினர்: 'குழந்தை உடல் ஊனத்துடன் பிறந்திருக்கிறது, அது நீண்டகாலம் உயிரோடு இருக்காது. எனவே பேசாமல் அதை சில நாள்கள் இங்கேயே வைத்துக்கொள்கிறோம். பிறகு உடல் ஊனமடைந்த குழந்தை கள் காப்பகத்தில் சேர்த்துவிடுகிறோம்.' தாய் அதிர்ச்சியடைந் தார்; தமது குழந்தையை அநாதையாக விட்டுவிட வேண்டுமே என்பதற்காக அல்ல. தொழிலாளி வர்க்கத்தைச் சேர்ந்தவர்தாம் அவரும். ஆனால், தமது உடல் அழகை, தோற்றத்தை மிக 'அழகாக' வைத்திருப்பதில் மிகை விருப்பம் கொண்டிருந்தவர். அதற்காகத் தமது வருவாயில் கணிசமான பகுதியை அழகு சாதனங்களை வாங்குவதில் செலவிட்டு வந்தவர். 'இப்படிப்பட்ட அழகான, கவர்ச்சியான உடலைக்கொண்ட எனக்கு இப்படி ஓர் ஊனக் குழந்தையா' என்று அவரும் தமது குழந்தையைக் கைவிட்டுவிட்டார். அந்தக் குழந்தையும் அரசாங்கக் காப்பகத் தில் சேர்க்கப்பட்டது. அந்தக் காப்பகத்தைப் பராமரிக்கும் செவிலியர்கள், காவலர்கள் போன்றோரின் மனிதத் தன்மையற்ற நடத்தைகளையும், அவர்கள் இழைத்த கொடுமைகளையும் படிக்கும்போது நம் உள்ளத்தில் இரத்தம் கசியும். அந்தக் குழந்தைகளை வெறும் மாமிசப் பந்துகளாகக் கருதி அவர் களைத் தூக்கிப் பத்துப் பதினைந்து அடி தூரத்திற்கு வீசுவதில் ஆனந்தம் கண்ட கொடியவனும் இவர்களில் அடக்கம். கைகளில்லாத குழந்தைகள் எப்படி உணவு உண்ணும்? தட்டு களில் உள்ள உணவை விலங்குகளைப் போல வாயில் கவ்வி யெடுக்கவேண்டும். வெளி உலகம் என்பதே அவர்களுக்குத் தெரியாது. அந்தக் குழந்தைகளைப் பார்க்க, குற்ற உணர்வுள்ள பெற்றோர்கள் சிலர் அவ்வப்போது வருவார்கள். ஆனால் அந்தச் சந்திப்புகளுக்குப் பிறகு குழந்தைகளின் மனச்சுமை கூடுமே தவிர குறையாது. மகிழ்ச்சியற்ற சந்திப்புகள். அவர்கள் செயற்கைக் கால்கள், கைகள் தயாரிக்கும் தொழிற்கூடங்களுக்கு அழைத்துச் செல்லப்படுவர் - அளவு பார்ப்பதற்காக, அவை பயன்படுகின் றனவா என்பதைப் பார்ப்பதற்காக. அந்தச் சந்தர்ப்பங்கள்தாம்

அந்தக் குழந்தைகளின் மகிழ்ச்சியான நேரங்கள். வெளி உலகத்தை அறிந்துகொள்ளும் நேரங்கள்.

கொடூரமான இந்தக் காப்பகச் சூழ்நிலையிலும்கூட, மனம் தளராதவர்களாக, எதிர்த்துப் பேசுகிறவர்களாக வளர்ந்த குழந்தைகளில் அலிசனும் ஒருவர். அவருக்கு டேட் என்னும் சிறுவர் மிக நெருக்கமான நண்பராகிறார். பின்னர் அவருடைய குடும்பம் முழுவதுமே அலிசன் மீது பாசத்தைச் சொரிகிறது. அவரைத் தத்தெடுக்கவும் முன் வருகிறது. அப்போது அவரது வாழ்க்கையில் குறுக்கிடுகிறார் அவரது தாய். தத்துக் கொடுக்க அவரது சம்மதம், கையெழுத்து வேண்டும். அச்சமயம், அவர் வேறொருவரைத் திருமணம் செய்துகொண்டு வாழ்ந்து வந்தார். வலுக்கட்டாயமாக, தாயின் வீட்டுக்குக் கொண்டு செல்லப்பட்டு அங்கு சில ஆண்டுகளைக் கழிக்கிறார் அலிசன். அப்போதே ஓவியக் கலை பயிலத் தொடங்கி விட்டார். பின்னர் அவர் வேறு ஒரு காப்பகத்தில் சேர்க்கப்படுகிறார். இதற்கிடையே அவரது பாதங்களைச் சரி செய்ய அறுவைச் சிகிச்சை செய்யப்படுகிறது. ஆனால், அவர் செயற்கை உறுப்புகளை அணிய முடியாது என உறுதியாக மறுத்துவிட்டார். அவை அவருக்கு வசதியாக இருக்கவில்லை. இன்று வரை அவர் செயற்கை உறுப்புகளைப் பயன்படுத்துவதில்லை.

பத்தொன்பதாம் வயதில் அந்த இரண்டாவது காப்பகத்தை விட்டு வெளியே வந்த அலிசன், கார் ஓட்டப் பழகிக் கொண்டதுடன், (இதற்கு மின்னணுக் கருவிகள் உதவுகின்றன) கார் ஓட்டுவதற்கான உரிமத்தையும் பெற்றார். இங்கிலாந்திலுள்ள பிரைட்டன் பல்கலைக்கழகத்தில் சேர்ந்து 1944-இல் நுண்கலையில் ஆனர்ஸ் பட்டம் பெற்றார். இந்தப் பல்கலைக்கழகத்தில் அவர் ஓவியக் கலைப் பயிற்சியிலிருந்த போது நிகழ்ந்த சம்பவம் அவரது வாழ்க்கையில் மிகப் பெரிய திருப்பத்தை ஏற்படுத்தியது. ஓவியப் பயிற்சிகளின்போது அலிசன், அழகானவை எனச் சொல்லப்படும் நிலக்காட்சிகளை, அழகான மனிதர்கள் எனச் சொல்லப்படு பவர்களை ஓவியமாகத் தீட்டுவது வழக்கம். ஒருநாள் அவரது ஆசிரியர் அவரிடம் கூறினார்: 'ஏன் நீ, இந்த அழகான மனிதர்கள் மீதே கவனம் குவிக்கிறாய். உனது உடலை எதிர்கொள்ளத் தயங்குகிறாயா? உனது உடலை நீயே ஒரு முறை பார்'. தம்மை அவமானப் படுத்துவதற்காகவே அந்த ஆசிரியர் அப்படிச்

சொன்னதாக முதலில் கருதிய அலிசன், பின்னர் அதற்கு வேறு ஓர் அர்த்தம் இருப்பதைக் கண்டறிகிறார். அன்றே அவர், அந்தக் காப்பகத்திலுள்ள நூலகத்திற்குச் சென்று, ஓவியம், சிற்பம் தொடர்பான நூல்களைப் புரட்டத் தொடங்குகிறார். பக்கங்களைப் புரட்ட அவர் பயன்படுத்தியது தனது வாயையும் மூக்கையும். அப்போது, எதிர்பாராதவிதமாக பண்டைக் கிரேக்கச் சிற்பமொன்றின் புகைப்படத்தை ஒரு புத்தகத்தில் பார்க்கிறார். அந்தச் சிற்பம், இப்போது பாரிஸிலுள்ள உலகப் புகழ்பெற்ற கலைக்கூடமான லூவ்ரில் இருக்கிறது. அதைப் படைத்தவரின் பெயர் யாருக்கும் தெரியாது. அது பண்டைக் கிரேக்கத்தில் காதல் தெய்வமாகக் கருதப்பட்ட வீனஸின் சிலை. எப்போதோ நடந்த போரில் அதனுடைய கைகளையும் அது வைக்கப்பட்டிருந்த பீடத்தையும் யாரோ சிதைத்திருக்க வேண்டும். கைகளில்லாத அந்தச் சிலை, வரலாற்றின் தந்திரங்களுக்குத் தாக்குப் பிடித்து பாரிஸில் பாதுகாக்கப்பட்டு வருகிறது. வீனஸ் டி மிலோ என்பது அந்தச் சிலையின் பெயர். மிக அழகான சிற்பங்களிலொன்றாக, அழகுக்கான எடுத்துக் காட்டுகளிலொன்றாகக் கருதப்படுகிறது அந்தச் சிலை. என்றோ வடிக்கப்பட்ட, கைகள் சிதைக்கப்பட்ட அந்தப் பளிங்குக் கற்சிலை அழகானது, அழகு என்பதற்கு எடுத்துக்காட்டு என்றால், உயிரோடு இருக்கிற, இரத்தமும் சதையுமான, சிந்திக்கின்ற, கலைப்படைப்புத் தொழிலில் ஈடுபட்டிருக்கிற எனது உடல் - அதில் கைகள் இல்லாமலிருக்கலாம், கால்கள் ஊனப்பட்டிருக்கலாம் - ஏன் அழகு அல்ல, அதை அழகானது அல்ல என யார் சொல்ல முடியும் என்னும் கேள்விகள் அலிசனின் மனதில் எழத் தொடங்கின. நண்பர்களிடம் சொல்லி, தமது உடலின் மாடல்களை மட்ராக் என்னும் செயற்கைக் களி மண்ணில் செய்யச் சொன்னார். அவற்றின் அருகில் வீனஸ் சிலையின் புகைப்படத்தை வைத்துப் பார்த்தார். வீனஸ் சிலை அழகானது என உலகம் ஏற்றுக்கொள்ளுமேயானால், எனது உடலையும் அழகானது என ஏற்றுக்கொண்டாக வேண்டும் என்னும் முடிவுக்கு வந்தார்.

இயல்பான உடல் அமைப்பு, அழகு என்பனவற்றைக் கேள்விக்குட்படுத்தும் அவரது கலைப்படைப்புகள் பலவற்றில் அவரது உடலே கருப்பொருளாக இருக்கிறது. ஓவியம், புகைப் படம், டிஜிடல் இமேஜிங் ஆகியவற்றைத் தமது கலையில் பயன்

படுத்துகிறார். பிறந்த மேனியராகப் பெண்களை ஓவியங்களாக்குவது ஓவிய மரபில் - ஆண் ஓவியர்களின் ஆதிக்கத்திலேயே இருந்து வரும் ஓவிய மரபில் - இன்றியமையாத அம்சம். அலிசன், பிறந்த மேனியராக ஆண்களை ஓவியமாக்குகிறார். நிச்சயமாகக் காழ்ப்புணர்வுடன் அல்ல. எல்லா மனிதர்களின் உடல்களும் அழகானவை; அழகு என்பது தோற்றத்தில் அல்ல, மனதில் இருப்பது, படைப்புத் திறனில் வெளிப்படுவது; காசு கொடுத்து வாங்கப்படுவதல்ல அழகு; அப்படி வாங்குவது மானுட ஜீவிகளைச் சிறுமைப்படுத்தும் செயல் என்பதைத்தான் அவர் வலியுறுத்த விரும்புகிறார்.

இரண்டாவது காப்பகத்திலிருந்து வெளியே வந்து சுதந்திரமாகப் பிழைப்பதற்கான வாய்ப்புடன் இலண்டன் நகரில் குடியேறிய அவருக்கு ஃப்ரான் என்பவருடன் தொடர்பு ஏற்படுகிறது. அவரும் உழைக்கும் வர்க்கத்தைச் சார்ந்தவர்தான். அவரது குடும்பமும் அலிசனை நேசிக்கிறது. ஃப்ரான் தமது உடல் குறையைப் பொருட்படுத்தாது தம்மை முழுமையாக ஏற்றுக்கொண்டதாக நம்பி அவரைத் திருமணம் செய்து கொள்கிறார் அலிசன். திருமணமானதுதான் தாமதம், ஃப்ரான் ஆணாதிக்க குணத்தைக் காட்டத் தொடங்கிவிடுகிறார். 'இனி, நீ எனது உடைமை: நீ வீட்டுக்குள்தான் இருக்கவேண்டும். மேல் படிப்பு, வேலை என்று நீ எங்கும் செல்லக்கூடாது' என்று கட்டுப்பாடுகள் விதிப்பதுடன் வன்முறையையும் பயன்படுத்தத் தொடங்குகிறார். அவர் ஆறடி உயரமும் கனத்த உடல்வாகு முடையவர். அவரது இடுப்புக்குக்கூட வரமாட்டார் அலிசன். அப்படியிருந்தும், எதிர்த்துப் போராடும் அவரது சுயமரியாதை உணர்வே வென்றது. திருமண விலக்குப் பெற்று சுதந்திரப் பறவையாக வாழ்ந்தபோதுதான் அவருக்கு இன்னொரு காதலர் கிடைக்கிறார். அவரும் நல்லவர்தான் - எல்லா ஆண்களையும் போல! அலிசன் கருத்தரிக்கிறார். பல கருச்சிதைவுகளுக்குப் பிறகு இந்தக் கரு நிலைக்கிறது. குழந்தைப் பேறுக்கு ஆசைப்படுகிறார். தமது தாய் தமக்குக் காட்டாத அன்பை, பாசத்தை, தாமே ஒரு தாயாகி மற்றொரு குழந்தைக்குக் காட்டி மனித மாண்பை வெளிப்படுத்த விரும்புகிறார். அனால், அவரது கருத்தரிப்புக்குக் காரணமானவர் பொறுப்பேற்கத் தயங்குகிறார். இல்லை, பீதி அடைகிறார். குழந்தையும் ஊனமாகப் பிறந்துவிட்டால் என்ன செய்வது என்னும் அச்சம். அலிசன் மருத்துவர்களிடம் அறிவுரை கேட்கிறார். அவருக்குள்ளதைப் போன்ற உடல் குறைபாடுகள்

உள்ளவர்களுக்குப் பிறக்கும் குழந்தைகள் அதேபோன்ற குறைபாடுகளுடன் இருப்பதற்கான சாத்தியப்பாடு ஐந்து சதவீதத்துக்கும் குறைவுதான் என உறுதி கூறுகின்றனர் மருத்துவர்கள். காதலர் பயந்தோடி விட்டார். அவிசனும அவரது ஆண் குழந்தை பாரிஸும் தாயும் மகனுமாக அல்ல, இணை பிரியாத தோழர்களாக வாழ்கிறார்கள்.

சரி, அலிசனுக்குத்தான் கைகள் இல்லை. எப்படி அவர் ஓவியம் தீட்டுகிறார்? தூரிகையை வாயில் கவ்வியபடி. ஊனமுற்ற குழந்தைக் காப்பகத்தில் அலிசனும் அவருடைய நண்பர்களும் எடுத்துக்கொண்ட முயற்சிகள், போராட்டங்கள் காரணமாக, அந்தக் காப்பகத்திலும் நிலைமைகள் குறிப்பிடத்தக்க வகையில் சீரடைந்துள்ளன. கைகள் இல்லாத, தங்கள் பற்களிலும் கால் விரல் இடுக்குகளிலும் தூரிகைகளை இறுகப் பற்றிக்கொண்டு ஓவியம் தீட்டுகிறவர்கள் உலகில் ஏராளமானோர் இருக்கிறார்கள். அவர்களுக்கு ஒரு சங்கமும் இருக்கிறது - வாயாலும் காலாலும் செயல்படும் ஓவியர்கள் சங்கம் (AMFPA). அலிசன் இதில் முக்கிய உறுப்பினர். அவர் ‘அம்னெஸ்ட்டி இன்டர்நேஷனல்’ என்னும் மனித உரிமை அமைப்புக்கும் உதவி செய்துவருகின்றார்.

அவரது சுயசரிதையின் தலைப்பை இப்போது நினைவு படுத்துகிறேன்: ‘எனது வாழ்க்கை எனது கைகளில்’. கைகளே இல்லாத ஒருவர் இந்தத் தலைப்பை ஏன் கொடுத்திருக்கிறார் என்பதை உங்கள் சிந்தனைக்கே விட்டுவிடுகிறேன்.

இன்று நினைக்கப்பட வேண்டிய மற்றொரு பெண் என நான் கருதுவது, ரெய்சல் கார்ஸன் என்னும் அறிவியலாளரை. தமிழில் அவரைப் பற்றி எழுதப்பட்ட முதல் கட்டுரை ‘ஒலிக்காத இளவேனில்’. 1962-இல் வெளியான கார்ஸனின் புகழ்பெற்ற Silent Spring என்னும் ஆங்கில நூலை இலங்கைத் தமிழ் வாசகர்களுக்கு அறிமுகம் செய்து வைப்பதற்காகக் காலஞ்சென்ற ஏ. ஜே. கனகரட்னா எழுதிய அக்கட்டுரை யாழ்ப்பணத்திலிருந்து 1970-இல் வெளியிடப்பட்ட ‘மத்து’ என்னும் நூலில் சேர்க்கப் பட்டிருந்தது. அந்த நூலை 1980-இல் படிக்கும் வாய்ப்புப் பெற்றேன். அதனுடைய இரண்டாம் பதிப்பு 2000-ஆம் ஆண்டில் சென்னையில் ஈழ எழுத்தாளர் எஸ். பொன்னுத்துரையால் வெளியிடப்பட்டது. ராபெர்ட் பி. டவ்ன்ஸ் என்பவர் எழுதிய ‘உலகை மாற்றிய புத்தகங்கள்’

(Books That Changed The World) என்னும் நூலிலும் கார்ஸனின் நூல் மிகவும் சிலாகித்துப் பேசப்படுகிறது.

ரெய்சல் கார்ஸன் அமெரிக்காவிலுள்ள பென்சில்வேனியா மாகாணத்தில் ஸ்ப்ரிங்டேல் என்னும் இடத்தில் 1907-ஆம் ஆண்டு மே 7-ஆம் தேதி பிறந்து அதே மாகாணத்திலுள்ள மேரி லாண்ட் என்னும் இடத்தில் 1964 ஏப்ரல் 14-இல் காலமானார். அவரது நூறாண்டு நிறைவு நாளையொட்டி உலகெங்குமுள்ள பல்வேறு சுற்றுச்சூழல் அமைப்புகள் சிறப்பு நிகழ்ச்சிகளை நடத் தின. மேரிலாண்டில் நடத்தப்படவிருந்த நிகழ்ச்சியொன்று ஜார்ஜ் புஷ்ஷின் குடியரசுக் கட்சியைச் சேர்ந்த நாடாளுமன்ற (செனட்) உறுப்பினரின் எதிர்ப்பின் காரணமாகக் கைவிடப்பட்டது.

தமது பெற்றோர்களுக்குச் சொந்தமான பண்ணையில் பிறந்து வளர்ந்த கார்ஸன், குழந்தைப் பருவத்திலேயே இயற்கை யையும் சுற்றுச்சூழலையும் நேசித்து வந்தார். பாடப் புத்தகங் களை மட்டுமல்லாது புனைவு இலக்கியங்களைப் படிப்பதிலும் மிகுந்த ஆர்வம் கொண்டிருந்த அவர், தமது பத்தாவது வயதி லிருந்தே கதைகளையும் கட்டுரைகளையும் எழுதத் தொடங்கி னார். பெண்கள் கல்லூரியில் முதலில் ஆங்கில இலக்கியப் பட்டப்படிப்பில் சேர்ந்த அவர், பின்னர் உயிரியலை முதன்மைப் பாடமாகப் படித்தார். குடும்பத்தில் பொருளாதார வசதியில்லாத தால் பல்கலைக்கழகப் படிப்பு ஓராண்டு தள்ளிப்போனது. கடல்வாழ் உயிரியல் சோதனைக் கூடத்தில் கோடைக்காலப் பாடங்களைக் கற்ற அவர், ஜான் ஹாப்கின்ஸ் பல்கலைக் கழகத்தில் விலங்கியலும் ஜீனியலும் (மரபணுவியல்) கற்றார். அமெரிக்க அரசாங்கத்தின் மீன்வளத் துறையில் பணியாற்றத் தொடங்கிய நாள் முதலே கடல்வாழ் உயிரினங்களைப் பற்றியும், கடல் பற்றியும் எழுதத் தொடங்கினார். ‘பால்ட்டிமோர் சன்’, ‘அட்லாண்டிக் மன்த்லி’, ‘சன் மேகசின்’, ‘நேச்சர்’ போன்ற பிரபல அமெரிக்க ஏடுகளில் அவரது ஆய்வுக் கட்டுரைகள் வெளிவரத் தொடங்கின. 1937-இல் அவரது தமக்கையார் காலமானதால், தாயையும் தமக்கையின் இரு புதல்விகளையும் பராமரிக்கும் பொறுப்பும் அவருக்கு வந்து சேர்ந்தது. அவர் பணியாற்றி வந்த துறை பின்னர் மீன்வளம் மற்றும் கானுயிர்த்துறையாக மாற்றம் பெற்றது. ஜப்பானிய நகரங்கள்

மீது அணுகுண்டு வீசிய அமெரிக்க இராணுவத்தின் ஆய்வுக் கூடங்களிலொன்றுதான் ‘டிடிட்டி’ (DDT) என்னும் பூச்சி/ ஒட்டுண்ணிக்கொல்லி (Pesticide) மருந்தையும் கண்டுபிடித்தது. 1945-ஆம் ஆண்டின் இடைப் பகுதியிலிருந்தே அந்த மருந்து ஏற்படுத்தும் பாதிப்புகளைக் கண்டறிவதில் அக்கறை செலுத்தத் தொடங்கினார் கார்ஸன். கடலைப் பற்றியும் கடல்வாழ் உயிர்களைப் பற்றியும் அவர் எழுதிய மூன்று நூல்கள் 1941-1955-ஆம் ஆண்டுக் காலகட்டத்தில் வெளிவந்தன. அவற்றில் ‘நம்மைச் சூழ்ந்துள்ள கடல்’ (The Sea Around Us) அன்று அமெரிக்காவில் பிரபல்யம் பெற்றிருந்த திரைப்படத் தயாரிப்பாளரும் இயக்குநருமான இர்வின் அல்லென் என்பவரால் ஆவணப்படமாக்கப்பட்டு 1953-இல் சிறந்த ஆவணப்படத்திற்கான ஆஸ்கார் விருதினைப் பெற்றது. ஆனால், அந்தப் படத்தின் ‘திரைக்கதை’க்கான உரிமை கார்ஸனுக்கு வழங்கப்பட்டிருந்த போதிலும், அந்த உரிமை, திரைப்படத்தின் உள்ளடக்கத்தின் மீது அவருக்கு எந்தக் கட்டுப்பாட்டையும் வழங்கவில்லை. அது பரபரப்பூட்டும் திரைப்படமாக எடுக்கப்பட்டதேயன்றி, கார்ஸனின் அறிவியல் அறிவை வெளிப்படுத்துவதாக இருக்கவில்லை. வணிக சினிமா நிறுவனங்களுக்கு இனி தமது ஆக்கங்களைத் தரப் போவதில்லை என்று முடிவு செய்துகொண்டார் கார்ஸன்.

1953-இல் தனது தாயாருடன் மெய்ன் மாகாணத்திலுள்ள சவுத்போர்ட் ஐலண்டில் குடிபுகுந்தார் கார்ஸன். அங்கு வரும்படி அழைப்பு விடுத்த ஃப்ரீமன் என்பவரின் துணைவியார் டோரத்தியும் ரெய்சலும் இணை பிரியா நண்பர்களாகினர். கார்ஸனின் சுற்றுச்சூழல் ஆய்வுப் பணிகளை ஊக்குவித்து அவருக்கு உறுதுணையாக இருந்தவர் டோரத்தி. ஆனால், அவர்களது நட்பைக் கொச்சைப்படுத்தும் வதந்திகள் பரப்பப்பட்டு வந்தன. 1957-இல் கார்ஸனின் ஒன்றுவிட்ட சகோதரியொருவர் அகால மரணமடைந்ததால், அவரது ஒன்பது வயது மகனை வளர்க்கும் பொறுப்பும் கார்ஸனுக்கு வந்து சேர்ந்தது. அவனையும் தமது தாயாரையும் அருகிலிருந்து பார்த்துக்கொள்வதற்காக அவர் தமது பிறந்த ஊருக்கே சென்றார். அந்த ஆண்டிலிருந்தே அவர், சுற்றுச்சூழலுக்கு ஏற்பட்டு வரும் குறிப்பிட்ட அச்சுறுத்தல்கள் மீது கவனம் குவிக்கத் தொடங்கினார். 1945-ஆம் ஆண்டிலிருந்தே, அமெரிக்காவில் அறிவியல் ஆராய்ச்சிகளுக்காக இராணுவ நிதி ஒதுக்கப்பட்டு வந்ததையும், இரசாயனப் பூச்சிக்

கொல்லிகள் தெளிக்கப்பட்டு வந்ததையும் பற்றிக் கவலை கொள்ளத் தொடங்கியிருந்த கார்ஸன், தாவர இனங்களுக்குக் கேடு ஏற்படுத்தும் நெருப்பு எறும்பு (Fire Ants) என்னும் பூச்சிகளைக் கொல்வதற்காக ஹெலிகாப்டரிலிருந்து பூச்சிக் கொல்லிகளைத் தெளிக்கும் திட்டமொன்றை அமெரிக்க ஐக்கிய நாடுகள் வளர்ச்சி முகமை (USDA) என்னும் அமைப்பு மேற் கொள்ளத் தொடங்கியபோது, அந்தப் பிரச்சினையில் மேலதிகக் கவனம் செலுத்தத் தொடங்கினார். ஹெலிகாப்டரிலிருந்து தெளிக்கப்படும் டிடிட்டியிலும் வேறு சில பூச்சிகொல்லிகளிலும் பல்வேறு உயிரினங்களை ஒழித்துக்கட்டக்கூடிய நச்சுப் பொருள் கள் (குளோரினேடெட் ஹைட்ரோகார்பன்களும் ஆர்கானோ பாஸ்பேட்டுகளும்) இருந்தன. சுற்றுச்சூழலுக்கு அவை ஏற்படுத் தும் பெருங்கேடுகளைப் பற்றிய விரிவான ஆய்வை மேற் கொள்ளத் தொடங்கிய கார்ஸனுக்குச் சில சுற்றுச்சூழல் அமைப்புகளும் அறிவியலாளர்களும் பத்திரிகையாளர்களும் துணை நின்றனர். இந்தப் பூச்சிகொல்லிகள் பற்றி கார்ஸன் எழுதிவந்த விமர்சனங்களுக்குப் பதில் சொல்லும் வகையில் அமெரிக்க ஐக்கிய நாடுகள் வளர்ச்சி முகமையின் வேளாண் ஆராய்ச்சி சேவைப் பிரிவு 1959-இல் ‘குற்றவாளிக் கூண்டில் நெருப்பு எறும்பு’ (Fire Ants On Trial) என்னும் ஆவணப்படத்தை வெளியிட்டது. பூச்சிகொல்லிகள் மனித உயிர்களுக்கும் பிற உயிர்ராசிகளுக்கும் ஏற்படுத்தும் தீங்கைப் பற்றிச் சிறிதும் கவலைப்படாமல், பூச்சி கொல்லித் தெளிப்பை நியாயப்படுத்தும் அப்பட்டமான பிரசாரப் படமே அது எனக் குற்றம் சாட்டிய கார்ஸன், ‘வாஷிங்டன் போஸ்ட்’ நாளேட்டுக்கு எழுதிய கடிதமொன்றில் பூச்சிகொல்லிகள் மிகையாகத் தெளிக்கப்பட்ட இடங்களில் பறவை இனங்களின் எண்ணிக்கை குறைந்து போனதைச் சுட்டிக் காட்டினார். 1957-1959-ஆம் ஆண்டுகளில் அடுத்தடுத்து அமெரிக்காவில் விளைந்த கிரான்பெர்ரிப் பழங் களில் மிக அதிக அளவுக்கு பூஞ்சைக் கொல்லியான அமினோட்ரையாஸோல் (aminatriazole) என்னும் வேதிப் பொருள் இருப்பது கண்டுபிடிக்கப்பட்டது. அது எலிகளைக் கொல்லும் ஆற்றலுடையது என்பது சோதனைக்கூட ஆய்வுகளில் தெரியவந்தது. இதன் காரணமாக கிரான்பெர்ரியிலிருந்து தயாரிக்கப்படும் அனைத்துப் பொருள்களும் தடை செய்யப்பட்டன.

பூச்சிக்கொல்லிகளைப் பயன்படுத்துவதை ஒழுங்குமுறைப் படுத்துவதற்காக அமெரிக்க அரசாங்கம் நடத்திய விசாரணையில் கலந்துகொண்டு சாட்சியமளித்த கார்ஸன், பூச்சிகொல்லிகளால் உயிரினங்களுக்கு ஏற்படும் கேடுகளைத் தக்க அறிவியல் சான்றுகளுடன் எடுத்துரைத்தார். பூச்சிகொல்லித் தயாரிப்பு நிறுவனங்களின் பிரதிநிதிகள், கார்ஸன் திரட்டி வந்த அறிவியல் ஆதாரங்கள் அனைத்தையும் மறுக்கும் ஆவணங்களை 'வல்லுநர்களின் அறிக்கைகள்' என்னும் பெயரில் சமர்ப்பித்ததுடன் கார்ஸன் மீது கடுமையான விமர்சனங்களை முன்வைத்தனர். இந்த 'வல்லுநர்களின் அறிக்கைகள்' கார்ஸன் கண்டறிந்த அறிவியல் ஆதாரங்கள் பெரும்பாலானவற்றை மறுத்தன. 'பூச்சிகொல்லியைப் பயன்படுத்தும் திட்டங்கள் தனியார் நிறுவனங்களின் ஆதாயத்திற்காக மேற்கொள்ளப்படுபவை' என்பதையும் 'இந்த வல்லுநர்கள்' அந்த நிறுவனங்களிடமிருந்து பணத்தை வாங்கிக்கொண்டு மக்களுக்கும் அரசாங்கத்திற்கும் பொய்த் தகவல்களை வழங்குகின்றனர் என்பதையும் உணரத் தொடங்கிய கார்ஸன் மிகவும் ஏமாற்றமடைந்த போதிலும் மனம் தளராமல் ஆய்வுப் பணிகளைத் தொடர்ந்தார். அமெரிக்காவிலுள்ள தேசிய மக்கள் நலவாழ்வு நிறுவனத்தைச் சேர்ந்த (NIH) மருந்துகள் நூலகம், தேசியப் புற்றுநோய் நிறுவனம் (NCI) ஆகியவற்றுடன் தொடர்புகொண்டார். அந்த நிறுவனங்களில் மேற்கொள்ளப்பட்ட ஆராய்ச்சிகள், அமெரிக்காவில் பயன் படுத்தப்பட்ட பல பூச்சிகொல்லிகள் புற்றுநோயை உண்டாக்கும் தன்மை வாய்ந்தவை (carcinogens) என்பதை நிரூபித்தன. ஏராளமான அறிவியல் சான்றுகளின் அடிப்படையில் விரிவான ஆய்வு நூலை எழுதத் திட்டமிட்டார் கார்ஸன். ஆனால், அவப்பேறாக அவருக்குப் பெருங்குடலில் புண் ஏற்பட்டுப் பல வாரங்கள் படுக்கையில் கிடந்தார். அதன் பிறகு பல்வேறு நோய்கள் அவரைத் தாக்கின. கடைசியில் இடது மார்பகத்தில் புற்றுநோய் ஏற்பட்டிருந்தது தெரியவந்தது. அறுவைச் சிகிச்சைக்குப் பின் பல மாதங்கள் மருந்துகள் எடுத்துக் கொண்டிருந்தார். தாவரங்களை நாசமாக்கும் பூச்சிகளையும் ஒட்டுண்ணிகளையும் அழிப்பதற்கு இரசாயனப் பூச்சிகொல்லி களைப் பயன்படுத்துவதற்கு மாற்றாக கரிமக் கட்டுப்பாடு (organic control) மேற்கொள்வது பற்றிய ஆய்வுகளையும் மேற்கொண்டார். இந்த ஆய்வுகள் அனைத்தையும் உள்ளடக்கிய

நூல் - அவருக்கு உலக அளவில் புகழ் தேடித்தந்த 'ஒலிக்காத இளவேனில்' (Silent Spring) என்னும் நூல் - 1962-இல் வெளிவந்தது.

அந்த நூல், இரசாயனப் பூச்சிகொல்லிகள், களைக்கொல்லிகள் (herbicides) ஆகியவற்றைத் தயாரிக்கும் நிறுவனங்கள், அந்த நிறுவனங்களுக்காகப் பொய்த் தகவல்கள் பரப்பும் விஞ்ஞானிகள், வல்லுநர்கள், அவர்களுக்கு ஆதரவான ஊடகங்கள் ஆகியவற்றின் கடும் எதிர்ப்பைச் சந்திக்கும் என்பதை எதிர்பார்த்து கார்ஸனும் தமது வாதங்களுக்கு ஆதரவான விஞ்ஞானிகளைத் திரட்டினார். அமெரிக்காவின் உச்சநீதிமன்ற நீதிபதியொருவரும்கூட (அவர் சுற்றுச்சூழல் பிரச்சினையில் ஆர்வமுடையவர்) கார்ஸனுக்கு ஆதரவாக நின்றார். 'ஒலிக்காத இளவேனில்' என்று தனது நூலுக்கு அவர் பெயரிட்டது ஏன்? இரசாயனப் பூச்சிகொல்லிகள், களைக்கொல்லிகள் ஆகியவற்றிலுள்ள நச்சுப் பொருள்கள் பயிர்களை நாசமாக்கும் பூச்சிகள், புல் பூண்டுகள் ஆகியவற்றோடு சேர்த்து அவற்றுக்கு எவ்வித சேதமும் விளைவிக்காத பூச்சிகள், விலங்குகள், பறவைகள் ஆகியவற்றையும் கொன்றுவிடுவதால், இளவேனில் காலம் வரும்போது பாடுவதற்கு பறவைகளோ, ரீங்காரம் செய்ய வண்டுகளோ இரா என்பதைக் குறிக்கத்தான். அதேசமயம் கேடு விளைவிக்கும் பூச்சிகளும் ஒட்டுண்ணிகளும் அழிந்தொழிந்து போகாமல் சிறிது காலத்திற்குப் பின் மென் மேலும் அதிகரிக்கின்றன. இவை காலப்போக்கில் இந்த இரசாயனப் பொருள்களை எதிர்த்து நிற்கும் தடுப்பாற்றலை (immunity) பெற்றுவிடுகின்றன. எனவே அவற்றை அழிக்க இன்னும் வீரியமான இரசாயனப் பொருள்களைப் பயன்படுத்தும் நிலை ஏற்படுகிறது. இதன் விளைவாக, சூழலமைப்பு பாதிப் படைகிறது. இயற்கை நண்பர்கள் அழிந்தொழிய, நாசகாரப் பூச்சிகள், ஒட்டுண்ணிகளின் எண்ணிக்கை பெருகுகின்றது.

கார்ஸன் கூறுவதுபோல, 'ஏராளமான நாசகாரப் பூச்சி களையும் ஒட்டுண்ணிகளையும் முற்றாக அழிப்பது சாத்தியமே யில்லை, ஆனால், அப்படி அழிக்கும் முயற்சியில் ஈடுபடும் பொழுது, அவை போன்று எண்ணிக்கையில் அதிகமில்லாத, ஆனால் நன்மை பயக்கும் பூச்சிகளும் உயிரினங்களும் முற்றாக ஒழிக்கப்படுவது மிக எளிது'. இந்த இரசாயனப் பொருள்களைப் பயன்படுத்தும் நாம் நீர், நிலம், மரம், செடிகொடிகள், விலங்குகள், நமது உணவுகள் ஆகிய எல்லாவற்றுக்கும் நஞ்சூட்டி விடுகிறோம். உயிரினங்களிலுள்ள உயிரணுக்களின் (செல்கள்)

சுவாசத்தை பூச்சிகொல்லிகளும் களைக்கொல்லிகளும் பாதிப்பதால், புற்றுநோய் உண்டாகிறது. மேலும், அவை மரபணுக்கள் எனச் சொல்லப்படும் ஜீன்களைப் பாதித்து அவற்றில் சடுதி மாற்றத்தை (Genetical mutation) ஏற்படுத்துகின்றன. எனவேதான் கார்ஸன், அவற்றை 'உயிர்க் கொல்லிகள்' (biocide) என அழைத்தார்.

கேடு விளைவிக்கும் பூச்சிகளும் ஒட்டுண்ணிகளும் இந்த இரசாயனப் பூச்சிகொல்லிகளுக்குத் தாக்குப் பிடித்து நிற்க முடிவதுபோல மனித இனத்தால் தாக்குப்பிடித்து நிற்க முடியுமா? முடியாது. ஏனெனில் மனிதன் ஒரு நூற்றாண்டில் இரண்டு மூன்று தலைமுறைகளைக் காண்கிறான். பூச்சிகளோ ஒரே நாளில், சில நாள்களில், சில வாரங்களில் பல தலைமுறைகளைக் காண்கின்றன. எனவே இவற்றுடன் மனிதனால் போட்டிபோட முடியாது.

கார்ஸனின் விமர்சகர்கள்-இவர்கள் பெரும்பாலும் இரசாயனப் பொருள்களை உற்பத்தி செய்யும் நிறுவனங்களோடு தொடர்புடையவர்கள் - கூறியதற்கு மாறாக, கார்ஸன் நவீன அறிவியலுக்கோ, இரசாயனப் பொருள்களை அளவாகப் பயன்படுத்துவதற்கோ எதிரானவரல்லர். அதேசமயம், கேடு விளைவிக்கும் பூச்சிகளைக் கொல்வதற்கு இரசாயன முறை அல்லாத வேறு முறைகளை, உயிரியல் கட்டுப்பாடு அல்லது கரிமக் கட்டுப்பாடு (organic control) முறையைப் பயன் படுத்துவதைப் பரிந்துரைத்தவர்: பூச்சிகளிலிருந்து சுரக்கும் நஞ்சுகள், பிற உயிரினங்களைக் கவர்ந்திழுக்கும் பொருள்கள் (attractants), அவற்றை விரட்டியடிக்கும் பொருள்கள் (repellants) ஆகியவற்றின் தன்மையை ஆராய்ந்து அவற்றைச் செயற்கையாக உற்பத்தி செய்து பூச்சிகொல்லிகளாக, களைக் கொல்லிகளாகப் பயன்படுத்தலாம்; நமது செவிக்கெட்டா அக ஒலி அலைகள் (ultrasonic sounds) மூலம் பூச்சிகளைக் கொல்லலாம்; பூச்சிகளுக்கு வரும் நோய்களை ஆராய்ந்து கண்டுபிடித்து அவற்றைப் பரப்புவதன் மூலம் பூச்சிகளை அழிக்கலாம்.

ஆனால், இத்தகைய முறைகளுக்கான ஆராய்ச்சிக்கும் தொழில் நுட்பத்திற்கும் உலகில் குறைந்த முக்கியத்துவமே தரப்படுகின்றது. அதற்குக் காரணம் இரசாயனத் தொழிலுற்பத்தி நிறுவனங்களுக்குள்ள பொருளாதார பலமும், அரசாங்கத்தில் அவற்றுக்குள்ள ஆதரவும் செல்வாக்கும்தான். நமது உலகி

லுள்ள சூழலமைப்புகள் (ecosystems) வலைப்பின்னல்கள் போன்றவை. ஓரிடத்தில் ஏற்படும் பாதிப்பு மற்ற எல்லா இடங்களையும் பாதிக்கும். ஆகவே நமக்கும் சுற்றுச்சூழலுக்குமிடையே உள்ள உறவுக்கு - முறைப்படுத்தப்பட்டு நிலைத்து நிற்கக்கூடிய உறவுக்கு - முதன்மையான தடையாக இருப்பவை தொழில் நிறுவனங்கள் என்பதை வெளிப்படையாகவே கூறினார் கார்ஸன்.

கார்ஸனின் 'ஒலிக்காத இளவேனில்' நூல் வெளிவந்து அரை நூற்றாண்டுக்கு மேலாகிறது. உலகில் சுற்றுச்சூழல் பாதுகாப்பு, சூழலமைப்பு பற்றிய அக்கறையும் ஆர்வமும் தோன்றுவதற்கு முக்கியக் காரணமாக இருந்தது அந்த நூல். இன்று அணு ஆயுதங்கள், அணு உலைகளிலிருந்து ஏற்படும் கசிவுகள் பற்றி நிறைய பேசுகிறோம். இந்தியாவும் பெரும் அணுசக்தி நாடாக வேண்டும், அமெரிக்காவுடன் அணுசக்தி ஒப்பந்தத்தில் கையெழுத்திட வேண்டும் என ஆர்ப்பரிப்பவர்களும் உள்ளனர். இதிலுள்ள அரசியல், பொருளாதார ஆபத்துகள் ஒருபுறமிருக்க, சுற்றுச்சூழல் நாசமடைவதற்கு, சூழலமைப்பு பாதிக்கப்படுவதற்கு, உயிரினங்கள் அழிவதற்கு அல்லது ஊனமாவதற்கு கதிரியக்கப் பொருள்கள் காரணமாக உள்ளதை 1954-ஆம் ஆண்டு முதலே அறிவியலாளர்கள் எடுத்துரைத்து வந்துள்ளனர். கதிரியக்கப் பொருள்கள் வளி மண்டலம், சூழலமைப்புகள், உணவுத் தொடரிகள் (food chains) ஆகியவற்றின் மூலமாகப் பரவுகின்றன. காற்று, நீர், உயிரினங்கள் ஆகியன இவற்றை ஓரிடத்திலிருந்து மற்றோர் இடத்திற்கு எடுத்துச்செல்கின்றன. மனிதனால் உருவாக்கப்பட்ட கதிரியக்க ஐஸொடோப்புகள் (ஸ்ட்ரோண்டியம்-90, அயோடின்-31, சீஸியம்-137, கார்பன்-14 ஆகியன) இந்தப் புவியின் சுற்றுச்சூழலில் மனிதர்களால்தான் நுழைக்கப்பட்டன. அப்படி நுழைக்கப்பட்ட நிமிடத்திலிருந்தே அவை மனித ராசிகள், பிற உயிர் ராசிகள் ஆகியவற்றின் உடல் அமைப்புகளின் பகுதியாகிவிட்டன. ஒவ்வொரு கதிரியக்கப் பொருளுக்கும் தனித்தனிக் குணங்கள் உள்ளது. ஒவ்வொன்றும் அதற்கே உரிய வகையில் சுற்றுச்சூழலையும் மக்களையும் அச்சுறுத்துகின்றது. உணவுத் தொடரி வழியாகக் கடந்து செல்லும் இத்தகைய பொருள்களைப் பெருமளவில் எடுத்துக்கொள்பவை தாவரங்களும் விலங்குகளும். அவற்றின் வழியாக, அவை மனிதனுக்கு வந்து சேர்கின்றன. ஸ்ட்ரோண்டியம்-90 குழந்தைகளின் எலும்புகள், பற்கள் ஆகியவற்றின் பிரிக்க முடியாத பகுதியாகிவிட்டது. சீஸியம்- 137 அவர்களது தசைகளிலும், அயோடின்-131 தைராய்டு

சுரப்பிகளிலும் பொதிந்து புற்றுநோயை உண்டாக்கும் அபாயத்தை அதிகரித்துள்ளன. கார்பன்-14 மனித உடலின் எல்லாத் திசுக்களிலும் படிந்துள்ளது என்பதையும் அது பல்வேறு வகையான உயிரியல் பாதிப்புகளை ஏற்படுத்தும் என்பதையும் பல ஆண்டுகளுக்கு முன்பே அறிவியலாளர்கள் கூறியுள்ளனர்.

கார்ஸன், தமது 'ஒலிக்காத இளவேனில்' நூலில் உருவாக்கிய இரு கருத்துகளுக்கு இன்று ஏராளமான அறிவியல் சான்றுகள் கிடைத்துள்ளன. ஒன்று Bioaccumulation. அதாவது, ஒரு நச்சுப் பொருளை ஒரு உயிர் ராசியின் உடல் எந்த அளவுக்கு வெளியே தள்ளுகிறதோ அதை விட வேகமாக அதனை உட்கிரகித்துக் கொள்கிறது. எடுத்துக்காட்டாக, ஸ்ட்ரோண்டியம்-90 என்னும் ஐஸொடோப், இரசாயனரீதியாக கால்சியத்தை ஒத்தது; அது மிக வேகமாக நமது எலும்புகளில் படிந்துவிடக்கூடியது. இதன் காரணமாகப் புற்றுநோயையும் ஜீன் சடுதி மாற்றத்தையும் உருவாக்கக்கூடியது. மற்றொன்று biological magnification. அதாவது, உணவுத் தொடரியை எடுத்துக் கொள்வோம். ஒரு கதிரியக்க நச்சுப் பொருளைத் தாவரம் உட்கொள்கிறது; அந்தத் தாவரத்தை ஆடு சாப்பிடுகிறது; அப்படிச் சாப்பிடும்போது, அந்தத் தாவரத்திலிருந்த நச்சுப் பொருளின் அளவைவிட அதிகமான அளவுக்கு அந்த நச்சுப் பொருள் ஆட்டின் உடலில் வலுப்படுகிறது. அந்த ஆட்டின் இறைச்சியைச் சாப்பிடும் மனிதனின் உடலில் அந்த நச்சுப் பொருள் இன்னும் அதிகமாக வலுப்படுகிறது.

டாலர்களுக்காக, சுற்றுச்சூழலையும் மனிதர்கள் உள்ளிட்ட அனைத்து உயிர் ராசிகளையும் அழிப்பதா? அனைத்துயிர் ஓம்புவதற்காக டாலரை ஒழித்துக்கட்டுவதா? என்பதுதான் அந்த மகத்தான பெண்மணி-ரெய்சல் கார்ஸன் - எழுப்பிய கேள்வி. விடை தரவேண்டியது இந்தத் தலைமுறையின் உடனடிக் கடமை.

7

கூகி: அபுரிரியாவில் ஒரு சூனியக்காரன்

கலையின் நிலைக்கும் அரசின் கலைக்கும் (அதிகாரம் செலுத்து வதிலும் அடக்கியாளுவதிலும் அதற்குள்ள திறன்) பன்னூ றாண்டுகளாகவே முரண்பாடும் மோதலும் இருப்பதைப் வல ஆண்டுகளுக்கு முன் ஆக்ஸ்போர்ட் பல்கலைக்கழகத்தில் ஆற்றிய தொடர் சொற்பொழிவுகளில் மிக விரிவாகவும் நுட்ப மாகவும் விளக்கியுள்ளார் உலகப் புகழ்பெற்ற கென்ய எழுத்தாளர் கூகி வா தியாங்கோ (Ngugi Wa Thiang'O ஆப்பிரிக்கப் பெயர்களைச் சரியாக உச்சரிக்கத் தெரியாமல் திண்டாடுகிறோம் நாம்!). மார்க்ஸியவாதியான அவர், முன்னாள் சோவியத் யூனியனிலும் வேறு சில சோசலிச நாடுகளிலும்கூட இந்த முரண்பாடு நிலவியதையும் சுட்டிக்காட்டுகிறார். நிகழ்த் துதல் மூலமே - எழுதுதல், தீட்டுதல், பாடுதல், ஆடுதல் முதலியன - கலை தன்னை வெளிப்படுத்திக்கொள்கிறது. அதற்கென அரங்குகள் இருக்கின்றன: புத்தகங்கள், நாடக அரங்குகள், இசை மண்டபங்கள் எனப் பல வெளிகள். அதேபோல் அரசுக்கும் தனது அதிகாரத்தை நிகழ்த்திக் காட்டுவதற்கான பல அரங்குகள் உள்ளன; தணிக்கை விதிகள், ஆதிக்க ஊடகங்கள், சிறைச்சாலை கள் எனப் பல்வேறு வெளிகள்.

எழுத்து மீதும் எழுத்தாளர்கள் மீதும் அரசு கொள்ளும் அச்சத்தையும் மனக் கலக்கத்தையும் பற்றி எகிப்தியப் பெண்ணிய எழுத்தாளர் நவால் அல் சதாவி எழுதிய 'பெண்கள் சிறை அனுபவத்'தில் சித்திரிக்கப்படும் ஒரு நிகழ்வை எடுத்துக் காட்டுகிறார் கூகி. கெமால் அப்துல் நாஸருக்குப் பின் எகிப்தின் ஆட்சியைக் கைப்பற்றிய அன்வர் சதாத், அந்த நாட்டை நவகாலனியச் சுரண்டலுக்கு ஆளாக்கினார். இடதுசாரிகள், வலதுசாரி மதவாதிகள், மதச்சார்பற்ற அரசியல்வாதிகள், பெண்ணியவாதிகள் எனப் பலதரப்பட்டோரையும் ஈவிரக்கமின்றி

ஒடுக்கினார். நவால் அல் சதாவியும்கூட 1981-இல் கைது செய்யப்பட்டுச் சிறையில் அடைக்கப்பட்டார். அரசியல் கைதியாக இருந்த அவரது எழுத்துப்பணியை முடக்குவது சிறைத் தண்டனையைவிடக் கொடுமையானது. எழுதுவதற்குக் காகிதமோ, பேனாவோ, நோட்டுப்புத்தகமோ - எதையாவது கொடுக்குமாறு அவர் விடுத்த வேண்டுகோள்கள் பயனற்றுப் போயின. காகிதமும் பேனா பென்சிலும் முற்றாகத் தடை செய்யப்பட்டிருந்தன. 'பேனாவையோ, காகிதத்தையோ தவிர நீ வேறு எதை வேண்டுமானாலும் கேட்கலாம். அவற்றை உனக்குத் தருவதை விட உன் கையில் கைத்துப்பாக்கியைக் கொடுப்பது எளிது' என அவரிடம் சொல்லப்பட்டது. ஒருநாள் பெண் காவலரொருவர், சதாவி ஒரு சிறு கல்லின் முனை யைக் கொண்டு தரையில் ஏதோ எழுதிக்கொண்டிருப்பதைக் கண்டார். 'அரசியல் கைதிகளின் செல்லில் கைத்துப்பாக்கி வைத்திருப்பதை விட ஆபத்தானது எழுதப்பட்ட ஒரு சொல்' என்று அவர் சதாவியிடம் கூறியுள்ளார். 'கொல்வதை விட அதிகம் ஆபத்தானது எழுதுவது மருத்துவரே' என்றார் அப் பெண். சதாவி ஒரு மருத்துவரும்கூட.

கூகிக்குமே இத்தகைய அனுபவம் இருந்திருக்கிறது. கென்யாவில் நீண்டகாலம் கொடுங்கோலாட்சி நடத்திய டேனியல் அரப் மொய்யின் கடைக்கண் பார்வை கூகியின் மீது விழுந்தது. விளைவு: இரண்டாண்டுச் சிறைவாசம். தமது சிறையனுபவங்களை 'காவலில்' (Detained) என்னும் நூலில் பதிவு செய்துள்ளார் கூகி. அவருக்கும் சிறையில் எழுதுவதற்குக் காகிதம் மறுக்கப்பட்டது. கழிப்பறைக் காகிதங்களில் அவர் எழுதியதுதான் 'சிலுவையில் தொங்கும் சாத்தான்' என்னும் நாவல். சிறைத்தண்டனை முடிந்து விடுதலையானதும் நாட்டைவிட்டு வெளியேறினார். பல ஆண்டுகள் அமெரிக்காவில் பேராசிரியராகப் பணிபுரிந்து வந்த காலத்தில், கென்ய நிலைமைகளை, அங்கு நடக்கும் நவகாலனியச் சுரண்டலைத் தமது எழுத்துகளில் தொடர்ந்து அம்பலப்படுத்தி வந்தார். சில ஆண்டுகளுக்கு முன், தமது மனைவியுடன் கென்யாவுக்குச் சென்றபோது அரப் மொய்யின் அடியாள்கள் அவரைக் கடுமையாகத் தாக்கிவிட்டு அவர் கண் எதிரிலேயே அவரது மனைவியை வல்லாங்கு (rape) செய்தனர். இது ஏற்படுத்திய மன அதிர்ச்சியிலிருந்து மீண்டுவரப் பல மாதங்கள் ஆயின இருவருக்கும்.

அரசின் கலை நிகழ்த்திக் காட்டப்படும் அரங்குகளி லொன்று சிறைச்சாலை என்றால், அந்தச் சிறைச்சாலைக் குள்ளேயே கலையால் தனது நிலையை வெளிப்படுத்திக் காட்ட முடியும் என்பதற்கான எடுத்துக்காட்டுகளை நவால் அல் சதாவியும் கூகி வா தியாங்கோவும் வழங்கியுள்ளனர்.

நவீன ஆப்பிரிக்க இலக்கியத்தை ஒட்டுமொத்தமாக எடுத்துக்கொண்டால், அவற்றில் 99 விழுக்காடு அரசியல் சம்பந்தப்பட்டவையே; காலனியம், நவகாலனியம், வெள்ளை நிறவெறி, ஆணாதிக்கம் ஆகியவற்றுக்கு எதிராக வெளிப்படையான பக்கச்சார்புடன் எழுதப்பட்ட இலக்கியங்களே. சினுவா அச்சபெ, வோலே சோயிங்கா, ஒஸ்மான் செம்பானெ முதலிய ஆப்பிரிக்க எழுத்தாளர்களைப் போல கூகியும் ஐரோப்பிய மொழியொன்றில்தான் தமது படைப்புகளை எழுதத் தொடங் கினார். ஆப்பிரிக்க மொழிகளிலுள்ள உரிச்சொற்கள், மரபுச் சொற்கள், பழமொழிகள் ஆகியவற்றின் ஐரோப்பிய மொழியாக் கங்களின் மூலம் பயனடைவது அந்த ஐரோப்பிய மொழிகள் தாமேயன்றி ஆப்பிரிக்க மொழிகளல்ல என்றும், ஆப்பிரிக்க மக்கள் தங்களுக்கிடையிலான பண்பாட்டுப் பரிமாற்றத்துக்குத் தங்கள் சொந்த மொழிகளைத்தான் சார்ந்திருக்க வேண்டுமே யொழிய ஐரோப்பிய மொழிகளையல்ல என்றும், தங்கள் மொழி தாழ்ந்தது. ஐரோப்பிய மொழி உயர்ந்தது எனக் கருதுவது பண்பாட்டு அடிமைத்தனமேயன்றி வேறல்ல என்றும் கருதிய கூகி, கடந்த இருபத்தைந்தாண்டுகளாகவே தமது தாய் மொழியான கிக்கியுவில்தான் எழுதுகிறார். பின்னர் அவரும் பிறரும் சேர்ந்து ஆங்கில மொழியாக்கம் செய்கின்றனர். அவருக்கு மொழிப்பற்றும் ஆப்பிரிக்கப் பற்றும் இருந்தாலும், கலை என்பது உலகு தழுவிய பண்புகளைக் கொண்டிருக்க வேண்டும் என விரும்புகிறார். அவர் கிக்கியு மொழியில் எழுதிய முதல் நாவல் ‘சிலுவையில் தொங்கும் சாத்தான்’. அதன் பிறகு 1987-இல் ‘மாட்டிகாரி’ வெளிவந்தது.

கூகி கடுமையாக விமர்சிக்கும் ‘பண்பாட்டு அடிமைத்தனம்’. இருபதாண்டு இடைவெளிக்குப் பின் வெளிவந்த அவரது அண்மைய நாவலான ‘Wizard of the Crow’ என்னும் நாவலில் ‘Whiteache’ என்று அழைக்கப்படுகிறது. விடாத தலைவலிபோல, ஆப்பிரிக்க உயர்குடி வர்க்கத்தினருக்கு ‘Whiteache’ இருந்து

கொண்டிருக்கிறது. 'வெள்ளைவலி' என்பது என்ன? எப்படியாவது நாம் வெள்ளைத் தோல் உள்ளவர்களாகிவிட வேண்டும் என ஆசைப்படுவதுதான்! காலனியாதிக்கத்தை உளவியல் நிலையிலும் பார்க்க வேண்டும்; அது பொருளாதார ரீதியாகவும் அரசியல் ரீதியாகவும் என்னென்ன செய்கிறதோ அதை உளவியல் நிலையிலும் செய்கிறது என்பதை விளக்குகிறார் கூகி. அவர் கூறுகிறார்: முன்னாள் காலனிய அரசுகளைச் சார்ந்த பூர்ஷ்வாக்கள் (முதலாளிகள்) மேற்கு நாட்டு பூர்ஷ்வாக்களைப் போன்ற படிமத்தைத் தங்களுக்கு உருவாக்கியிருந்தார்கள் என்றாலும் அது யதார்த்தத்துடன் பொருந்துவதில்லை; எனவே அவர்கள் தாங்கள் உருவாக்கிக்கொண்டுள்ள பிம்பத்திற்கு ஒப்புதல் வழங்குமாறு மேற்கு நாட்டு, சர்வதேச முதலாளிவர்க்கத்திடம் கெஞ்சுகிறார்கள்; அதே சமயம், தாங்கள் மேற்கு நாட்டு முதலாளிகளிடமிருந்து வேறுபட்டவர்கள், தங்களுக்கெனத் தனி அடையாளம் இருக்கிறது என்றும் கூறிக்கொள்கிறார்கள். ஆனால், பழைய வெள்ளைக்கார ஆட்சியாளர்களின் பண்பாட்டுச் சின்னங்களை, பொருளாதார, அரசியல் அடையாளங்களை சுவீகரித்துக்கொள்வதில் அளவற்ற ஆர்வம் கொண்டிருக்கிறார்கள். கென்யத் தலைநகர் நைரோபியில் வெள்ளைக் காலனி யாட்சியாளர்கள் உருவாக்கிய நார்ஃபோல்க் ஹோட்டல், மலாயா கிளப் போன்றவை அப்படியே பாதுகாக்கப்படுகின்றன. அவை இப்போது, கறுப்பு பூர்ஷ்வா வர்க்கத்தின் சமூக அந்தஸ்தின் குறியீடுகளாக விளங்குகின்றன.

நவீன ஆப்பிரிக்கா முழுவதுமே, நவகாலனியத்துக்குச் சேவை புரிகின்ற கொடுங்கோலர்களால் ஆளப்படும் நிலையைச் சித்திரிக்க 'அபுரிரியா சுதந்திரக் குடியரசு' என்னும் கற்பனா தேசமொன்றை உருவாக்குகிறார் கூகி மேற்சொன்ன நாவலில். கென்ய நாட்டு அனுபவங்களின் அடிப்படையில் இந்தக் கற்பனாதேசம் உருவாக்கப்பட்டிருந்தாலும், அது நவகாலனிய ஆப்பிரிக்கா முழுவதற்கும் மட்டுமின்றி, 'உலகமயமாக்கலால்' ஆட்டிப் படைக்கப்படும் எல்லா மூன்றாம் உலக நாடு களுக்குமான உருவகமாக அமைகின்றது. எனவே அந்த நாட்டின் பெயரில் உள்ள 'சுதந்திர', 'குடியரசு' என்னும் சொற்கள் இந்த 766 பக்க நாவலில் ஒரே ஒரு இடத்தில்தான் வருகின்றன. பல ஆப்பிரிக்க நாடுகளைப் போலவே இங்கும் இராணுவப் புரட்சியின் மூலம் ஆட்சியைக் கைப்பற்றியவரின் ஆதிக்கம்தான். அவரது பெயர் நமக்குச் சொல்லப்படுவதில்லை. 'இரண்டாம்

அதிபர்' (ரூலர்) என்றே குறிப்பிடப்படுகிறார். சிலி நாட்டின் பினோஷெ, இந்தோனேஷியாவின் சுகார்தோ, உகாண்டாவின் இடிஅமின், பாகிஸ்தானின் முஷாரஃப் முதலியோரைப் போல அபுரிரியாவின் அதிபருக்குள்ள அக்கறையும் நாட்டை நிர்வகிப் பதில் அல்ல, மாறாக அதிகாரத்தைப் பேணிப் பாதுகாப்பதிலும் முடிந்த வரையில் நாட்டின் செல்வத்தைச் சுருட்டுவதிலும்தான். இத்தகைய 'அதிபருக்' கேற்ற அமைச்சர்கள், இராணுவம், காவல்துறை, உளவுத்துறை. அது மட்டுமல்லாது, அவரது வரலாற்றை எழுதுவதற்கென்று நியமிக்கப்பட்ட ஆஸ்தான வரலாற்றாசிரியர் வேறு. ஒரு காலத்தில் 'கலக எழுத்து'களை எழுதி வந்ததும், பின்னர் அதிகாரத்தின் கடைவாய்ப் புன்னகையில் மயங்கி, அதனுடைய அங்கீகாரத்திற்கும் சன்மானங்களுக்கும் தன்னை விற்றுவிட்டதுமான அறிவுஜீவிக் கூட்டத்தைச் சேர்ந் தவர்தான் இந்த வரலாற்றாசிரியர். அவரைப் பற்றி 'அதிபர்' ஓரிடத்தில் கூறுகிறார்: 'ஆப்பிரிக்க சோசலிசம் என்பதில் மயங்கிய நமது அண்டை நாடுகள் சில, ஆப்பிரிக்காவில் வர்க்கப் போராட்டத்தை நடத்தும்படி தூண்டும் புரட்சிகரக் கட்டுரை கள் எழுதுவதற்கு அவரது சேவைகளை நாடிய காலமும் இருந்தது. ஆனால், கம்யூனிசம் என்பது முடிந்துபோன விஷயம் என்பது தெளிவாகியவுடனே அவர் மிக விவேகத்துடன், நடந்ததற்கு வருந்தி, தமது பெயரிலிருந்து 'புரட்சி' என்னும் சொல்லைத் துரிதமாக அகற்றிவிட்டார். நான் என்ன செய்தேன்? அவரைச் சிறையில் அடைத்தேனா? இல்லை. மன்னித்துவிட்டேன். அவர் தமது படைப்புகளின் மூலம் எனது மன்னிப்புக்கு உரியவர் என்பதை நிரூபித்துவிட்டார். அவர் ஆசிரியராக இருந்த 'என்றும் அழியா தேசபக்தன்' என்னும் தலைமறைவுப் பத்திரிகையில் ஆட்டுமந்தைகளின் தேசத்தை உருவாக்கியவன் என்று என்னைக் கண்டனம் செய்வது வழக்கம். இப்போதோ, 'தினசரி கிளிப்பிள்ளை' நாளேட்டில், தமது இலக்கியச் சவுக்கடிகள் மூலம் இந்த ஆட்டுமந்தையை நான் மேய்ப்பதற்கு உதவுகிறார்.'

அதிகார மையங்களில் இருப்பது பணம் சம்பாதிப்பதற்கான எளிய வழியாக இருப்பதால், 'அதிபரி'ன் அருளைப் பெறுவதற் காக அமைச்சர்களிடையே எப்போதும் போட்டியும் பொறா மையும்: 'அதிபரி'ன் கண்ணாக இருக்கப் போவது நீயா? நானா?

அவரது காதாக இருக்கப் போவது நீயா? நானா? என்னும் போட்டிகள். சாதாரண நாடாளுமன்ற உறுப்பினராக இருந்தவர் தான் மார்க்கஸ். ஒருநாள் அவர் இங்கிலாந்துக்கு விமானத்தில் சென்று அங்குள்ள மருத்துவமனையொன்றில் கண் அறுவைச் சிகிச்சை செய்துகொள்கிறார். அவரது கண்கள் இரண்டும் மின் சார பல்புகள் போல அத்தனை பெரிதாக இருக்கவேண்டும் என் பதற்காக! அபுரிரியா நாட்டில் 'அதிபரி'ன் எதிரிகள் எவ்வளவு தொலைவில், எங்கு ஒளிந்துகொண்டிருந்தாலும் இந்தப் பெரிய கண்களால் அவர்களைப் பார்த்துவிட முடியும்! அவரது விசுவாசத்தை மெச்சிய 'அதிபர்' அவரை வெளியுறவு அமைச்ச ராக்கிவிட்டார். இப்போது அவரது பெயர் மச்சோகாளி. அவருக்கு அடித்த அதிர்ஷ்டத்தைக் கண்ட இன்னொரு நாடாளுமன்ற உறுப்பினர் பாரிஸுக்குச் சென்று அங்குள்ள மருத்துவமனையொன்றில் காது அறுவைச் சிகிச்சை செய்துகொண்டு, உலகிலேயே நீண்ட காதுகளுடைய மனிதராகத் திரும்பி வருகிறார். எதற்காக? 'அதிபரி'ன் எதிரிகள் நாட்டின் எந்த மூலையில் இருந்துகொண்டு, எதைப் பேசினாலும் அதைத் தமது காதால் கேட்டறிந்து நடவடிக்கை எடுப்பதற்காகத்தான். சில்வர் சிகியோக்கூ, என்னும் பெயரில் உள்துறை அமைச்ச ராக்கப்பட்டிருப்பவர்தாம் அவர். பெஞ்சமின் மாம்போ என்னும் மற்றொரு நாடாளுமன்ற உறுப்பினர் கட்டையான ஆள்; இராணுவத்தில் சேர அவருக்கு ஆசை. ஆனால் அவரது உடல்வாகு அதற்குத் தோதுவாக இருக்கவில்லை. எனினும் இராணுவ சேவையாற்ற வேண்டும் என்னும் அவரது தணியாத ஆர்வத்தைத் தணிப்பது எப்படி? சிகியோக்கூவின் உதாரணத் தைப் பின்பற்றி அவரும் பாரிஸ் மருத்துவமனை யொன்றுக்குச் செல்கிறார். அறுவைச்சிகிச்சை மூலம் தமது நாக்கை உலகிலேயே மிக நீளமான மனித நாக்காக ஆக்கிக் கொள்ள. ஆனால், என்ன கெட்ட காலம்! அறுவைச்சிகிச்சை செய்த மருத்துவர், நாய் நாக்கைப்போல வாய்க்கு வெளியே தொங்கிக்கொண்டிருக் கும்படி செய்துவிட்டார். நல்ல வேளையாக, சிகியோக்கூவின் அறிவுரையின் பேரில் பெர்லினிலுள்ள மருத்துவமனையொன் றுக்குச் சென்று இன்னொரு அறுவைச் சிகிச்சை செய்து கொண்டார். அங்கு அவரது உதடுகள் சற்று நீளமாக இழுத்து வைக்கப்பட்டன. அப்படியும் அவரது வாயை மூடமுடியாதபடி நாக்கு சற்று வெளியேதான் துருத்திக் கொண்டிருக்கவேண்டிய நிலை ஏற்பட்டது. அவரும் நாடு திரும்பினார். 'அதிபரி'ன்

கட்டளைகளை ஒவ்வொரு படைவீரனும் கேட்கும் வகையில் அவ்வளவு உரத்தகுரலில் எடுத்துச் சொல்வதற்காகவே அந்த நாக்கு இழுத்து நீட்டிப்பட்டிருக்கிறது என்பதை 'அதிபர்' சரிவரத் தெரிந்துகொள்ளவில்லை. அதனால் என்ன? தகவல் தொடர்புக்கு நீளநாக்கு வேண்டுமல்லவா? நாட்டின் தகவல் தொடர்பு அமைச்சராக்கப்படுகிறார் மாம்போ. இப்படித்தான் மாய யதார்த்த (magic realism) உத்தியை நாவலாசிரியர் பயன்படுத்தியுள்ளார்.

தம்பைத் திருப்திப்படுத்தும் எல்லோருக்கும் பதவி உயர்வு தருவதில் மகிழ்ச்சியடையும் 'அதிபரு'க்கு, தமக்குப் பிறகு ஆட்சிபுரிய சரியான வாரிசு இல்லையே என்னும் கவலை. அவருக்கும் மனைவி ரெய்ச்சலுக்கும் பிறந்த நான்கு ஆண்மக்களில் ஒருவன்கூடத் தேறவில்லை. 'அதிபரி'ன் மக்களாக இருப்பதால் அவர்களில் மூவருக்கு இராணுவத்தில் உயர்பதவிகளும் நான்காவது மகனுக்குச் சற்ற மதிப்புக் குறைந்த பதவியும் தரப்படுகின்றன. குடித்து கும்மாளமிடும் அவர்கள் ஒரு பைசா வுக்குக்கூட இலாயக்கற்றவர்கள். இருந்தாலும் அவர்கள் 'பரிசு களை' மூட்டை கட்டிக்கொண்டு வந்து 'அதிபரை' அவ்வப் போது மகிழ்ச்சியில் ஆழ்த்தத்தான் செய்கின்றனர். 'அதிபரி'ன் மனைவிக்கென ஒரு கோட்டை கட்டப்படுகின்றது. யாரும் போக முடியாத, அவளும் வெளியே வர முடியாத கோட்டை. அதாவது அவள் ஆயுள்தண்டனை பெற்ற கைதி. அபுரிரியா நாட்டுப் பெண்கள் அனைவருமே அடிமைத்தளையில் வைக்கப்பட்டிருக் கின்றனர் என்பதற்கான உருவகம்.

'அதிபர்' நோய்வாய்ப்பட்டிருக்கிறார் என்னும் செய்தி யிலிருந்தும், அந்த நோய்க்கான காரணங்கள் என உலா வரும் ஊகங்களிலிருந்தும் இந்த நாவல் தொடங்குகிறது. அந்த நோய் பற்றிய விவரணைகள் நாவலின் பிற்பகுதியில் சொல்லப்படு கின்றன ('மாய யதார்த்த' நாவல்தான் என்றில்லை, எந்தவொரு 'யதார்த்தவாத' நாவலிலும்கூட எடுத்துரைப்பு ஒரே நேர் கோட்டில் செல்வதில்லை. கடந்தகாலமும் நிகழ்காலமும் ஒன்றையொன்று ஊடறுத்துச் செல்கின்றன. கால வரிசைக் கிரமப்படி நிகழ்ச்சிகளை எந்த நாவலிலும் எழுத முடியாது.) எனினும் 'அதிபரி'ன் நோய்க்கான மூல காரணம், அவரது பிறந்த நாள் கொண்டாட்டத்தில் இருக்கிறது என்பதைத் தெரிந்து

கொள்கிறோம். அவருக்கு ஓர் ஆசை: உலகத்திலேயே மிக உயரமான, விவிலியத்தில் வரும் பேபல் கோபுரத்தைவிட உயரமான, விண்ணைத் தொடுகின்ற ஒரு கட்டடத்தை அபுரிரியாவில் கட்டவேண்டும், அந்த உயரமான கட்டடத்தின் உச்சியில் உள்ள தளத்தில் அவர் வசிக்கவேண்டும்; அங்கிருந்து கொண்டு அவர் கடவுளுடன் அவ்வப்போது உரையாட வேண்டும். இதுதான் அவருக்கிருந்த சின்ன ஆசை! அந்தக் கட்டடத்தின் மாதிரிப் படமொன்றும் உருவாக்கப்படுகிறது. நாட்டு மக்களுக்கு இந்த நற்செய்தியைத் தெரிவிக்க, 'அதிபரி'ன் பிறந்த நாள் கொண்டாட்ட நிகழ்ச்சியொன்று ஏற்பாடு செய்யப் படுகிறது. ஆனால், அந்த நாட்டு மக்களை நவகாலனியத்திலிருந்தும் சர்வாதிகார ஆட்சியிலிருந்தும் விடுதலை செய்யப் போராடி வரும் ஒரு தலைமறைவு இயக்கம் - 'மக்களின் குரல்களுக்கான இயக்கம்' - அந்த நிகழ்ச்சியைச் சீர்குலைக்கிறது. பிளாஸ்டிக் பாம்புகளைக் கூட்டத்தில் விட்டு, மக்களைப் பீதியடையச் செய்து கூட்டத்தைக் கலைக்கிறது. அன்றிலிருந்தே தொடங்குகின்றது அந்த இயக்கத்தைச் சேர்ந்தவர்கள் மீதான தேடுதல் வேட்டை.

விடுதலை இயக்கத்தில் முக்கியப் பங்காற்றுபவள்தான் இந்த நாவலின் கதைத்தலைவி நையவீரா. நையவீரா என்றால் 'உழைப்பின் பெண்' என்று பொருள். அவள் வசதியான குடும்பத்தில் பிறந்தவள்; உயர்நிலைப் பள்ளியில் ஓவிய ஆசிரியனாக இருந்தவனுக்கு மணம் முடிக்கப்பட்டு, பின்னர் அவனது நேர்மையீனத்தைக் கண்டு அவனிடமிருந்து பிரிந்து வாழ்பவள். நாவலின் கதைத் தலைவன் காமித்தி. 'மரங்களின் மகன்' என்பது இதன் பொருள். ஏழைக் குடும்பத்தில் பிறந்தவன். பெற்றோர்கள் மிகச் சிரமப்பட்டு அவனைப் படிக்க வைக்கிறார்கள். அவன் சென்னையிலுள்ள ஒரு கல்லூரியில் படித்து இளங்கலைப் பட்டப்படிப்பும் மேலாண்மையியல் பட்டப்படிப்பும் முடித்து விட்டு நாட்டுக்குத் திரும்புகிறான். வேலை தேடி ஓயாது அலைந்தும் பயனில்லை. ஒருநாள் நாட்டின் தலைநகர் எல்டோர்ஸில் வேலை தேடி வந்தவன், பசியில் மயங்கிக் கீழே விழுந்துவிடுகிறான். குப்பைகளை அள்ளிச் செல்லும் லாரியில் வந்தவர்கள், குப்பையோடு குப்பையாக அவனையும் அள்ளிக் கொண்டு சென்று குப்பை மேட்டில் போட்டுவிடுகின்றனர்.

தூசியும் புழுதியும் படிந்து வெண்ணிறமாக அவனது உடல் குப்பைமேட்டில் கிடக்க, அவனது ஆன்மாவோ பறந்து சென்றுவிட்டுத் திரும்புகிறது. பின்னர் அவனது உடல் மெல்ல அசைந்து கொடுக்க, தட்டுத் தடுமாறி எழுந்து நிற்கிறான். 'செத்துப்போனவன்' உயிரோடு வருவதைக் கண்ட மக்கள் பீதியில் ஓடுகிறார்கள். இப்படித்தான் அவனது 'புகழ்' பரவத் தொடங்குகிறது.

இதற்கிடையே, விண்ணுலகை நோக்கிய கட்டடத் திட்டத் திற்கான நிதி உதவி கேட்டு அரசாங்கம் 'உலகளாவிய வங்கி'க்கு விண்ணப்பம் அனுப்புகிறது. அத்திட்டத்தை நிறைவேற்றுவதற் கான குழு அமைக்கப்படுகின்றது. அதில், அமைச்சரொருவருக்கு நெருக்கமான 'ரியல் எஸ்டேட்' முதலாளி தஜிரிக்கா என்பவர் தலைவராக நியமிக்கப்பட்டதுதான் தாமதம், அவரது அலுவல கத்துக்கு முன்பு நீண்ட வரிசையில் ஆள்கள் நிற்கத் தொடங்கு கிறார்கள். கண்ணுக்கு எட்டிய தொலைவு வரை மனிதத் தலைகள். ஒவ்வொருவரின் கையிலும் ஒரு காகித உறை. - அவரவர் தகுதிக்கும் வசதிக்கும் ஏற்ற அளவில் கரன்சி நோட்டுகளுடன். அந்தக் கட்டடத் திட்டம் தொடங்கி விட்டால் நமக்கும் கொஞ்சம் கிடைக்காதா ஒப்பந்தம், துணை ஒப்பந்தம் என்று, தஜிரிக்காவுக்கு இப்போதே கொஞ்சம் நோட்டைத் தள்ளினால் தானே காரியம் நடக்கும் என்று நினைக்கும் மனிதர்கள்.

தஜிரிக்காவின் அலுவலகத்தில் வரவேற்பாளராகப் பணி யாற்றுகிறாள் நையவீரா. அங்கு வேலை கேட்டு வரும் காமித்தியை அவமானப்படுத்தி அனுப்புகிறான் தஜிரிக்கா. மீண்டுமொரு முறை அதே அலுவலகத்திற்கு வேலை தேடி வரும் காமித்தியுடன் பேசும் வாய்ப்புக் கிடைக்கிறது நையவீராவுக்கு. இருவரும் நண்பர்களாகின்றனர். இந்த நட்பு பின்னர் காதலாக மலர்கிறது. காமித்தி சற்று மென்மையான மனமுடையவன். அவனது முன்னோர்கள் மந்திர ஆற்றலுடையவர்கள், சூனியக்காரர்கள். அதாவது மக்களின் உடல், மனநோய்களைக் கண்டறிந்து அவற்றைப் போக்கக்கூடிய ஆற்றலைக் கொண்டிருந்தவர்கள். தலைமறைவு இயக்கத்தின்பால் அவனை இழுக்க முயல்கிறாள் நையவீரா. அவனும் சற்றுத் தயக்கத்துடன் அதில் சேர்கிறான். அரசு ஒடுக்குமுறையிலிருந்து தப்பிக்க, ஒரு யோசனை

சொல்கிறாள் நையவீரா. எல்டேர்ஸில் ஒரு வீட்டில் அவர்கள் இருவரும் தங்குகிறார்கள். பெரும் ஆற்றலுள்ள சூனியக்காரன் இருக்கும் இடம் என்று அந்த இடம் அறிவிக்கப்படுகிறது. ஏராளமான ஆண்களும் பெண்களும் வந்து தங்களுக்குள்ள உடல், மனப்பிரச்சினைகளைச் சொல்கின்றனர். அவன் மற்றவர்களைப் பார்க்கும் வகையிலும் மற்றவர்கள் அவனைப் பார்க்க முடியாத வகையிலும் உட்காரும் இடங்கள் ஏற்பாடு செய்யப்படுகின்றன. சூனியக்காரர்கள் பரம்பரையில் வந்தவனல்லவா காமித்தி. அவனிடம் ஒரு கண்ணாடி இருக்கிறது. அது, தன்னைப் பார்க்க வருகிறவர்களுக்குள்ள பிரச்சினைகளை அவனுக்குச் சொல்லிவிடும். காக்கை உட்காரப் பனம்பழம் விழுந்த கதைபோல அவன் பிரச்சினைகளைத் தீர்த்து வைக்கிறான். அவ்வளவுதான். அவனது புகழ் ஓங்கத் தொடங்குகிறது. அவனிடம் மனக் குறையுடன் வருகிறவர்கள் பலதரப்பட்டவர்கள் - சாதாரண ஏழை மக்கள், கிறிஸ்துவப் பிரசாரகர்கள், உயர் போலீஸ் அதிகாரிகள், தஜிரிக்காவின் மனைவி, தஜிரிக்கா இப்படிப் பலர். தஜிரிக்காவுக்கு இருந்த 'வெள்ளை வலி'யையும் காமித்தி போக்குகிறான். சூனியக்காரர் வேலை செய்வதிலும் நையவீரா ஒத்துழைக்கிறாள். காமித்தி வேறு இடத்திற்குச் செல்லும் நேரங்களில் அவளே 'சூனியக்காரி'யாகப் பணியாற்றுகிறாள். சூனியக்காரர்கள் எந்த ரூபமும் எடுக்கலாம் அல்லவா?

இதற்கிடையே 'விண்ணுலகை எட்டும் கட்டடத் திட்டத்தை' ஆய்வு செய்ய 'உலகளாவிய வங்கி'யின் அதிகாரிகள் வருகின்றனர். அந்தத் திட்டத்தினால் தங்கள் வங்கிக்கு எந்தப் பயனும் இல்லை என்பதை உணர்ந்த அவர்கள் நிதி உதவி செய்ய முடியாது என்று கூறிவிடுகின்றனர். அவர்களுக்கு வரவேற்புத் தருவதற்காக ஏற்பாடு செய்யப்பட்ட நிகழ்ச்சியும் 'மக்களின் குரல்களுக்கான இயக்கத்'தினரால் சீர்குலைக்கப்படுகிறது. ஏமாற்றமடைந்த 'அதிபர்' இந்த விஷயத்தை அமெரிக்கக் குடியரசுத் தலைவரிடம் நேரடியாக எடுத்துச்சொல்ல விரும்புகிறார். அதற்காக அமெரிக்காவுக்கு வரும்படி அதிகாரப்பூர்வமான அழைப்பை எதிர்பார்க்கிறார். ஆனால், சோவியத் முகாம் இருந்தபோது அமெரிக்காவுக்கு வேண்டியிருந்த 'அபுரிரியா' போன்ற நாடுகளின் உதவி இப்போது தேவைப்படுவதில்லை. 'அதிபர்' அசட்டை செய்யப்படுகிறார். அதனால் என்ன? தமது

சொந்தச் செலவில் அமெரிக்காவுக்குச் சென்று எப்படியாவது அமெரிக்கக் குடியரசுத் தலைவரைப் பார்த்துவிட்டு வரலாமே என்று முடிவு செய்கிறார். அவருடன் அமைச்சர், அதிகாரிகள் பரிவாரமும் பறப்படுகிறது. நியூயார்க் நகர ஓட்டலொன்றில் தங்கியிருக்கும் அவர், வெள்ளைமாளிகைக்குச் சென்று அமெரிக்கக் குடியரசுத் தலைவரிடம் கைகுலுக்கிவிட்டு வந்தால் போதும் என்று நினைக்கிறார். அதுவும் நடப்பதில்லை. இந்தச் சூழ்நிலையில் அவரது அமைச்சரொருவர் அற்புதமான யோசனையொன்றைச் சொல்கிறார்: 'தனியார் மூலதனத்தால் மட்டுமே முழுக்க முழுக்க நிர்வகிக்கப்படும் நாடாக, புதிய உலக அமைப்பில் முதல் தன்னார்வப் பெருநிறுவனக் காலனியாக, ஒரு 'கார்ப்பரொனியாக', அபுரிரியாவை நாமே முன் வந்து மாற்றிவிட வேண்டும். அபுரிரியா தனியார்மயமாக்கப்பட்டு, சமூகசேவைகளைச் செய்யும் பொறுப்பை நம்மிடமிருந்து அரசுசாரா நிறுவனங்கள் ஏற்றுக்கொண்டதும், நாடு உங்களுடைய ரி'யல் எஸ்டேட்டாகி விடும்'.

அபுரிரியாவில் வாழ்க்கை இயல்பாக நடந்து கொண்டிருப்பதாக அவருக்குச் செய்திகள் வருகின்றன. எனினும் அங்கு நிகழும் சில விஷயங்கள் அவருக்குப் பிடிக்கவில்லை. வேலை கேட்டு நாட்டின் குடிமக்கள் எல்லா இடங்களிலும் வரிசையில் நிற்கிறார்கள் என்னும் செய்தி அவருக்கு ஆத்திரமூட்டுகிறது. வரிசை என்பதே கம்யூனிச சதி என்றும் ஒருவரையொருவர் இடித்துக்கொண்டு தள்ளுமுள்ளுவில் ஈடுபடுவதுதான் ஆப்பிரிக்கப் பண்பாடு என்றும் கோபத்துடன் சொல்கிறார். நாட்டில் வேறு சில அதிசய நிகழ்ச்சிகளும் நடக்கின்றன. தஜிரிக்காவின் மனைவி, தனது கணவன் தன்னைத் தினந்தோறும் அடித்துத் துன்புறுத்துவதாக காமித்தியிடம் ஒருநாள் புகார் கூறுகிறாள். அன்று மாலையே திடீரென்று வானத்திலிருந்து குதித்து வந்த பெண்கள் சிலர் தஜிரிக்காவைக் கண்காணாத இடத்திற்குக் கொண்டுசென்று அவனை நையப் புடைக்கின்றனர். அன்று முதல், தஜிரிக்கா மட்டுமல்ல, அபுரிரியாவிலுள்ள அத்தனை ஆண்களும் தங்கள் மனைவிமார்களை அடிப்பதை நிறுத்திக்கொள்கிறார்கள்!

அமெரிக்காவுக்குச் சென்ற 'அதிபரை'த் திடீரென்று இனம் தெரியாத நோயொன்று தாக்குகிறது. அதாவது அவரது உடல்

வீங்கிக்கொண்டே போய், கடைசியில் அவர் தங்கியுள்ள அறையைவிடப் பெரிதாகிவிடுகிறது. எத்தனையோ அமெரிக்க, ஐரோப்பிய மருத்துவர்கள் வந்து பார்த்தும் நோயின் தன்மையையோ அதற்கான நிவாரணத்தையோ கண்டுபிடிக்க முடியவில்லை. எல்லா வகையான நோய் நொடிகளையும் அகற்றும் வல்லமை வாய்ந்தவன் என நாட்டில் பெயரெடுத்துள்ள 'சூனியக் காரனான' காமித்தியை நியூயார்க்கிற்கு வரவழைக்க ஏற்பாடு நடக்கிறது. அவன் அதிபர் தங்கியிருந்த ஓட்டலுக்கு வந்ததும், அங்கிருந்த அமெரிக்க மருத்துவர், 'அதிபரி'ன் உடல், அவரது நோய் ஆகிய இரண்டினதும் வடிவுரிமை (பேடன்ட் ரைட்) தமக்கே உரியது என வாதிடுகிறார்! காமித்திக்கு உண்மை தெரிந்துவிடுகிறது: அதாவது, 'அதிபர்' கருத்தரித்திருக்கிறார்! என்னும் உண்மை. அவர் உடனே நாட்டுக்குத் திரும்பி குழந்தையைப் பெற்றுவிட வேண்டியதுதான் பாக்கி!

காமித்தி, பல நாடுகளைச் சுற்றிப் பார்த்துவிட்டு அபுரிரியாவுக்குத் திரும்புகிறான். அங்கு நடக்கும் ஆட்சிக் கவிழ்ப்பு, அதிகாரப் போட்டிகளின் காரணமாக அவனுமே சிறையில் அடைக்கப்படுகிறான். பின்னர் நையவீராவின் உதவியுடன் தப்பி, காட்டுக்குச் சென்று வாழ்கிறான். 'அதிபரு'ம் நாடு திரும்புகிறார். அவர் பெற்றெடுத்த குழந்தை வேறு ஏதுமல்ல - பல கட்சி ஜனநாயக முறைதான். உலகமயமாக்கல் கூறும் நவ தாராள வாதத்திற்கு ஏற்ற ஆட்சிமுறைதான் அந்தக் குழந்தை.

ஆனால், அந்த 'அதிபர்' எந்த ஆட்சிக் கவிழ்ப்பின் மூலம் அதிகாரத்துக்கு வந்தாரோ அதே ஆட்சிக் கவிழ்ப்பின் மூலம் தூக்கியெறியப்படுகிறார். இதற்கிடையே, வனவாசத்தின்போது நையவீராவுக்கும் காமித்திக்குமான காதல் முழு வளர்ச்சியடைகிறது. 'மக்களின் குரல்களுக்கான இயக்கம்' காட்டிலல்ல, நாட்டு மக்களிடம்தான் வளரவேண்டும் என்னும் முடிவோடு இருவரும் நகரத்துக்குத் திரும்புகிறார்கள்.

மிகப் பெரிய இந்த நாவலில் ஏராளமான சம்பவங்கள் விவரிக்கப்படுகின்றன என்றாலும், முக்கியப் பாத்திரங்களின் எண்ணிக்கையை விரல்விட்டு எண்ணிவிடலாம். கூகி கையாளும் 'மாய யதார்த்த' உத்தி, முற்றிலும் ஆப்பிரிக்க மண்ணைச் சேர்ந்தது. ஆப்பிரிக்காவில் மட்டுமின்றி, மூன்றாம் உலக நாடுகள் பலவற்றில் உள்ள நவகாலனியச் சுரண்டல், ஒடுக்குமுறை

ஆகியவற்றை அவர் சீற்றத்துடன் கண்டனம் செய்வதில்லை; மாறாக, அவற்றை நாம் எள்ளி நகையாடும்படி செய்கிறார். அவரது எல்லாப் படைப்பிலக்கியங்களையும் போலவே இந்த நாவலிலும் பெண் பாத்திரங்கள் மிகக் கண்ணியமானவையாகச் சித்திரிக்கப்பட்டுள்ளன. வழக்கம் போலவே கிறிஸ்துவ மதமும் எள்ளி நகையாடப்படுகிறது. பிற மதங்களும் விட்டு வைக்கப் படுவதில்லை. காமித்தியின் உரையாடல்கள் வழியாக, இந்தியா வின் பண்பாடு, சாதி அமைப்பு, இங்கு பேசப்படும் பல்வேறு மொழிகள் ஆகியன பற்றிய செய்திகளை வெளிநாட்டு வாசகர் கள் தெரிந்துகொள்ளும்படி செய்திருக்கிறார். அதேபோல பாத்திரங்களின் உரையாடல்கள் மூலமாக பிளேட்டோ, தெகார்தெ, கார்ல் மார்க்ஸ், சார்த்தர் போன்றோரின் சிந்தனைகள் நமக்கு அறிமுகம் செய்யப்படுகின்றன.

காதல் பற்றி கூகி எழுதியுள்ள கவித்துவ வரிகள், 'டாக்டர் ஷிவாகோ' நாவலில் ஷிவாகோவுக்கும் லாராவுக்குமிருந்த காதலைப் பற்றி போரிஸ் பாஸ்டர்நாக் வழங்கியுள்ள வர்ணனை களை நினைவூட்டுகின்றன. காமிந்தியும் நையவீராவும் காட்டில் சில நாள்களைக் கழித்தபோது அவர்களுக்கு ஏற்பட்ட காதல் உணர்வை கூகி சித்திரிக்கிறார்:

> காதல் எல்லா இடங்களிலும் இருந்தது; தூக்கணாங்குருவிகளின் கூடுகள் தொங்கிக்கொண்டிருக்கும் மரக்கிளைகளில்; விதவைப் பறவை தனது நீண்ட, கரிய சிறகுகள் இரண்டை விட்டுச் சென்றிருக்கும் தாவைகளில்; கர்ச்சிக்கும் அருவியாகக் கொட்டுவதற்குக் கிழக்குத் திசையில் திரும்புவதற்கு முன் எல்டேர்ஸ் ஆற்றிலிருந்து வரும் முணுமுணுப்புகளில்; அருவியில் ஊடுருவிச் சென்று, வானவில்லின் ஏழு வண்ணங்களாகப் பிளவுபடும் சூரியக்கதிர்களில்; ஆறு ஓரிடத்தில் உருவாக்கியிருக்கும் சின்னக்குளத்தின் சலனமற்ற நீரில் - இங்குதான் காமித்தியும் நையவீராவும் இப்போது நீந்தி, ஒருவரை யொருவர் துரத்திச் சென்று, ஒருவர் மீதொருவர் தண்ணீரை அள்ளித் தெளித்து விளையாடினர்; ...அவர்களது ஈர ஆடைகளில் ஒட்டிக் கொண்டிருக்கும் மலர்களிலும் விதைகளிலும்; முள்ளம் பன்றிகளின தும் முள்ளெலிகளினதும் அசைவுகளில்; மலருக்கு மலர் தாவும் பட்டாம்பூச்சிகளிலும் தேனீக்களிலும்; புறாக்களின் கூவல்களில்; நாணல்களிலிருந்தும் லில்லிப் பூக்களிலிருந்தும் கூடுவதற்கு வருமாறு துணைகளை அழைக்கும் ஆற்றுத் தவளைகளின் கூச்சல்களில்; மரத்

தண்டுகளைத் தாவிப்பிடித்துப் படரும் கொடிகளில் காதல் இருந்தது. ஆம், அவர்கள் பறித்து ஒருவருக்கொருவர் ஊட்டிய கறுஞ்சுட்டிப் பழங்களில் காதல் இருந்தது. இலைகளை மென்மையாக ஆடி அசைய வைத்த தென்றலில் காதல் இருந்தது. காட்டில் எல்லாவிடங்களிலும் காதல் இருந்தது நீக்கமற - அதைப் பற்றி ஒரு வார்த்தைகூட, நையவீராவோ காமித்தியோ பேசாத போதிலும்.

பின்னர், தரையில் அமர்ந்து மரத்தண்டில் சாய்ந்தபடி அவர்கள் கோக்கோ பானத்தைச் சிறிது சிறிதாக உறிஞ்சிக் குடித்தனர். சில நேரம் மௌனத்தில் ஆழ்ந்தபடி, சில நேரம் அர்த்தமற்ற பேச்சுகளைப் பேசியபடி, நிலா வெளிச்சம் இலைகளுக்கு ஒளியூட்டி அவை தரையிலும் அவர்களது உடல்களிலும் நிழற் கோலங்களை விழச் செய்வதுபோல, இங்கு காதல் அவர்களைப் பின்தொடர்ந்தது. ஆயினும் காதல் என்னும் சொல்லை அவர்கள் ஒருவருக்கொருவர் உச்சரிக்கவோ, தங்களுக்குத் தாங்களே மௌனமாகச்சொல்லிக் கொள்ளவோ இல்லை. ஆனால் புரிதலுக்குப் பிடிபடாத நிசப்தம் அவர்களைச் சூழ்ந்திருந்தது. சிள்வண்டுகளின் இரைச்சலும் தூரத்தில் கழுதைப் புலிகளின் ஊளையும் இருந்தபோதிலும் காட்டிலிருந்து அமைதி பொங்கியெழுந்து கொண்டிருந்தது. காமித்தியும் நையவீரா வும் ஒருவரையொருவர் பார்த்தபோது அவர்களது கண்களின் ஒளிகள் அவர்களைப் பிணைத்தன. கறுஞ்சுட்டிப் பழங்களைப் போன்ற நிறங்கொண்ட நையவீராவின் மார்புக் காம்புகளைத் தேடியலைந்தன காமித்தியின் விரல்கள்.

8

நெரூடாவைப் படிப்போம்

உலகப் புகழ்பெற்ற இடதுசாரிக் கவிஞர் பாப்லோ நெரூடாவுக்கு 1966-இல் முற்றிலும் வெவ்வேறான இரண்டு அனுபவங்கள் எற்பட்டன. நியூயார்க்கில் நடைபெற்ற அனைத்துலக எழுத்தாளர் மாநாட்டில் (International PEN Conference*) கலந்து கொள்ளும்படி அவருக்கு அழைப்பு வந்தபோது, அவர் அங்கு வருவதற்கு அமெரிக்க அரசாங்கம் அதிகாரபூர்வமான எதிர்ப்புத் தெரிவித்தது. அதற்குக் காரணம், நெரூடா, சிலிநாட்டுப் பொதுவுடைமைக் கட்சி உறுப்பினராக இருந்ததுதான். அந்த மாநாட்டின் அமைப்பாளரும் அமெரிக்க நாடகாசிரியருமான ஆர்தர் மில்லரின் விடாப்பிடியான முயற்சியின் காரணமாக அன்றைய அமெரிக்கக் குடியரசுத் தலைவராக இருந்த லிண்டன் ஜான்ஸனின் அரசாங்கம் தனது பிடிவாதத்தைத் தளர்த்தி, நெரூடாவுக்கு நுழைவுச் சீட்டு (Visa) வழங்கியது. நியூயார்க் நகரில் பல்வேறு அரங்குகளில் நிரம்பி வழிந்த இலக்கிய இரசிகர்கள், விமர்சகர்கள் ஆகியோரிடம் தமது கவிதை வாசிப்புகளை நிகழ்த்தினார் நெரூடா. சோவியத் யூனியன், கிழக்கு ஐரோப்பிய (சோசலிச) நாடுகள் ஆகியவற்றைச் சேர்ந்த எழுத்தாளர்கள் பலர் அந்த மாநாட்டில் கலந்து கொண்டனர். அன்று அமெரிக்க, சோவியத் முகாம்களுக்கிடையே நடந்துவந்த 'கெடுபிடிப் போரின்' (cold war) முடிவின் தொடக்கமாக அந்த மாநாடும் நெரூடாவுக்கு அமெரிக்க மக்கள் தந்த உற்சாகமான வரவேற்பும் அமைந்தன

* கவிஞர்கள், கட்டுரையாளர்கள், நாவலாசிரியர்கள் (Poets, Essayists, Novelists - PEN) ஆகியோரை மட்டும் உள்ளடக்கியதாக 1921-இல் இலண்டனில் நிறுவப்பட்ட இந்த அமைப்பு, பின்னர் பத்திரிகையாளர்கள், வரலாற்றாசிரியர்கள் போன்றோருக்கும் உறுப்பியம் வழங்கும் அமைப்பாக வளர்ச்சியடைந்தது.

என எழுதினார் மெக்ஸிக இடதுசாரி எழுத்தாளர் கார்லோஸ் ஃபுயென்டெஸ்.

சிலி திரும்பும் வழியில், பெரு நாட்டிற்கு வருகை தருமாறு அங்குள்ள இலக்கியவாதிகளால் அழைக்கப்பட்டிருந்தார் நெரூடா. அந்த அழைப்பை ஏற்றுக்கொண்ட கவிஞர், அந்த நாட்டின் தலைநகர் லிமாவிலும் மற்றொரு முக்கிய நகரமான அரெகுவிப்பாவிலும் குழுமியிருந்த பல்லாயிரக்கணக்கான இலக்கிய இரசிகர்களிடையே தனது கவிதைகளை வாசித்தார். அவரை நேரடியாக வரவேற்கச் சென்றவர்களிலொருவர் பெரு நாட்டின் அன்றைய குடியரசுத் தலைவர் பெர்னாண்டோ டெர்ரி. அவர் வலதுசாரிப் பிற்போக்கு அரசியல்வாதி; அமெரிக்க ஆதரவாளர். நூறுக்கும் மேற்பட்ட கியூப இடதுசாரி அறிவாளி களிடமிருந்து நெரூடாவுக்கு பகிரங்கக் கடிதமொன்று வந்தது: பகைவனுடன் ஒத்துழைக்க விரும்பும் அமெரிக்க ஆதரவு திரிபுவாதி என நெரூடாவைக் குற்றம் சாட்டியிருந்தது அந்தக் கடிதம்! நெரூடாவின் மனதில் ஆழமான, என்றும் மறையாத காயத்தை ஏற்படுத்திவிட்டது அந்தக் குற்றச்சாட்டு. ஏனெனில், கியூபப் புரட்சிக்கு உறுதியான ஆதரவைத் தெரிவித்து அதற்குப் புகழாரம் சூட்டும் கவிதைகளையும் கட்டுரைகளையும் எழுதிவந்தவர்தான் நெரூடா. அதனால்தான் அவர் மீண்டுமொரு முறை அந்தத் தீவை எட்டிப் பார்ப்பதற்குக்கூட மறுத்துவிட்டார்- 1968-இல் கியூப அரசாங்கம் அவருக்கு அதிகாரபூர்வமான அழைப்பை அனுப்பியிருந்தபோதிலும். 1967-இல் பொலிவியாவில் 'செ'குவெரா கொல்லப்பட்டது தொடர்பாக அவர் பல கட்டு ரைகளை எழுதினார் என்பது உண்மைதான். அதே நேரம் தனது நண்பரொருவருக்கு எழுதிய கடிதமொன்றில், 'செ'குவெராவின் மரணத்துக்காகக் கண்ணீர் வடிக்க வேண்டாம், மாறாக, 'செ'குவெராவின் வன்முறை வழிமுறைக்கு மாறாக, சமாதான வழிமுறையின் மூலம் சிலியில் சோசலிசப் புரட்சியை நடத்த விரும்பிய சிலி நாட்டு கம்யூனிஸ்ட் லூயி எமிலியோ ரெகாப்பா ரென் என்பவரின் மரணத்திற்குக் கண்ணீரஞ்சலி செலுத்துங்கள் எனக் கூறியிருந்தார் கவிஞர்!

கியூப இடதுசாரிகள், அந்தப் பழைய சம்பவங்களை இப்போது நினைத்துக்கூடப் பார்ப்பதில்லை. புரட்சிகர சோசலிசக் கலை இலக்கியப் படைக்கலன்களில் மிக வலுவான

வற்றிலொன்று நெரூடாவின் கவிதை மரபு என அவர்கள் இப்போது கருதுகிறார்கள். எனினும் உலகம் முழுவதிலுமுள்ள இடதுசாரிகள் அனைவராலும் ஒரே குரலில் போற்றப்படும் 'நற்பேறினை' நெரூடா இன்னும் பெறவில்லை. ஸ்டாலினதும் ஸ்டாலினசத்தினதும் 'சக பயணியாக' இருந்து, சோசலிசத்தின் பெயரால் இழைக்கப்பட்ட கொடிய குற்றங்களுக்கு எதிராக சிறு முணுமுணுப்புக் கூடக் காட்டாதவர் என்று த்ரோத்ஸ்கியவாதி களால் மட்டுமின்றி கம்யூனிச எதிர்ப்பாளர்களாலும் தொடர்ந்து விமர்சிக்கப்படுகிறார் நெரூடா. சோவியத் யூனியனிலிருந்து வெளி யேற்றப்பட்டு மெக்ஸிகோவில் தஞ்சம் புகுந்திருந்த த்ரோத்ஸ் கியைக் கொலை செய்த விட்டோரியோ விலாடி என்பவரின் நண்பராக இருந்ததுடன், அந்தக் கொலையைச் செய்யச் சதித் திட்டம் தீட்டியவர்களிலொருவராகக் குற்றம் சாட்டப்பட்ட மெக்ஸிக ஓவியர் டேவிட் சிக்யெரோஸ் என்பவர் சிலி நாட்டிற்கு வருகை தருவதற்கு நுழைவுச் சீட்டு ஏற்பாடும் செய்தவர்தாம் நெரூடா என்னும் குற்றச்சாட்டு த்ரோத்ஸ்கியவாதிகளால் இன்றும் முன்வைக்கப்பட்டது. (1964-இல் அவருக்கு நோபல் பரிசு வழங்கப்படுவதற்கான ஏற்பாடுகள் நடந்து கொண்டிருந்த போது அமெரிக்க அரசாங்கம் இந்தக் குற்றச்சாட்டைத் தோண்டி யெடுத்துப் பிரசாரம் செய்தது). அதேபோல், சீனாவுக்குச் சென்று வந்த பிறகு, சீனப் புரட்சியில் மாவோ வகித்த பாத்திரத்தைப் புகழ்ந்து எழுதியபோதிலும், அங்கு 'ஸ்டாலினிய மாசேதுங்கிய தனி நபர் வழிபாடு' ஊக்குவிக்கப்படுவதாகவும் ஏற்கெனவே சோவியத் யூனியனில் ஸ்டாலினிசம் ஏற்படுத்திய எதிர்மறை விளைவுகளையும் தனிநபர் வழிபாட்டுக்குத் தாமும் வழங்கிய பங்களிப்பையும் கருத்தில் கொள்கையில் 'மற்றொரு கசப்பான மாத்திரையை விழுங்குவது மிகக் கடினமான விசயம்' என்று கூறினார். இது மாவோயிச ஆதரவாளர்கள் பலருக்கு உவப்பான கருத்தாக இருக்கவில்லை.

இதுமட்டுமின்றி, அவர் மூன்று முறை மணம் செய்து கொண்டதுடன், பல பெண்களைக் 'காமம் கழிக்கும் கலயங் களாக'க் கருதி வந்தார் என்னும் கடுமையான குற்றச்சாட்டு பெண்ணியவாதிகளால் முன்வைக்கப்பட்டது. (குற்ற) ஒப்புதல் வாக்குமூலம் போல, அவரே தமது 'நினைவுக் குறிப்புக'ளில்

(Memoines) காதல், பாலியல் விளையாட்டுகளை வெளிப்படையாக எழுதாமலிருந்திருந்தால், சில குற்றச்சாட்டுகளிலிருந்து அவரால் தப்பித்துக்கொண்டிருக்க முடியும். எனினும், இந்தக் குற்றச்சாட்டுகளும் விமர்சனங்களும் எளிதில் புறக்கணிக்கப்பட முடியாதவை. அவற்றில் பலவற்றை நெரூடா எதிர்கொண்டு பதிலும் சொல்லியிருக்கிறார். ஆனால், இந்தக் குற்றச்சாட்டுகளும் விமர்சனங்களும் அவரது மாபெரும் கவி ஆளுமையை ரசிப்பதற்கோ, தரிசிப்பற்கோ இடையூறு விளைவிப்பதாகத் தோன்றவில்லை. அந்த ஆளுமையின் புலப்பாடுகளிலொன்றுதான் அவரது 'நினைவுக் குறிப்புகள்.' காலவரிசைப்படி அமைந்திருந்தாலும் அவை அவரது வாழ்க்கையின் எல்லா அம்சங்களையும், முக்கிய நிகழ்வுகள் அனைத்தையும் உள்ளடக்கவில்லை. இன்னும் விரிவாகச் சொல்லப்பட்டிருக்க வேண்டிய விஷயங்கள், தகவல்கள் அவற்றில் சேர்க்கப்படவில்லை. 1973-இல் சிலியில் சோசலிச அரசாங்கம் அமைக்கப்பட்டது பற்றிய அவரது உற்சாகம் நிறைந்த வார்த்தைகளுடனும் இராணுவ சதிகாரர்களால் அது தூக்கியெறியப்பட்ட கொடுமை பற்றிய சோகம் நிறைந்த வர்ணனைகளுடனும் முடிவடையும் அந்தக் குறிப்புகளை அவர் இறுதி செய்யவில்லை. அவரது மரணத்திற்குப் பிறகே அந்த நூல் பதிப்பிக்கப்பட்டது என்பதை நாம் நினைவில் கொள்கையில், அவர் சிறிது காலம் உயிரோடு இருந்திருந்தால் அதிலுள்ள சில பகுதிகளை நீக்கியிருப்பார், சிலவற்றைச் சேர்த்திருப்பார் என ஊகிக்க வழியிருக்கிறது. கவிதைகளும், இயற்கையும், கவிஞர்களும் தம்மை எப்போதும் சூழ்ந்திருக்க வேண்டும் என ஆசைப்பட்ட அந்தப் படைப்பாளி தீட்டிய சின்னச் சின்ன சித்திரங்களின் கோவையாகவே அந்த 'நினைவுக் குறிப்புகள்' படிக்கப்பட வேண்டும்.

1904 ஜூலை 12-ஆம் நாள், சிலியின் தலைநகர் சான்டியாகோவிலிருந்து 400 கிலோ மீட்டர் தொலைவிலுள்ள சிற்றூரொன்றில் இரயில்வே தொழிலாளியாக இருந்த தந்தைக்கும் பள்ளி ஆசிரியராக இருந்த தாய்க்கும் பிறந்தார் நெப்டாலி ரிகார்டோ ரெயேஸ் பஸோவல்ட்டோ (இதுதான் நெரூடாவின் இயற்பெயர்). இரண்டு மாதங்களுக்குப் பிறகு தாய் காலமானவுடனேயே, தந்தை வேறொரு ஊருக்கு மாற்றலாகி அங்கு

மறுமணம் புரிந்துகொண்டார். ஒன்பதாண்டுகளுக்குப் பின் அவரது இரண்டாவது மனைவிக்கு ஆண் குழந்தை பிறந்தது. இதற்கிடையே அவருக்கும் இன்னொரு பெண்ணுக்கும் ஏற்பட்ட உறவில் பிறந்த மற்றொரு பெண் குழந்தையான லாராவுடன் சேர்த்து வளர்க்கப்பட்ட நெப்டலிக்கு இளம் வயதிலிருந்தே இலக்கியத்திலும் கவிதை எழுதுவதிலும் மிகுந்த ஆர்வம். மகன் கவிதை எழுதும் 'கிறுக்கனாக' வளர்வதைத் தந்தை விரும்பவில்லை. 'எனது முதல் கவிதைகளின் பிரசுரம் அவருக்குத் தெரியாதபடி மூடி மறைப்பதற்காக அவரால் மோப்பம் பிடிக்க முடியாத ஒரு பெயரைத் தேடிக்கொண்டிருந்தேன். பத்திரிகையொன்றிலிருந்து ஒரு செக் நாட்டுக்காரரின் பெயரைத் தேர்ந்தெடுத்தேன். ஆனால், அது ஒரு தேசம் முழுவதாலும் நேசிக்கப்பட்ட, கதைப்பாடல்களையும் கவிதைகளையும் எழுதிய மாபெரும் கவிஞரொருவருடைய பெயர் என்பதும் ப்ராஹா நகரின் மாலா ஸ்ட்ரானா சதுக்கத்தில் அவரது நினைவுச் சின்னம் எழுப்பப்பட்டிருக்கிறது என்பதும் அப்போது எனக்குத் தெரிந்திருக்கவில்லை. பல ஆண்டுகளுக்குப் பின், செக்கோஸ்லோ வேகியாவுக்குச் சென்றபோது நான் செய்த முதல் வேலை தாடியுள்ள அந்தச் சிலையின் காலடியின் கீழ் ஒரு பூவை வைத்ததுதான்' என்று தமது 'நினைவுக் குறிப்புக'ளில் எழுதுகிறார் நெரூடா. ஆனால், இதே நூலில் பிறிதோரிடத்தில் அவரது முதல் கவிதைத் தொகுப்பு நெப்டலி ரெய்ஸ் என்னும் சொந்தப் பெயரிலும் 1919-இல் வெளிவந்த கவிதைகள் 'பல்வேறு புனை பெயர்களி'லும் வெளிவந்ததாகவும் 1920-இல்தான் அவர் 'பாப்லோ நெரூடா' என்னும் புனைபெயரை வரித்துக்கொண்ட தாகவும் சொல்லப்படுகிறது. 1920-இல், அவர் கவிதையிலும் உரை நடையிலும் தேர்ச்சிபெற்றவராகத் திகழத் தொடங்கியது பாப்லோ நெரூடா என்னும் பெயரில்தான். பின்னர் அதுவே அவரது அதிகாரபூர்வமான பெயராகவும் ஆகியது.

கவிதை எழுதும்படி அவரை ஊக்குவித்தவர்கள் பலர். அவர்களிலொருவர், நெப்டலியின் தந்தை வேலை செய்து வந்த ஊரிலிருந்த பெண்கள் பள்ளியின் தலைமை ஆசிரியரும் பின்னாளில் இலக்கியத்துக்கான நோபல் பரிசைப் பெற்றவரு மான காப்ரியெலா மிஸ்ட்ரல். நெரூடாவின் எழுத்துகளில் முதன் முதலில் பிரசுரமானது பதின்மூன்று வயதில் அவர் எழுதிய கட்டுரை. 1921-இல் சிலி பல்கலைக்கழகத்தில் பிரெஞ்சு மொழி கற்க சான்டியாகோ நகருக்குச் சென்ற நெரூடாவின் இலட்சியம்

ஒரு ஆசிரியராக ஆவதுதான். ஆனால், விரைவில் அவர் முழு நேரமும் கவிதை எழுதுவதில் செலவிடத் தொடங்கினார். 1921-இல் 'வைகறை ஒளிகளின் புத்தகம்', 1922-இல் 'இருபது காதல் கவிதைகளும் ஒரு விரக்திப் பாடலும்' ஆகிய கவிதைத் தொகுப்புகளை வெளியிட்டார். 'காதல் ஜுரம்' ஏறிய அந்த இரண்டாவது கவிதைத் தொகுப்பின் பிரதிகள் இலட்சக்கணக்கில் அச்சிடப்பட்டு விற்பனையாகிவுள்ளன. சிலியிலும் வெளி நாடுகளிலும் நெரூடாவின் புகழ் வளரத் தொடங்கியது என்றாலும் வறுமையும் வாட்டத் தொடங்கியது. அதன் காரண மாகத்தான் 1927இல் பர்மாவிலிருந்த சிலி நாட்டுத் தூதரகத்தில் வேலை செய்யத் தொடங்கினார். பின்னர் இலங்கை, ஜாவா, சிங்கப்பூர் ஆகியவற்றிலிருந்த சிலி நாட்டுத் தூதரகங்களில் பணியாற்றினார். ஜாவாவில் பணியாற்றுகையில் டச்சுப் பெண்மணியும் வங்கி அலுவலருமான ஹகெனார் என்பரைத் திருமணம் செய்துகொண்டார். தூதரகப் பணியிலிருக்கும்போது ஏராளமான கவிதை நூல்களைப் படித்ததுடன், பல்வேறு வகை யான கவிதைப் பாணிகளில் எழுதும் சோதனை முயற்சிகளிலும் ஈடுபட்டார். அன்று ஐரோப்பாவில் - குறிப்பாக பிரான்ஸில்- பிரபலமாக இருந்த சர்ரியலிச பாணி அவர் மீது பெரும் தாக்கம் ஏற்படுத்தியது. பின்னாளில் அவர் தம்மை 'சர்ரியலிசத்தின் எதிரி' எனக் கூறிக்கொண்டாலும், அதன் தாக்கம் அவரது கவிதைகளில் கடைசிவரை பயணிக்கத்தான் செய்தது. அவர் கூறினார்: 'யதார்த்தவாதியாக இல்லாத கவிஞர்கள் செத்துப்போனவர்கள். ஆனால் யதார்த்தவாதியாக மட்டுமே இருக்கும் கவிஞர்களும்கூட செத்துப்போனவர்கள்தாம். அறிவுக்குப் புரியாத வகையில் எழுதும் கவிஞர்களின் கவிதைகள் அவர்களுக்கும் அவர்களை நேசிப்பவர்களுக்கும் மட்டுமே புரியும். இது மிகவும் வருந்தத் தக்கது. அறிவுக்குப் புரியும் வகையில் மட்டுமே எழுதும் கவிஞர் களைக் கழுதைகளாலும்கூடப் புரிந்துகொள்ள முடியும். இதுவும் வருந்தத்தக்கதுதான்.' மேற்தோற்றத்தில் முரண்பாடுகள் கொண்டதாகத் தெரியும் இந்த வரிகள் பாப்லோ நெரூடாவின் கவிதைக் கோட்பாட்டினை உள்ளடக்கியுள்ளன.

நெரூடா ஒரேநேரத்தில் சோவியத் யூனியனின் ஆதரவாள ராகவும் சோசலிச யதார்த்தவாதத்தை ஏற்றுக்கொள்ளாத வராகவும் இருந்தார்:

ஒருபுறம் புதிய வடிவங்கள், ஏற்கெனவே இருக்கின்ற அனைத்தையும் புதுப்பிக்கும் தேவை ஆகியன இலக்கிய முன்மாதிரிகளாக இருப்பனவற்றை உடைத்துவிட்டு அவற்றைக் கடந்துவர வேண்டும். மறு புறமோ, ஓர் ஆழமான, பரந்து விரிகின்ற புரட்சி எடுத்து வைக்கும் அடிகளைப் பின்தொடராமல் எப்படி இருக்க முடியும்? முக்கியப் பிரச்சினைகள், வெற்றிகள், மோதல்கள், மானுடப் பிரச்சினைகள், வளர்ச்சி, இயக்கம், சமூக பொருளாதார அரசியல் துறைகளில் ஒரு தீவிரமான மாற்றத்தை எதிர்கொண்டுள்ள ஒரு மகத்தான மக்களின் உதயம் ஆகியவற்றிலிருந்து நம்மால் எப்படி விலகியிருக்க முடியும்? மூர்க்கத்தனமாக படையெடுப்புகளின் தாக்குதல்களுக்கும் எளிதில் மசியவைக்க முடியாத காலனியாதிக்கவாதிகள், பல்வேறு சூழல்களையும் பின்னணிகளையும் சேர்ந்த இருண்மைவாதிகள் ஆகியோரின் முற்றுகைக்கும் உள்ளாக்கப்பட்டுள்ள இந்த மக்களுக்குத் தன்னை அர்ப்பணித்துக்கொள்ளாமல் யாரால் இருக்க முடியும்? இந்த அடிப்படையான விஷயங்களை அறிந்திருந்தும் இலக்கியமோ, கலையோ இவற்றால் பாதிக்கப்படாமல் சுதந்திரமாக இருப்பதாக பாவனை செய்ய முடியுமா?

சோவியத் யூனியனில் சோசலிச யதார்த்தவாதம் 'அதிகார வர்க்க யதார்த்தவாதமாக' சீரழிந்துவந்த போக்கு இருந்ததை ஒப்புக்கொள்ளும் நெருடா, அப்போக்கைத் தடுத்து நிறுத்தும் முயற்சிகளும் அங்கு மேற்கொள்ளப்பட்டு வந்ததாகவும் கூறுகிறார்:

> கலைகளில் சோவியத் வறட்டுவாதம் (டாக்மாடிசம்) நீண்ட காலம் நிலவி வந்தது என்பதை மறுக்க முடியாது. ஆனால் இந்த வறட்டுவாதம் ஒரு குறைபாடு என்றே எப்போதும் கருதப்பட்டு வந்ததுடன் அதனுடன் நேருக்கு நேரான சண்டையும் நடத்தப்பட்டு வந்தது. தனிமனித வழிபாடும், திறமைமிக்க பிரசாரகரான ஸ்தானோவின் விமர்சனக் கட்டுரைகளும் சேர்ந்து சோவியத் பண்பாட்டு வளர்ச்சி பாரதூரமான முறையில் இறுகிப் போவதற்குக் காரணமாக இருந்தன. ஆனால் இதற்கு நாடெங்கிலுமிருந்து எதிர்வினைகள் தோன்றிக்கொண்டிருந்தன. வாழ்க்கை என்பது, அதைப் பற்றிய நீதிக்கட்டளைகளைவிட வலுவானது. பிடிவாதமானது என்பதை நாம் அனைவரும் அறிவோம். புரட்சிதான் வாழ்க்கை. நீதிக்கட்டளைகளோ தமக்கான சவப் பெட்டிகளைத் தேடிக்கொண்டிருந்தன.

'நினைவுக்குறிப்பு'களில் யதார்த்தவாதம், சர்ரியலிசம், சோசலிச யதார்த்தவாதம் ஆகிய மூன்றைப் பற்றியும் ஒன்றுக்

கொன்று முரண்பட்ட இரு கருத்துகளை அவர் கூறுவதைக் காண முடிகிறது. ஒருபுறம், இவை மூன்றுமே தம் மீது தாக்கம் ஏற்படுத்தியதாகக் கூறுகிறார். மறுபுறம், அவை 'இயங்கு விசையற்ற இலக்கிய முன்மாதிரிகள்' என்கிறார். கவிதைகளின் 'இசம்' பற்றி எழுதுகிறார்:

> கவிதை மிகை யதார்த்தத்தன்மையையோ குறை யதார்த்தத் தன்மையையோ கொண்டிருக்க வேண்டியதில்லை. அது யதார்த்த வாதத்திற்கு எதிரான தன்மையுடையதாகவும் இருக்கலாம். நான் ஒரு புத்தகத்தை, கவிதைப் படைப்பின் அடர்த்தியை, இலக்கியக் காடுகளை ரசிக்கிறேன். எல்லாவற்றையுமே ரசிக்கிறேன் - புத்தகங்களின் முதுகு களைக்கூட. ஆனால் அவை அந்தந்த சிந்தனைப் போக்குகள் என அடையாள முத்திரைகளிடப்படுவதை நான் ரசிப்பதில்லை. எந்த சிந்தனைப் போக்குகளையும் வகைப்பாடுகளையும் சாராத புத்தகங்கள், வாழ்க்கையைப் போலவே இருக்கின்ற புத்தகங்கள் எனக்கு வேண்டும்.

சிலி நாட்டிற்குத் திரும்பி வந்த நெரூடா ஆர்ஜென்டீனா விலும் ஸ்பெயினிலும் சிலி நாட்டுத் தூதராக நியமிக்கப்பட்டார். ஸ்பெயின் தலைநகர் மாட்ரிடில் இருந்த இலக்கிய வட்டத்தின் மையப் புள்ளியாக விளங்கிய அவருடைய நெருக்கமான நண்பர்களானவர்கள் ஸ்பானியக் கவிஞர்களான ரஃபேல் ஆல்பெர்ட்டி, ஃபெடெரிகொ கார்ஸியா லோர்கா, பெரு நாட்டுக் கவிஞர் செஸேர் வல்லெயோ ஆகியோர். மாட்ரிடில்தான் முதல் மனைவிக்கு நெரூடாவின் பெண் குழந்தை பிறந்தது. அங்கு இருந்த காலத்தில்தான் அவருக்கும் அவரது முதல் மனைவிக்கும் இடைவெளியும் வளர்ந்தது. பின்னர் நெரூடா தம்மைவிட இருபது வயது மூத்தவரான டெலியா டெல் கார்ரில் என்னும் ஆர்ஜென்டீனியப் பெண்ணுடன் வாழத் தொடங்கினார்.

ஸ்பெயினில் பாசிச சக்திகளுக்கும் குடியரசு சக்திகளுக்கு மிடையே உள்நாட்டுப் போர் தொடங்கிய போதுதான், நெரூடாவின் வாழ்க்கையில் முதன்முதலாக அரசியல் புகுந்தது. ஸ்பெயினில் நடந்த உள்நாட்டுப் போரும் அதன் பிறகு அங்கு ஏற்பட்ட பாசிச ஆட்சியும், ஒத்த கருத்துடையவர்களுடன் ஒன்றிணைந்து பணியாற்றும், அரசியல் உணர்வுடைய குழுவாகச் செயல்படும் தேவையை அவருக்கு உணர்த்தின. ஸ்பானிய அனுபவங்கள்தாம் அவரை கம்யூனிஸ்ட்டாக்கின. இவற்றில் மிக முக்கியமானது, கார்ஸியா லோர்கா பாசிசவாதிகளால்

படுகொலை செய்யப்பட்ட நிகழ்ச்சியாகும். ஸ்பெயினில் பாசிசத்திற்கு எதிராகப் போராடிய முற்போக்கு சக்திகளை தமது எழுத்துகள் மூலமாகவும் சொற்பொழிவுகள் மூலமாகவும் ஊக்குவித்து வந்த நெரூடாவின் முக்கியக் கவிதைத் தொகுப்புகளிலொன்று 'ஸ்பெயின், எனது இதயத்தில்.'

1938-இல் சிலி நாட்டின் குடியரசுத் தலைவராகத் தேர்ந்தெடுக்கப்பட்ட பெட்ரோ ஸெர்டா என்பவர், ஸ்பெயினில் நடந்த உள்நாட்டுப் போரின் காரணமாக பாரிஸில் தஞ்சம் புகுந்திருந்த ஸ்பானியர்கள் சிலி நாட்டுக்குப் புலம்பெயர்ந்து வருவதற்கு உதவும் பொருட்டு நெரூடாவை சிறப்புத் தூதராக நியமனம் செய்தார். ஏறத்தாழ 2000 ஸ்பானியர்கள் சிலி நாட்டுக்குப் புலம்பெயர்ந்து செல்வதற்கான ஏற்பாடுகளைச் செய்தார் நெரூடா. பாரிஸ் அகதி முகாம்களில் இருந்த ஸ்பானியர்களில் கம்யூனிஸ்டுகளாகவும் அவர்களது ஆதரவாளர்களாகவும் இருந்தவர்களுக்கு மட்டுமே புலம்பெயர நெரூடா உதவி செய்தார் என்றும் குடியரசு சக்திகளுடன் இணைந்து போராடிய கம்யூனிஸ்ட் அல்லாதவர்களை அவர் புறக்கணித்து விட்டார் என்றும் சிலர் குற்றம் சாட்டினர். ஆனால், அவரது நேரடித் தலையீட்டின் மூலம் புலம் பெயர்வதற்குத் தெரிந்தெடுக்கப்பட்டவர்கள் நூறு அல்லது இரு நூறு பேர் மட்டுமே என்றும் மேற்சொன்ன குற்றச்சாட்டில் உண்மை இல்லை என்றும் வேறு சில ஆய்வாளர்கள் கூறுகின்றனர்.

1940 முதல் 1943 வரை மெக்ஸிகோ நகரத்தில் சிலி அரசாங்கத்தின் முதன்மைத் தூதராகப் பணியாற்றி வந்தபோது, தமது முதல் மனைவியை விவாகரத்து செய்துவிட்டு, டெல் கார்ரிலைத் திருமணம் செய்துகொண்டார் நெரூடா. அவரது முதல் மனைவியும் நெரூடாவின் மூலம் பிறந்த பெண் குழந்தையும் ஹாலந்துக்குத் திரும்பிச் சென்றனர். தொடக்கத்திலிருந்தே பல்வேறு நோய்களுக்கு ஆட்பட்டிருந்த அந்தப் பெண் குழந்தை, ஹாலந்து நாஜிகளின் ஆக்கிரமிப்புக்குள்ளாகியிருந்த காலத்தில் மரணமடைந்தது என்பதைப் பின்னாளில் தெரிந்துகொண்டார் நெரூடா. மெக்ஸிகோ நகல் பணியாற்றிக்கொண்டிருந்த போதுதான் த்ரோத்ஸ்கியைக் கொலை செய்த விட்டொரியா விடாலி என்பவர் நெரூடாவின் நண்பரானார். அந்தக் காலகட்டத்தில் தான், அக்கொலையைச் செய்யச் சதித்திட்டம் தீட்டியவர்

களிலொருவர் எனக் குற்றம் சாட்டப்பட்டு மெக்ஸிகச் சிறை யிலடைக்கப்பட்டிருந்த புகழ்பெற்ற ஓவியர் டேவிட் அல்பரோ சிக்வெய்ரோஸ் சிலி நாட்டிற்கு வருகை தருவதற்கான நுழைவுச் சீட்டு வழங்கப்படுவதற்கு ஏற்பாடு செய்தார். மெக்ஸிகச் சிறையிலிருந்து வெளியே வந்த அந்த ஓவியர், சிலி நாட்டில் நெரூடாவின் சொந்த வீட்டில் விருந்தாளியாகத் தங்கியிருந்தார். நன்றிக் கடனாக, அந்தக் கலைஞர் சில்லான் என்னும் நகரத்தி லுள்ள ஒரு பள்ளிக் கட்டடத்தில் தமது புகழ்பெற்ற சுவரோவிய மொன்றை வரைந்து தந்தார். ஓர் அரசியல் தலைவரைக் கொலை செய்யச் சதித் திட்டம் தீட்டியவருக்கு உதவி செய்ததாக நெரூடா மீது குற்றம் சாட்டப்பட்டபோது, அப்போது மெக்ஸிகோ நாட்டின் குடியரசுத் தலைவர் கேட்டுக்கொண்டதன் பேரில் சிலி நாட்டு அரசாங்கத் தூதர் என்னும் வகையில் அந்த ஏற்பாடுகளைச் செய்ய வேண்டியதாயிற்று என்றும் அதற்கு அரசியல் வர்ணம் பூசுவது வெறும் பரபரப்புக்காகச் செய்யப்படும் அரசியல் இலக்கியக் குறும்புகளேயன்றி வேறல்ல என்றும் நெரூடா பதிலளித்தார்.

நெரூடா, தமது தலைமுறையைச் சேர்ந்த லூயி அரகோன், போல் எலுவர், நஸிம் ஹிக்மெத் போன்ற எண்ணற்ற இடது சாரிக் கலைஞர்கள், கவிஞர்கள் போலவே சோவியத் யூனியன் மீதும் ஸ்டாலின் மீதும் அளவற்ற மதிப்பும் நம்பிக்கையும் கொண்டிருந்தார். மெக்ஸிகக் கவிஞர் ஒக்டோவியோ பாஸ், பிரெஞ்சுக் கவிஞர் ஆந்த்ரே பிரித்தோன் போன்றோர் இடதுசாரி களாகவும் மார்க்ஸியத்தை ஏற்றுக்கொண்டவர்களாகவும் இருந்த போதிலும், ஸ்டாலினையும் ஸ்டாலினிசத்தையும் கடுமையாக விமர்சித்தார்கள். இரண்டாம் உலகப் போர் மூளுகையில், பாசிசத்தை எதிர்த்துப் போராடக்கூடிய சக்தி ஸ்டாலினின் தலைமையிலுள்ள சோவியத் அரசாங்கம் மட்டுமே என நெரூடாவும் அவரது தோழர்களும் கருத, 1939-இல் சோவியத் அரசு, ஹிட்லரின் நாஜி அரசுடன் செய்துகொண்ட ஒப்பந்தம் ஒக்டேவியா பாஸ் போன்றோருக்குக் கடுஞ்சினத்தை ஏற்படுத்தியது. 1956-இல் நடந்த சோவியத் கம்யூனிஸ்ட் கட்சியின் இருபதாம் காங்கிரஸில் ஸ்டாலினின் குற்றங்கள் என குருஷ்செவ் வெளியிட்ட 'இரகசிய அறிக்கை' அதுவரை கம்யூனிஸ்டுகளாகவோ, கம்யூனிஸ்ட் ஆதரவாளர்களாகவோ இருந்த பல எழுத்தாளர்களுக்கும்

கலைஞர்களுக்கும் சோவியத் யூனியன் மீதும் கம்யூனிசத்தின் மீதும் அவ நம்பிக்கையை ஏற்படுத்தி அவர்கள் மாற்று முகாம் களுக்குப் போகும்படி செய்தது. அதுவரை, ஸ்டாலினையும் அவரது சகாக்களையும் போற்றி வந்த நெரூடாவும் அதிர்ச்சி யடைந்தார் என்றாலும், அவர் கம்யூனிஸ்ட் முகாமிலிருந்து வெளியேறவில்லை. சோவியத் யூனியனில் கடைப்பிடிக்கப்பட்டு வந்த கலை இலக்கியக் கொள்கைகளை அவர் விமர்சித்து வந்த போதிலும், சோவியத் கம்யூனிஸ்ட் கட்சியையும் அரசாங்கத் தையும் விமர்சித்து எதிர்ப்புக் குரல் கொடுத்த போரிஸ் பாஸ்டர்நாக், ஜோஸப் ப்ராட்ஸ்கி போன்ற சோவியத் எழுத்தாளர்கள் அரசாங்க ஒடுக்குமுறைக்கு ஆளான போது அவர்களுக்கு ஆதரவாகக் குரல் கொடுக்கவில்லை. அப்படிச் செய்வது கம்யூனிசத்தின் பகைவர்களுக்கு ஆதரவாக அமைந்து விடும் என்று மனதார நம்பினார் நெரூடா.

இதற்கிடையே, 1945-இல் சிலி நாட்டின் நாடாளுமன்ற உறுப்பினராகக் கம்யூனிஸ்ட் கட்சி சார்பில் போட்டியிட்டு வெற்றிபெற்ற நெரூடா, நான்கு மாதங்களுக்குப் பின்னர் அக்கட்சியில் அதிகாரபூர்வமான உறுப்பினரானார். 1946-இல் குடியரசுத் தலைவர் தேர்தலில் இடதுசாரிகளின் ஆதரவு பெற்ற கேப்ரியெல் வைடெலா என்பவர் வெற்றி பெற்றார். ஆனால், அவர் பதவி ஏற்றதும் கம்யூனிஸ்ட் கட்சியை ஒடுக்கத் தொடங் கினார். கம்யூனிஸ்டுகள் தலைமையிலிருந்த சுரங்கத் தொழிலா ளர்கள் வேலை நிறுத்தப் போராட்டத்தில் இறங்கிய போது அவர்களைக் கொடூரமாக ஒடுக்கிய அரசாங்கம், கைது செய்யப்பட்ட தொழிலாளர்களை ஆடுமாடுகளை அடைப்பது போல எந்த வசதியும் இல்லாத சிறைகளிலும், சித்திரவதை முகாம்களிலும் அடைத்தது. அந்தக் கொடுமையை எதிர்த்து சிலி நாடாளுமன்றத்தில் 'குற்றம் சாட்டுகிறேன்' என்னும் புகழ்பெற்ற உரையை நிகழ்த்தினார் நெரூடா. அரசாங்கம் அவரையும் வேட்டையாட முயன்றதால் அவரும் அவரது இரண்டாவது மனைவியும் தலைமறைவாயினர். பதின்மூன்று மாதத் தலைமறைவுக் காலகட்டத்தில் அவரது நாடாளுமன்றப் பதவி பறிக்கப்பட்டதோடு கம்யூனிஸ்ட் கட்சியும் தடை செய்யப் பட்டது. குதிரைச் சவாரி செய்து ஆர்ஜென்டீனா எல்லையை அடைந்த நெரூடா அந்த நாட்டின் தலைநகர் ப்யூனஸ் அயர்ஸில்

மூன்றாண்டுக் காலம் வாழ்ந்தார். அங்கு அவருக்குக் கிடைத்த மிகச் சிறந்த நண்பர்களிலொருவர் குவாதமாலா நாட்டு எழுத் தாளரும் பின்னாளில் நோபல் பரிசு பெற்றவருமான மிகுய்ல் ஏஞ்செல் அஸ்டூரியாஸ். அச்சமயம் அஸ்டூரியாஸ் ஆர்ஜென் டீனாவில் இருந்த குவாதமாலா தூதரகத்தில் பண்பாட்டுப் பிரிவில் பணியாற்றி வந்தார். இருவரும் பார்ப்பதற்கு ஒரே மாதிரி யாக இருப்பார்கள். அப்படிப்பட்ட தோற்ற ஒற்றுமை. அதை சாதுரியமாகப் பயன்படுத்திக்கொண்டார் நெரூடா. அஸ்டூரியா ஸின் கடவுச்சீட்டைப் (பாஸ்போர்ட்) பயன்படுத்தி ஐரோப்பா வுக்குப் போய்ச் சேர்ந்த நெரூடா, பாரிஸில் நடந்த உலக சமாதான சக்திகளின் மாநாட்டில் கலந்துகொண்டார். அந்த மாநாட்டில் அவர் கலந்துகொள்ள ஏற்பாடு செய்தவர் மற்றொரு பாப்லோ - உலகப் புகழ்பெற்ற ஓவியக் கலைஞரும் பிரெஞ்சு கம்யூனிஸ்ட் கட்சி உறுப்பினருமான பாப்லோ பிகாஸ்ஸோ!

அந்த மூன்றாண்டுகளில்தான் ஐரோப்பா முழுவதிலும் மட்டுமின்றி, இந்தியா, சீனா, சோவியத் யூனியன் ஆகிய நாடு களிலும் பயணம் செய்தார். 1949-ஆம் ஆண்டு இறுதியில் அவர் மெக்ஸிகோவுக்குச் சென்றபோது உடல் நலம் குன்றினார். அங்கு அவரைப் பேணிப் பாதுகாப்பதற்காக நண்பர்களால் ஏற்பாடு செய்யப்பட்ட மட்டில்டெ உர்ருடியா என்னும் பெண்மணிக்கும் (அவர் ஒரு பாடகர்) நெரூடாவுக்கும் ஏற்பட்ட உறவு பின்னாளில் அவரது மூன்றாவது திருமணத்தில் முடிந்தது. மெக்ஸிகோவில் இருந்தபோதுதான், அவர் சிலியில் தலைமறைவுக் காலத்தில் எழுதத் தொடங்கியதும் இருபதாம் நூற்றாண்டில் ஐரோப்பிய மொழிகளில் எழுதப்பட்ட மிகச் சிறந்த கவிதைப் படைப்புகளி லொன்று எனக் கருதப்படுவதுமான ‘காண்ட்டோ ஜெனரல்’ என்னும் காவியத்தை எழுதி முடித்தார். இலத்தீன் அமெரிக்காவின் தொன்மைப் பண்பாடு, கலை, நாகரிகம், இயற்கை வளம், உயிர் வளம், உழைக்கும் மக்களின் படைப்பாற்றல் ஆகியவற்றைப் போற்றும் படைப்பு இது.

1952-இல் சிலி நாட்டுக்குத் திரும்பினார் நெரூடா. அதற்கு முன்பே அங்கு போய்ச் சேர்ந்திருந்த அவரது இரண்டாவது மனைவி டெலியாடெல் கார்ரில், மாட்டில்டெவுடன் தமது கணவருக்கு ஏற்பட்டிருந்த உறவை அறிந்துகொண்டார். 1955-இல்

நெரூடாவை விட்டுப் பிரிந்த அவர், ஐரோப்பாவுக்குத் திரும்பிச் சென்றார். எஞ்சிய நாள்களை மாட்டில்டெவுடன் சிலி நாட்டில் கழித்த நெரூடா, வெளிநாடுகளுக்குப் பலமுறை பயணம் சென்றார். 1970-இல் சிலியின் குடியரசுத் தலைவராகத் தேர்ந்தெடுக்கப்பட்ட சால்வடோர் அஜெண்டெயின் அரசாங் கத்தால் பாரிஸில் சிலி நாட்டுத் தூதராக நியமிக்கப்பட்டு இரண்டரையாண்டுகள் அங்கு பணியாற்றினார். 1964-இல் அவருக்குக் கிடைக்கவிருந்த, ஆனால் ழான் பவுல் சார்த்தருக்கு வழங்கப்பட்ட நோபல் பரிசு (சார்த்தர் இதை வாங்க மறுத்து விட்டார்) 1971-இல் நெரூடாவுக்கு வழங்கப்பட்டது. அதற்கு முன்பே அவர் உலகம் முழுவதிலுமுள்ள இடதுசாரிகளால் மட்டுமன்றி இலக்கிய ரசிகர்கள் பலராலும் போற்றப்பட்ட மாபெரும் கவிஞராக பரிணமித்திருந்தார்.

புற்றுநோயால் பாதிக்கப்பட்டு தாயகம் திரும்பிய நெரூடா வுக்கு மிகப் பெரும் அதிர்ச்சி காத்திருந்தது. அவர் வந்த சேர்ந்த சில மாதங்களுக்குள், அதாவது 1973 செப்டம்பர் 11-இல் சிஐஏவின் உதவியுடன் சிலியில் இராணுவம் நடத்திய ஆட்சிக் கவிழ்ப்பில் அஜெண்டெ சுட்டுக்கொல்லப்பட்டார். சில நாள்களுக்குப் பிறகு நெக்ரா தீவிலிருந்த நெரூடாவின் வீட்டைச் சோதனையிடு வதற்காக எதிர்ப்புரட்சி இராணுவத்தினர் வந்தனர். அச்சமயம் மரணத்தை நெருங்கிக்கொண்டிருந்த நெரூடா கூறினார்: ‘நாலா பக்கமும் பாருங்கள். உங்களுக்கு அபாயகரமான ஒரே ஒரு பொருள்தான் இங்கே இருக்கிறது, அதாவது கவிதை’. சிலி தலைநகர் சான்டியாகோவிலுள்ள மருத்துவமனையில் அனுமதிக்கப்பட்ட நெரூடா மாரடைப்பின் காரணமாக 1973 செப்டம்பர் 23-இல் காலமானார். அவர் இறந்த செய்தி வெளிவந் ததுதான் தாமதம், சான்டியாகோவிலும் வல்பரைய்ஸோ என்னும் நகரிலும் இருந்த அவரது வீடுகள் காடையர்களால் கொள்ளையடிக்கப்பட்டு சேதப்படுத்தப்பட்டன. சான்டியாகோ நகரில் முன்னுவமை காணாத எண்ணிக்கையில் போலீஸ் படைகள் குவிக்கப்பட்டிருந்த போதிலும் இலட்சக்கணக்கான மக்கள் அவரது இறுதி ஊர்வலத்தில் கலந்துகொண்டனர். இராணுவ சர்வாதிகாரி பினோஷெவின் ஆட்சிக்கு எதிராக சிலி நாட்டு மக்கள் காட்டிய முதல் எதிர்ப்புப் போராட்டமாக அமைந்தது அந்த இறுதி ஊர்வலம்.

பாப்லோ நெருடா, தம்மை ஒரு கம்யூனிஸ்ட் என்று அழைத்துக்கொண்டாலும் அவரை நாம் அரசியல்வாதியாக வோ, தத்துவக் கோட்பாடுகளை வகுத்தவராகவோ பார்க்க வேண்டியதில்லை. அவர் முழுக்க முழுக்க கவிஞர். பெண் ணியக் கண்ணோட்டத்திலிருந்து அவர் மீது வைக்கப்படும் விமர்சனங்கள் சரியானவையே. இருப்பினும் அவர் உழைக்கும் மக்கள் மீது வைத்திருந்த மதிப்பும் நம்பிக்கையும் போலியானவையல்ல. 'புல்லின் இதழ்களை' வால்ட் விட்மன் நேசித்ததைப்போல, இயற்கையைத் தரிசிப்பதில் நெருடாவுக்கு அத்தனை விருப்பம். புள்ளினங்கள் மீது அவருக்குக் கொள்ளை ஆசை. 'பறவைகளைப் பார்த்தல்' பற்றிய கவிதையிலிருந்து சில வரிகள்:

இப்போது
நாம் பறவைகளைத் தேடுவோம்
காட்டில்
உயரமான இரும்புக் கிளைகள்
தரையில்
அடர்த்தியான செழுமை
உலகமே ஈரத்தில்
பனித் துளியோ மழைத் துளியோ
ஒளிர்கின்றது
இலைகளின் நடுவே
ஒரு குட்டி நட்சத்திரம்
காலை நேரம்
குளிர்ச்சியில் அன்னை பூமி
அமைதியை அசைக்கும்
ஓர் ஆற்றைப் போல காற்று
அதில் கமழ்கிறது
ரோஸ் மேரி இலையின் மணம்
வெளியின் மணம்
வேர்களின் மணம்

தலைக்கு மேலே
ஒரு கிறுக்குப் பாட்டு
அது ஒரு பறவை
விரலைவிடச் சிறிய
அதன் தொண்டைக்குள்ளிருந்து
அதனுடைய பாடல்
என்னமாய்க் கொட்டுகிறது
தண்ணீரைப் போல?
ஒளிதிகழ் எளிமை
இலைகளில்
கண்ணுக்குத் தெரியாத சக்தி
இசைப் பொழிவு
புனித உரையாடல்கள்!

இயற்கையை, புள்ளினத்தைக் கண்டு பரவசப்படும் சம காலத் தமிழகக் கவிஞர்களைத் தேடினால், இன்குலாப் போன்று யாரோ ஓரிருவர் மட்டுமே நம் கண்ணுக்குப் புலப்படுகின்றனர்.

நெரூடாவைப் படிப்போம்.

9

பிக்காஸோ : போரும் ஓவியமும்

2003-ஆம் ஆண்டு, பிப்ரவரி 5. அமெரிக்க வெளியுறவு அமைச்சர் (அமெரிக்காவில் இப் பதவி Secretary of State என அழைக்கப்படுகிறது) காலின் பவுல் (இவரும் இவருக்கு அடுத்தபடியாக இந்தப் பதவியை வகித்த கோண்டிலீஸா ரைசைப் போலவே ஆப்ஃரோ - அமெரிக்கர்; அதாவது கறுப்பர். 'கறுப்பர்' என்பதே தம்மளவில் ஒருவரை ஏகாதிபத்தியச் சார்பற்றவராக்கிவிடாது என்பதற்கு இவர்கள் இருவரும் எடுத்துக்காட்டுகள்) இராக் மீது அமெரிக்கக் கூட்டணிப் படைகள் படையெடுத்து அதை ஆக்கிரமிப்பதற்கான ஆயத்தங்களை நியாயப்படுத்துவதற்கான சில 'முகாந்திரங்கள்' அடங்கிய உரையை நிகழ்த்துவதற்கு வருகிறார். ஐ. நா. அவைக் கட்டடச் சுவரொன்றை அலங்கரிக்கிறது ஒரு புகழ்பெற்ற ஓவியம். சரியாகச் சொன்னால், ஓர் ஓவியத்தின் நகல் பதிக்கப்பட்ட சித்திரச் சீலை (tapestry).

காலின் பவுல் பேசுவதற்கு 'வசதி'யாக அந்தச் சித்திரச் சீலையிலுள்ள ஓவியம் வெளியே தெரியாதபடி நீலநிறத் திரைகள் அதன் மீது போர்த்தப்படுகின்றன. உரை நிகழ்த்திய பிறகு ஊடகத்தினைரைச் சந்திக்கையில் அவரது புகைப்படத்தையோ வீடியோ படத்தையோ எடுப்பதற்குத் தோதுவான பின்புலம் இருக்கவேண்டும் என்றும் மேற்சொன்ன சித்திரச் சீலையிலுள்ள ஓவியம் அந்தப் பின்புலத்திற்கு இடைஞ்சலாக இருக்கும் என்றும் சில அமெரிக்க அரசாங்க அதிகாரிகள் விளக்கம் கூறுகின்றனர்.

இந்த விளக்கத்திற்குப் பின்னால் இருந்தது இருபத்தியோராம் நூற்றாண்டின் மிகப்பெரும் பொய்களிலொன்று. அமெரிக்க அரசாங்கத்தின் சார்பாக காலின் பவுல் கூறிய அந்த மகத்தான பொய்: 'ஒஸாமா பின்லேடனின் ஆதரவு பெற்றுள்ளதும் சதாம் உசேனுடன் தொடர்பு கொண்டிருப்பதுமான அன்ஸர் அல்

இஸ்லாம் என்னும் பயங்கரவார அமைப்பு, இராக்கின் வட கிழக்குப் பகுதியில் பயங்கரவாத நச்சு மற்றும் வெடிமருந்துத் தொழிற்சாலையை நடத்தி வருகிறது.'

இந்த 'பயங்கரவாத' பொய்யைச் சொல்ல வேண்டியிருந்த தற்காக, காலின் பவுலுக்கும்கூட மனசாட்சியின் உறுத்தல் சிறிது இருந்திருக்கக்கூடும். அதனால்தான் அந்தக் குறிப்பிட்ட சித்திரச் சீலையிலிருந்த ஓவியம் மூடிமறைக்கப்பட்டது. அமெரிக்க அரசாங்கத்தை அச்சுறுத்தக்கூடிய ஆற்றல் ஓர் ஓவியத்திற்கு - அதுவும் அசல்கூட அல்ல - இருக்கிறதா?

இருக்கிறது. இரண்டாம் உலகப் போரும் பாசிசமும் மனித குலத்திற்கு ஏற்படுத்திய பேரழிவுகள் மீண்டும் நிகழக் கூடாது என்னும் நல்லெண்ணத்தோடு உருவாக்கப்பட்ட ஐ. நா. அவை அந்தப் பேரழிவுகளைக் கண்டனம் செய்த மாபெரும் கலைப் படைப்புகளிலொன்றின் நகல் பதிக்கப்பட்ட சித்திரச் சீலையைத் தனது அலுவலகக் கட்டடச் சுவர்களிலொன்றை அலங்கரிக்கத் தேர்ந்தெடுத்திருந்தது. அதனால்தான், அந்த அவை இன்று அமெரிக்க ஏகாதிபத்தியத்திற்கு அடிமையாகிவிட்ட நிலையிலும்கூட, கடந்தகாலப் பேரழிவுகளின் நினைவுக் குறியாக அமைந்த அந்த ஓவியம் காலின் பவுலுக்கு மன உளைச்சலை ஏற்படுத்தியிருக்கக் கூடும். அந்த மன அமைதிக் குலைவைச் சித்திரிக்கிறது ஒரு கவிதை: ஆர்ஜென்டீனிய இலக்கியவாதியும் மனித உரிமைப் போராளியுமான ஏரியல் டோர்ஃப்மனின் கவிதை. (காண்க, பின்னிணைப்பு II)

அந்தக் கவிதை குறிப்பிடும் ஓவியம் - காலின் பவுலுக்கு மனக் கலக்கத்தை ஏற்படுத்திய அந்த ஓவியம் - பாப்லோ பிக்காஸோ என்னும் பெயரைக் கேட்டதுமே நமது மனத் திரையில் விரிந்து காட்சியளிக்கும் ஓவியம் - குவெர்னிகா. இது ஓர் ஊரின் பெயரும்கூட.

ஸ்பெயினில் நீண்டகாலம் கொடுங்கோலாட்சி நடத்தி வந்த நிலப் பிரபுத்துவ முடிமன்னராட்சி 1930-இல் தூக்கியெறியப்பட்டு அங்கு குடியரசொன்று நிறுவப்பட்டது. மத்தியகால உற்பத்தி உறவுகளிலிருந்தும் சுரண்டலிலிருந்தும் பரந்துபட்ட உழவர்களை விடுவித்து, நாட்டை நவீனமயமாக்கவும் கல்வி நிறுவனங்களைக் கத்தோலிக்க மதக் கருத்துநிலையின் பிடியிலிருந்து விடுவிக்கவும் முனைந்தன குடியரசு சக்திகள். நிலப்புரபுத்துவ சக்திகளும்

பிற்போக்காளர்களும் ஸ்பானிய இராணுவத் தளபதியான ஃபிரான்ஸிஸ்கோ ஃபிராங்கோவின் தலைமையில் அணி திரண்டு, இளம் குடியரசைத் தூக்கியெறியும் திட்டத்தை வகுத்தனர். ஃபிராங்கோவின் இராணுவம் நடத்தத் தொடங்கிய தாக்குதல்களில் ஏராளமான ஸ்பானியக் குடிமக்கள் - குறிப்பாகப் பெண்களும் குழந்தைகளும் - கொல்லப்பட்டனர். ஸ்பெயினின் பார்ஸலோனா நகரத்தில் பிறந்திருந்தாலும், பாரிஸ் நகரைத் தனது இருப்பிடமாகக் கொண்டிருந்தவரும் தமது ஸ்பானியப் பண்பாட்டு வேர்களையும் ஸ்பானிய நாட்டுப்பற்றையும் கைவிடாதிருந்தவருமான ஓவியக் கலைஞர் பிக்காஸோ, 'ஃபிராங்கோவின் கனவும் பொய்யும்' என்னும் தலைப்பில், ஃபிராங்கோவுக்கும் பிற்போக்குக் கத்தோலிக்க சக்திகளுக்கு மிருந்த தொடர்பு, அவரது மானுட விரோதச் செயல்பாடுகள், ஸ்பானிய மக்களின் விடுதலை வேட்கை, அவர்களது போராட்டம் ஆகியவற்றைச் சித்திரிக்கும் கலைப் படைப்புகளை ஏற்கெனவே படைத்திருந்தார்.

தளபதி ஃபிராங்கோவின் தேசியவாதப் பிற்போக்காளர் களுடன் கைகோர்த்து நின்றனர் இத்தாலிய பாசிசத் தலைவர் முஸ்ஸோலினியும் ஜெர்மனிய நாஜிக் கட்சித் தலைவர் ஹிட்லரும். உலகளாவிய ஆக்கிரமிப்பு நோக்கம் கொண்டிருந்த ஹிட்லரின் படைகள், மின்னல் வேகத்தில் எதிரி நாடுகள் மீது தாக்குதல் தொடுத்து அவற்றை முறியடிக்கும் உத்தியைப் பயன்படுத்தி வந்தன. ஸ்பெயினில் உள்ள பாஸ்க் என்னும் பகுதியிலுள்ள சிறு நகரம்தான் குவெர்னிகா (இதை பாஸ்க் மக்கள் 'கெர்னிகா' என அழைக்கின்றனர். ஸ்பெயினில் செல்வச்

செழிப்புமிக்க பகுதிதான் பாஸ்க். எனினும், அதை ஸ்பெயினிலிருந்து பிரித்து தனி சுதந்திர நாடாக்க வேண்டும் என்பதற்காக ஆயுதமேந்திய விடுதலை இயக்கமென்று நீண்ட காலமாகவே போராட்டம் நடத்தி வருகிறது). இந்த நகரத்தின் மீது ஹிட்லரின் நாஜி விமானங்கள், 1937 ஏப்ரல் 27-ஆம் நாள் இடைவிடாது குண்டுமாரி பொழிந்தன. தாழ்வாகப் பறந்து வந்த விமானங்களிலிருந்து நாஜி படைவீரர்கள், உயிரைக் காப்பாற்றிக் கொள்ளத் தப்பியோடிக்கொண்டிருந்த குடிமக்கள் மீது இயந்திரத் துப்பாக்கிச் சூடுகள் நடத்தினர். விமானக் குண்டு வீச்சிலும் இயந்திரத் துப்பாக்கிச் சூட்டிலுமாக 1,645 பேர் கொல்லப்பட்டனர்; 889 பேர் படுகாயமடைந்தனர். அந்த நகரம் கிட்டத்தட்ட முற்றிலுமாக அழிந்து வெறும் இடிபாடுகளாக மாறியது. ஸ்பானியக் குடியரசு அரசாங்கத்தின் இராணுவத் தளமாகவோ, அதனுடைய படைகள் ஏதும் தங்கும் இடமாகவோ இல்லாத, இராணுவத் தொடர்பு சிறிதும் அற்ற ஒரு சின்னஞ் சிறு நகரத்தின் மீது நடத்தப்பட்ட அந்தத் தாக்குதல் உலக இராணுவ வரலாற்றில் மிகவும் கொடூரமானதொன்றாக இருந்தது. அது பாஸ்க் மக்கள் மீதும் அவர்கள் நாட்டின் மீதும் மட்டுமே நடத்தப்பட்ட தாக்குதலல்ல; மனித குலம் முழுவதற்கும் எதிராக நடத்தப்பட்ட தாக்குதல். அந்தக் கொடூரமான நிகழ்வை, அடுத்த நாள் காலை பிரெஞ்சு கம்யூனிஸ்ட் கட்சியின் செய்தியேடான 'லெ ஹ்யூமானைட்' வழியாகத் தெரிந்துகொண்டார் பிக்காஸோ. 1937-இல் பாரிஸில் நடக்கவிருந்த உலகக் கண்காட்சியில் ஸ்பெயின் நாட்டு அரங்கத்தை அலங்கரிக்கும்படி ஸ்பெயினிலிருந்த குடியரசு அரசாங்கம் பிக்காஸோவை ஏற்கெனவே கேட்டுக் கொண்டிருந்தது. அந்த அரங்கத்தில் எத்தகைய ஓவியங்களை வைக்கலாம் என யோசித்துக் கொண்டிருந்த பிக்காஸோவுக்கு உள் உந்துதல் தரக்கூடியனவாக அமைந்தன குவெர்னிகா மீது நடத்தப்பட்ட பாசிசத் தாக்குதல்கள். கலை உலகில் நிரந்தரமான இடத்தைப் பிடிக்கப் போகின்ற ஓவியமொன்றைத் தீட்டத் தொடங்கினார் பிக்காஸோ. அவர் கூறினார்: 'ஸ்பானியப் போராட்டம் என்பது மக்களுக்கு எதிராகவும் சுதந்திரத்திற்கு எதிராகவும் பிற்போக்கு சக்திகள் நடத்தும் சண்டையாகும். கலைஞன் என்னும் முறையில் எனது வாழ்க்கை முழுவதுமே பிற்போக்குக்கும் கலையின் மரணத்துக்கும் எதிரான இடைவிடாத போராட்டமே தவிர வேறல்ல. பிற்போக்குடனும் மரணத்துடனும் எனக்கு உடன்பாடு உண்டு என்பதை ஒரு கணமேனும் எவராலும்

நினைத்துப் பார்க்க முடியுமா?... இப்போது நான் வேலை செய்து கொண்டிருக்கும் ஓவியச் சிலையிலும் - இதை நான் 'குவெர்னிகா' என்று அழைக்கப் போகிறேன் - எனது அண்மைக் கால கலைப் படைப்புகளிலும், வேதனை, மரணம் என்னும் பெருங்கடலில் ஸ்பெயின் நாட்டை மூழ்கடித்துள்ள இராணுவ சாதியின் மீதான எனது வெறுப்பைத் தெளிவாக வெளிப் படுத்துகிறேன்.'

பாரிஸ் நகரத்திலிருந்த தமது புகழ்பெற்ற ஓவியக்கூடத்தில் 1937 மே தினத்தன்று வரலாற்றுப் புகழ்பெற்ற அந்த ஓவியத்தின் முதல் வரைவை உருவாக்கினார். நீலநிறக் காகிதமொன்றில் வரையப்பட்ட அந்த வரைவில் காளைமாடு, பறவை, முன்னங் கால்களை மேலே தூக்கியபடி செத்துப்போயிருந்த குதிரை ஆகியன இருந்தன. அவரது வேண்டுகோளின்படி அவரது நண்பரும் ஓவியருமான டோரா மார் அந்த மகத்தான ஓவியம் படைக்கப்படும் ஒவ்வொரு கட்டத்தையும் புகைப்படம் எடுத்து வந்தார். அதற்கு இரண்டாண்டுகளுக்கு முன் பிக்காஸோ கூறியிருந்தார்: 'ஓவியம் தீட்டுவதன் ஒவ்வொரு கட்டத்தையும் அல்ல, அது எவ்வாறு படிப்படியாக உருமாற்றம் அடைந்து வருகிறது என்பதைப் புகைப்படங்களின் மூலம் ஆவணப் படுத்துவது மிகவும் சுவாரசியமானது... ஆனால் அடிப்படையில் சித்திரம் மாற்றமடைவதில்லை. தோற்றம் எப்படி இருந்தாலும் முதல் தரிசனம் அப்படியே மாற்றமில்லாமல் இருக்கிறது.' மே முதல் நாள் மாலைக்குள்ளாகவே அவர் அந்த ஓவியத்திற்கான ஆறு வரைவுகளையும் உருவாக்கிவிட்டார். மே மாதத்தில் வேலை நாள்கள் ஒவ்வொன்றையும் அந்த ஓவியத்தைத் தீட்டுவதில் செலவிட்ட பிக்காஸோ, வார இறுதி நாள்களைத் தமது காதலி மரி தெரெஸெ வால்ட்டருடன் கழிப்பதற்காக கிராமப்புறத்திற்குச் சென்றுவிடுவார். அந்த மாத இறுதியில் ஒருநாள் தனது நண்பர்களையும் கலைஞர்களையும் (அவர்களில் அல்பெர்ட்டோ ஜியாகோமெட்டி, ஹென்றி மூர், ரோலான் பென்ரோஸ் ஆகியோரும் அடங்குவர்) அழைத்து, தமது ஓவியம் அடைந்து வரும் வளர்ச்சியையும் மாற்றத்தையும் பார்க்கும்படி கூறினார். அந்தச் சம்பவத்தை நினைவில் வைத்திருந்த ஹென்றி மூர் கூறினார்: ஓவியத்தின் வலப்புறத்தில், ஒரு வீட்டறையிலிருந்து வெளியே ஓடி வரும் பெண்ணின் சித்திரம் இருக்கிறது. அதில் அந்தப் பெண் தனது கையொன்றை நீட்டியவாறு இருப்பதாகச்

சித்திரிக்கப்பட்டிருந்தது. ஆனால், அதில் ஏதோ ஒன்று இல்லா மலிருப்பதாக பிக்காஸோ கூறினார். உடனே காகிதச்சுருள் ஒன்றை எடுத்து அந்தப் பெண் சித்திரத்தின் கைப்பக்கமாக வைத்தார். அதாவது குண்டு வீச்சு நடந்தபோது அவள் கழிப் பறையில் இருந்தாள், கழிப்பறைக் காகிதச் சுருளைக்கூட இருந்த இடத்தில் வைக்க அவகாசமில்லாதபடி அவள் ஓடிவர வேண்டி யிருந்தது என்பதைக் குறிக்க விரும்பினார்.

பாரிஸ் சர்வதேசக் கண்காட்சி தொடங்குவதற்கு முதல் நாளே, அதாவது ஜூலை 11 அன்றே, 23 அடி நீளமும் 11 அடி அகலமும் உள்ள, கறுப்பு, வெள்ளை ஆகிய இரண்டு நிறங்களும் சாம்பல் நிறச் சாயல்களும் மட்டுமே பயன்படுத்தப்பட்டு உருவாக்கப்பட்ட அந்த பிரம்மாண்டமான தைல வண்ண ஓவியம் ஸ்பானியக் குடியரசு அரசாங்கத்தின் சார்பாக உருவாக் கப்பட்டிருந்த அரங்கிற்குக் கொண்டு செல்லப்பட்டது. அன்று தொட்டே அந்த ஓவியத்தைப் பற்றிய விமர்சனங்களும் கருத்துரைகளும் வெளிப்படத் தொடங்கின. அது ஒரு பிரசார சுவரொட்டியா, ஓவியமா என்னும் கேள்வியிலிருந்து தொடங்கி, அந்த ஓவியம் உருவான முறை, அதிலுள்ள படிமங்கள் வெளிப்படுத்தும் அர்த்தங்கள், அந்த ஓவியத்தின் வரலாற்று முக்கியத்துவம் எனப் பல்வேறு அம்சங்களை விவாதிக்கும் நூற்றுக்கணக்கான கட்டுரைகளும் முழு நூல்களும் உலகின் பல்வேறு மொழிகளில் எழுதப்பட்டுள்ளன. உலக அளவில் முன்னுவமை காணாத வரவேற்பையும் புகழையும் பெற்ற அந்த

ஓவியத்திற்கு பாஸ்க் பகுதியில் வரவேற்பு இருக்கவில்லை. அன்று பாஸ்க் பகுதியின் அதிபராக இருந்தவர் அந்த ஓவியம் பற்றி எந்த உற்சாகத்தையும் காட்டாததுடன், பாஸ்க் மக்களுக்காகச் சில ஓவியங்களைத் தீட்டித்தர பிக்காஸோ முன்வந்தபோது அதை நிராகரித்தும்விட்டார். பாஸ்க் ஓவியர் ஹொஸெ மரியா உஸெலெ, 'குவெர்னிகா' பற்றிய மிக இழிவான கருத்தை வெளியிட்டார்: 'கலைப் படைப்பு என்னும் வகையில், உலகில் இதுவரை படைக்கப்பட்ட மிக வறட்சியான படைப்புகளிலொன்றுதான் இது... ஏழு மீட்டர் நீளமும் மூன்று மீட்டர் அகலமும் கொண்ட வெறும் போர்னோகிராஃபிதான். கெர்னிகா மீதும், பாஸ்க் நாட்டின் மீதும், எல்லாவற்றின் மீதும் கழிக்கப்பட்ட மலம்தான் அது'. பிக்காஸோ ஸ்பெயின் நாட்டவராக இருந்தாலும், அவர் பாஸ்க் இனத்தவரல்லர். எனவேதான், உலகக் கலை வரலாற்றில் என்றோ மறக்கப் பட்டுவிட்ட அந்த பாஸ்க் ஓவியர் உஸெலா, தமது குறுகிய சிறு தேச வெறிப்பற்றை அவ்வாறு வெளிப்படுத்தியிருக்கிறார். ஆனால், இன்றோ நிலைமை முற்றிலுமாக மாறிவிட்டது. பாஸ்க் நகரமான 'கெர்னிகா' மீது நடத்தப்பட்ட பாசிசத் தாக்குதல் பற்றிய ஓவியமாக 'குவெர்னிகா' இருப்பதால், அந்த ஓவியம் தங்கள் பகுதிக்குக் கொண்டுவரப்பட வேண்டும் என்னும் கோரிக்கை, பாஸ்க் பகுதியைச் சேர்ந்த பல்வேறு தரப்பினராலும் பல ஆண்டுகளாக முன்வைக்கப்பட்டு வருகிறது.

பாரிஸ் சர்வதேசக் கண்காட்சியில் மக்களின் பார்வைக்காக வைக்கப்பட்டிருந்த பின், அந்த ஓவியம் 1938 செப்டம்பர் 30 அன்று இலண்டன் போய்ச் சேர்ந்தது. 1939 ஜனவரியில் இலண்டனிலுள்ள வைட்சப்பெல் கலைக்கூடத்தில் வைக்கப் பட்டது. ஒரு வாரகாலத்தில் அதைப் பார்ப்பதற்கு வந்த கலை இரசிகர்களின் எண்ணிக்கை 15,000. பிறகு நியூயார்க்கிலுள்ள நவீனக் கலை அருங்காட்சியகத்திற்கு எடுத்துச் செல்லப்பட்டது. அதன் பின்னர் அமெரிக்காவின் பல்வேறு நகரங்களுக்கும், பிரேஸிலுக்கும் ஐரோப்பிய நாடுகளுக்கும் எடுத்துச் செல்லப் பட்டது. அந்த ஓவியம் தீட்டப்பட்ட திரைச்சீலை எளிதில் சேதமடையக் கூடியதாக இருப்பதால், அது நியூயார்க் நகரத்திலேயே நீண்டகாலம் இருப்பதுதான் நல்லது எனக் கருதினார் பிக்காஸோ. அதே வேளை, ஸ்பெயினில் பாசிசம் தூக்கியெறியப்பட்டு குடியரசு ஆட்சி மலரும்போது அங்கு அது கொண்டுவரப்பட வேண்டும் என்றும் கூறினார். தளபதி

ஃபிராங்கோவின் பாசிச ஆட்சியின் இறுக்கம் இரண்டாம் உலகப் போருக்குப் பின் மிகவும் தளர்த்தப்பட்டு, பார்ஸலோனா நகரில் பிக்காஸோவின் தொடக்ககால ஓவியங்கள் உள்ள அருங்காட்சியகம் திறக்கப்பட்டபோதும், அவர் தமது 'குவெர்னிகா' ஓவியம் ஸ்பெயினுக்கு எடுத்துச் செல்லப்படுவதை அனுமதிக்கவில்லை. ஃபிராங்கோ இறந்து ஆறு ஆண்டுகளுக்குப் பிறகுதான், அதாவது 1981 செப்டம்பர் 10-ஆம் நாளில்தான் அது ஸ்பானிய மண்ணை 'மிதித்தது.' குண்டுகளும் துப்பாக்கி ரவைகளும் பாய முடியாத கண்ணாடிச் சட்டகத்திற்குள் வைக்கப்பட்டு மக்களின் பார்வைக்கு வைக்கப்பட்ட அந்த ஓவியம், பின்னர் ஸ்பெயின் தலைநகரான மாட்ரிடிலுள்ள ரெய்னா ஸோஃபியா அருங்காட்சியகத்திடம் ஒப்படைக்கப் பட்டுள்ளது. அங்கேதான் அந்த ஓவியத்தின் முன்வரைவுகளும் வைக்கப்பட்டுள்ளன. அந்த ஓவியத்தை 'கெர்னிகா' நகரில் சிறிது காலம் காட்சிக்கு வைக்கவேண்டும் என்ற பாஸ்க் மக்களின் கோரிக்கையும் 1992-இல் பார்ஸலோனா நகரில் ஒலிம்பிக் பந்தயங்கள் நடந்தபோது அங்கு அது சில நாள்கள் காட்சிக்கு வைக்கப்படவேண்டும் என அந்த நகர மக்கள் தெரிவித்த விருப்பமும் ஸ்பானிய மத்திய அரசாங்கத்தால் நிராகரிக்கப் பட்டன. அந்த ஓவியச் சீலை (கேன்வாஸ்) எளிதில் இற்றுப் போகக்கூடியதாக இருப்பதால், அடிக்கடி அதனை இடம்

மாற்றுவதால் சேதம் ஏற்படும் என்று ஸ்பானிய மத்திய அரசாங்கம் கூறும் விளக்கம் பாஸ்க் (மாட்ரிடிலுள்ள ரெய்னா ஃஸோபியா அருங்காட்சியகத்தைவிட மிக நவீனமான கலை அருங்காட்சியகமொன்று - குகன்ஹிம் மியூசியம் - பாஸ்க் நகரமான பில்பாவோவில் உள்ளது), காடலோனியா (இந்தப் பகுதியைச் சேர்ந்த நகரம்தான் பார்ஸலோனா) மக்களின் நியாயமான ஆர்வத்தை அலட்சியப்படுத்திவிட்டது. பாஸ்க் மக்கள் பேசும்மொழி மிகப் பழைமையான மொழிகளிலொன்று. அவர்களுக்கு நீண்ட பண்பாட்டு மரபுமுண்டு. எனினும் பாஸ்க், பிரெஞ்சு நாட்டெல்லையிலும் அட்லாண்டிக் கடலோரத்திலும் இருப்பதால், வெளி உலகத் தொடர்புகளும் பண்பாட்டுப் பரிமாற்றங்களும் ஏராளம். பாஸ்க் மக்களின் நுண்கலைகளிலும் இசைக் கலையிலும் பிற பண்பாட்டு மரபுகளின் வலுவான தாக்கங்கள் இருப்பதைப் பல்வேறு சமூக அறிவியலாளர்களும் கலை விமர்சகர்களும் சுட்டிக்காட்டியுள்ளனர். ஆக, இன்று பாஸ்க் மக்கள், 'குவெர்னிகா' ஓவியம் பற்றிக் கொண்டுள்ள கருத்துகளும் உணர்வுகளும் 1937-இல் தெரிவிக்கப்பட்ட அபிப்பிராயங்களுக்கும் உணர்வுகளுக்கும் முற்றிலும் மாறானவை.

பிக்காஸோ தமது வாழ்நாளில் பெரும்பகுதியை பாரிஸில்தான் கழித்தார். ஆப்பிரிக்கக் கலை மரபுகள் உள்ளிட்ட பல்வேறு கலை மரபுகளை உட்செரித்தார். ஐரோப்பிய ஓவிய மரபில் பல புதுமைகளைச் சேர்த்தார். எனினும், நாம் ஏற்கெனவே கூறியதுபோல ஸ்பானிய பண்பாட்டு வேர்களிலிருந்து தம்மைத் துண்டித்துக்கொள்ளவில்லை; அப்படித் துண்டித்துக்கொள்ளாத தாலேயே, அவரால் உலகு தழுவிய தன்மையைக்கொண்ட கலைப் படைப்புகளை உருவாக்க முடிந்தது.

'குவெர்னிகா' ஓவியத்திலுள்ள படிமங்கள், குறியீடுகள் ஆகியவற்றுக்குப் பல்வேறு வகையான விளக்கங்களும் அர்த்தங் களும் தரப்பட்டிருக்கின்றன. எனினும், அந்த ஓவியம் போர் - எதிர்ப்புக்கான, சமாதானத்திற்கான, மானுட குலத்தின் ஒட்டு மொத்தமான நன்மைக்கான குறியீடாகவே பெரும்பாலா னோரால் புரிந்துகொள்ளப்பட்டிருக்கிறது. 'கியூபிச' பாணியில் வரையப்பட்டுள்ள அந்த ஓவியத்தை, மிக எளிமைப்படுத்தப் பட்ட முறையில் விளக்குவதென்றால், இவ்வாறு கூறலாம்: ஒரு முழுமையான காட்சியை உடைத்து, அதைப் பகுதி பகுதியாகப் பிரித்து மீண்டும் அதை (அவரவரது கலா தரிசனத்திற்கு ஏற்ப)

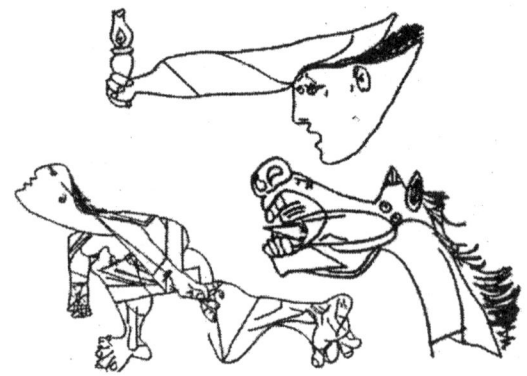

முப்பரிமாணம் உள்ள வகையில் ஒன்றுபடுத்தினால் கிடைக்கும் காட்சியையே அந்த ஓவியம் காட்டுகிறது. 'குவெர்னிகா' சித்திரிக்கும் காட்சி முழுவதும் ஓர் அறைக்குள்ளேயே நிகழ்கிறது. ஓவியச் சீலையின் இடப் பக்கம் கண்களை அகலத் திறந்துள்ள காளை மாடொன்று, இறந்துபோன குழந்தையைத் தனது கைகளில் ஏந்தித் துக்கத்தில் ஆழ்ந்திருக்கும் பெண்ணுக்கு மேல் இருக்கிறது. ஓவியச் சீலையின் நடுப் பகுதியில், ஏதோ ஈட்டியால் குத்தப்பட்டதுபோல ஒரு குதிரை வேதனையால் துடிதுடித்த வாறு கீழே விழுந்து கொண்டிருக்கிறது. மனித மண்டையோடொன்று அக்குதிரையின் மூக்காகவும் மேல் வரிசைப் பற்களாகவும் அமைகின்றது. குதிரைக்குக் கீழே, கைகால் இழந்த, செத்துப்போன போர்வீரன் கிடக்கிறான். துண்டிக்கப்பட்ட ஒரு கை, வாளை இறுகப் பற்றிக்கொண்டிருக்கிறது; அந்த வாளிலிருந்து ஒரு பூ மலர்ந்திருக்கிறது; மனிதக்கண் வடிவத்திலுள்ள மின்சார பல்ப், மரண வேதனையில் துடித்துக்கொண்டிருக்கும் குதிரையின் தலைக்கு மேல் பிரகாசித்துக் கொண்டிருக்கிறது. இந்த மின்சார பல்ப் நவீன (இராணுவ) தொழில்நுட்பத்தின் குறியீடாகவோ, சித்திரவதைக் கூடத்தில் எரிந்துகொண்டிருக்கும் ஒற்றை மின் விளக்காகவோ இருக்கலாம். ஸ்பானிய மொழியில் மின்சார பல்புக்கான சொல் (bombia). இந்த ஓவியத்தில் பயன்படுத்தப்பட்டுள்ள ஒரே ஒரு நவீன படிமம் இந்த மின்சார பல்புதான். பீதி நிறைந்த ஓர் உருவம் (அது ஆணாகவோ, பெண்ணாகவோ இருக்கலாம்) தன் கண் எதிரே நடக்கும் கோரக் காட்சிகளைப் பார்த்துக் கொண்டிருக்கிறது. ஜன்னல் வழியாக

அந்த அறைக்குள் மிதந்து வந்ததுபோலத் தோன்றும் அந்த உருவத்தின் கையில் சுடர் விட்டெரியும் விளக்கு (அல்லது மெழுகுவத்தி); மிதந்துகொண்டிருக்கும் அந்தப் படிமத்தின் கீழ் வலப்பக்கமிருந்து அறையின் நடுப்பகுதிக்கு பீதியுடன் தட்டுத் தடுமாறி வந்து கீழே விழுந்து செத்துக்கொண்டிருக்கும் பெண்ணின் படிமம்; பிரகாசிக்கும் மின் பல்பை அவள் வெறித் துப் பார்க்கிறாள். காளை மாடு, துக்கத்திலாழ்ந்துள்ள பெண், குதிரை ஆகியோரின் நாக்குகளுக்குப் பதிலாகப் பிச்சுவாக் கத்திகள் இருக்கின்றன. அவர்களின் அலறல்களைக் குறிக்கும் குறியீடுகளாக இந்தப் பிச்சுவாக் கத்திகள். மிரண்டு போன காளைக்குப் பின்புறமுள்ள அலமாரியின் மீது காயப்படுத் தப்பட்ட புறா வாயைத் திறந்தபடி உட்கார்ந்திருக்கிறது. போரால் அழிக்கப்பட்ட அமைதியின் குறியீடே இந்தப் புறா. ஓவியத்தின் வலப்புற எல்லையை வரையறுக்கின்றன இருண்ட சுவரும் அதிலுள்ள திறந்த கதவும். வலப்பக்கக் கோடியில் பீதியுடன் கைகளை உயர்த்தியிருக்கும் ஒரு பெண் - மேலும் கீழும் நெருப்பினால் சூழப்பட்டு.

'குவெர்னிகா' ஓவியத்தைச் சற்று உன்னிப்பாகப் பார்த்தால் வேறு சில படிமங்கள் அதில் மறைத்துள்ளதைப் பார்க்கலாம்: ஓவியத்தின் நடுப்பகுதியிலுள்ள குதிரையின் உடலில் மனித மண்டையோடு; குதிரையின் வயிற்றுக்கு அடியிலிருந்து அதைத் தன் கொம்புகளால் குத்திக் கிழக்க முயல்வதுபோல் தோற்றமளிக்கும் காளை மாடு; குதிரையின் முன்னங்கால் முழுவதுமே (அதன் முட்டி தரையில் அழுந்துகிறது) காளை மாட்டின் தலையால் ஆக்கப்பட்டது போலத் தோன்றுகிறது; குதிரையின் கால் முட்டி காளை மாட்டின் தலையின் மூக்காக அமைகிறது. குதிரையின் நெஞ்சுப் பகுதியில் காளைமாட்டின் கொம்பொன்று முளைத்திருக்கிறது.

காளை மாடு, குதிரை ஆகிய இரண்டுமே ஸ்பானியப் பண்பாட்டில் முக்கியத்துவம் தரப்படும் குறியீடுகள். இவை இரண்டையும் பிக்காஸோ தமது படைப்புகள் பலவற்றில் வெவ்வேறு அர்த்தங்கள் தரக்கூடிய குறியீடுகளாகப் பயன்படுத்தி யுள்ளதை ஜான் பெர்கர், பேட்ரிசியா ஃபைலிங் போன்ற கலை வரலாற்றாசிரியர்கள் சுட்டிக்காட்டியுள்ளனர். 'குவெர்னிகா' ஓவியத்திலுள்ள காளைமாடு, குதிரை ஆகியன எவற்றின் குறியீடுகளாக உள்ளன என்று விளக்குமாறு பிக்காஸோவைச்

சிலர் துளைத்தெடுத்தபோது அவர் கூறிய பதில்: 'இந்தக் காளை மாடு, காளை மாடுதான்; இந்தக் குதிரை குதிரைதான். . . எனது ஓவியத்திலுள்ள சில விஷயங்களுக்கு நீங்கள் ஓர் அர்த்தத்தைக் கொடுப்பீர்களேயானால், அது உண்மையானதாக இருக்கக் கூடும். ஆனால் இந்த அர்த்தத்தைக் கொடுப்பது எனது எண்ண மல்ல. நீங்கள் எந்த கருத்துகளுக்கும் முடிவுகளுக்கும் வந்து சேர்கிறீர்களோ அவற்றை நானுமே பெறத்தான் செய்கிறேன் - ஆனால் இயல்பூக்கமாக, நனவிலி நிலையில். நான் ஓவியத்தை உருவாக்குகிறேன். பொருள்களை நான் ஓவியமாகத் தீட்டுகை யில் அவற்றை அவ்வாறாகவே கருதுகிறேன்.'

இதன் பொருள், 'குவெர்னிகா'வுக்கு அவர் எந்த அர்த்தத் தையும் கொடுக்கவில்லை என்பதல்ல. பாசிசமும் அதனுடைய வன்முறையும் மனிதர்களுக்கும் விலங்குகளுக்கும் மானுட உழைப்பால் உருவாக்கப்பட்ட கட்டடங்கள் முதலியவற்றுக்கும் ஏற்படுத்திய பேரழிவை, மனிதர்களும் விலங்குகளும் பட்ட வேதனையை, வலியை அதிலுள்ள படிமங்கள் - வீறிட்டலறும் படிமங்கள் - வெளிப்படுத்துகின்றன என்பதால்தான் இந்த உலகின் காலின் பவுல்களை அது தொடர்ந்து அச்சுறுத்திக் கொண்டே வரும். ஏரியல் டோர்ஃப்மன் தமது கவிதையில் கூறியது போல, பாக்தாதிலும் இராக்கின் பிற பகுதிகளிலும் நூற்றுக்கணக்கான குரூயிஸ் ஏவுகணைகளும் குவெர்னிகாக் களும் சுழன்று சுழன்று விழுந்து கொண்டிருக்கின்றன. அமெரிக்க ஏகாதிபத்தியம் ஒருநாள் இந்த அக்கிரமங்களுக்குப் பதில் சொல்லத்தான் போகிறது.

10

நாக்பா : 1948 முதல் 2008 வரை

இது முடிவற்ற நிகழ்காலம்
இது யாரும் எவரையும் கண்டறிய முடியாத இடம்
காற்றின் வீச்சைப் போல கதவுக்கு வெளியே
நாங்கள் எப்படிச் சென்றோம் என்பது
யாருக்கும் நினைவிலில்லை
எத்தனை மணிக்கு நேற்றைய தினத்திலிருந்து விழுந்தோம்
என்பது யாருக்கும் நினைவிலில்லை
மற்றவர்கள் தங்கள் பிம்பங்களை
எங்கள் பிம்பங்களின் மேல் பார்ப்பதற்கு
கண்ணாடிகளாக மீண்டும் ஒட்டப்பட்ட சிதிலங்களாகிய
ஓடுகளின் மீது நேற்றைய தினம் நொறுங்கியது
எத்தனை மணிக்கு என்பது
யாருக்கும் நினைவிலில்லை.

இது இடமற்ற நிகழ்காலம்
ஒருவேளை என்னால் வாழ்க்கையைச் சமாளிக்க முடியலாம்
ஆந்தையின் இரவில் என்னால் கத்தி அலற முடியலாம்:
வரலாற்றின் சுமையை என் மீது சுமத்தியது
சபிக்கப்பட்ட எனது தந்தையா?
ஒருவேளை எனது பெயருக்குள்ளேயே நான் உருமாற்றப்படலாம்
எனது தாயின் வார்த்தைகளையும் வாழ்க்கை முறையையும்
அவை எவ்வாறு இருந்தனவோ அவ்வாறே
நான் தெரிவு செய்து கொள்ளலாம்
இவ்விதமாக, உப்பு என் இரத்தத்தைத் தொடும் ஒவ்வொருமுறையும்
வானம்பாடி என் வாயைக் கடிக்கும் ஒவ்வொரு முறையும்
அவள் என்னை ஏய்த்து வசப்படுத்தலாம்

இது நிலையில்லாத நிகழ்காலம்
இது தகர டப்பாக்களிலிருந்து
தங்கள் இரவு உணவைத் தயாரித்துவிட்டு
லாரிகளில் அவசரம் அவசரமாக ஏறிச் செல்லும்
அந்நியர்கள்
ஒலிவ மரக் கிளைகளில்
தங்கள் துப்பாக்கிகளை மாட்டும் இடம்

-மஹ்மூத் தர்வீஷ்

1948 மே 16-ஆம் நாள் 'இஸ்ரேல் தேசம்' அதிகாரபூர்வமாகத் தோற்றுவிக்கப்பட்டது. உலகம் முழுவதிலுமுள்ள யூதர்கள் அனைவருக்கும் 'தேவனால் வாக்களிக்கப்பட்ட' அந்த தேசத்தை உருவாக்குவதென்ற ஜியோனிசக் கனவு ஐ.நா. அவையால் - அன்றைய உலக வல்லரசுகள் (இதில் முன்னாள் சோவியத் யூனியனும் அடங்கும்) அனைத்தினதும் ஒப்புதலுடன் - நிறைவேற்றப்பட்டது. எனினும் அந்த ஐ.நா. தீர்மானமும்கூட, பாலஸ்தீன அராபியர்கள் பன்னூறு ஆண்டுகளாக வாழ்ந்து வந்த பிரதேசத்தில் ஒரு பகுதியைத் தங்கள் தாயகமாக வைத்துக் கொள்ளலாம் என்றும் கூறியது. அச்சமயம் முஸ்லிம் அராபியர் களும் கிறிஸ்துவ அராபியர்களும் சேர்ந்து பாலஸ்தீன மக்கள் தொகையில் மூன்றிலிரண்டு பகுதியினராக அமைந்திருந்தனர். ஐரோப்பாவிலிருந்து புலம் பெயர்ந்திருந்த யூதர்களின் எண்ணிக்கை மக்கள் தொகையில் மூன்றிலொரு பங்கைக்கூடத் தாண்டியிருக்கவில்லை. ஜியோனிசவாதிகள் அதைக்கூட ஏற்றுக் கொள்ளவில்லை. 1948-இல் ஒருபுறம் பாலஸ்தீன அராபியர்கள், அவர்களது நட்பு நாட்டு அராபியர்கள் ஆகியோருக்கும் மறுபுறம் ஜியோனிச இஸ்ரேலியர்களுக்கும் நடந்த சண்டையின் காரணமாக இலட்சக்கணக்கான பாலஸ்தீனர்கள் தங்கள் இருப்பிடங்களும் உடைமைகளும் பறிக்கப்பட்டு நாட்டை விட்டு வெளியேற்றப்பட்டனர். அவர்களது கிராமங்கள் சூறையாடப்பட்டன. பெண்கள் பாலியல் வன்முறைக்கு ஆளாகினர். பச்சிளங் குழந்தைகளும் படுகொலை செய்யப்பட்டன.

1967-இல் அரபு நாடுகளுக்கும் இஸ்ரேலுக்கும் நடந்த ஆறு நாள் போரில் இஸ்ரேல் வெற்றி பெற்று பாலஸ்தீனர்களுக்குச்

சொந்தமான மேலும் சில இடங்களைக் கைப்பற்றிக்கொண்டது. அதன் பிறகு பாலஸ்தீன அராபியர்களின் பகுதிகளை யூதர்களின் குடியேற்றப் பகுதிகளாக மாற்றியது. 1993-ஆம் ஆண்டு ஒஸ்லோ ஒப்பந்தத்தின்படி பாலஸ்தீன அராபியர்களின் 'நாயகம்' என்றும் அவர்களது 'சுயாட்சிப் பிரதேசம்' என்றும் சொல்லப்படும் மேற்குக்கரை, காஸா என்னும் துண்டு நிலங்கள்கூட யூதர்களின் குடியேற்றப் பகுதிகளாக மாற்றப்படத் தொடங்கின. அந்தப் பகுதிகள் ஒன்றுபட்ட சிறு பிரதேசமாகக்கூட அமைய முடியாத வகையில், பல்வேறு தடுப்புச் சுவர்களும் முள்கம்பி வேலிகளும் அமைக்கப்பட்டுள்ளன. ஜியோனிஸ்டும் வரலாற்றாசிரியருமான பென்னி மோரிஸ் 2004-இல் கூறினார்: 'ஏழு இலட்சம் பாலஸ் தீனர்களை வேரோடு பறித்து எறியாமலிருந்திருந்தால் யூத அரசு உருவாவது சாத்தியப்பட்டிருக்காது. எனவே அவர்களை வேரோடு பறித்து எறிவது அவசியமாயிற்று. இனச் சுத்திகரிப் புகளை நியாயப்படுத்தும் சூழ்நிலைமைகள் பல, வரலாற்றில் இதற்கு முன் காணப்படுகின்றன.'

பாலஸ்தீனர்களில் எண்பது விழுக்காட்டினர் இன்று அரபு நாடுகள் உள்ளிட்ட உலகின் பல பகுதிகளில் அகதிகளாகவோ புலம் பெயர்ந்தவர்களாகவோ வாழ்கிறார்கள். இருபது விழுக் காட்டினர், தங்கள் சொந்த நாட்டிலேயே (அதாவது மேற்குக் கரை, காஸா ஆகியவற்றில்) அகதிகளாகவோ, அகதிகளின் வழித் தோன்றல்களாகவோ வாழ்கின்றனர். காஸா பகுதி முழுவதுமே திறந்தவெளிச் சிறைச்சாலையைவிட மோசமான நிலையில் - மின்வசதியும் குடிநீர் வசதியும் சுகாதார ஏற்பாடுகளும் நிறுத்தப் பட்ட நிலையில், உணவுப் பொருள்கள் கிடைக்காத நிலையில், சத்தூட்டக் குறைவினால் பல்லாயிரம் குழந்தைகள் வளர்ச்சி குன்றிப்போகும் நிலையில்.

ஜார்ஜ் புஷ் உள்ளிட்ட மேற்கு நாட்டுத் தலைவர்கள் பங்கேற்ற அறுபதாம் ஆண்டு நினைவு விழா இஸ்ரேலிய அரசாங்கத்தால் கொண்டாடப்பட்டது. இஸ்ரேல் பிறந்த தினத் தை 'நாக்பா' என்றழைக்கின்றனர் பாலஸ்தீனர்கள். 'நாக்பா' என்றால் பேரழிவு என்று பொருள். இஸ்ரேலால் ஆக்கிர மிக்கப்பட்ட பகுதிகளில் பாலஸ்தீனர்கள் எதிர்ப்புப் பேரணி களையும் கலை நிகழ்ச்சிகளையும் 2008 மே 16 அன்று நடத்தித் தங்கள் தணியாத விடுதலை வேட்கையை வெளிப்படுத்தினர்.

இஸ்ரேல் தனது ஐம்பதாவது நிறைவு நாளை 1998-இல் கொண்டாடியபோது செலவிட்ட தொகையைவிடக் குறைவான தொகையையே அறுபதாம் ஆண்டு நிறைவுவிழாவுக்குச் செலவிடுவதாகக் கூறப்பட்டது. அதற்குக் காரணம், இஸ்ரேலில் உள்ள யூதர்களில் மனிதாபிமானம் மிக்க சிறுபான்மையினர் காட்டிய எதிர்ப்பே காரணம் என்றும் சொல்லப்பட்டது. மஹ்மூத் தர்வீஷ், ஜான் பெர்கர், கென்லோச், எலியாஸ் கவ்ரி போன்ற உலகப்புகழ்பெற்ற எழுத்தாளர்களும் கலைஞர்களும் இஸ்ரேலின் அறுபதாம் ஆண்டு நிறைவு நாள் ‘கொண்டாடப் படுவதற்கானதல்ல’ என்றும் இஸ்ரேலின் அக்கிரமங்களைச் சிந்தித்துப் பார்ப்பதற்கும் சமாதானத்தை உருவாக்குவதற்கான முயற்சி களைத் தொடர்வதற்குமான நாள் என்றும் அறிவித்தனர். ஆனால் அவப்பேறாக, பாலஸ்தீனர்களால் பெரிதும் மதிக்கப் பட்டு வந்தவரும் நோபல் பரிசு பெற்ற இலக்கியவாதியுமான நாடின் கோர்டிமர் இஸ்ரேலிய இலக்கியச் சங்கமொன்றின் சார்பில் விடுக்கப்பட்ட அழைப்பை ஏற்றுக்கொண்டு, பாலஸ் தீன அறிவாளிகளின் எதிர்ப்பைப் பொருட்படுத்தாது - அறுப தாம் ஆண்டு நிறைவு நாளையொட்டிய நிகழ்ச்சியில் கலந்து கொண்டிருக்கிறார். தென்னாப்பிரிக்க எழுத்தாளரான நாடின் கோர்டிமர் பிறப்பால் யூதர். ஆனால், அவர் யூதப் பண்பாட் டையோ யூத மதத்தையோ ஏற்றுக்கொண்டவரல்லர். தென்னாப் பிரிக்காவில் இன ஒதுக்கலுக்கு எதிராக உறுதியாகப் போராடி வந்தவர். நெல்ஸன் மண்டேலா நிறுவிய ஆப்பிரிக்க தேசிய காங்கிரஸில் உறுப்பினராக இருந்தவர்.

தென்னாப்பிரிக்காவில் இன ஒதுக்கலுக்கு எதிராகப் போராடிய ஒருவர், அதேபோன்ற இன ஒதுக்கல் கொள்கையை அராபியர்களுக்கு எதிராகக் கடைப்பிடிக்கும் இஸ்ரேலின் அறுபதாம் ஆண்டு நிறைவு விழாவினையொட்டி நடக்கும் நிகழ்ச்சியில் கலந்துகொள்வது அவரது இரட்டை வேடத்தைக் காட்டுவதாக சில பாலஸ்தீன அராபியர்கள் குற்றம் சாட்டினர். ஒருகாலத்தில் உலக நாடுகள் பெரும்பாலானவற்றால் ஒதுக்கி வைக்கப்பட்டிருந்த, மனித உரிமை மீறல்களுக்காக ஐ. நா. அவையால் பல முறை கண்டனம் செய்யப்பட்டிருந்த இஸ்ரேல் அரசுக்கு உதவி செய்துவந்த ஒருசில நாடுகளிலொன்று வெள்ளை இனவெறி அரசாங்கத்தின் கீழிருந்த தென்னாப்பிரிக்கா என்பதைக்கூட கோர்டிமர் மறந்துவிட்டாரே என மனம் குமுறினர் பாலஸ்தீன அறிவாளிகள். இஸ்ரேலுக்குச் சென்றதை

நியாயப்படுத்த கோர்டிமர் கூறி விளக்கம் இதுதான்: பாலஸ்தீனர்களின் தாயகத்தை யூதர்கள் ஆக்கிரமித்துக்கொண்டதை யாரும் ஆதரிக்க முடியாது. அதே சமயம் இஸ்ரேல் தேசத்தைப் பூண்டோடு ஒழித்துக்கட்டுவதாகக் கூறும் ஹமாஸ் இஸ்லாமியவாதிகளின் எண்ணத்தையும் ஆதரிக்க முடியாது. இஸ்ரேல் நடத்திய கொடூரத் தாக்குதல்களில் அப்பாவி பாலஸ்தீனர்கள் மடிந்ததைப் போலவே, பாலஸ்தீனத் தற்கொலைப் போராளிகளின் தாக்குதலில் அப்பாவி யூதர்கள் பலர் செத்திருக்கின்றனர். எதிரி எவ்வளவு கொடியவனாக இருந்தாலும், அவனிடம் பேச்சுவார்த்தை நடத்த வேண்டும்; அப்போதுதான் ஒருவரையொருவர் புரிந்துகொள்ள முடியும். இதை யூதர்கள், அராபியர்கள் ஆகிய இரு தரப்பினரும் உணர வேண்டும். தென்னாப்பிரிக்காவிலிருந்த வெள்ளை இனவெறி அரசாங்கத்தின் பிரதமராக இருந்த டி கிளார்க்கிடம் நெல்ஸன் மண்டேலா பேச்சுவார்த்தை நடத்தாமலிருந்திருந்தால், தென்னாப்பிரிக்காவில் இன ஒதுக்கல் அரசாங்கம் மறைந்து சுதந்திர தேசம் மலர்ந்திருக்குமா?

இஸ்ரேலிலுள்ள நகரமொன்றிலுள்ள தெருவொன்றுக்குத் தமது பெயர் சூட்டப்பட்டிருப்பதை அறிந்து வியப்படைந்தாராம் நாடின் கோர்டிமர்!

இலக்கியத்துக்கான நோபல் பரிசு பெற்ற அந்த மாபெரும் எழுத்தாளர், தனது அக்கிரமங்களை மூடிமறைத்து 'நாகரிக' வேடம் பூணுவதற்காக இஸ்ரேலிய அரசு மேற்கொள்ளும் பண்பாட்டு நடவடிக்கைகளில் இதுவுமொன்று என்பதைப் புரிந்துகொள்ளாமல் போனது எத்தகைய அவலம்! கோர்டிமரைப் புரிந்துகொள்ளாமல் போனது பாலஸ்தீன அறிவாளிகளின் குற்றம்தான்! திரும்பத்திரும்ப அவர்கள் இழைத்து வரும் அந்தக் 'குற்றத்'தின் வெளிப்பாடுகளிலொன்றுதான் 1976-இல் இஸ்ரேலிய ஆக்கிரமிப்பாளர்களால் கொல்லப்பட்ட பாலஸ்தீனக் கவிஞர் ரஷித் ஹூஸெய்ன் எழுதிய 'கண்டனம்' என்னும் கவிதை:

புல்லின் இதழுக்கு
ஊறு விளைவிக்கும் உரிமையை
என் நாட்டின் போராளிகளுக்கு மறுக்கிறேன்
வெடிகுண்டைக் கையாளும் உரிமையை
குழந்தைக்கு - எல்லாக் குழந்தைகளுக்கும்

மறுக்கிறேன்
துப்பாக்கியை ஏந்தும் உரிமையை
என் சகோதரிக்கு மறுக்கிறேன்
நீங்கள் சொல்லும் எதை வேண்டுமானாலும்
என்னால் மறுக்க முடியும்... ஆனால்
அவர்களின் கண்கள்
கொலைகாரர்களின் குதிரைகள்
பாய்ந்தோடி வருவதைப் பார்க்கும்போது
இத்தனை இலட்சியங்களை
யாரால் உத்தரவாதம் செய்ய முடியும்?

பத்து வயதிலேயே ஒரு குழந்தை வீரனாவதை
எதிர்க்கிறேன்
மரங்களின் உடல்கள்
வெடிமருந்துக்குப் புகலிடமாவதை எதிர்க்கிறேன்
எனது பழத்தோட்ட மரங்களின் கிளைகள்
தூக்குமரங்களாகப் பயன்படுத்தப்படுவதை
எதிர்க்கிறேன்
எனது தோட்டத்தின் ரோஜாப் பாத்திகள்
மரண தண்டனை நிறைவேற்றும் துப்பாக்கிப் படையினரால்
பயன்படுத்தப்படுவதை எதிர்க்கிறேன்
நீங்கள் சொல்லும் எதை வேண்டுமானாலும்
என்னால் எதிர்க்க முடியும்... ஆனால்
எனது நாடு
எனது நண்பர்களோடும்
எனது இளமையோடும்
சேர்ந்து எரியும்போது
எனது கவிதைகள் ஆயுதங்களாக மாறாமல்
இருக்க முடியுமா?*

---

* வ.கீதா - எஸ்.வி. ராஜதுரை, *மண்ணும் சொல்லும் : மூன்றாம் உலகக் கவிதைகள்*, அடையாளம், 2006.

11

அஃப்ஸல் தூக்கிலிடப்பட்டது நியாயமா?

*த*னது நாகரிகத்தைப் பற்றித் தம்பட்டம் அடித்துக்கொள்ளும் ஒரு சமுதாயத்தில், எந்தவொரு கோட்பாட்டையும் அடிப்படையாகக் கொண்டு மரண தண்டனை நீதியானது என்றோ, பொருத்தமானது என்றோ நிறுவுவது மிகக் கடினமானது – அது முற்றிலும் சாத்தியமற்றது எனச் சொல்ல முடியாது என்றாலும். தண்டனை என்பது அச்சுறுத்து வதற்கோ, சீர்படுத்துவதற்கோ பயன்படும் வழிமுறைகளிலொன்று எனப் பொதுவாக அதற்கு சார்பாகப் பேசப்படுகிறது. ஆனால் மற்றவர்களைச் சீர்படுத்தவோ அச்சுறுத்தவோ என்னைத் தண்டிப்பதற்கு உங்களுக்கு என்ன உரிமை இருக்கிறது? தவிரவும், வரலாறு – புள்ளிவிவரங்கள் எனச் சொல்லப்படும் ஒரு விஷயம் – விவிலியக் காலத்திலிருந்து இன்று வரை உலகம் தண்டனையின் காரணமாகச் சீர்திருத்தப்படவில்லை, அச்சுறுத்தப்படவுமில்லை என்பதை முற்று முடிவான சான்றுடன் மெய்ப்பிக்கின்றது. தன்னைப் பாதுகாத்துக்கொள்வதற்குத் தூக்கி விடுபவனைத் தவிர வேறு சிறந்த கருவி எதனையும் அறிந்திராத, தனது கொடூரத்தனத்தை சாசுவதமான சட்டம் என 'உலகின் முன்னணிப் பத்திரிகை'யின் மூலம் அறிவிக்கின்ற ஒரு சமுதாயத்தின் கதிதான் என்ன? புதிய குற்றவாளிகளைத் தூக்கில் போடுபவனைப் புகழ்வதற்குப் பதிலாக, இந்தக் குற்றங்களைத் தோற்றுவிக்கும் சமுதாய அமைப்பை மாற்றுவதைக் குறித்து ஆழ்ந்து சிந்திப்பதற்கான அவசியம் இல்லையா?

–கார்ல் மார்க்ஸ், மார்க்ஸ்–எங்கல்ஸ், தொகுப்பட்ட படைப்புகள், தொகுதி II (1851–1853), முன்னேற்றம் பதிப்பகம், மாஸ்கோ 1972 பக். 496–498.

மக்களை ஒழுங்குக்கும் கட்டுப்பாட்டுக்கும் கொண்டுவருவதற்காக உருவாக்கப்பட்டுள்ள இன்றைய அமைப்பு முறையில் மூர்க்கத் தனமான (முதலாளிய) வர்க்க உணர்வும் முதலாளியக் காட்டுமிராண்டித் தனமும் நிரம்பியுள்ளன. இவை அடிப்படையிலேயே மாற்றப்பட வேண்டும். ஆனால், முழுமையான சீர்திருத்தத்தை, சோசலிச உணர்வுக்கு ஒத்திசைந்த சீர்திருத்தத்தைப் புதிய பொருளாதார, சமூக

அடிப்படையின் மீதே உருவாக்க முடியும். ஏனெனில், அனைத்தையும் ஆராய்ந்து பார்க்கையில், குற்றம் - தண்டனை ஆகிய இரண்டுக்கு மேயான வேர்கள் சமுதாய அமைப்பிற்குள்தான் இருக்கின்றன என்பது புலனாகும். ஆயினும் சட்டரீதியான நிகழ்முறைகள் இல்லாமலேயே, ஓர் அடிப்படையான நடவடிக்கையை இப்போது மேற்கொள்ள முடியும் (மிகப் பிற்போக்குத்தனமான ஜெர்மானியச் சட்டத் தொகுப்பில் உள்ள மிக வெட்கக்கேடான கூறாக உள்ள மரண தண்டனை முறை உடனடியாக நீக்கப்பட வேண்டும்). ஆனால், சிந்தப்படும் ஒவ்வொரு கண்ணீர்த்துளியும் - அதைத் தடுத்து நிறுத்தியிருக்க முடியும் என்னும் நிலையில் - ஒரு குற்றச்சாட்டுதான். மூர்க்கத்தனமான அலட்சிய மனப்பான்மையுடன் பரிதாபத்துக்குரிய மண்புழுவை நசுக்குகிறவன் குற்றத்தை இழைத்தவனாகின்றான்.

- ரோஸா லுக்ஸம்பர்க், ஏ டியூடி ஆஃப் ஹானர்,
மார்க்சிஸ்ட் இன்டர்நெட் ஆர்கிவ்ஸ்

என்ன இருந்தாலும், இந்த நாடு பொதுவாகவே அகிம்சை நெறியில் நம்பிக்கை வைத்துள்ளது. அகிம்சை நெறி என்பது இந்த நாட்டினுடைய பண்டைய மரபாக இருந்து வந்துள்ளது. மக்கள், அதை நடைமுறையில் பின்பற்றாமல் இருக்கலாம் என்றாலும், அதை அறவியல் கட்டளையாக ஏற்றுக்கொள்கிறார்கள் என்பது உறுதி. தங்களால் இயன்ற அளவுக்கு அவர்கள் அதைக் கடைபிடித்தேயாக வேண்டும். எனவே, இந்த உண்மையைக் கருத்தில் கொள்வோமேயானால், இந்த நாடு செய்யவேண்டிய பொருத்தமான நடவடிக்கை மரணதண்டனையை அறவே ஒழித்துக்கட்டுவதுதான்.

-அண்ணல் அம்பேத்கர்

தூக்கில் தொங்கினான் ஒரு பாவி
சட்டம் அவனுக்கென ஒதுக்கிய
நரகத்துக்குக்கூடத் தகுதியற்ற பாவப் பிறவி
இயற்கையின் திரைச்சீலை விழ
அவனைப் பெற்றவள் தடுமாறி ஓடி வந்தாள்
ஏனெனில் அவன் ஒரு பெண்ணின் மகன்

எனக்கென இருந்தது அவன் மட்டும்தானே
மூச்சுத் திணற அழுகின்றாள் அவள்
என்ன ஒரு கொடூரமான வரம்

- எமிலி டிக்கின்ஸன்

அஃப்ஸலின் கருணை மனு

(2008 ஜூன் 7 அல்லது 8) இருபத்தி நான்கு மணி நேரமும் ஆங்கிலச் செய்திகளை ஒளிபரப்பும் தொலைக் காட்சி சேனல் ஒன்று, 2001இல் இந்திய நாடாளுமன்றக் கட்டடத்தின் மீது நடத்தப்பட்ட தாக்குதல் வழக்கில் மரண தண்டனை விதிக்கப்பட்ட மொகமது அஃப்ஸலின் நேர்காணலொன்றை ஒளிபரப்பியது. புதுடெல்லியிலுள்ள திஹார் சிறையில் அடைக்கப்பட்டிருந்த அவர், தமது மரண தண்டனையை ஆயுள் தண்டனையாகக் குறைக்கும்படி அவரும் அவர் சார்பில் பல்லாயிரக்கணக்கானோரும் அனுப்பியுள்ள கருணை மனு மீதான முடிவை எடுப்பதற்கு ஐக்கிய முற்போக்குக் கூட்டணி அரசாங்கம் தொடர்ந்து காலச் சுணக்கம் செய்து வந்ததால் தமக்கேற்பட்டுள்ள மன உளைச்சலை இரண்டே வாக்கியங்களில் வெளிப்படுத்தியிருந்தார்: 'எல். கே. அத்வானி பிரதமராக வேண்டும் என்பதே எனது விருப்பம். ஏனெனில் அவர் என்னை உடனடியாகத் தூக்கிலிட்டு விடுவார்.'

சிறை வாழ்க்கையின் கொடுமையைத் தம்மால் தாங்க முடியவில்லை என்றும், தூக்கிலிடும் நாள் வரை தமது தாயகமான காஷ்மீரிலுள்ள சிறைச்சாலைக்கு அனுப்புமாறும், தமது எட்டு வயது மகனை அடிக்கடி பார்ப்பதற்கு அது உதவிகரமாக இருக்கும் என்றும் அந்த நேர்காணலில் கூறியிருந்தார். அந்த தொலைக்காட்சி சேனல் வழக்கம் போலவே, அந்த நேர் காணலைப் பற்றியும் 'பல்வேறு' கருத்துகளைக் கேட்டறிந்து ஒளிபரப்பி, உடனுக்குடன் பார்வையாளர்களிடம் 'கருத்துக் கணிப்பு' நடத்தும் 'ஜனநாயகக் கடமை'யைச் செய்தது. காங்கிரஸ் கட்சி சார்பில் கருத்துத் தெரிவித்த மாநிலங்கள் அவை உறுப்பினர் ஜெயந்தி நடராஜன், கருணை மனு மீது முடிவு எடுப்பது நீதிமன்ற நிகழ்முறைகளைக் கடந்த விஷயம், எனவே அதில் காலச்சுணக்கம் ஏற்படுவது தவிர்க்க முடியாதது என்று கூறினார். பாஜக சார்பில் கருத்துக் கூறிய ராஜிவ் பிரதாப் ரூடி என்பவர், தமது கட்சியின் நிலைப்பாட்டில் மாற்றம் ஏதும் இல்லை என அறிவித்தார். அத்துடன், சிறுபான்மையினரின் வாக்கு வங்கியைக் கருத்தில்கொண்டே இன்றைய மத்திய அரசாங்கம், இந்தக் கருணை மனு மீது எந்த முடிவையும் எடுக்காமல் இருக்கிறது என்றும், அஃப்ஸலுக்கும் கூட இது நன்றாகத்

தெரியும் என்றும் பாஜகவின் 'சிறுபான்மையினர் பிரிவு'த் தலைவர் ஷாநவாஸ் உசேனும்கூட ஒரு 'கருத்து'த் தெரிவித்துள்ளார்.

இந்தச் சூழ்நிலையில் அஃப்ஸலின் வழக்கு பற்றிய சில முக்கிய வரலாற்று உண்மைகளை நினைவுகூர வேண்டியது மிக அவசரமான, மிக முக்கியமான கடமையாகின்றது.

ஒரு நாடு, இரு சமுதாயங்கள்

இந்திய ஒன்றியத்தில் இரண்டு தலைநகரங்களைக் கொண்டுள்ள ஒரே மாநிலம் ஜம்மு-காஷ்மீர். உண்மையில், இந்திய அரசமைப் புச்சட்டம் இந்த மாநிலத்திற்கு சிறப்புத் தகுதியை வழங்குவதால் - இது ஏட்டளவில் மட்டுமே உள்ளது என்னும் போதிலும் - இந்த மாநிலத்திற்கு இரண்டு அரசமைப்புச் சட்டங்கள் இருப்பதாகச் சிலர் கருதுகின்றனர். ஜம்மு - காஷ்மீர் பகுதியை பிரிடிஷ் கண்காணிப்பின் கீழ் ஆண்டு வந்த டோக்ரா வம்சாவளி மன்னர் ரண்வீர்சிங் 1880களில் தெரிவித்த ஆலோசனையின் பேரில் அன்றைய பிரிட்டிஷ் ஆட்சியாளர்கள் கோடைகாலத் தலைநகராக ஸ்ரீநகரும், குளிர்காலத் தலைநகராக ஜம்முவும் இருப்பதற்கு அனுமதித்தனர். இந்த ஏற்பாடு இந்திய சுதந்திரத் திற்குப் பின்னும் நீடிக்கிறது. அதுமட்டுமன்றி, இரண்டு தலைநகர்களும், எந்தவொரு விஷயத்திலும் இரண்டு வெவ்வேறு அபிப்பிராயங்களின் குவிமுனைகளாக மாறியுள்ளன. மிகுந்த வகுப்புவாதத் தன்மை பெற்று இரு எதிரெதிர்ப் பிரிவுகளாகப் பாகுபட்டுள்ள இந்திய சமுதாயத்தின் இரு வேறு மனோநிலைகளையும் கருத்துகளையும் பிரதிபலிக்கும் இரு மையங்களாகியுள்ளன.

2001 டிசம்பர் 13-ஆம் தேதி புதுடெல்லியில் இந்திய நாடாளுமன்ற வளாகத்தின் மீது நடத்தப்பட்ட தாக்குதலில் தொடர்புடையவராகக் கைது செய்யப்பட்டு, புதுடெல்லி யிலுள்ள 'பொடா' சிறப்பு நீதிமன்றத்தால் (Designated court) விசாரணை செய்யப்பட்டு மரண தண்டனை விதிக்கப்பட்ட (இந்தத் தண்டனையை டெல்லி உயர் நீதிமன்றமும் இந்தியாவின் உச்சநீதிமன்றமும் உறுதிப்படுத்தியுள்ளன) மொகமது அஃப்ஸல் என்னும் காஷ்மீரியை 2006 அக்டோபர் 13-ஆம் தேதி தூக்கிலிடுவதற்கான 'கறுப்பு வாரண்ட்' (black warrant) பிறப்பிக்கப்பட்டதையடுத்து, ஜம்மு - காஷ்மீர் மாநிலத்தின் இரு தலைநகர்களில் மட்டுமின்றி இந்தியாவின் பிற பகுதிகளிலும்

இப்பிரச்சினை குறித்த விவாதங்களும் எதிர்விவாதங்களும் நடைபெற்றன. அவருக்கு வழங்கப்பட்டுள்ள மரண தண்டனையை நிறைவேற்றக்கூடாது என காஷ்மீர் பள்ளத்தாக்கிலுள்ள கிட்டத்தட்ட அனைத்து மக்களும் (அந்த மாநிலத்தின் காங்கிரஸ் முதல்வராக இருந்த குலாம் நபி ஆஸாத் உட்பட) கோரிக்கை விடுத்தனர். இந்தக் கோரிக்கைக்கு ஆதரவாகத் தன்னெழுச்சியாக நடைபெற்ற ஆர்ப்பாட்டங்களும் பேரணி களும் முதலில் சில நாள்கள் அனுமதிக்கப்பட்டன. ஆனால் பின்னர் அவை இந்தியப் பாதுகாப்புப் படையினரால் நசுக்கப் பட்டன. காஷ்மீர் பள்ளத்தாக்கு முழுவதிலுமே அறிவிக்கப் பட்ட, அறிவிக்கப்படாத ஊரடங்கச் சட்டம் செயல்பட்டு வருகிறது. ஆனால், அஃப்ஸலை உடனடியாகத் தூக்கிலிட வேண்டும் என்னும் கோரிக்கையுடன் ஜம்முவில் நடைபெற்ற ஆர்ப்பாட்டங்களுக்கு எந்தத் தடையும் விதிக்கப்படவில்லை.

மேலும், அஃப்ஸலின் மரண தண்டனையை உடனடியாக நிறைவேற்ற வேண்டும் என்னும் கருத்துக்கு ஆதரவாகச் செயல் படும் அரசியல் சக்திகள், ஊடகங்கள் (குறிப்பாகத் தொலைக் காட்சிகள்) ஆகியவற்றின் அசுர பலத்திற்கு ஈடான வலு, மரண தண்டனை எதிர்ப்பாளர்களுக்கு இல்லாதது மட்டுமன்றி, அவர்கள் தேசத்துரோகிகளாக, பாகிஸ்தான் ஏஜெண்டுகளாக, ‘இஸ்லாமிய பயங்கரவாதத்திற்கு’ மறைமுக ஆதரவு கொடுப்பவர் களாக அவதூறு செய்யப்பட்டும் வருகின்றனர். இந்த விவகாரத்தில் ஒருமுனையில் மதச்சார்பற்ற, ஜனநாயக சக்திகள், மனித உரிமை ஆர்வலர்கள், இந்தியாவின் தலைசிறந்த சிந்தனையாளர்கள், பேராசிரியர்கள், எழுத்தாளர்கள் ஆகியோரும் அதற்கு எதிர் முனையில் ஆர்எஸ்எஸ் தலைமையிலுள்ள இந்துத்துவ சக்திகள் மட்டுமின்றி, காஷ்மீரில் உள்ள பிரிவினைவாத இயக்கத்தின் (ஹுரியத் மாநாடு) தலைவர்களில் ஒரிருவரும் இருந்தனர். ஆர்எஸ்எஸ் தலைமையிலான வகுப்புவாதிகள், இந்தியா விலுள்ள சிறுபான்மை முஸ்லிம்களை அடிப்பதற்கும் அடக்கு வதற்குமான மற்றொரு கைத்தடியாக இந்த மரணதண்டனை யைப் பார்த்தனர். ஹுரியத் மாநாட்டுத் தலைவர்கள் சிலரோ காஷ்மீரின் விடுதலை இலட்சியத்திற்கு இன்னொரு ‘தியாகி’ கிடைப்பார் என்பதற்காக இந்த மரண தண்டனை நிறைவேற்றப்படுவதை விரும்பினர். இந்துத்துவ சக்திகள், தாங்கள் ‘தேசப்பற்றின்’ அடிப்படையிலேயே செயல்படுவதாகவும்,

சிறுபான்மை முஸ்லிம்களுக்கு எதிராகச் செயல்படுவதில்லை எனக் கூறி, இதை மெய்ப்பிப்பதற்காக பாஜகவைச் சார்ந்த முஸ்லிம் நாடாளுமன்ற உறுப்பினரான முக்தர் அப்பாஸ் நக்வியைத் தனியார் தொலைக்காட்சி நிகழ்ச்சிகளில் பங்கேற்கச் செய்து அஃப்ஸலை உடனடியாகத் தூக்கில் போட வேண்டும் என்பதை வற்புறுத்த வைத்தனர்.

வழக்கின் சுருக்கமான வரலாறு

1. கடந்த 2001 டிசம்பர் 13-ஆம் நாளன்று, புதுடெல்லியிலுள்ள நாடாளுமன்றக் கட்டடத்தின் மீது தாக்குதல் தொடுத்ததாக 12 பேர் மீது குற்றப்பத்திரிகை தாக்கல் செய்யப்பட்டது. இவர்களில் மூவர் பாகிஸ்தானியர்கள் (மசூத் அஸர், தாரிக் அகமது, காஸி பாபா). இந்தத் தாக்குதலை நடத்துவதற்குச் சதித் திட்டம் தீட்டியவர்கள் இந்த மூவர்தாம் என அக்குற்றப் பத்திரிகை கூறியது. இந்தத் தாக்குதலில் நாடாளுமன்ற வளாகத் தோட்டக்காரர் ஒருவரும், எட்டு இந்தியப் பாதுகாப்புப் படையினரும் கொல்லப்பட்டனர். சதித் திட்டம் தீட்டியதாகச் சொல்லப்படும் மேற்சொன்ன மூன்று பாகிஸ்தானியர்களை பாகிஸ்தானிலிருந்து இந்தியாவுக்கு வரவழைத்து விசாரணை செய்வதற்கு (குற்றவாளிகளையும் கைதிகளையும் பரிவர்த்தனை செய்துகொள்வதற்காக இரு நாடுகளுக்குமிடையிலான ஒப்பந்தம் -extradition agreement-இருக்கிறது) பாகிஸ்தான் அரசாங்கம் ஒருவேளை அச்சமயம் ஒப்புதல் அளித்திருந்தால், அது ஒரு நிபந்தனையின் பேரிலேயே செய்யப்பட்டிருக்கும். அவர்களுக்கு மரணதண்டனை தரப்படக்கூடாது என்னும் நிபந்தனைதான் அது. இந்தத் தாக்குதலுக்கான சதி பாகிஸ்தானில் தீட்டப் பட்டது என்னும் இந்திய அரசாங்கத்தின் குற்றச்சாட்டை பாகிஸ்தான் மறுத்து விட்டது. எப்படியிருந்தாலும் அந்த மூவரும் இந்தியாவிற்குக் கொண்டுவரப்படவோ, நீதிமன்றத்தில் நிறுத்தப்பட்டு விசாரணை செய்யப்படவோ வாய்ப்பில்லாமல் போய்விட்டது. அதன் பிறகு சில மாதங்கள் கழித்து காஷ்மீரில் நடந்த மோதலில் இந்தியப் பாதுகாப்புப் படையினரால் இந்த மூவரில் ஒருவரான காஸி பாபா என்பவர் கொல்லப்பட்டதாக இந்திய அரசாங்கம் கூறியது. பாகிஸ்தான் வசமுள்ள காஷ்மீர்ப் பகுதியில் மிகுந்த பாதுகாப்புடன் 'இஸ்லாமிய பயங்கரவாதிகளால்' சூழப்பட்டிருந்ததாகச் சொல்லப்பட்ட காஸி பாபா

எப்படி இவ்வளவு எளிதாக இந்தியப் பாதுகாப்புப் படையின ரால் சுட்டுக் கொல்லப்பட்டார் என்பதை பாஜக தலைமை யிலிருந்த அன்றைய தேசிய முற்போக்குக் கூட்டணி அரசாங்கம் தெளிவுபடுத்தவில்லை.

2. நாடாளுமன்றக் கட்டடத்தின் மீது தாக்குதல் நடத்திய ஐந்து 'எல்லை கடந்த பயங்கரவாதிகள்' (இவர்களது பெயர்கள் மொகமது, ஹம்ஸா, ரானா, ஹைதர், ராஜா என்று டெல்லிக் காவல்துறை கூறியது) இந்தியப் பாதுகாப்புப் படையினரால் சுட்டுக்கொல்லப்பட்டனர்; எனவே இவர்களையும் நீதிமன்ற விசாரணைக்கு உட்படுத்த முடியவில்லை. தாக்குதல் நடந்து ஒரு வார காலத்திற்குள், தாக்குதலில் நேரடியாக ஈடுபடாத ஆனால் இந்த நிகழ்ச்சியுடன் தொடர்புடைய நால்வரைத் தாங்கள் கைது செய்துவிட்டதாக டெல்லிக் காவல்துறையின் சிறப்புப் பிரிவு கூறியது. இந்த நால்வரில் மூவர் காஷ்மீரிகள் (மொகமது அஃப்ஸல், ஷௌகத் உஸேன் குரு, பேராசிரியர் அப்துல் ரஹ்மான் ஜீலானி); ஒருவர் சீக்கியப் பெண்மணி (நவ்ஜோத் சாந்து; இவர் ஷௌகத் உசேனின் மனைவி). கொல்லப்பட்ட தீவிரவாதியொருவரின் உடலை சோதனையிடுகையில் கிடைத்த ஒரு தொலைபேசி எண்ணைக்கொண்டே மொகமது அஃப்ஸ லைப் பிடிக்க முடிந்தது என்றும் அவர் மூலம் பிற மூவரையும் தேடிக் கண்டுபிடிக்க முடிந்தது என்றும் காவல்துறை கூறியது.

3. இந்த வழக்கை விசாரணை செய்த டெல்லி 'பொடா' சிறப்பு நீதிமன்றம், மூன்று காஷ்மீரிகளுக்கு மரண தண்டனை யும் சீக்கியப் பெண்மணிக்கு ஐந்தாண்டு காலக் கடுங்காவல் தண்டனையும் வழங்கியது. இவர்களது மேல் முறையீட்டை விசாரணை செய்த டெல்லி உயர் நீதிமன்றம், ஜீலானியையும் நவ்ஜோத் சாந்துவையும் விடுதலை செய்தது. மற்ற இருவரின் மரண தண்டனையை உறுதிப்படுத்தியது. இவர்கள் இருவரும் உச்ச நீதிமன்றத்திடம் மேல் முறையீடு செய்தனர். உச்ச நீதிமன்றம் ஷௌகத் உசேனின் மரண தண்டனையை ஆயுள் தண்டனை யாகக் குறைத்தது. அஃப்சலின் மரண தண்டனையை உறுதிப் படுத்தியது.

4. 'பொடா' சிறப்பு நீதிமன்றம், உயர் நீதிமன்றம், உச்சநீதி மன்றம் ஆகிய மூன்றுமே, மொகமது அஃப்ஸல் மீது 'பொடா' வின் கீழ் தொடுக்கப்பட்ட பயங்கரவாதக் குற்றச்சாட்டுகள் நிரூபிக்கப்படவில்லை எனக் கூறி அந்தக் குறிப்பிட்ட குற்றச்

சாட்டிலிருந்து அவரை விடுதலை செய்தன. அதாவது லஷ்கர்-இ-தொய்பா, ஜெய்ஷ்-ஈ-மொகமது ஆகிய பயங்கரவாத அமைப்புகளுடன் அவர் தொடர்பு கொண்டிருந்ததாகக் காவல்துறை சுமத்திய குற்றச்சாட்டுக்குப் போதிய ஆதாரங்கள் இல்லை என இந்த மூன்று நீதிமன்றங்களுமே கூறின. நாடாளு மன்றக் கட்டடத்தின் மீதான தாக்குதலில் அஃப்ஸலுக்கு நேரடி யான தொடர்பு ஏதும் இல்லை என்று உச்சநீதிமன்றமே கூறியது.

விசாரணை பற்றிய முக்கிய விவரங்கள்

1. மொகமது அஃப்ஸல், தீவிரவாத அமைப்பொன்றி லிருந்து விலகி காஷ்மீர் பள்ளத்தாக்கிலுள்ள சிறப்பு அதிரடிப் படையிடம் சரணடைந்தவர்; அத்துடன் மேலும் இரண்டு தீவிரவாதிகளைச் சரணடைய வைத்தவர். ஆனால் அதன் பிறகும்கூட அந்தச் சிறப்பு அதிரடிப்படையின் இடைவிடாத தொல்லைக்குள்ளாகியதுடன், எந்த தீவிரவாத அமைப்பிலிருந்து விலகினாரோ அந்த அமைப்பாலும் சந்தேகிக்கப்பட்டு வந்தவர் (அன்றாட நிகழ்ச்சிகளாகவுள்ள, ஆயுதமேந்திய போராளிகளின் தீவிரவாதக் கிளர்ச்சி நடவடிக்கைகளும் இந்தியப் பாதுகாப்புப் படையினரின் எதிர்-நடவடிக்கைகளும் காஷ்மீர்ப் பள்ளத்தாக்கில் நடப்பவை பற்றிய உண்மைச் சித்திரத்தைக் கண்டறிவதை மிகக் கடினமானதாக்கியுள்ளன.)

2. மொகமது அஃப்ஸலுக்கு எதிரான குற்றச்சாட்டுக்கு முக்கிய அடிப்படைகளாக இருந்தவை மூன்று: 1. காவல்துறை யைச் சார்ந்த புலன் விசாரணை அதிகாரியிடம் அவர் கொடுத்த குற்ற ஒப்புதல் வாக்குமூலம்; 2. ஸ்ரீநகரிலுள்ள அவரது வீட்டிலி ருந்து கைப்பற்றப்பட்டதாகச் சொல்லப்படும் வெடிபொருள்கள்; 3. நாடாளுமன்றக் கட்டடத்தின் மீது தாக்குதல் நடத்திய தீவிர வாதிகளுடன் அவர் செல்ஃபோனில் தொடர்பு கொண்டிருந்த தாகச் சொல்லப்படுவதற்கான பதிவுகள்.

தம்மிடமிருந்து 'கறக்கப்பட்ட' குற்ற ஒப்புதல் வாக்குமூலத்தில், நாடாளுமன்றக் கட்டடத்தின் மீது தாக்குதல் நடத்திய ஐந்து பாகிஸ்தானியர்களில் ஒருவரை ஸ்ரீநகரிலிருந்து டெல்லிக்குக் கொண்டுவந்ததாகவும் ஒரு பழைய காரை வாங்க அவருக்கு உதவியதாகவும் அஃப்ஸல் கூறியிருந்தார். ஆனால், இதை உறுதி

செய்யும் ஆதாரங்கள் எதனையும் டெல்லி காவல்துறையினரால் நீதிமன்றத்தில் சமர்ப்பிக்க முடியவில்லை.

3. அஃப்ஸல் சிறையிலடைக்கப்பட்ட பிறகே ஸ்ரீநகரில் உள்ள அவரது வீட்டின் உரிமையாளரிடமிருந்து சாவியை வாங்கித் திறந்து அவரது வீட்டைச் சோதனை போட்டது ஏன் என்பதற்கான சரியான விளக்கத்தைக் காவல்துறையினர் நீதிமன்றத்துக்குத் தரவில்லை.

4. கொல்லப்பட்ட ஐந்து தீவிரவாதிகளும் 98411 - 89429 என்ற எண்ணுடைய செல்ஃபோனுக்குத் தொடர்பு கொண்டதாகவும் அந்த எண்ணுள்ள செல்ஃபோன் அஃப்ஸலுக்குச் சொந்தமானது என்றும், அவரை ஸ்ரீநகரில் கைது செய்தபோது அவரிடமிருந்து இந்த செல்ஃபோன் கைப்பற்றப்பட்டது என்றும் குற்றப் பத்திரிக்கை கூறியது. ஆனால் இந்த செல்ஃபோனில் சிம்கார்டு இருக்கவில்லை. அந்த செல்ஃபோனுக்கான ஒரே அடையாளம் ஒவ்வொரு செல்ஃபோனுக்கும் தனித்தனியாக உள்ள ஐ. எம். ஈ. ஐ. (IMEI) எண் மட்டுமே. அஃப்ஸலிடமிருந்து கைப்பற்றப் பட்டதாகச் சொல்லப்படும் செல்ஃபோனில் மேற்சொன்ன சிம்கார்ட் எண் இருந்ததா என்பதைக் கண்டுபிடிக்க இருவழிகள் இருந்தன: ஒன்று, அந்த செல்ஃபோனைத் திறந்து பார்ப்பது; இரண்டு, ஏதேனுமொரு தொலைபேசி எண்ணை டயல் செய்து, அந்தக் குறிப்பிட்ட எண் 'டிஸ்ப்ளே' செய்யப்படுகிறதா என சோதித்துப் பார்ப்பது. ஆனால், அஃப்ஸல் வைத்திருந்த செல்ஃபோனைக் கைப்பற்றிய காவல்துறை அதிகாரி, நீதிமன்றத்தில் சத்தியப் பிரமாணம் எடுத்து சாட்சியம் கூறுகையில், தாம் அந்த செல்ஃபோனைத் திறந்து பார்க்கவோ, பயன்படுத்திப் பார்க்கவோ இல்லை எனக் கூறியுள்ளார். மேலும், அந்த செல்ஃபோனில் இருந்த புதிய சிம்கார்டு 2001 டிசம்பர் 4-ஆம் தேதி வாங்கப்பட்டது. ஆனால், நவம்பர் 6-ஆம் தேதியன்று அதிலிருந்து முதல் அழைப்பு செய்யப்பட்டதற்கான பதிவு இருப்பதாகக் காவல்துறையினர் குற்றப்பத்திரிகையில் கூறியிருந்தனர்.

மேற்சொன்னவற்றை மட்டுமே கொண்டு, 'பொடா' நீதிமன்றம் அஃப்ஸலை விடுதலை செய்திருக்க வேண்டும். அல்லது குறைந்தபட்சம் மரணதண்டனை வழங்குவதைத் தவிர்த்

திருக்கவாவது வேண்டும். ஆனால் இந்த நீதிமன்றம் அவருக்கு மரணதண்டனை வழங்கியது. டெல்லி உயர் நீதிமன்றம், உச்சநீதி மன்றம் ஆகியனவும் கூட அவரைக் குற்றவாளி எனத் தீர்மானித்து மரணதண்டனையை உறுதிப்படுத்தின.

நீதியான, நியாயமான விசாரணை?

மரண தண்டனைக்கு எதிராகத் தொடர்ந்து உறுதியான குரல் எழுப்பி வரும் இந்திய ஊடகங்களில் 'தி இந்து' ஆங்கில நாளேடும் ஒன்று. அஃப்ஸலுக்கு வழங்கப்பட்ட மரண தண்டனையை ஆயுள் தண்டனையாகக் குறைக்க வேண்டும் என்று அது ஒன்றுக்கும் மேலான முறை எழுதியுள்ளது. ஆனால், 9.10.2006 அன்று அந்த ஏட்டில் வெளியிடப்பட்ட தலையங்கம், அஃப்ஸல் மீதான நீதி விசாரணை, சிறப்பு நீதிமன்றத்திலிருந்து தொடங்கி உச்ச நீதிமன்றம் வரை நீதியாகவும் நியாயமாகவும் நடத்தப்பட்டது என்று கூறியது. அந்த விசாரணை நடத்தப்பட்ட முறையை விமர்சிப்பவர்கள் கூறிய காரணங்கள் அனைத்தையும் உச்ச நீதிமன்றம் மிகத் தெளிவாக மறுதலித்துள்ளது என்றும், மரணதண்டனை வழங்கப்படுவதற்கான 'அரிதினும் அரிதான வழக்குகளில் இதுவும் ஒன்று' என்றும் மிகக் கடுமையான பயங்கரவாதக் குற்றத்தை இழைத்துள்ளார் அஃப்ஸல் என்றும் உச்சநீதிமன்றம் தீர்ப்புக் கூறியதில் தவறில்லை என 'தி இந்து' தலையங்கம் கூறியது (தி இந்து, தலையங்கம், கோவை பதிப்பு. அக்டோபர் 9, 2006).

அஃப்ஸலை உடனடியாகத் தூக்கில் போட வேண்டும் எனக் கூறுபவர்கள் முன்வைத்த சில கருத்துகளை இந்தத் தலையங்கமும் கூறியதால், விசாரணை நடத்தப்பட்ட விதத்தைச் சற்று விரிவாக விளக்க வேண்டியது நமது கடமை.

1. அஃப்ஸலின் வழக்கு தொடங்கப்படுவதற்கு முன் அவர் கை விலங்கு பூட்டப்பட்டு, டெல்லி லோதி சாலையிலுள்ள சிறப்புப் பிரிவு (Special Cell) காவல் நிலைய அலுவலகத்தில் வைக்கப்பட்டிருந்தார். அங்கு அழைக்கப்பட்டிருந்த பத்திரிகை நிருபர்களிடமும் தொலைக்காட்சி நிருபர்களிடமும் தமது 'குற்ற ஒப்புதல் வாக்குமூலத்தை' அளிக்கும்படி செய்யப்பட்டார். அவர் தமது 'முழுமையான குற்ற ஒப்புதல் வாக்குமூலத்தை' இந்த

ஊடகங்களிடம் கொடுக்கும்படியும் இந்த ஊடகங்கள் அவரை நேர்காணவும் செய்தவர் இந்த வழக்கில் புலன்விசாரணை அதிகாரியாக இருந்த ரஜ்பீர் சிங். நாடாளுமன்றக் கட்டடத்தைத் தாக்குவதற்கான சதியில் தமக்கும் பங்கிருந்ததாக அஃப்ஸல் இந்த ஊடகங்களிடம் சொல்லியதுதான் தாமதம், அவர் இந்த ஊடகங்களால் 'விசாரணை செய்யப்பட'த் தொடங்கி, குற்றவாளி என உடனடியாகத் தீர்ப்பளிக்கப்பட்டும் விட்டார்! காவல்துறை மிக சிரமப்பட்டு குறைந்தபட்சம் நான்கு ஆண்டுகளாவது எடுத்துக் கொண்டிருக்கக்கூடிய வேலையை ஊடகங்கள் ஒரே நாளில் செய்து முடித்துவிட்டன! ஊடகங்களிடம் தரப்பட்ட இந்தக் 'குற்ற ஒப்புதல் வாக்குமூலம்' சட்டப்படி நீதிமன்றத்தில் அனுமதிக்கப்படக் கூடியதல்ல என்றாலும், அது அந்தப் பத்திரிகைகளைப் படிக்கும், தொலைக்காட்சிகளைப் பார்க்கும் இலட்சக்கணக்கான மக்களிடையே அஃப்ஸல் மீதான காழ்ப்புணர்வை உருவாக்கிவிட்டது. இத்தகைய பாதிப்பிலிருந்து 'பொடா' விசாரணை நீதிமன்றம் முதல் உச்ச நீதிமன்றம் வரை நீதித் துறையும்கூட தப்பிக்கவில்லை.

2. இத்தகைய 'குற்ற ஒப்புதல் வாக்குமூலங்க'ளையோ, அறிக்கைகளையோ வெளியிடுவதற்கு முன் அஃப்ஸலால் தமது வழக்குரைஞரைக் கலந்தாலோசிக்க முடியவில்லை. அதற்கு அனுமதியும் தரப்படவில்லை. குற்றம் சாட்டப்பட்ட எவருக்கும் கைது செய்யப்பட்ட நாள் முதலே வழக்குரைஞரை வைத்துக் கொள்ள உரிமை உண்டு. எந்தவொரு வழக்குரைஞரும் ஊடகங்களிடம் பேச வேண்டாம் என்றே அறிவுறுத்தியிருப்பார். புலன் விசாரணை அதிகாரியும் ஊடகங்களிடம் 'குற்ற ஒப்புதல் வாக்குமூலத்தை'க் கொடுக்க வைத்தவருமான ரஜ்பீர் சிங், தமது உயர் அதிகாரியும் காவல்துறைத் துணைஆணையருமாக இருந்தவரின் அனுமதியின் பேரிலேயே அஃப்ஸலை ஊடகங்களிடம் 'குற்ற ஒப்புதல் வாக்குமூலம்' கொடுக்க வைத்ததாக நீதிமன்றத்தில் கூறினார்.

3. நாடாளுமன்றக் கட்டடத்தின் மீது நடத்தப்பட்ட தாக்குதல், சுதந்திரத்துக்குப் பிந்தைய இந்தியாவில் நடந்த மிக முக்கிய நிகழ்ச்சிகளிலொன்று. இதைப் பற்றிய தீவிரமான விசாரணை ஏதும் செய்வதற்கு முன்பே ஊடகங்களை விசாரணை செய்ய அனுமதித்தது முன்னுவமை இல்லாத நிகழ்ச்சியாகும்.

4. ‘பொடா’ நீதிமன்றத்தில். அஃப்ஸலுக்காக வழக்காட வழக்குரைஞர் தரப்படவில்லை. திறமையான, மூத்த வழக்குரைஞர் ஒருவர் தமக்கு வேண்டும் என நீதிபதிக்குக் கடிதம் எழுதிய அஃப்ஸல் மூன்று வழக்குரைஞர்களின் பெயர்களைக் குறிப் பிட்டிருந்தார். நீதிமன்றத்தில் ஆஜராகியிருந்த இரண்டு வழக் குரைஞர்களிடம் நீதிபதி கேட்டபோது, அவர்கள் அஃப்ஸலுக் காக வழக்காட மறுத்துவிட்டனர். நீதிபதி அதன் பிறகு அஃப்ஸலின் வேண்டுகோள் தொடர்பாக மேற்கொண்டு ஏதும் செய்யாததுடன், அஃப்ஸலால் உறுதியாக நிராகரிக்கப்பட்ட ஒரு வழக்குரைஞரை அவருக்காக வழக்காட நியமித்தார். அந்த வழக்குரைஞருமே இந்த வழக்கிலிருந்து விலகிக்கொள்ள விரும்புவதாகக் கூறியபோதிலும், இந்த வழக்கு விசாரணையில் நீதிமன்றத்துக்கு உதவும்படி விடாப்பிடியாக அந்த வழக்குரைஞரை நியமனம் செய்தார் அந்த நீதிபதி. ஒரு வழக்கு விசாரணையில் நீதிமன்றத்துக்கு உதவுவது வேறு, குற்றம்சாட்டப்பட்டவர் சார்பில் வழக்காடுவது வேறு என்பதை சாமானியர்கள்கூட அறிவர்.

5. ஆக, குற்றம்சாட்டப்பட்ட அஃப்ஸலுக்கு வழக்குரைஞர் இல்லாமலேயே விசாணை நடந்து முடிந்தது. சாட்சிகளைக் குறுக்கு விசாரணை செய்வதற்கு அப்ஸலுக்கு உரிமை வழங்கும் உத்தரவொன்றை சிறப்பு நீதிமன்றம் பிறப்பித்தது என்னவோ உண்மைதான். ஆனால், ஒரு வழக்குரைஞர் என்னதான் சட்டப் படிப்புப் படித்தவராக இருந்தாலும், குற்றவியல் சட்டங்களைப் பற்றிய அறிவு அவருக்கு இல்லாமல் இருக்குமேயானால், இப்படிப்பட்ட பெரும் வழக்கை அவரால் நடத்த முடியாது என்பதைச் சொல்லத் தேவையில்லை.

அஃப்ஸலுக்கு எதிராக சாட்சியம் கூறிய அரசாங்கத் தரப்பு சாட்சிகள் எவரையும் அவரது வழக்குரைஞரால் திறமையாகக் குறுக்கு விசாரணை செய்ய முடியவில்லை; அஃப்ஸலின் வீட்டிலிருந்து கைப்பற்றப்பட்டதாகச் சொல்லப்பட்ட வெடிபொருள்கள், செல்ஃபோன்கள், சிம் கார்டுகள் பற்றி போலீஸ் தரப்பில் சொல்லப்பட்ட சாட்சியங்கள், இந்தியப் பாதுகாப்புப் படையினரால் சுட்டுக் கொல்லப்பட்ட ஐந்து தீவிரவாதிகளை அஃப்ஸல் அடையாளங் காட்டியதாக போலீஸ் துறையினரால் முன்வைக்கப்பட்ட சாட்சியங்கள், அவரிடமிருந்து

கைப்பற்றப்பட்ட பொருள்களுக்கான ஆவணத்தில் யாருடைய கையெழுத்தும் இல்லாமை, டெல்லியில் தீவிரவாதிகள் தங்குவதற்காக அஃப்ஸல் ஏற்பாடு செய்திருந்ததாகச் சொல்லப்பட்ட வீடுகளுக்கான வீட்டு வாடகை இரசீதுகள், குற்றம் சாட்டப்பட்டவர்களை அடையாளம் கண்டுபிடிக்கக் கையாளப்பட்ட முறை, வெடி மருந்துகளுக்கான இரசாயனப் பொருள்கள் வாங்கியது பற்றிய தகவல் ஆகிய எதுவுமே குறுக்கு விசாரணைக்கு உட்படுத்தப்படவில்லை. ஸ்ரீநகரில் அஃப்ஸலைக் கைது செய்ததும், காவல்துறைச் சிறப்புப்பிரிவு அலுவலகத்தில் அஃப்ஸல் ஊடகங்களால் நேர் காணப்பட்டதும் புலன் விசாரணை அதிகாரி குற்ற ஒப்புதல் வாக்குமூலத்தைப் பதிவு செய்த விதமும் குறுக்கு விசாரணைக்கு உட்படுத்தப்படவில்லை.

அஃப்ஸலுக்காக, அவரது விருப்பத்திற்கு மாறாக, வலுக் கட்டாயமாக நியமிக்கப்பட்ட வழக்குரைஞர், விசாரணையின் முக்கியமான அம்சங்களையும் சட்ட நுணுக்கங்களையும் பற்றிஅஃப்ஸலிடம் கலந்தாலோசிக்கவில்லை. சட்டத்தின்படி அனுமதிக்கப்படக்கூடாத சாட்சியங்களுக்கு ஆட்சேபனை தெரிவிக்கவில்லை. சம்பிரதாயத்திற்காக சில வார்த்தைகள் பேசிவிட்டு 'பிரதிவாதி'யின் வாதத்தை முடித்துக்கொண்ட அவர், எழுத்துப்பூர்வமாக நீதிபதியிடம் எதையும் சமர்ப்பிக்க வில்லை. குற்றம் சாட்டப்பட்டவர் மீது ஒரு சட்டம் பாயுமா இல்லையா என்பதைப் பற்றிய எக்கருத்தையும் சொல்லவில்லை. ஆக, அவர் அந்த நீதிமன்றத்துக்குத்தான் உதவி செய்தாரேயன்றி குற்றம் சாட்டப்பட்டவருக்காக வழக்காடவில்லை. குற்றம் சாட்டப்பட்ட அஃப்ஸலால் வெறுத்து ஒதுக்கப்பட்ட ஒரு வழக்குரைஞரைத் தொடர்ந்து அந்த வழக்கை நடத்துமாறு 'பொடா' நீதிமன்றம் ஏன் வற்புறுத்தியது என்பது புரியாத புதிர். அதிலும் மரண தண்டனை பெறக்கூடிய குற்றச்சாட்டுக்கு உள்ளாகியிருக்கும் ஒருவருக்காக அவரது விருப்பத்துக்கு மாறாக, ஒரு வழக்குரைஞர் கடைசிவரை வாதாடி வந்தது விந்தையிலும் விந்தை.

6. காவல்துறையின் சாட்சியங்களிலும் ஆவணங்களிலு மிருந்த ஓட்டைகள், ஊடகங்கள் வகித்த பாத்திரம் ஆகியவற்றைக் கருத்தில் கொள்ளாத 'பொடா' சிறப்பு நீதிமன்றம் அஃப்ஸல் குற்றவாளி எனத் தீர்ப்பளித்து அவருக்கு மரணதண்டனை

வழங்கியது. மற்ற மூன்று குற்றவாளிகளில் ஷௌகத் உசேன், அப்துல் ஜீலானி ஆகியோருக்கு மரணதண்டனையும் ஷௌகத் உசேன் தீட்டிய சதித் திட்டத்தை மூடி மறைத்த குற்றத்துக்காக அவரது மனைவி நவ்ஜோத் சாந்துக்கு ஐந்தாண்டுக் கடுங்காவல் தண்டனையும் வழங்கியது.

7. இந்தத் தீர்ப்பை எதிர்த்து டெல்லி உயர்நீதிமன்றத்தில் மேல்முறையீடு செய்யப்பட்டது. இந்த வழக்கு மறு விசாரணைக்கு உட்படுத்தப்பட வேண்டும் என அஃப்ஸலின் வழக்குரைஞர் வைத்த கோரிக்கையை உயர்நீதிமன்றம் நிராகரித்தது என்றாலும், ஊடகங்கள் நடத்திய விசாரணை பற்றிய முக்கிய கருத்தொன்றைக் கூறியது: 'குற்றம் சாட்டப்பட்டவர்களை பத்திரிகையாளர்களுக்கு முன்பாக நடந்துவரச் செய்தது வெட்கக்கேடானது; குற்றம் சாட்டப்பட்டவர்களை முறைப்படி அடையாளம் காட்டுவதற்காக நடத்தப்பட வேண்டிய அணி வகுப்புகள் தேவைப்படும் வழக்குகளில், குற்றம் சாட்டப்பட்டவர்கள் அதற்கு முன்பாகவே பொதுமக்களால் பார்க்க வைக்கப்படுவது, அடையாளம் காட்டப்படுவதன் நோக்கத்தைப் பலவீனப்படுத்தும். இது கவலைதரக்கூடிய ஓர் அம்சமாக உருவாகியுள்ளது. இன்னும் அதிகமாகக் கவலைதரக்கூடிய விஷயம், நீதிமன்றத்தின் அனுமதியுடனேயே குற்றம் சாட்டப்பட்டவர் போலீஸ் காவலில் வைக்கப்பட்டிருக்கும்போது அந்தப் போலீஸ் காவல் தவறாகப் பயன்படுத்தப்படுவதாகும்.' எனினும், உயர்நீதிமன்றம் இது பற்றி சம்பந்தப்பட்ட காவல்துறை அதிகாரிகள் மீது தக்க நடவடிக்கை எடுக்கும்படி எந்த ஆணையையும் பிறப்பிக்கவில்லை.

8. இந்த மேல் முறையீட்டின் மீதான உயர்நீதிமன்ற விசாரணையின் போதுதான், அஃப்ஸலின் சார்பில் வழக்காடிய புதிய வழக்குரைஞரால், தமது இறுதி வாதங்களின்போது கீழ்க்கண்டவற்றைச் சுட்டிக்காட்ட முடிந்தது:

அ. காவல்துறையினரிடம் அஃப்ஸல் கொடுத்ததாகச் சொல்லப்படும் குற்ற ஒப்புதல் வாக்குமூலம் சட்டப்படி செல்லாது.

ஆ. அரசாங்கத் தரப்புச் சாட்சிகள் சட்டத்துக்குப் புறம்பான முறையில் குற்றம் சாட்டப்பட்டவர்களை அடையாளம் காட்டினர்.

இ. முக்கியமான சாட்சியங்கள் அடங்கிய ஆவணங்கள் சீல் வைக்கப்படாத உறைகளில் வைக்கப்பட்டிருந்தன.

ஈ. அரசாங்கத் தரப்பு வழக்குரைஞர் முக்கிய சாட்சிகளை விசாரணைக்கு அழைக்கத் தவறினார்.

உ. செல்ஃபோன்கள், சிம்கார்டுகள் பற்றிப் போலீசார் கூறியவை அனைத்தும் ஜோடனை செய்யப்பட்டவையே.

ஊ. அஃப்ஸலின் வீட்டிலிருந்து கைப்பற்றப்பட்டதாகச் சொல்லப்பட்ட கம்ப்யூட்டரில் அவரது கைவிரல் ரேகைகள் ஏதும் இருக்கவில்லை.

9. மனிதஉரிமை ஆர்வலர்களும் சட்ட வல்லுநர்கள் சிலரும் சுட்டிக்காட்டியது போல, 'பொடா' நீதிமன்றம் வழங்கிய அநீதி யான தீர்ப்பை நிவர்த்தி செய்தல், அதேவேளை ஏற்கெனவே நாட்டில் ஊடகங்களால் வழங்கப்பட்ட தீர்ப்பை ஏற்றுக்கொள் ளுதல் ஆகிய இரண்டு விஷயங்களுக்குமிடையே சமநிலையை உருவாக்குவது போன்ற ஒரு தீர்ப்பை வழங்கியது உயர்நீதிமன்றம். அப்துல் ரஹ்மான் ஜீலானி மீதான குற்றச்சாட்டுகள் மெய்ப் பிக்கப்படவில்லை எனக் கூறி அவரை விடுதலை செய்தது. தமது உறவினரும் இந்த வழக்கில் குற்றம் சாட்டப்பட்டவருமான ஷௌகத் உசேனுடன் அவர் செல்ஃபோனில் பேசினார் என்பதாலேயே அவர் இந்த வழக்கில் சம்பந்தப்பட்டவராகிவிட மாட்டார் என்றும், ஒருவர் புதிதாக செல்ஃபோன் வாங்கினால் அதைப் பயன்படுத்திப் பார்க்க நெருக்கமான உறவினர் அல்லது நண்பருக்கு முதலில் தொலைபேசி அழைப்பு விடுத்துப் பார்ப்பது இயல்பானது என்றும் உயர்நீதிமன்றம் கூறியது. அதேபோல, ஷௌகத் உசேனின் மனைவி நவ்ஜோத் சாந்து அவரது கணவர் தீட்டிய சதித் திட்டத்தை மூடி மறைத்து விட்டார் என்பதற்கு ஆதாரமாக அவரது கணவர் கொடுத்த குற்ற ஒப்புதல் வாக்குமூலத்தைப் பயன்படுத்த சட்டத்தில் இடம் இல்லை என்று கூறி அவரையும் விடுதலை செய்தது. ஆனால், மொகமது அஃப்ஸல், ஷௌகத் உசேன் ஆகியோருக்கு வழங்கப் பட்ட மரணதண்டனையை உறுதி செய்தது!

10. ஜீலானியையும் நவ்ஜோத் சாந்துவையும் விடுதலை செய்து உயர்நீதிமன்றம் வழங்கிய தீர்ப்பை எதிர்த்து டெல்லி மாநில அரசாங்கம் மேல்முறையீடு செய்தது. தங்களுக்கு உறுதி

செய்யப்பட்ட மரணதண்டனையை எதிர்த்து ஷௌகத் உசேனும் அஃப்ஸலும் உச்சநீதிமன்றத்தில் மேல்முறையீடு செய்தனர். ஜீலானி, நவ்ஜோத் சாந்து ஆகியோரின் விடுதலையை உறுதி செய்த உச்சநீதிமன்றம் ஷௌகத் உசேனுக்குத் தரப்பட்ட மரணதண்டனையை ஆயுள்தண்டனையாகக் குறைத்தது. 'பொடா' நீதிமன்றம், டெல்லி உயர்நீதிமன்றம் ஆகிய'வற்றைப் போலவே, உச்சநீதிமன்றமும் அஃப்ஸல் ஒரு பயங்கரவாத அமைப்பையோ, குழுவையோ சார்ந்தவர் என்பதை அரசாங்கத் தரப்பு நிரூபிக்கத் தவறிவிட்டது எனக் கூறி 'பொடா' சட்டத்தின் கீழ் சுமத்தப்பட்ட குற்றச்சாட்டிலிருந்து அவரை விடுதலை செய்தது. ஆனால், நாடாளுமன்றக் கட்டடத்தின் மீதான தாக்குதலில் நேரடியாக அவர் சம்பந்தப்பட்டிருக்கவில்லை என்றாலும், சந்தர்ப்ப சூழ்நிலைமைகளை வைத்துப் பார்க்கும் போது அந்தத் தாக்குதலை நடத்தியவர்களுக்கு உதவி செய்தார் என்பதற்குப் போதுமான ஆதாரங்கள் இருப்பதாகக் கூறி அவருக்கு வழங்கப்பட்ட மரணதண்டனையை உறுதிப் படுத்தியது. இதற்கு அது கூறிய காரணம்: 'பலர் இறப்பதற்குக் காரணமான இந்த நிகழ்ச்சி, நாடு முழுவதையும் உலுக்கிவிட்டது. குற்றம் செய்தவருக்கு மரணதண்டனை வழங்கினால்தான் சமுதாயத்தின் கூட்டு மனசாட்சி திருப்தியடையும்'.

கூட்டு மனசாட்சியும் இந்துத்துவ வகுப்புவாதமும்

கொலைக்குற்றம் சாட்டப்பட்ட ஒரு வழக்கில், தான் குற்றவாளியல்ல என்று வழக்காட முடியாமல் செய்யப்பட்ட நமது சக குடிமகனொருவரைத் தூக்கில் போடுவதன் மூலம் நமது தேசத்தின் அல்லது சமுதாயத்தின் கூட்டு மனசாட்சியைத் திருப்திப்படுத்த முடியுமா? இரண்டாவதாக, 'நமது நாட்டின்/ தேசத்தின் கூட்டு மனசாட்சி' என்பது என்ன? உலகமயமாக் கலையும் அமெரிக்க-சார்பு வெளியுறவுக் கொள்கையையும், அணுசக்தி ஒப்பந்தத்தையும் நகர்ப்புறக் குடிசைப் பகுதிகளைத் தரைமட்டமாக்குவதையும் ஆதரிக்கும், இட ஒதுக்கீட்டுக் கொள்கையை எதிர்க்கும் உயர்சாதி மத்தியதர வர்க்கத்தினரின் கூட்டு மனசாட்சிதான் அது. இந்த மேல்சாதி, மத்தியதர வர்க்க கூட்டு மனசாட்சியை ஊடகங்கள் ஊதிப் பெருக்கிக் காட்டு கின்றன. இந்துத்துவ சக்திகள் அதனை ஊக்குவிக்கின்றன. எனினும், இந்த உயர்சாதி மத்தியதர வர்க்கக் கூட்டு மனசாட்சியை

இந்தியப் பொதுமக்களின் கூட்டு மனசாட்சியாக மாற்றுவதில் வகுப்புவாத சக்திகள் குறிப்பிடத்தக்க வெற்றிகளைப் பெற்றுள்ளன என்பதையும் நாம் ஒப்புக்கொள்ளத்தான் வேண்டும்.

இந்தக் கூட்டு மனசாட்சி, நமது சமுதாயமும் நீதிபரிபாலன முறையும் கடைப்பிடிக்கும் இரட்டை அளவுகோல்களைப் பிரதிபலிக்கிறது. பாபர் மசூதி தகர்ப்புக்குப் பின் மும்பையில் நடந்த கலவரங்களைப் பற்றி அன்று மும்பை உயர்நீதிமன்ற நீதிபதியாக இருந்த ஸ்ரீகிருஷ்ணா தலைமையில் அமைக்கப்பட்ட விசாரணை ஆணையம், அந்தக் கலவரத்தில் முஸ்லிம்களுக்கு எதிராகச் செயல்பட்ட நூற்றுக்கணக்கான காவல்துறை அலுவலர்களின் பெயர்களைப் பதிவு செய்தது. அவர்கள் மீது இதுவரை எந்த நடவடிக்கையும் எடுக்கப்படவில்லை என்பது மட்டுமின்றி அவர்களில் பலருக்குப் பதவி உயர்வும் தரப்பட்டது. அந்தக் கலவரத்துக்கு முக்கிய காரணகர்த்தராக இருந்த பால் தாக்கரே, 2002 குஜராத் படுகொலைகளுக்கும் முஸ்லிம்களின் பேரழிவுக்கும் காரணகர்த்தராக இருந்த நரேந்திர மோடியைப் போலவே செல்வாக்கு மிகுந்த அரசியல் தலைவராக சுதந்திரமாக உலா வந்துகொண்டிருந்தார். இந்த மும்பை கலவரத்துக்கு எதிர்வினையாக இஸ்லாமிய தீவிரவாதிகளால் நடத்தப்பட்ட குண்டுவெடிப்பு தொடர்பான வழக்கு விசாரணை முடிவு பெற்று குற்றவாளிகள் எனத் தீர்மானிக்கப்பட்டவர்களுக்குத் தண்டனை வழங்கப்பட்டுவிட்டது. ஆனால் பால் தாக்கரே தலைமையில் நடந்த கலவரத்துக்குப் பொறுப்பானவர்கள் மீதான விசாரணை நடத்தி முடிக்கப்படவில்லை. எல்லாவற்றுக்கும் மூலகாரணமாக இருக்கும் பாபர் மசூதி தகர்ப்பில் சம்பந்தப்பட்ட எல்.கே.அத்வானி போன்றோர் மீது இதுவரை எந்த நடவடிக்கையும் எடுக்க முடியாத வண்ணம் கடந்த 23 ஆண்டுகளாக நீதித்துறையும் மத்திய அரசாங்கமும் செயல்பட்டுக் கொண்டிருக்கின்றன.

எனவே நமது நாட்டில் இரண்டுவிதமான நீதிபரிபாலன முறைகள் இருக்கின்றன என்னும் எண்ணம் வலுப்பட்டு வருகிறது. இந்து வகுப்புவாதத்திற்கு ஒரு நீதிபரிபாலன முறை பயன்படுத்தப்படுகிறது. புரொடெஸ்டெண்ட் போதகர் ஸ்டெய்ன்ஸையும் அவரது குழந்தைகளையும் எரித்துக்கொன்ற தாராசிங்கால் மரண தண்டனையிலிருந்து தப்பிக்க முடிகிறது. அவர் இந்து தர்மத்தின் பாதுகாப்பாளர் (ஹிந்து தர்மா ரக்ஷக்)

எனப் போற்றப்படுகிறார். சிறுபான்மைச் சமூகத்தைச் சார்ந்த ஒருவர் மீது மெலிதான சந்தேகம் ஏற்பட்டாலும்கூட அவர் பயங்கரவாதியாகச் சித்திரிக்கப்பட்டுக் கடுமையான தண்டனைக்கு ஆளாகிறார்.

நீதி வழங்குதல் என்பதை இந்துத்துவ சக்திகளும் மேற் சொன்ன ஊடகங்களும் பழிக்குப் பழி வாங்கும் செயல் எனக் கருதுகின்றன. தண்டணை வழங்குதல் என்பதை ஒரு குற்றவாளி யைச் சீர்திருத்துவதற்கான வழிமுறை என்பதைவிட சமுதாயத் தை மேலும் வகுப்புவாதத் தன்மையாக்குவதற்கான மற்றொரு வாய்ப்பு எனப் பார்க்கின்றன. இத்தகைய 'கூட்டு மனசாட்சி' யைத் திருப்திப்படுத்த வேண்டும் என உச்சநீதி மன்றமும்கூட விரும்புகிறது.

தங்களது வகுப்புவாதத் தேசியத்தை வெளிப்படுத்திக் கொள்ளவும் அதைப் பரப்பவும் இந்துத்துவ சக்திகள் தொடக் கம் முதல்கொண்டே நாடாளுமன்றத் தாக்குதல் விவகாரத்தைப் பயன்படுத்திக்கொண்டன. கைது செய்யப்பட்ட பேராசிரியர் அப்துல் ரஹ்மான் ஜீலானி, டெல்லி சிறப்புப் பிரிவுக் காவல் துறையினரால் கடுமையான சித்திரவதை செய்யப்பட்டார். வெற்றுத் தாள்களில் கையெழுத்துப் போடும்படி நிர்பந்திக்கப் பட்டார். அவரது குடும்ப உறுப்பினர்களும் கடுமையான தொல்லைக்குள்ளாக்கப்பட்டனர். அப்படியிருந்தும் அவர் 'குற்ற ஒப்புதல் வாக்குமூலம்' தருவதையோ காவல்துறையின் அச்சுறுத்தல்களுக்குப் பணிவதையோ துணிச்சலாக மறுத்து வந்தார். டெல்லியிலுள்ள திஹார் சிறையில் வைக்கப்பட்டிருந்த போது சக கைதிகளைக்கொண்டு அவரைக் கொல்லவும் முயற்சி நடந்தது. ஆனால் அங்கும் கைதிகளின் மனித உரிமைகளுக்காக, குறிப்பாக காஷ்மீரிக் கைதிகள் மனிதத் தன்மையற்ற முறையில் நடத்தப்படுவதற்கு எதிராகப் போராடினார். டெல்லிப் பல்கலைக்கழகத்தில் மிகுந்த செல்வாக்குப் பெற்றிருந்த இவருக்கு 'பொடா' நீதிமன்றம் மரணதண்டனை வழங்கியவுடனேயே நீதி மன்ற வளாகத்தில் குழுமியிருந்த இந்துத்துவவாதிகள் பட்டாசு வெடித்துக் கொண்டாடினர். உச்சநீதிமன்றம் அவரை விடுதலை செய்த பிறகும் அவர் கடுமையான சோதனைகளை எதிர்கொண் டார். அவர் இந்த நாட்டில் எங்கு சென்றாலும் அவரைக் காவல் துறை நிழல்போலத் தொடர்ந்தது. எல்லாவற்றுக்கும் சிகரம் வைத்தாற்போல், ஐக்கிய ஜனநாயகக் கூட்டணி அரசாங்கம்

ஆட்சிக்கு வந்தபிறகு, அதாவது 9-2-2005 அன்று, அவரது வீட்டுக் குள் சென்ற 'அடையாளம் தெரியாத நபர்கள்' அவரது உடலில் ஐந்து துப்பாக்கிக் குண்டுகளைச் செலுத்தினர். உடனடியாக அவர் குண்டுக் காயங்களுடன் அவரது வழக்குரைஞரும் மனித உரிமை ஆர்வலருமான நந்திதா ஹக்ஸரின் வீட்டுக்குச் சென்றதா லேயே அவருக்கு முதல் உதவி சிகிச்சையும் அறுவைச் சிகிச்சையும் கிடைத்தன. டெல்லியிலுள்ள தலைசிறந்த அறிஞர்களும் மூத்த குடிமக்களும் இது பற்றி உடனடி நடவடிக்கை எடுத்து சம்பந்தப்பட்ட குற்றவாளிகளைப் பிடிக்குமாறு மத்திய அரசாங்கத்திற்கு அவசர வேண்டுகோள் விடுத்தனர். பாஜக ஆட்சியின்போது முற்றிலும் வகுப்புவாதத் தன்மையாக்கப்பட்ட டெல்லி சிறப்புப்பிரிவு காவல்துறை, 'மதச்சார்பற்ற' ஐக்கிய முன்னணி அரசாங்கம் ஆட்சியின்போதும் பழையபடியேதான் நடந்துகொண்டிருந்தது.

'பொடா' நீதிமன்றம் வழங்கிய மரணதண்டனையை எதிர்த்து டெல்லி உயர்நீதிமன்றத்தில் அஃப்ஸல் மேல்முறையீடு செய்தபோது அவருக்காக வழக்காட முன்வந்த மூத்த வழக்குரை ஞரும் முன்னாள் மத்திய அமைச்சருமான ராம் ஜெத்மலானியின் அலுவலகம் இந்துத்துவ சக்திகளால் அடித்து நொறுக்கப் பட்டது.

ஒருவர் எத்தகைய பயங்கரமான குற்றத்தைச் செய்திருந்தாலும், அவரை முறைப்படியான விசாரணைக்கு உட்படுத்திய பிறகே தண்டிக்க வேண்டும் என்பது உலகில் நாகரிகமுள்ள மக்கள் வாழும் நீதிபரிபாலன முறை ஏற்றுக்கொண்டுள்ள ஓர் அடிப் படையான நெறி. மரணதண்டனை முறையை ஒழித்துக் கட்டுவதை நோக்கி உலகின் நாகரிகமடைந்த நாடுகள் சென்று கொண்டிருக்கின்றன. ஒரு குறிப்பிட்ட விசாரணை சரிவர நடக்கவில்லை என்றால் அதைச் சுட்டிக்காட்டுவது குடிமக்களின் கடமை. அஃப்ஸல் வழக்கு நியாயமான முறையில் நடக்க வில்லை என்றோ, மரணதண்டனை முறையை அறவே இரத்து செய்யவேண்டும் என்றோ, அஃப்ஸலுக்குக் கருணை காட்டி அவரது மரண தண்டனையை ஆயுள் தண்டனையாகக் குறைக்க வேண்டும் என்றோ கூறுபவர்கள், இப் பிரச்சினை தொடர்பாக தொலைக்காட்சி ஊடகங்கள் நடத்தும் விவாதங்களில் பங்கேற் கையில், அந்த நிகழ்ச்சிகளில் 'பார்வையாளர்களாக' அழைக்கப்

பட்டிருக்கும் இந்துத்துவவாதிகள் கூச்சலும் குழப்பமும் விளைவித்துக் கருத்துகள் சொல்லப்படாதபடி தடுத்தனர்.

அவர்கள் கண்ணுக்குக் குற்றவாளிகள் என யார் தெரிகின்றார்களோ அவர்களுக்கு விசாரணை ஏதும் தேவையில்லை, அவர்களை உடனடியாக ஒழித்துக்கட்டிவிட வேண்டும் என்பதுதான் அவர்களது தேசபக்தி. இந்தத் தேசபக்தியின் மற்றொரு பரிமாணம்தான் 'மதச்சார்பற்ற' மாநில அரசாங்கங்களின் காவல்துறையினர் நடத்தும் 'என்கவுண்டர்'கள்.

எல்லாப் பிரச்சினைகளையும் அகிம்சை வழியில் தீர்க்கவேண்டும் எனக் கூறுபவர்கள் சிலரும்கூட, அவப்பேறாக, இந்த வகுப்புவாதத் தேசியத்துக்குப் பலியாகி, அஃப்ஸலைத் தூக்கில் போட வேண்டும் எனக் கூறிவந்தனர். ஆர்எஸ்எஸ் தலைமையிலான இந்துத்துவ சக்திகள், தங்களது வகுப்புவாதத் தேசிய வேட்கைகளைத் திருப்திப்படுத்துவதற்காக மட்டுமின்றி, தங்களது இயக்கத்தைச் சார்ந்த மத்திய அமைச்சரொருவர் (ஜஸ்வந்த் சிங்), தாலிபான் தீவிரவாதிகளால் கடத்தப்பட்ட விமானமொன்றில், இந்திய அரசாங்கத்தால் விடுவிக்கப்பட்ட 'எல்லை கடந்த பயங்கரவாதிகள்' சிலருடன் ஆஃப்கானிஸ்தானிலுள்ள காந்தஹார் நகருக்குப் பயணம் செய்யவேண்டியிருந்த அவமானத்திற்குப் பழிக்குப்பழி வாங்குவதற்கு அஃப்ஸலைத் தூக்கில் போடவேண்டும் எனத் துடித்தனர். அதனால்தான் எல்.கே.அத்வானி தலைமையில் பாஜக குழுவொன்று குடியரசுத் தலைவர் அப்துல் கலாமைச் சந்தித்து அஃப்ஸலுக்குக் கருணை காட்டவே கூடாது என வற்புறுத்தியது (நேபாளத்தில் ஏற்பட்ட அரசியல் மாற்றத்தை உலகிலுள்ள அனைத்து ஜனநாயக சக்திகளும் வரவேற்க, ஜஸ்வந்த்சிங்கோ அது எதிர்மறையான மாற்றம் எனக் கூறியது குறிப்பிடத்தக்கது). காந்தியார் கொலை வழக்கில், கொலைச்சதிக்கு உடந்தையாக இருந்த கோபால் கோட்ஸேவுக்குத் தூக்குத்தண்டனை வழங்கப்பட வில்லை, மாறாக ஆயுள்தண்டனைதான் வழங்கப்பட்டது என்பதை இவர்கள் வேண்டுமென்றே மறந்துவிட்டனர். அஃப்ஸல் இழைத்ததாகச் சொல்லப்படும் குற்றம், அதிகபட்சம் போனால், நாடாளுமன்றக் கட்டடத்தைத் தாக்கியவர்களுக்கு உதவி செய்தார் என்பதுதான் என உச்சநீதிமன்றமும் கூடக் கூறியுள்ளது; ஆனால், அந்தக் குற்றத்தின் அளவுக்குப் பொருத்த

மற்ற மிகையான, கடுமையான மரணதண்டனையை உறுதிப் படுத்தி, 'கூட்டு மனசாட்சி'யைத் துணைக்கு அழைத்ததன் மூலம், இந்துத்துவ சக்திகளை ஊக்குவித்தது.

உச்ச நீதிமன்றம், நாடாளுமன்றத்தின் அதிகார வரம்புகளுக் குள் நுழைவதாக 'இந்து' போன்ற நாளேடுகள்கூட எழுதிவந்தன. ஆனால், இந்தியாவின் இறையாண் மைக்கே சவாலிடும் வகையில் நாடாளுமன்றக் கட்டடத்தின் மீது நடந்த தாக்குதல் தொடர்பான வழக்கில் உச்ச நீதிமன்றத்தின் பார்வை குற்றப் பத்திரிகையில் இருந்த 12 பேர் மீது மட்டுமே பதிந்திருந்தது. இந்த வழக்கை வெறும் சட்ட நுணுக்கங்கள், சாட்சியங்கள் அடிப்படையில் மட்டுமே பார்த்தது. அதனுடைய ஆய்வுக்கு அடிப்படையாக இருந்தது 'பொடா' நீதிமன்றம் நடத்திய விசாரணையின் முடிவுகள்தான்.

நாடாளுமன்றத்தின் மீதான தாக்குதல் தொடர்பான விரிவான விசாரணை

இந்தத் தாக்குதலுக்கான சதித் திட்டம் பாகிஸ்தானில் தீட்டப்பட்டது என்பதற்கான ஏராளமான, வலுவான, மறுக்க முடியாத சான்றுகளும் ஆவணங்களும் இருப்பதாக மார்தட்டிய அன்றைய பாஜக அரசாங்கத்தின் கீழிருந்த டெல்லிக் காவல் துறையால் இந்த சதிக்கான ஆதாரம் எனக் காட்டப்பட்ட ஒரே சான்று அஃப்ஸலிடமிருந்து கறக்கப்பட்ட 'குற்ற ஒப்புதல் வாக்குமூலம்'தான். இந்த வாக்குமூலம் ஜோடனை செய்யப்பட்டது எனக் கூறி அதை நிராகரித்த உச்சநீதிமன்றம், நாட்டின் நலனையும் பாதுகாப்பையும் கருத்தில்கொண்டு, இந்தச் சதிக்கான வேறு ஆதாரங்களைக் கண்டுபிடிக்குமாறு மத்திய அரசாங்கத்தை வற்புறுத்தியிருக்க வேண்டும். விரிவான போலீஸ் விசாரணைக்கு மத்திய அரசாங்கம் ஏன் உத்தரவிடவில்லை என்றோ, நாடாளுமன்ற உறுப்பினர்கள் அடங்கிய விசாரணைக் குழுவோ நீதித்துறை சார்ந்த விசாரணைக் குழுவோ ஏன் ஏற்படுத்தவில்லை என்றோ மத்திய அரசாங்கத்திடம் அது கேட்டிருக்க வேண்டும். அமைச்சர்களின் ஊழல் விவகாரங் களுக்குக்கூட விசாரணை ஆணையங்கள் நியமிக்கப்படுகின்றன. ஆனால் தேசத்தின் இறையாண்மையையே அச்சுறுத்தும் நிகழ்ச்சிகளுக்கு போலீஸ் புலனாய்வு மட்டும் போதும் என பாஜக தலைமையிலிருந்த மத்திய அரசாங்கம் கருதியது. மேலே கூறியது போன்ற ஒரு விரிவான விசாரணை மேற்கொள்ள

வேண்டும் என அன்றைய தேசிய ஜனநாயகக் கூட்டணி நாடாளு மன்ற உறுப்பினர்கள் கோரிக்கை வைக்காமலிருந்ததை நம்மால் புரிந்துகொள்ள முடிகிறது. ஆனால் எதிர்க்கட்சி உறுப்பினர்கள், ஆளும் கூட்டணி உறுப்பினர்கள் ஒருபுறமிருக்க 'மன்மோகன் சிங் அரசாங்கத்தின் மக்கள் விரோதக் கொள்கைகளைச் சகித்துத் கொள்ள மாட்டோம்' எனத் தொடர்ந்து கூறிக்கொண்டு வந்த இடதுசாரிகள் எவரும் இந்தக் கோரிக்கையை ஒருபோதும் எழுப்பாதது விந்தையிலும் விந்தை.

காலதாமதம் ஏற்பட்டுவிட்டாலும் பொறுப்புள்ள குடிமக்கள் இப்போதேனும் ஒரு முக்கிய கடமையை ஆற்ற வேண்டும் என்றும் ஐக்கிய முற்போக்குக் கூட்டணி அரசாங்கம், கீழ்க்கண்ட பிரச்சினைகளைப் பரிசீலிக்க வேண்டும் என்றும் மரணதண்டனை எதிர்ப்பாளர்களும் ஜனநாயகப் பற்றாளர்களும் கோரிக்கை விடுத்து வந்தனர்.

1. நாடாளுமன்ற கட்டடம் மீதான தாக்குதலுக்கு ஆதாரமாகக் காட்டப்பட்ட ஒரே சான்றான அஃப்ஸலின் குற்ற ஒப்புதல் வாக்குமூலம் ஜோடனை செய்யப்பட்ட ஒன்று என உச்ச நீதிமன்றமே தீர்ப்பளித்துள்ளதால், முந்தைய பாஜக அரசாங்கம் தன்னிடம் இருப்பதாக உரிமை கொண்டாடிய பிற ஆதாரங் களைத் தேடிக் கண்டுபிடிக்க வேண்டும்.

2. இந்தத் தாக்குதல் நடந்த சில நாள்களில் பா.ஜ.க அரசாங்கம் 'பொடா' அவசரச் சட்டத்தை நிறைவேற்றியது. பின்னர், நாடாளுமன்றத்தின் இரு அவைகளையும் கூட்டி அந்தச் சட்டத்துக்கான முறைப்படியான ஒப்புதலைப் பெற்றது. இந்தச் சட்டம் 'பயங்கரவாத' நடவடிக்கைகளைக் கட்டுப்படுத்துவதற்குப் பதிலாக மத்திய, மாநில அரசாங்கங்களில் இருந்தவர்களின் அரசியல் எதிரிகளையும் சிறுபான்மையினரையும், தலித்துகளை யும் ஒடுக்குவதற்கே பயன்படுத்தப்பட்டது. எடுத்துக்காட்டாக முன்பு தேஜகூ கூட்டணியில் இருந்தவரும் பின்னர் அஇஅதிமுக கூட்டணியில் சேர்ந்தவருமான வைகோவும் கூட ஜெயலலிதா அரசாங்கத்தால் கைது செய்யப்பட்டு 19 மாதங்கள் சிறையிலிருந்தார். குஜராத்தில் இந்தச் சட்டத்தின் கீழ் கைது செய்யப்பட்ட 287 பேரில் 286 பேர் முஸ்லிம்கள்; ஒருவர் சீக்கியர். ஆக நாடாளுமன்றக் கட்டடத்தின் மீதான தாக்குதல் சம்பவத்

தைச் சாக்கிட்டு, இந்துத்துவ சக்திகளின் மேலாதிக்கத்தை நிறுவுவதற்காகவே இந்தச் சட்டம் கொண்டு வரப்பட்டதா என்பதை ஆராய வேண்டும்.

3. நாடாளுமன்ற கட்டடத்தின் மீதான தாக்குதலுக்கு பாகிஸ்தான் மீது பழி சுமத்திய பாஜக அரசாங்கம், உடனடியாக இலட்சக்கணக்கான இந்தியத் துருப்புகளை இந்திய - பாகிஸ் தான் எல்லைகளில் குவித்து, போருக்கான ஆயத்தங்களை ஓராண்டு காலம் செய்துவந்தது. இதன் காரணமாக, ஏராளமான இந்தியப் படைவீரர்கள் கொல்லப்பட்டனர்; சாதாரண அப்பாவி மக்கள் கண்ணிவெடிகளுக்குப் பலியாகினர்; கோடிக் கணக்கான ரூபாய் விரயமாக்கப்பட்டது. மேலும், அணு ஆயுதத் தாக்குதலுக்கு இந்தியா உள்ளாகும் அபாயகரமான நிலைக்கு நாட்டை இட்டுச் சென்றது. நாடாளுமன்றத்தின் ஒப்புதல் இல்லாமலேயே இத்தனை காரியங்களும் நடந்தன. பாஜக தலைமையில் இருந்த தேஜகூ அரசாங்கத்தால் ஏற்பட்ட இத்தகையப் பேரழிவுகளை, போர் நடவடிக்கைகள் மேற்கொள் ளப்பட்டதற்கான உண்மையான காரணங்களைக் கண்டறிய மன்மோகன்சிங் அரசாங்கம் ஒரு விசாரணை ஆணையத்தை நியமிக்க வேண்டும்.

4. போர் ஆயத்தம் நடந்துகொண்டிருந்த காலகட்டத்தில் சிறுபான்மை முஸ்லிம்களுக்கு எதிரான இந்துத்துவப் பிரசார மும் மும்முரமாகச் செய்யப்பட்டு வந்தது. இதனை அடுத்து குஜராத்தில் முன்னுவமை இல்லாத அளவில் முஸ்லிம்களுக்கு எதிராக 2002-இல் கலவரம் வெடித்தது. எனவே, நாடாளுமன்றத் தாக்குதல் திட்டத்துக்கும் போர் ஆயத்தங்களுக்கும் 'பொடா' சட்டம் இயற்றப்பட்டதற்கும் குஜராத் கலவரங்களுக்கும் நேரடியான தொடர்பு இருக்கிறதா என்பதைக் கண்டறிய மன்மோகன்சிங் அரசாங்கம் நடவடிக்கை எடுக்கவேண்டும்.

5. நாடாளுமன்ற கட்டடத் தாக்குதல் வழக்கில் டெல்லி உயர்நீதிமன்றத்தாலும் உச்சநீதிமன்றத்தாலும் நிரபராதி எனத் தீர்ப்பளிக்கப்பட்டு விடுதலை செய்யப்பட்ட பேராசிரியர் ஜீலானியைச் சுட்டுக்கொல்ல நடந்த முயற்சிக்குப் பின்னணியில் இருந்தவர்கள் யார் என்பதை இனியாவது கண்டறிந்து அவர்களை நீதிமன்றத்தின் முன் நிறுத்தவேண்டும்.

6. முஸ்லிம் என்றாலே தீவிரவாதி, அதிலும் ஒரு காஷ்மீரி முஸ்லிம் என்றால் அவர் 'எல்லை கடந்த பயங்கரவாதி' என்னும் நச்சுப் பிரசாரத்தை முறியடிக்கவும் ஏறத்தாழ ஆறு இலட்சம் இந்தியப் பாதுகாப்புப் படைவீரர்கள் நிறுத்தப்பட்டுள்ள காஷ்மீரை ஒரு 'ரியல் எஸ்டேட்'டாகக் கருதாமல் காஷ்மீரி மக்களின் - குறிப்பாக காஷ்மீர் பள்ளத்தாக்கு மக்களின் - நியாயமான ஆர்வங்களை ஜனநாயக முறையில் தீர்க்கவும் முயற்சி எடுக்கவேண்டும்.

ஆனால் மன்மோகன் சிங் அரசாங்கம் இந்தக் கோரிக்கைகளை அலட்சியம்செய்துவிட்டது. தேசத்தில் கூட்டுமனசாட்சியைச் திருப்திப்படுத்தது அஃப்சலைத் தூக்கிலிட் விட்டது.

கருணை வழங்கும் அதிகாரம்

மரணதண்டனை வழங்கப்பட்டோருக்குக் கருணை வழங்கும் அதிகாரம் குடியரசுத் தலைவருக்கும் மாநில ஆளுநர்களுக்கும் இந்திய அரசமைப்புச் சட்டத்தில் முறையே 72, 161-ஆம் பிரிவுகளின் கீழ் வழங்கப்பட்டிருக்கிறது எனினும் இந்த அதிகாரம் சில நிபந்தனைகளுக்கு உட்பட்டது என்பதைப் பல்வேறு வழக்கு விசாரணைகளின்போது உச்சநீதிமன்றம் கூறியுள்ளது. அவை கீழ்வருமாறு:

1. மத்திய, மாநில அரசாங்கங்களின் அமைச்சரவையின் பரிந்துரையின் பேரிலேயே முறையே குடியரசுத் தலைவரும் மாநில ஆளுநரும் மரணதண்டனை விதிக்கப்பட்டுள்ளவர்களுக்குக் கருணை வழங்கி அந்தத் தண்டனையை ஆயுள் தண்டனையாகக் குறைக்கும் ஆணையைப் பிறப்பிக்க முடியும்;

2. இந்த ஆணை உச்சநீதிமன்றத்தின் ஆய்வுக்குட்படுத்தப் படக் கூடியதாகும். எனினும் உச்ச நீதிமன்றத்தின் ஆய்வு என்பது கீழ்க்காணும் விஷயங்களுக்கு மட்டுப்பட்டதே: 1. அரசாங்கம், அறிவைப் பயன்படுத்தி கருணை வழங்கும் அதிகாரத்தைப் பயன்படுத்தியுள்ளதா? அல்லது நேர்மையற்ற நோக்கங்களுடன் முற்றிலும் புறக் காரணங்களின் அடிப்படையில் இந்த அதிகாரத்தைப் பயன்படுத்தியுள்ளதா? 2. ஒரு குறிப்பிட்ட நபருக்குக் கருணை காட்டும் விஷயத்தில் அரசாங்கத்தின் அதிகாரம் புறக் காரணங்களின் அடிப்படையிலும் நேர்மையற்ற நோக்கங்களின்

அடிப்படையிலும் பயன்படுத்தப்பட்டதாக உச்சநீதிமன்றம் தனது ஆய்வில் கண்டறிந்தால், அந்த அதிகாரத்தைப் பயன்படுத்தி எடுக்கப்பட்ட முடிவுக்குப் பதிலாக தனது தீர்ப்பு எதனையும் வழங்காது.

இரண்டாண்டுகளுக்கு முன், ஆந்திரப்பிரதேசத்தில் ஒருவரது தண்டனையைக் குறைத்து அந்த மாநில ஆளுநர் பிறப்பித்த ஆணையை எதிர்த்துத் தொடுக்கப்பட்ட வழக்கொன்றில் தீர்ப்பளித்த உச்சநீதிமன்றம், அந்தத் தண்டனைக் குறைப்பு முற்றிலும் புறக்காரணங்களின் அடிப்படையில் நேர்மையற்ற நோக்கங்களுக்காகச் செய்யப்பட்டதாகும் எனக் கூறியது. சாதி, சமயம், குறிப்பிட்ட அரசியல் கட்சி மீதான விசுவாசம் ஆகியன புறக்காரணங்கள். வெங்கட் ரெட்டி என்பவர் ஒரு காங்கிரஸ்காரர். எதிர்கட்சியைச் சேர்ந்த ஒருவரை வெட்டிக் கொலை செய்த வழக்கில் அவருக்குக் கொடுக்கப்பட்ட ஆயுள்தண்டனையைக் குறைக்கும் உத்தரவை ஆந்திர ஆளுநர் பிறப்பித்திருந்தார். அவர் காங்கிரஸ் கட்சியைச் சார்ந்தவர் என்பதனாலேயே அந்தத் தண்டனைக் குறைப்பு செய்யப்பட்டதாக உச்சநீதிமன்றம் தீர்ப்புக் கூறியது.

எனினும் ஒரு வழக்கில் நீதி வழங்கப்படவில்லை என்றோ, ஒருவருக்கு வழங்கப்பட்ட தண்டனை மிகக் கடுமையானது என்றோ அரசாங்கம் கருதினால் சாட்சியங்களை மீண்டும் ஆய்வு செய்யும் அதிகாரத்தைப் பயன்படுத்தவும் அதற்கு உரிமை உண்டு என உச்சநீதிமன்றம் முந்தையத் தீர்ப்புகளில் கூறியுள்ளது. ஆக, அஃப்ஸலின் வழக்கை மறு ஆய்வு செய்வதற்கு வேண்டிய அதிகாரத்தை அரசமைப்புச் சட்டமும் உச்சநீதிமன்றத் தீர்ப்புகளும் வழங்கியிருக்கின்றன.

அதே சமயம், அஃப்ஸல் தூக்கிலிடப்பட்டால் ஏற்கெனவே இந்திய அரசாங்கத்தின் தவறான அணுகுமுறைகளின் காரணமாக அந்நியப்பட்டிருப்பவர்களான காஷ்மீர் மக்களிடையே வன்முறைப் போராட்டத்திற்கான ஆதரவு வலுப்பெற்றுவிடும், இதனை 'எல்லை தாண்டிய மதவாத பயங்கரவாதிகள்' பயன்படுத்திக்கொள்வார்கள் என்னும் வாதம் முன் வைக்கப்பட்டது. இதில் உண்மையில்லாமலில்லை. ஏனெனில் காஷ்மீர் விடுதலை இயக்கத்தின் தலைவர் மக்பூல் பட் 1984-இல் தூக்கிலிடப்பட்டதற்குப் பிறகுதான் ஆயுதமேந்திய போராளி இயக்கங்கள்

வலுப்பெற்றன என்பதையும் பின்னர் அந்த விடுதலை இயக்கத்தின் தன்மை முற்றிலுமாக மாறி மதவாதத் தன்மை பெற்றது என்பதையும் மறக்க முடியாது. எனவே இந்தக் காரணத்தின் அடிப்படையில் அஃப்ஸலுக்குக் கருணை காட்டினால், அதையும் ஒரு புறக்காரணம் என உச்சநீதிமன்றம் கருதியிருக்குமோ என்னவோ! ஆக, அஃப்ஸலுக்குக் கருணை காட்ட மத்திய அரசாங்கம் முடிவு செய்து, அந்த முடிவுக்கான அடிப்படைகளில் ஒன்றாக மேற்சொன்ன காரணத்தையும் சேர்த்துக்கொண்டிருக்குமேயானால், அந்த முடிவு உச்சநீதிமன்றத்தின் ஆய்வுக்கு வரும் வாய்ப்பு இருந்திருந்தால் அதனிடம் தக்க விளக்கங்களை அளிக்க வேண்டியது மத்திய அரசாங்கத்தின் கடமையாக இருந்திருக்கும். மத நம்பிக்கைகளின் அடிப்படையில் நாட்டு மக்களிடையே தீராப் பகையை உண்டாக்கி வகுப்புக் கலவரத்தீயில் குளிர்காய விரும்புவர்களைத் தவிர, இந்தியத் துணைக்கண்டத் தில் நிரந்தரமான அமைதி நிலவவேண்டும் என விரும்புகிறவர்கள் அனைவரும் அஃப்ஸலுக்கு விதிக்கப்பட்ட மரணதண்டனையை ஆயுள்தண்டனையாகக் குறைக்க வேண்டும் என்றே விரும்பினர். ஆனால் மன்மோகன் சிங்கின் 'மதச்சார்பற்ற' அரசாங்கம், இந்த விருப்பத்தையல்ல, இந்துத்தத்துவ விருப்பத்தையே நிறைவேற்றியது.

பின் குறிப்பு: மரண தண்டனை குறித்து கார்ல் மார்க்ஸ், ரோஸா லுக்ஸம்பர்க் ஆகியோர் கூறியுள்ள கருத்துகள் இந்திய இடதுசாரிகளின் கவனத்திற்கு.

12

மஹ்மூத் தர்வீஷ்: 'தொடுவானத்திற்கு அப்பால்'

அவனது வாயைச் சங்கிலியால் கட்டிவைத்தார்கள்
இறந்தவர்களின் பாறையில்
அவனது கைகளைப் பிணைத்து வைத்தார்கள்
அவர்கள் கூறினர்: நீ கொலைகாரன்.
அவனது உணவை, அவனது உடைகளை,
அவனது கொடிகளை எடுத்துக்கொண்டு
இறந்தவர்களின் கிணற்றில் அவனைத் தூக்கியெறிந்தனர்
அவர்கள் கூறினர்: நீ திருடன்.
ஒவ்வொரு துறைமுகத்திலிருந்தும்
அவனைத் தூக்கியெறிந்தனர்
அவனது இளம் காதலியைத் தூக்கிச் சென்றனர்
பின்னர் அவர்கள் கூறினர்: நீ அகதி.
உனது கண்களிலும் கைகளிலும்
இரத்தம் தோய்ந்துள்ளது
இரவு கடந்து சென்றுகொண்டிருக்கிறது
சிறைச்சாலை செல் நீண்டநாள் இருக்காது
பிணைக்கும் சங்கிலிகள் நீண்டநாள் இரா
நீரோ இறந்தான், ஆனால் ரோம் இறக்கவில்லை.
தனது கண்களைக்கொண்டு அவன் போராடுவான்
உலர்ந்துபோன ஒரு தானிய விதை
சோளப் பயிர்களால் பள்ளத்தாக்கை நிரப்பும்.

1960களில் இத்தகைய கவிதைகள் பலவற்றை எழுதிய மஹ்மூத் தர்வீஷ், பல பத்தாண்டுகளுக்குப் பிறகு எழுதிய

இன்னொரு கவிதையில் கூறினார்: 'மல்லிகைப் பூவுக்கு இடம் உருவாக்குவதற்காகக் கற்களைக் கடித்துக் குதறி வந்தோம்.' ஜியோனிஸ இஸ்ரேலிய ஆக்கிரமிப்புக்கு எதிராகவும் தேசிய விடுதலைக்காகவும் பாலஸ்தீனர்கள் நடத்திவரும் போராட்டத்தை இதைவிட அழகாக, செறிவாக, உணர்ச்சிகரமாக யாராலும் சொல்லியிருக்க முடியாது. அதனால்தான் அவர், பாலஸ்தீனத்தின் தேசியக் கவிஞராக மட்டு மின்றி, அரபு உலகம் முழுவதிலும்-சாதாரண வாடகை வண்டி ஓட்டுபவர் முதல் பல்கலைக்கழகப் பேராசிரியர்கள் வரை அனைத்துத் தரப்பினராலும் - படிக்கப்பட்ட, ரசிக்கப்பட்ட, போற்றப்பட்ட கலைஞராக, ஒரு நாட்டிலிருந்து மற்றொரு நாட்டிற்குப் பாடல்களைக் கொண்டுசெல்லும் பாணராகத் திகழ்ந்தார். அரபு நாட்டு நகரங்களில் அவரது கவிதை வாசிப்பு நிகழ்ச்சிகளுக்கு ஆயிரக்கணக்கில் மக்கள் திரண்டு வந்தனர். பிற்போக்கு அரபு நாட்டு அரசாங்கங்களை அவர் 'சிறை செல்கள்', என அழைப்பது வழக்கம். இருப்பினும் அந்த நாட்டு இளவரசர்களோ, பிரதமர்களோ அவரை இரகசியமாகச் சந்திப்பதில் பெருமை கொண்டதுண்டு. அராபிய மண்ணில் பாடல்களுக்கும் கவிதைகளுக்கும் குறைவில்லை. பாலஸ்தீன அகதி முகாம்களில், எழுதப்படிக்கத் தெரியாத வயோதிகர்கள்கூட பாடல்களைப் புனைவதும் அவற்றை அவர்கள் பாட பிறர் நெட்டுருப்போட்டு நினைவில் வைத்திருந்து மற்றவர்களிடம் அவற்றைப் பாடிக்காட்டுவதும் மிக இயல்பாக இருப்பதைப் பல ஆய்வாளர்கள் சுட்டிக்காட்டியுள்ளனர். தமிழ் வாசகர்களுக்கும் அவரது படைப்புகளில் சில கடந்த இருபதாண்டுகளுக்கு மேலாகவே அறிமுகமாயிருந்தன. பாலஸ்தீன மக்களின் விடுதலை வேட்கையின் குரலாக மட்டு மின்றி, அந்நிய ஆக்கிரமிப்புகளாலோ, இனக் கொலைகளாலோ தத்தம் தாயகங்களிலிருந்து வெளியேறியவர்கள், வெளியேற்றப் பட்டவர்கள், உள்நாட்டிலேயே இடம் பெயர்ந்தவர்கள், ஏகாதிபத்தியச் சுரண்டலுக்காளானவர்கள் ஆகியோரின் இதயக் குமுறல்களின் வெளிப்பாடாக அமைந்த அந்த மாபெரும் கவிஞர் - மனித நேயர் 2008 ஆகஸ்ட் 9-இல் காலமானார்.

இலக்கிய விமர்சகர் ஆதாம் ஷாட்ஸ் கூறுவது போல, மஹ்மூத் தர்வீஷைப் பொருத்தவரை, பாலஸ்தீனம் என்பது வெறும் நிலமல்ல; அது ஏடன் தோட்டத்தின் இழப்பு பற்றிய

உருவகம்; பாலஸ்தீன உடைமைகள் அபகரிக்கப்பட்டு, இலட்சக் கணக்கான மக்கள் புலம் பெயர்ந்து வாழ்வது குறித்த உருவகம்; மேற்கு நாடுகளின் நிர்பந்தத்திற்கு அரபு நாடுகள் மேன்மேலும் பணிந்து போவதற்கான உருவகம்.

நடுத்தர நிலவுடைமையாளர் குடும்பத்தில் இரண்டாவது மகனாகப் பிறந்த தர்வீஷின் பாட்டனார்தாம் அவருக்கு எழுதப் படிக்கக் கற்றுக்கொடுத்தவர். 1948-இல் ஐ.நா.அவை, பாலஸ்தீனத்தை இரண்டாகப் பிரித்து ஒரு பகுதியை அங்கு பன்னூறாண்டுகளாக வாழ்ந்துவந்த பாலஸ்தீன அராபியர்களுக்கும் மற்றொரு பகுதியை யூதர்களுக்கும் வழங்கும் தீர்மானத்தை நிறைவேற்றியது. ஆனால், ஜியோனிஸ்ட் யூதர்கள் பாலஸ்தீனர்களின் நிலங்களைக் கைப்பற்றவும், அவர்களின் கிராமங்களைத் தரைமட்டமாக்கவும் அராபியர்களைப் படுகொலை செய்யவும் தொடங்கி இலட்சக்கணக்கான பாலஸ்தீனர்களை நாட்டைவிட்டு வெளியேற்றினர். இந்த நிகழ்ச்சியைத்தான் பாலஸ்தீனர்கள் 'நாக்பா' என அழைக்கின்றனர். தர்வீஷின் கிராமமும் யூத வெறியர்களால் தரைமட்டமாக்கப்பட்டது. அவரது குடும்பம் முழுவதுமே லெபனானுக்குப் புலம் பெயர்ந்தது. ஓராண்டிற்குப் பிறகு அவர்கள் இஸ்ரேலின் பகுதியாக மாற்றப்பட்டிருந்த ஆக்ரே மாவட்டத்திற்குத் திரும்பி வந்து டெய்ர் - அல் - ஆஸாட் என்னும் இடத்தில் இஸ்ரேலியக் குடிமக்களாயினர். அவர்களது ஆக்ரே மாவட்டம் இஸ்ரேலிய ஆக்கிரமிப்பாளர்களால் கலிலீ என்று பெயர் மாற்றம் செய்யப்பட்டிருந்தது. அவரது வீட்டில் புத்தகங்கள் ஏதுமிருக்கவில்லை. கவிதைக்கு அவர் முதல் முதல் அறிமுகமாகியது, இஸ்ரேலிய இராணுவத்திடமிருந்து தப்பியோடி வந்த ஒரு நாடோடிப் பாடகரின் பாடல் மூலம்தான். அவரைக் கவிதை எழுதுமாறு ஊக்குவித்தவர் அவரது மூத்த சகோதரர்களிலொருவர். ஆக்கிரமிப்பாளர்களுக்கு எதிரான கோபம் தெறிக்கும் கவிதைகள்தாம் அவர் தொடக்கத்தில் எழுதியவற்றில் பெரும் பாலானவை. அவரது 'அடையாள அட்டை', தமிழ் வாசகர்கள் உள்ளிட்ட பல இலட்சக்கணக்கான உலக மக்களால் படிக்கப் பட்ட கவிதையாகும்:

> எனது மண்ணை
> அபகரித்தவர்களின் சதையை

விழுங்குபவன் நான்
அச்சம் கொள்
எனது பசியைக் கண்டு
அச்சம் கொள்
எனது சினத்தைக் கண்டு

1949-இல் தனது குடும்பம் முழுவதுமே தாயகத்திலிருந்து வெளியேற்றப்பட்டு லெபனானில் பல்லாயிரக்கணக்கான பாலஸ்தீன அகதிகளோடு வாழ நேர்ந்ததை, பாலஸ்தீனத்தின் நீண்ட நெடிய வரலாற்றுடன் தொடர்புப்படுத்தி, பல பத்தாண்டு களுக்குப் பின் அவர் எழுதிய அற்புதமான கவிதை 'என்றென்றும் கள்ளிச் செடிகள்':

என்னை எங்கே அழைத்துச் செல்கிறீர்கள், தந்தையே
காற்றின் திசையில், என் மகனே.
ஆக்ரேவினுள்ள[1] பழைய சுவர் மீது விழும் நிழல்களைப் பார்ப்பதற்காக
போனபார்ட்டின் படைவீரர்கள்[2] ஒரு மலையைக் கட்டிய
சமவெளியிலிருந்து புறப்பட்டுக் கொண்டு
தந்தை மகனிடம் கூறினார்.
அச்சம் கொள்ளாதே
துப்பாக்கிக் குண்டுகளின் சலசலப்பொலி கண்டு
அச்சம் கொள்ளாதே
உயிர் தப்பிக்கத் தரையைக் கெட்டியாகப் பிடித்துக்கொள்
நாம் தப்பித்து வடக்கிலுள்ள மலையில் ஏறிச் சென்றுவிடலாம்
வெகுதூரத்திலுள்ள தங்கள் குடும்பங்களுக்கு
இந்தப் படைவீரர்கள் சென்ற பிறகு
நாம் திரும்பி வந்து விடலாம்.

நாம் புறப்பட்டுச் சென்ற பின்
நமது வீட்டில் யார் வசிப்பார், தந்தையே?
அது எப்படி இருந்ததோ
அப்படியே இருக்கும், என் மகனே.

தமது உடலின் உறுப்பொன்றைப் போன்ற
சாவியை அவர் தொட்டுப் பார்க்கையில்

அவரது இறுக்கம் தளர்கிறது
முள்வேலியொன்றைக் கடக்கையில்
கூறினார்:
இதை நினைவு கொள், மகனே
கள்ளிச் செடி முட்கள் மீது
உனது தந்தையை
இரண்டு இரவுகள்
ஆங்கிலேயர் சிலுவையிலறைந்தபோது[3]
அவர் பாவ மன்னிப்புக் கேட்கவில்லை
துப்பாக்கிகளை சுவீகரிப்போருக்கு
இரும்பின் மீது இரத்தத்தால் எழுதப்பட்ட
காவியத்தை வாசித்துக் காட்டு.

குதிரையை ஏன் தனியாக விட்டுவிட்டு வந்தீர்கள்?
வீட்டுக்குத் துணையாக இருக்கட்டுமே என்றுதான், மகனே
குடியிருப்பவர்கள் வெளியேறிய பிறகு
வீடுகள் இறந்துவிடுகின்றன.

வெகுதூரத்திலிருந்து நித்தியம்
இரவின் வாகனத்துக்குத்
தனது கதவைத் திறக்கிறது
பீதியடைந்த நிலாவைப் பார்த்து
காட்டு ஓநாய்கள் ஊளையிடுகின்றன
தந்தை மகனிடம் சொல்கிறார்:
நெஞ்சுரத்துடன் இரு
கடைசி ஓக் மர மலையில்
என்னுடன் சேர்ந்து ஏறு
மகனே, இதனை நினைவு கொள்:
போரின் கோவேறு கழுதையிலிருந்து
யெனிஸெரி[4] விழுந்தது இங்குதான்
எனவே என்னோடு எழுந்து நில்
நாம் திரும்பிச் செல்வதற்காக.

எப்போது தந்தையே?
நாளை அல்லது ஒருவேளை
இரண்டு நாள் கழித்து, மகனே,

அது நீண்ட பனிக்கால இரவுகளில்
அவற்றுக்குப் பின்புறம்
காற்றை மென்று அசைபோட்டுக் கொண்டிருந்த
ஒரு யதேச்சையான நாளை

யோஸுவாவின் சேனை[5] சிறுவனின் எலும்புகளைக் கொண்டும்
தந்தையின் எலும்புகளைக் கொண்டும்
தன் கோட்டையைக் கட்டிக் கொண்டிருந்தது.
கானான் தேசத்திற்குப் போகும் பாதையில்
மூச்சிரைத்தவாறு நடந்து செல்கையில் அவர்கள் கூறினர்:
இங்குதான் ஒரு நாள் நமது தீர்க்கதரிசி யோஸுவா
கடந்து சென்றார்
இங்குதான் அவர் தண்ணீரை திராட்சை ரசமாக மாற்றினார்
அன்பைப் பற்றி நீண்ட நேரம் பேசினார்.
போர் வீரர்கள் சென்ற பிறகு
நாளைய தினத்தை நினைவு கொள்
ஏப்ரல் மாதப் புதர்களால் கடித்துக் குதறப்பட்ட
சிலுவைப் போராளிகளின்[6] கோட்டையை நினைவுகொள்.

1971-இல் தர்வீஷ் சோவியத் யூனியனுக்குச் சென்றதன் காரணமாக இஸ்ரேலிய அரசு அவரது குடியுரிமையைப் பறித்தது. பின்னர் பாலஸ்தீன விடுதலை இயக்கத்தில் சேர்ந்தவுடனேயே அவர் இஸ்ரேலுக்கு வருவதற்குத் தடைவிதித்தது. அவரது நெருக்கமான நண்பர்களிலொருவரும் யூத எழுத்தாளருமான எமைல் ஹபீபீயின் இறுதிச் சடங்கில் கலந்துகொள்வதற்காக இஸ்ரேலுக்குள் நுழையவும் அங்கு நான்கு நாள்கள் மட்டுமே தங்கவும் 1995-இல் அவருக்கு இஸ்ரேலிய அரசாங்கம் அனுமதி தந்தது. பெய்ரூட்டிலும் பாரிஸிலுமாக புலம்பெயர்ந்து வாழ்ந்த வந்த அவர், பிஎல்ஓவுக்கும் இஸ்ரேலுக்கும் நோர்வே தலைநகர் ஓஸ்லோவில் ஏற்பட்ட சமாதான ஒப்பந்தத்தை அடுத்து, பாலஸ்தீனத்தின் மேற்குக்கரைப் பகுதியிலுள்ள ரமல்லா நகரில் சிறிது காலம் வாழ்ந்தார். கவிதை எழுதுவதற்கான சுமுகமான சூழல் ரமல்லாவில் இருக்கவில்லை என அவர் குறை பட்டுக் கொண்டதுண்டு. இரு முறை திருமணம் செய்து கொண்டு (முதல்

மனைவி ரானா கப்பானி எழுத்தாளர்; இரண்டாவது மனைவி ஹாயாத் ஹானி எகிப்து நாட்டைச் சேர்ந்த மொழி பெயர்ப்பாளர்) இரு முறையும் மணவிலக்குப் பெற்ற கவிஞருக்குக் குழந்தைகள் இல்லை. அவர் கடைசியாக இஸ்ரேலுக்குச் சென்றது 2007 ஜூலை 17-இல். கார்மெல் மலை அரங்கத்தில் நடந்த கவிதை வாசிப்பு நிகழ்ச்சியில் கலந்து கொள்ளச் சென்ற அவர், பாலஸ்தீன விடுதலை இயக்கங்களான பி.எல்.ஓ. (மேற்குக் கரையில் இதன் 'அரசாங்கம்' உள்ளது), ஹமாஸ் (இதன் கட்டுப்பாட்டில் காஸா இருக்கிறது) ஆகியவற்றுக்கிடையில் நடக்கும் வன்முறை மோதல்களைக் கண்டனம் செய்தார். அந்த இரு இயக்கங்களும் 'தற்கொலை முயற்சிகளைத் தெருவுக்குக் கொண்டுவந்து விட்டதாக'க் குற்றம் சாட்டினார்.

2007 ஜூன் மாதம், பி.எல்.ஓவுடன் நடந்த கடுமையான சண்டையில் (இதில் இரு தரப்பிலும் நூற்றுக்கணக்கான பாலஸ்தீனப் போர்வீரர்கள் மடிந்தனர்) காஸா பகுதியை ஹமாஸ் இயக்கம் கைப்பற்றியது. ஜூலை மாதம் ஹைஃபா நகரில் நடந்த கவிதை வாசிப்பு நிகழ்ச்சியில் கலந்துகொண்ட தர்வீஷ், அந்த நிகழ்ச்சியைக் கண்டனம் செய்தார். மதச்சார்பற்றவராக வாழ்ந்து வந்த அவர், தமது வழக்கமான நையாண்டியுடன் கூறினார்: 'பாலஸ்தீனத்தின் நால்வண்ணக் கொடியை அகற்றும் ஒரு வண்ண (ஹமாஸ்) கொடியைப் பார்ப்பதற்காக நாம் மயக்கம் தெளிந்து எழுந்திருக்கிறோம்... நாம் வெற்றியடைந்துவிட்டோம். மேற்குக் கரையிலிருந்து காஸா விடுதலையடைந்து விட்டது. ஒரே மக்களுக்கு இப்போது ஒன்றுக்கொன்று வாழ்த்துத் தெரிவிக்காத இரண்டு அரசுகள், இரண்டு சிறைச் சாலைகள் கிடைத்துள்ளன. கொலையாளியின் உடையணிவிக்கப்பட்ட பலியாள்கள்தாம் நாம்... ஆக்கிரமிப்பாளன்தான் உண்மையில் வெற்றி பெற்றிருக்கிறான் என்பதைத் தெரிந்து கொள்வதில் நாம் வெற்றியடைந்திருக்கிறோம்.' அவரது உரைநடையிலும்கூட கவித்துவம் மிகுந்திருப்பதைக் காணலாம். (காண்க, பின்னிணைப்பு: III)

எனினும் அவர் வெறும் கோபத்தைக் கக்கும், வெறுப்பை உமிழும், அரசியல் முழக்கங்களை எழுப்பும் கவிஞராக இருந்ததில்லை. உலகு தழுவிய மனிதநேயத்தை வெளிப்படுத்தும், முரண்நகை ததும்பும் நையாண்டியை வெளிப்படுத்தும்,

சாமானிய மக்களின் அன்றாட அனுபவங்களைப் போற்றும், தாயை நேசிக்கும், காதலைச் சிறப்பிக்கும், அமைதியை வழிபடும் கவிதைகளையும் எழுதி வந்தார். பாலஸ்தீனம் பற்றிய அவரது கவிதைகள், சர்வதேச உணர்வை வெளிப்படுத்துவதற்கான ஊடகமாக அமைந்தன. பாலஸ்தீன நிலமும் அதன் வரலாறும் விவிலியத்தில் வர்ணிக்கப்படும் கானான் தேசத்தவர், ஹீப்ரூக்கள், கிரேக்கர்கள், ரோமானியர்கள் ஆகியோர் மட்டுமின்றி பாலஸ் தீனத்தைத் தமது ஆக்கிரமிப்பின் கீழ் கொண்டுவந்த ஒட்டோமான் பேரரசின் துருக்கியர்கள், பிரிட்டிஷார் ஆகியோரும் கொண்டுவந்த நாகரிகங்கள், பண்பாடுகள் ஆகிய வற்றின் தாக்கங்களை உள்வாங்கியவையாகும். எனவேதான், எட்வர்ட் சைதைப் போலவே, தர்வீஷும் தெரிந்தெடுத்துக் கொண்ட பாலஸ்தீன அடையாளமும் பன்முகத்தன்மை வாய்ந்தது; ஒற்றைப் பரிமாண, மத அடிப்படையிலானது அல்ல. தமது பன்முகத்தன்மை வாய்ந்த பாலஸ்தீன/அரபு அடையா ளத்தை நிலை நிறுத்துவதை, அதை அறுதியிடுவதை அவர் கடைசிவரை நிறுத்தவில்லை. ஜியோனிஸ இஸ்ரேலிய அரசைக் கடைசிவரை எதிர்த்துவந்த அவர், சாதாரண யூதர்களை - ஏன் இஸ்ரேலியப் படைவீரர்களையும்கூட - வெறுத்ததில்லை. அவர்கள் சந்தர்ப்ப சூழ்நிலைமைகளுக்குப் பலியானவர்கள், அவற்றின் கைதிகள் என்றே கருதினார்.

இளம் வயதிலேயே ஹீப்ரு மொழியையும் யூத இலக்கியங் கள், யூதத் தத்துவ மதநூல்கள், விவிலியம், குரான் ஆகியவற்றையும் ஆழமாகக் கற்றிருந்தார். பிரெஞ்சு, ஆங்கிலம் ஆகியவற்றிலும் புலமை பெற்றிருந்தார். எனினும் அவரது ஆக்கங்கள் அனைத்தும் அவரது தாய்மொழியான அரபியிலேயே எழுதப்பட்டன. அரபுக் கவிஞர்களில் அவரை மிகவும் கவர்ந்தவர்கள் அப்த் அல் - வஹாப், பதர் ஷாகிர் அல்-ஸய்யாப் ஆகியோர் என்றாலும் பிரெஞ்சுக் கவிஞர் ரைம்போவும் அமெரிக்கக் கவிஞர் அல்லென் ஜின்ஸ்பெர்க்கும்தாம் தம் மீது மிகுந்த தாக்கத்தை ஏற்படுத்தி யவர்கள் என்று ஒருமுறை குறிப்பிட்டுள்ளார், எனினும், ஸ்பானியக் கவிஞர் லோர்கா, யூதக் கவிஞர் யெஹூதா அமிச்சாய் போன்றோரும் அவர் மீது தாக்கம் ஏற்படுத்தினர். ஹீப்ரு மொழியில் எழுதும் யெஹூதா அமிச்சாயை மிகவும் போற்றிய தர்வீஷ், அவரது கவிதைகள் தமக்குப் பெரும் சவாலாக

அமைந்ததாகக் கூறினார்: 'ஏனெனில், நாங்கள் இருவரும் ஒரே இடத்தைப் பற்றித்தான் எழுதுகிறோம். அவர் தமது ஆதாயத்திற்காக, அழிக்கப்பட்ட எனது அடையாளத்தை அடிப்படையாகக்கொண்டு, அதே நிலக்காட்சியையும் வரலாற்றையும் பயன்படுத்த விரும்புகிறார். எனவே எங்களுக்குள் போட்டி ஏற்பட்டுள்ளது. இந்த நிலத்தின் மொழிக்குச் சொந்தக்காரர் யார்? அதை அதிகமாக நேசிப்பவர் யார்? அதைப் பற்றிச் சிறப்பாக எழுதுபவர் யார்? இதுதான் அந்தப் போட்டி.'

இஸ்ரேலின் கல்வி அமைச்சராக இருந்த யோஸ்ஸி ஸரிட் என்பர், தர்வீஷின் கவிதைகள் சிலவற்றைப் பள்ளி மாணவர்களின் பாடத்திட்டத்தில் சேர்க்கலாம் என்று கூறுமளவுக்கு இஸ்ரேலிலுள்ள யூத வாசகர்கள் பலராலும் விரும்பிப் படிக்கப் பட்டன தர்வீஷின் கவிதைகள். ஆனால், அச்சமயம் இஸ்ரேலியப் பிரதமராக இருந்த எஹூட் பாரக், தர்வீஷ் போன்றவர்களின் கவிதைகளை இஸ்ரேலிய மாணவர்களின் பாடத்திட்டத்தில் சேர்ப்பதற்கு 'இஸ்ரேல் இன்னும் தயாராகவில்லை' என்று கூறி விட்டார். அதற்கு இரண்டாண்டுகளுக்கு முன் தர்வீஷ் எழுதிய கவிதையொன்று இஸ்ரேலிய யூத வட்டாரத்தில் பெரும் சர்ச்சையை ஏற்படுத்தியது. 'கடந்து செல்லும் வார்த்தைகளி டையே கடந்து செல்பவர்கள்' என்னும் கவிதை, யூதர்கள் அனைவரும் இஸ்ரேலை விட்டு வெளியேற வேண்டும் என்று கூறுவதாகச் சிலர் நினைத்தனர். உண்மையில் அக்கவிதை, மேற்குக் கரையிலிருந்தும் காஸாவிலிருந்தும் யூத இராணுவத்தினர் வெளியேற வேண்டும் என்றுதான் கூறியது:

> வெளியேறுங்கள் எங்கள் நிலத்திலிருந்து
> எங்கள் கடற்கரையிலிருந்து
> எங்கள் கடலிலிருந்து
> எங்கள் கோதுமையிலிருந்து
> எங்கள் உப்பிலிருந்து
> எங்கள் புண்ணிலிருந்து

இஸ்ரேல் என்னும் தேசம் அழிக்கப்படுவதையோ யூதர்கள் அனைவரும் வெளியேற்றப்படுவதையோ அவர் விரும்பவில்லை. சாமானிய இஸ்ரேலியர்களிடம் மனமாற்றம் ஏற்பட வேண்டும் என்று விரும்பினார்: 'நான் விரக்தியடையவில்லை. இஸ்ரேலியர் களின் மனசாட்சியில் ஆழமான புரட்சியொன்று ஏற்படும் என்று

பொறுமையுடன் காத்துக்கொண்டிருக்கிறேன். அணு ஆயுதங்களை உடைய ஒரு வலுவான இஸ்ரேலை ஏற்றுக்கொள்வதற்கு அராபியர்கள் தயாராக இருக்கிறார்கள். இஸ்ரேல் செய்ய வேண்டியதெல்லாம், அது தனது கோட்டைக் கதவுகளை திறந்து வைப்பதும் சமாதானத்தை ஏற்படுத்து வதும்தான்.' 'எதிரியைக்கூட மனிதத்தன்மையாக்குவதற்கு நான் தொடர்ந்து முயற்சி செய்வேன். எனக்கு ஹீப்ரூ மொழியை முதலில் கற்றுத் தந்தது ஒரு யூதர்தான். எனது வாழ்க்கையில் எனது முதல் காதலி ஒரு யூதப் பெண்தான். என்னைச் சிறைக்கு அனுப்பிய முதல் நீதிபதி ஒரு யூதப்பெண்தான். எனவே, தொடக்கத்திலிருந்தே, நான் யூதர்களைப் பிசாசுகளாகவோ, தேவதூதர்களாகவோ பார்க்கவில்லை. மனிதர்களாகத்தான் பார்த்திருக்கிறேன்.' அவரது கவிதைகளில் சில, யூதக் காதலிகளுக்காக எழுதப்பட்டவை. 'நான் காதலின் பக்கம் நிற்கிறேனேயன்றி, போரின் பக்கம் அல்ல' என்றார் அவர்.

இஸ்ரேலிய ஆக்கிரமிப்பின் கீழ் பாலஸ்தீன மக்கள் கடுந்துன்பங்களை அனுபவித்து வந்த சூழலிலும்கூட அவர் வாழ்க்கையின் மீது நம்பிக்கை இழக்கவில்லை:

தெருக்கள் எங்களைச் சுற்றி வளைக்கின்றன
நாங்கள் குண்டுகளுக்கிடையே நடக்கும்போது.
நீங்கள் சாவுக்குப் பழகிப் போய் விட்டீர்களா?
நான் வாழ்க்கைக்கு,
முடிவில்லாத வேட்கைக்குப்
பழகிப் போனவன்
இறந்தவர்களை நீங்கள் அறிவீர்களா?
காதலிப்பவர்களை நான் அறிவேன்.

நுண்கலைக் கலைஞர்கள், நாடகக் கவிஞர்கள், பாடகர்கள் ஆகியோருடன் படைப்பாற்றல் மிக்க உறவைக் கொண்டிருந்தார். அவரது கவிதைகளுக்கு மெட்டமைத்து மக்களைக் கவரும் பாட்டுகளாக ஆக்கியவர்களில் லெபனான் நாட்டு இசைக் கவிஞர் மார்ஸெல் கலிஃபெ குறிப்பிடத்தக்கவர். அவர் மெட்டமைத்த தர்வீஷின் கவிதைகளில் 'எனது தாய்' அரபு உலகம் முழுவதிலும் இலட்சக்கணக்கானோர் கேட்டு மகிழ்ந்ததாகும்:

எனது அம்மா தயாரிக்கும் ரொட்டிக்காக ஏங்குகிறேன்
எனது தாய் தயாரிக்கும் காப்பிக்காக
அவளது தொடுதலுக்காக
ஒவ்வொரு நாளும்
குழந்தைப் பருவ நினைவுகள்
எனக்குள் பொங்கி எழுகின்றன
எனது சாவு வருகையில்
எனது வாழ்க்கைக்குத் தகுதியுடையவனாக
எனது தாயின் கண்ணீருக்குத் தகுதியுடையவனாக
நான் இருக்க வேண்டும்.

ஒரு நாள் நான் திரும்பி வருவேனாகில்
என்னை உனது கண்ணிமைகளுக்கான திரையாக எடுத்துக்கொள்
உனது காலடிகளால் ஆசிர்வதிக்கப்பட்ட புற்களைக் கொண்டு
எனது எலும்புகளைப் புதைத்துவிடு.

உனது கேசத்தின் கற்றையொன்றைக் கொண்டு
உனது ஆடையிலிருந்து
தொங்கிக் கொண்டிருக்கும் நூலிழையைக் கொண்டு
நம் இருவரையும் பிணைத்துவிடு
உனது இதயத்தின் ஆழத்தை நான் தொடுவேனாகில்
நான் அமரத்துவம் பெற்று விடுவேன்
கடவுளாகி விடுவேன்.

நான் திரும்பி வருவேனாகில்
உனது நெருப்பை மூட்டுவதற்கான விறகாக
உனது வீட்டின் கூரையில் துணி காயப்போடும் கயிறாக
என்னைப் பயன்படுத்து
உனது வாழ்த்துகளின்றி
எழுந்து நிற்கக்கூட பலமில்லாதவனாக நான்.

எனக்கு வயதாகிவிட்டது
எனது குழந்தைப் பருவத்தின்
நட்சத்திர வானத்தின் வரைபடத்தை
எனக்குத் திருப்பிக்கொடு

காத்திருக்கும் உனது கூட்டுக்கு
உழவாரக் குருவிகளுடன் நான்
திரும்பிவரும் பாதையை வரைவதற்காக.

கவிஞரின் இறுதிச் சடங்கில் கலந்துகொண்டவர்களில் 95 வயதாகிய அவரது தாயும் ஒருவர். நீண்டகால அகதி வாழ்க்கைக் குப் பிறகு 1996-இல் இஸ்ரேலிலுள்ள ஹைஃபா நகருக்குச் செல்லும் வாய்ப்புப் பெற்ற தர்வீஷ், அவர் தமது தாய் தயாரித்த ரொட்டியையும் காப்பியையும் கடைசி முறையாக ரசித்துச் சாப்பிட்டார்.

மார்ஸெல் கலிஃபெ மெட்டமைத்த தர்வீஷின் பாடல் களிலொன்றான 'தந்தையே நான் யூசுஃப்' மதவாதிகளால் சர்ச்சைக்குள்ளாக்கப்பட்டது. யூசுஃப் (ஜோஸப்) விவிலியத்தின் பழைய ஆகமத்தில் சித்திரிக்கப்படும் யூத தீர்க்கதரிசிகளில் ஒருவர். தமது தந்தைக்கு அவர் செல்ல மகனாக இருந்தபோதிலும் அவர் மீது பொறாமைகொண்ட அவரது சகோதரர்களால் கடும் துன்பத்துக்கு ஆளானார். இந்தக் கவிதையிலுள்ள ஒரு வரி குரானிலுள்ள வசனத்தைப் போன்றது என்றும், எனவே அந்தக் கவிதை இஸ்லாம் மதத்தையும் குரானையும் பழிக்கிறது என்றும் கூறி சிலர் கலிஃபெ மீது அவதூறு வழக்குத் தொடுத்தனர். உண்மையில் அந்த மதத்தையோ, குரானையோ பழிக்கும் நோக்கம் கவிஞருக்கோ பாடகருக்கோ இல்லை. பழைமைவாதிகள் கலை மீதும் படைப்புச் சுதந்திரத்தின் மீதும் நடத்திய தாக்கு தலைத் துணிச்சலுடன் எதிர்கொண்ட தர்வீஷ், கலிஃபெவுக்கு ஆதரவு தெரிவிக்கக் கலைஞர்களும் எழுத்தாளர்களும் திரண்ட கூட்டமொன்றில் பேசினார்: 'நாங்கள் இங்கே வந்திருப்பது, நிர்பந்தமாக உருவாக்கப்பட்ட தேக்க நிலைக்கு எதிராகக் கலை நடத்தும் சண்டையில் பலியானவராக அல்லாமல், நமது வெற்றிகரமான குரலாக விளங்குகிற மார்ஸெல் கலிஃபெவுக்கு எங்கள் புதுப்பிக்கப்பட்ட நேசத்தைத் தெரிவிப்பதற்காகும். இந்தப் பூமியில் வாழத் தகுதியுள்ள ஒன்று உள்ளது. வாழ்க்கை யைச் சாத்தியமாக்கக் கூடிய ஒன்றுள்ளது: மார்ஸெலின் பாடலைப் போன்ற ஒன்றுதான் அது. அவர் நோயுற்ற நம்பிக் கையை இன்னும் கூடுதலான நம்பிக்கை மூலம் குணப்படுத்து கிறார். மேலோங்கியுள்ள கலைப்போக்குகளுக்கு வெளியே நின்றுகொண்டு..... இன்று நாம் கலிஃபெவுக்குத் தரும் ஆதரவு,

கட்டுப்படாத, தளையிடப்படாத படைப்பாற்றல் சுதந்திரத்திற்குத் தரப்படும் ஆதரவாகும். நமக்குள் கலந்து நிற்கும் காலம், வெளி ஆகிய இரண்டுக்கும் தரப்படும் ஆதரவாகும். சொர்க்கங்கள் பூமியை நெருங்காமல் இருந்தால், பூமியும் சொர்க்கங்களை நெருங்காது.'

2002-இல் மேற்குக்கரை முழுவதையும் இஸ்ரேலிய இராணுவம் முற்றுகையிட்டது. ஒஸ்லோ ஒப்பந்தத்தின்படி உருவாக்கப்பட்ட 'பாலஸ்தீன சுயாட்சி அரசாங்கத்'தின் தலைவர் யாஸிர் அராஃபத்தும் கூட தமது அலுவலகத்திலிருந்து வெளியேற முடியாதபடி செய்த இஸ்ரேலிய இராணுவம், பாலஸ்தீன மக்கள் மீது மிக மூர்க்கத்தனமான தாக்குதல்களைத் தொடுத்தது. அந்த முற்றுகைதான் 'முற்றுகையிடப்பட்ட அரசு' என்னும் நெடுங்கவிதையை தர்வீஷ் எழுதுவதற்கான உள் உந்துதலைத் தந்தது. இஸ்ரேலியத் தாக்குதல் தொடங்குவதற்கு முதல்நாள், தர்வீஷின் அழைப்பின் பேரில், நோபல் பரிசு பெற்ற வோலிஸோயிங்கா, ஹோஸெ ஸரமாகோ உள்ளிட்ட உலகப் புகழ்பெற்ற எட்டு எழுத்தாளர்கள் ரமல்லா நகருக்கு வருகை தந்து, இஸ்ரேலிய ஆக்கிரமிப்பால் பாலஸ்தீனர்களின் தாயகம் முழுவதும் சின்னாபின்னாமாகியிருப்பதைக் கண்டனர். 'பிரசாரமே தேவையில்லை. உண்மையை அவர்களே பார்த்துத் தெரிந்துகொள்ளட்டும்' என்றார் தர்வீஷ். இஸ்ரேலிய அரசின் எல்லைக்குள் வாழும் பாலஸ்தீனர்கள், இஸ்ரேலால் ஆக்கிரமிக்கப்பட்ட பகுதிகளில் வாழும் பாலஸ்தீனர்கள், புலம்பெயர்ந்து பல்வேறு நாடுகளில் வாழும் பாலஸ்தீனர்கள் ஆகிய அனைவரையும் ஒன்றிணைக்கக்கூடிய ஆற்றல் மிக்க கவிதைகளை எழுதிய தர்வீஷ், குறுகிய தேசியவாதத்தையும், அரசு அமைப்புகளை வழிபடுவதையும் எப்போதும் எதிர்த்து வந்தார். பாலஸ்தீன மக்கள் மீது அவர் கொண்டிருந்த அளவுகடந்த நேசம், மலினப்படுத்தப்பட்ட தேசியவாதமாக, இன-வெறுப்பாக ஒருபோதும் வெளிப்பட்டதில்லை. 'முற்றுகையிடப்பட்ட அரசி'ல் யூதப்படை வீரன் ஒருவனிடம் அவர் பேசுவதுபோல சில வரிகள் எழுதப்பட்டுள்ளன:

> வாசல் படிகளில் நின்றுகொண்டிருக்கும் நீ, உள்ளே வா
> எங்களுடன் சேர்ந்து எங்கள் அராபியக் காப்பியைப் பருகு
> எங்களைப் போல நீயும் மானுடன்தான் என்பதை
> அப்போது உன்னால் உணர முடியும்.

கொல்பவனுக்கு: கருவிலிருந்து நீ முப்பது நாள்களில் வெளியே வந்திருந்தால்
விஷயங்கள் வேறு விதமாக இருந்திருக்கலாம்;
ஆக்கிரமிப்பு முடிவடைந்திருக்கலாம்
தவழும் குழந்தையின் நினைவில்
முற்றுகைக் காலம் இல்லாமல் போயிருக்கலாம்
அவன் ஆரோக்கியமான சிறுவனாக வளர்ந்து
உனது மகள்களில் ஒருத்தியைப் போலவே
ஏதோவொரு கல்லூரியில்
ஆசியாவின் தொன்மை வரலாற்றைப் படிக்கக்கூடும்
அவர்கள் காதல் வயப்படக்கூடும்
அவர்களுக்கு ஒரு மகள் பிறக்கக்கூடும்
(அவள் பிறப்பால் யூதப் பெண்ணாக இருப்பாள்)
நீ எப்போது என்ன செய்துள்ளாய்?
உனது மகள் இப்போது விதவை,
உனது பேத்தி இப்போது அநாதை
சிதறுண்டுபோன உனது குடும்பத்திற்கு நீ என்ன செய்துள்ளாய்?
ஒரே துப்பாக்கிக் குண்டில் மூன்று புறாக்களை
உன்னால் எப்படிக் கொல்ல முடிந்தது?

மரணமடைவதற்குச் சில வாரங்களுக்கு முன் எழுதிய அவரது கடைசிக் கவிதை, ஒருவருக்கொருவர் எதிரிகளாக உள்ள இருவர் படுகுழியில் விழுந்துவிடுகின்ற கதையைச் சொல்கிறது. அங்கு ஒரு நச்சுப் பாம்பைப் பார்க்கின்றனர். அதை இருவரும் சேர்ந்து அடித்துக்கொல்ல வேண்டிய நிலை. இங்கு கடந்த காலம் இருவராலும் நினைத்துப் பார்க்கப்பட்டுப் பின்னர் மறக்கப்பட்டுவிடுகிறது. ஒரு யூதனும் ஒரு பாலஸ்தீனனும் பேசிக் கொள்வதைப்போல அமைந்துள்ளன இந்த வரிகள்:

அவன் கூறினான்: என்னுடன் இப்போது பேச்சுவார்த்தை
நடத்துவாயா?

நான் கூறினேன்: எதற்காக இப்போது என்னுடன் பேச்சுவார்த்தை
-இந்த சமாதிக் குழியில்?

அவன்கூறினான்: இந்தப் பொது சமாதியில் உனது பாகம் என்ன,
எனது பாகம் என்ன என்பதைப் பற்றி

நான் கூறினேன்: அதனால் என்ன பயன்?
காலம் நம்மைக் கடந்து விட்டது,
நமக்கு நேர்ந்த விதி ஒரு விதிவிலக்கு
இங்கு கிடப்பது ஒரே குழியில்
ஒன்றாகத் துயில் கொள்ளும்
கொலைகாரனும் கொலை செய்யப்பட்டவனும்
இந்தக் காட்சியை அதன் முடிவுக்குக் கொண்டு
செல்ல இன்னொரு கவிஞன் வர வேண்டும்.

தமது சாவைப் பற்றிய முன்னறிவிப்பாக இந்தக் கவிதையை எழுதினாரா தர்வீஷ்?

நீண்ட காலமாகவே இதயநோயால் அவதிப்பட்டு வந்த அவர் தொடர்ச்சியாக சிகரெட் புகைக்கும் பழக்கமுள்ளவர். மூன்றுமுறை இதய அறுவைசிகிச்சை செய்துகொண்டபின், நான்காவது முறையாக, அமெரிக்காவின் டெக்ஸாஸ் மாகாணத்திலுள்ள மருத்துவமனையில் அவருக்கு மேலும் ஒரு இதய அறுவை சிகிச்சை செய்யப்பட்டது. அந்த அறுவை சிகிச்சை பலனளிக்காமல் போனதால், 2008ஆகஸ்ட் 9- ஆம் தேதி மரணமடைந்தார். அறுவைச் சிகிச்சைக்குப் பிறகு நினைவு தப்பிப் போனால், தமது உயிரைக் காப்பதற்காக வைக்கப்பட்டிருந்த கருவிகள் அனைத்தையும் அகற்றிவிடும்படியும் தமது உடலை பாலஸ்தீனத்தில் புதைக்கும்படியும் உயில் எழுதிவைத்துவிட்டு இறந்திருக்கிறார். அவரால் விமர்சிக்கப்பட்ட, உண்மையான அதிகாரம் ஏதுமில்லாத பாலஸ்தீன அரசாங்கத்தால் 'அரசு மரியாதை'யுடன் அவர் உடல் நல்லடக்கம் செய்யப்பட்டது வரலாற்று முரண்.

குறிப்புகள்

1. ஆக்ரே: பாலஸ்தீன மாவட்டமொன்றின் பெயர். இந்த மாவட்டத்திலுள்ள அல்-பிர்வா என்னும் கிராமத்தில்தான் மஹ்மூத் தர்வீஷ் பிறந்தார். 1948-இல் அந்த மாவட்டத்தை ஆக்கிரமித்த ஜியோனிஸ்டுகள், அதற்கு கலிலீ மாவட்டம் எனப் புதிய பெயர் சூட்டினர்.

2. போனபார்ட்டின் படைவீரர்கள்: 1799-ஆம் ஆண்டில் நெப்போலியன் போனபார்ட்டின் பிரெஞ்சுப் படைகள், எகிப்து

மீதும் பாலஸ்தீனத்தின் மீதும் படையெடுத்து அவற்றை ஆக்கிரமித்துக்கொண்டன.

3. துருக்கியை மையமாகக் கொண்டிருந்த ஓட்டோமான் பேரரசு முதலாம் உலகப்போரில் தோல்வியடைந்ததும் அதன் பகுதியாக இருந்த பாலஸ்தீனம் ஆங்கிலேயரின் ஆளுகையின் கீழ் வந்தது.

4. யெனிஸெரி: ஓட்டோமோன் பேரரசின் சுல்தானின் மெய்க் காப்பாளர் படை.

5. யோஸுவா: விவிலியத்தில் (பழைய ஆகமத்தில்) இடம் பெறும் யூத தீர்க்கதரிசிகளிலொருவர். கானான் தேசம் என்று விவிலியத்தில் கூறப்படும் பாலஸ்தீனமும் கர்த்தரால் யூதர்களுக்கு வாக்களிக்கப்பட்ட பூமியில் அடங்குமாதலால், தமது சேனையைக் கொண்டு கானான் தேசத்தைக் கைப்பற்றி, அந்த தேசத்தின் நகரங்களை அழித்தும் அங்கிருந்த மக்கள் அனைவரையும் கொன்றும், அந்த தேசத்தை பன்னிரண்டு இஸ்ரேலியப் பழங்குடிகளுக்கான ‘வாக்களிக்கப்பட்ட பூமி’யின் பகுதியாக்கினார் என்று பழைய ஆகமத்தில் உள்ள ‘யோஸுவா ஆகமம்’ கூறுகிறது.

6. சிலுவைப் போராளிகள்: மத்திய கால ஐரோப்பிய நிலப்பிரபுத்துவ சக்திகள், கிறிஸ்துவர்களின் புனிதத் தலமாகக் கருதப்படும் ஜெரூஸலேமை (பாலஸ்தீன நகரம்) முஸ்லிம்களிடமிருந்து மீட்டெடுத்தல் என்னும் பெயரால் புதிய நிலப்பகுதிகளைக் கைப்பற்ற நடத்திய போர்கள். இந்தப் போரில் பங்கேற்றவர்கள் சிலுவைப் போராளிகள் என அழைக்கப்பட்டனர்.

13

கல் தெப்பம்

'எனது வாழ்க்கையில் நான் அறிந்த மிகச் சிறந்த விவேகி, எழுதப் படிக்கத் தெரியாதவர். புதிய நாள் பிறக்கும் என்னும் நம்பிக்கை பிரெஞ்சு நிலங்களிலிருந்து இன்னும் நகராது இருக்கும் காலை நான்கு மணிக்கு, அவர் தமது நார்ப்பாயிலிருந்து எழுந்து அரை டஜன் பன்றிகளை மேய்ப்பதற்காக வயல்களுக்குச் சென்றுவிடுவார். அந்தப் பன்றிகளின் சினைதான் அவருடைய வயிறும் அவரது மனைவியின் வயிறும் நிரம்புவதற்கு உதவியது. இந்த வறிய நிலையில் சிறு அளவுக்குப் பன்றிகளை வளர்த்து எனது தாயின் பெற்றோர்கள் வாழ்க்கை நடத்தி வந்தனர். குட்டிபோட்ட பின் அந்தப் பன்றிகள் பிரிக்கப்பட்டு ரிபாட்டெயோ மாநிலத்திலிருந்த அஸின்ஹாகா கிராமத்திலிருந்த எங்கள் அண்டை வீட்டாருக்கு விற்கப்பட்டுவிடும். யெரொனிமோ மெரின்ஹோ, யோஸெஃபா சைக்ஸின்ஹா என்பனதாம் அவர்களது பெயர்கள். அவர்கள் இருவருமே தற்குறிகள். பனிக்காலத்தில், வீட்டுக்கு உள்ளேயுள்ள பானைகளிலிலுள்ள நீர் உறைந்துபோகும் அளவுக்கு இரவில் குளிர் அதிகமாகும்பொழுது, அவர்கள் பன்றித் தொழுவத்திற்குச் சென்று, பன்றிக்குட்டிகளில் சவலைகளாக இருப்பவற்றை எடுத்து வந்து அவற்றைத் தங்கள் படுக்கைகளுக்குக் கொண்டு செல்வர். சொரசொரப்பான கம்பளிப் போர்வைகளுக்கு அடியில், மனித உடல்களின் வெதுவெதுப்பு அந்தக் குட்டி விலங்குகள் குளிரால் விறைத்துப் போகாதபடி பாதுகாத்து, சாவி லிருந்து மீட்கும். அந்த இரண்டு பேரும் அன்பான மனிதர்கள் தாம் என்றாலும் அவர்கள் அப்படிச் செய்வதைத் தூண்டியது அவர்களின் கருணை உள்ளம் அல்ல. உணர்ச்சிவசப்படுதலும் வாய்ச்சவடாலும் இல்லாமல், தங்களது அன்றாட உணவை உறுதிசெய்து கொள்வதுதான் அவர்களுக்கு இருந்த அக்கறை.

தங்கள் வாழ்க்கையைப் பராமரிப்பதற்காக, தேவைக்கு அதிகமாகச் சிந்திக்கக் கற்றுக்கொள்ளாத மனிதர்களுக்கு அதுதான் இயல்பு. பல நேரங்களில் பன்றி மேய்ப்பதில் பாட்டனாருக்கு உதவியாக இருந்திருக்கிறேன். பல நேரங்களில் வீட்டையொட்டி இருந்த காய்கறித் தோட்டத்தில் மண் தோண்டியிருக்கிறேன். அடுப்பு மூட்டுவதற்காக விறகு உடைத்திருக்கிறேன். பல நேரங்களில் தண்ணீர்ப் பம்பை இயக்குவதற்காக பெரிய இரும்புச் சக்கரத்தை சுழற்று சுழற்று என்று சுழற்றியிருக்கிறேன். பொதுக் கிணற்றிலிருந்து பம்ப் அடித்து தண்ணீரை தோளில் சுமந்து வந்திருக்கிறேன். பல நேரங்களில், கமுக்கமாக, சோளக்கொல்லைகளைக் காவல் காக்கும் காவலாளிகளை ஏமாற்றிவிட்டு, எனது பாட்டியுடன் அதிகாலையிலேயே அரிவாள்கள், சாக்குகள், கயிறுகள் ஆகியவற்றுடன் சென்று அறுவடை முடிந்ததும் கீழே கிடக்கும் சோளத்தட்டுகளைத் திரட்டிக்கொண்டு வருவேன். அவை பன்றிகள் குட்டிகளை ஈனும்போது பரப்பி வைக்கப்படும் செத்தைகளாகப் பயன்படும். சில நேரங்களில், வெப்பம் மிகுந்த கோடைக்கால இரவுகளில், இரவு உணவு முடிந்ததும் எனது பாட்டனார் சொல்வார்: 'ஹோஸெ, இன்று நாம் இருவரும் அத்தி மரத்துக்குக் கீழே தூங்கப் போகிறோம்.' அங்கு வேறு இரண்டு அத்தி மரங்கள் இருந்தன. ஆனால், அந்த ஒன்று, எல்லா அத்தி மரங்களையும் விடப் பெரியதாக இருந்ததாலும், எல்லாவற்றையும்விடப் பழமையானதாக, காலக்கணிப்பற்றதாக இருந்ததாலும், வீட்டிலுள்ள எல்லோருக்குமே அதுதான் அத்தி மரம்....'

இவ்வாறு தொடங்குகிறது ஹோஸெ ஸரமாகோ 1998-இல் ஆற்றிய நோபல் பரிசு ஏற்புரை. இரவுநேரங்களில் தாத்தா சொன்ன கதைகள், உலகத்திலுள்ள அறிவு அனைத்தின் உறைவிடம் அவர்தான் என்னும் எண்ணத்தை இளம் ஸரமாகோவிடம் ஏற்படுத்தியிருந்தன. தமது பாட்டி இளமையில் மிக அசாதாரணமான அழகியாக இருந்திருக்கிறாள் என்பதை அவர் மற்றவர்களிடமிருந்து கேட்டுத் தெரிந்து கொண்டிருக்கிறார். சாவை நினைத்து அஞ்சியதே இல்லை என்றும், இந்த அழகான உலகத்தை விட்டுப் பிரிய வேண்டியிருக்கிறதே என்ற கவலை மட்டுமே தமக்கு இருக்கிறது என்றும் பாட்டி சொன்னதை நினைவுகூர்கிறார்.

நிலமற்ற விவசாயக் குடும்பத்தில் பிறந்த அவரது இயற்பெயர் 'ஸரமாகோ' அல்ல. 'ஸரமாகோ' என்பது அவரது

தந்தையின் குடும்பத்தாருக்குச் சூட்டப்பட்டிருந்த செல்லப் பெயர். காட்டு முள்ளங்கி என்பது அதன் பொருள். நமது ஹோஸெவின் பிறப்பைப் பதிவு செய்யும்போது, தற்செயலாக, 'ஸரமாகோ' என்னும் பெயரும் எதேச்சையாகப் பதிவேட்டில் மாட்டிக்கொண்டது. 1942-இல் அவரது குடும்பம் போர்ச்சுகீசியத் தலைநகரமான லிஸ்பனுக்குப் பெயர்ந்தது. அப்பா போலீஸ்காரராக வேலைக்குச் சேர்ந்தார். ஹோஸெவிற்கு இரண்டு வயது மூத்த அவரது அண்ணன் ஃபிரான்ஸிஸ்கோ, அந்தக் குடும்பம் லிஸ்பனுக்குப் போய்ச் சேர்ந்த சில மாதங்களில் இறந்துபோனார். ஹோஸெ படிப்பில் கெட்டிக்காரராக இருந்தாலும், வறுமை யின் காரணமாக அவரைச் சிறப்பு இடைநிலைப் பள்ளியில் (grammer School) படிக்கவைக்க முடியவில்லை. எனவே அவரது 12-ஆம் வயதில் தொழில் பள்ளிக்கூடத்தில் சேர்க்கப்பட்டார். அங்கு படிப்பு முடித்ததும் கார் மெக்கானிக்காக இரண்டாண்டு கள் வேலை செய்தார். பின்னர் சிறிதுகாலம் மொழிபெயர்ப்பாள ராகவும் பத்திரிகையாளராகவும் பணிபுரிந்தபின், செய்தி நாளேடொன்றின் உதவி ஆசிரியராக இருந்தார். போர்ச்சுகலில் ஏற்பட்ட சில முக்கிய அரசியல் நிகழ்வுகளின் காரணமாக 1975-இல் அந்த உதவி ஆசிரியர் வேலையைத் துறக்க வேண்டியதா யிற்று. மீண்டும் சிறிது காலம் மொழிபெயர்ப்பாளராக வேலை செய்த அவர், படைப்பிலக்கியம் எழுதுவதில் ஈடுபட்டு, தமது எழுத்துக்குக் கிடைக்கும் சன்மானத்தைக் கொண்டு வாழத் தொடங்கினார். 1944-இல் ஐல்டாரெய்ஸ் என்பவரைத் திருமணம் செய்து கொண்ட அவருக்கு வயோலென்ட்டெ என்னும் பெண் குழந்தை 1947-இல் பிறந்தது. 1988-இல் ஸ்பானியப் பத்திரிகை யாளரும் அந்த மொழியில் தமது படைப்புகளைத் தொடர்ந்து மொழியாக்கம் செய்து வந்தவருமான பிலார் டி.ரியோ என்பவரைத் திருமணம் செய்துகொண்டார்.

பத்திரிகைக் கட்டுரைகள், இலக்கியத் திறனாய்வுகள், கவிதைகள், நாடகங்கள், நாவல்கள் எனப் பல்வேறு துறைகளில் பிரகாசித்து வந்த அவர், ஐம்பத்தி ஐந்தாவது வயதுக்குப் பிறகே உலகளவிலான அங்கீகாரம் பெற்றார். 'பல்தஸாரும் பிலிமுண்டா வும்' (Baltasar and Blimunda) என்னும் நாவல்தான் உலகளவில் வாசகர்களை அவர்பால் ஈர்த்த முதல் நாவல் எனக் கூறலாம். 1969 முதல் போர்ச்சுகீசிய கம்யூனிஸ்ட் கட்சியில் உறுப்பினராக இருந்த அவர், தம்மை அப்பட்டமான நாத்திகர் என்றும்

அவநம்பிக்கைவாதி என்றும் அழைத்துக்கொள்வது வழக்கம். அவருடைய கருத்துகள் போர்ச்சுகலில் பெரும் சர்ச்சைகளை உருவாக்கின. குறிப்பாக, ஏசுவை மனித பலவீனங்கள் நிறைந்த மனிதராகவும், அவரது தந்தை ஜோசப்பை, ஏராது மன்னன் இரண்டு வயது ஆண் குழந்தைகள் அனைத்தையும் கொன்றதற் காகச் சிறிதுகூட மன வருத்தமோ குற்ற உணர்வோ கொள்ளாத நபராகவும், மக்தலேனாவை ஏசுவின் மனைவியாகவும் சித்திரிக் கும் 'ஏசு கிறிஸ்துவின் சுவிசேடம்' (Gosper according to Jesus Christ) என்னும் அவருடைய நாவல் கத்தோலிக்கர்களின் மனதைப் புண்படுத்தியதாகக் கூறி, அது ஐரோப்பிய நாடுகளின் இலக்கிய விருதொன்றுக்குப் பரிசீலிக்கப்படுவதைத் தடுத்து விட்டது போர்ச்சுகீசிய அரசாங்கம். போர்ச்சுகலில் அமைதியாக வாழ முடியாதபடி செய்யப்பட்ட அவர் ஸ்பெயின் நாட்டின் பகுதிகளாக அமைந்துள்ள கானரி தீவுகளிலொன்றில் வசித்து வந்தார்.

தீவிர அரசியலிலிருந்து விலகிவிட்டாலும், அர்ப்பணிப்பு மிக்க இடதுசாரியாகவே கடைசிவரை இருந்தார். அமெரிக்க ஏகாதிபத்தியத்திற்கும் இஸ்ரேலிய ஜியோனிஸத்திற்கும் எதிராகக் குரலெழுப்பி வந்தார். லெபனானிலும் பாலஸ்தீனத்திலும் ஜியோனிஸ்ட் யூதர்கள் நடத்தி வந்த வன்கொடுமைகளையும் ஆக்கிரமிப்பு நடவடிக்கைகளையும் வன்மையாகக் கண்டனம் செய்து 2002-இல் ஸ்பானிய ஏடொன்றுக்கு அவர் எழுதிய கட்டுரை வலதுசாரிகளின் கண்டனத்துக்குள்ளாகியது. நாஜிகளால் அறுபது இலட்சத்துக்கும் மேற்பட்ட யூதர்கள் சித்திரவதை செய்யப்பட்டு, கொலை செய்யப்பட்ட 'பாடழிவு' (இது 'Holocaust' என அழைக்கப்படுகிறது) மனிதகுல வரலாற்றில் மாபெரும் இனக்கொலைக் குற்றம் என்பதில் ஐயமில்லை என்றாலும் பாலஸ்தீன மண்ணை ஆக்கிரமித்துக் கொண்ட ஜியோனிஸ யூதர்களும் உலகெங்கிலுமுள்ள அவர்களது ஆதரவாளர்களும் தாங்கள் பிற இனத்தவருக்கு இழைக்கும் அநீதிகளையும் கொடுமைகளையும் மூடி மறைக்கவும் அவற்றிலிருந்து உலக மக்களின் கவனத்தைத் திசை திருப்பவும் அந்தப் பாடழிவை பிரசாரப் பொருளாகப் பயன்படுத்தி வருகின்றனர். ஸரமாகோ எழுதினார்: 'எந்த ஒருவர் மீதும், குறிப்பாகப் பாலஸ்தீனர்கள் மீதும் சுமத்தப்பட்டுள்ள, சுமத்தப்படுகின்ற, சுமத்தப்படப் போகின்ற துன்பம் ஏதும் பாடழிவின்போது தாங்கள் அனுபவித்த துன்பத்தைவிட

எப்போதுமே அற்பமானதுதான் என்ற கருத்து கற்பிக்கப்பட்ட, அதில் பயிற்றுவிக்கப்பட்ட யூதர்கள், தங்கள் புண்களிலிருந்து இரத்தம் ஒழுகுவதற்காக, அது ஒருபோதும் ஆறாதபடி செய்வதற்காக, அதை ஒரு பதாகையாக உலகத்திற்குக் காட்டு வதற்காக, எப்போதுமே அதைச் சிராய்த்துக் கொண்டிருக் கிறார்கள். (விவிலியத்திலுள்ள) உபாகமத்தில், 'பழிக்குப் பழி வாங்குவதும் பதிலுக்குப் பதில் தருவதும் நம்முடைய தொழில்' என்று கர்த்தர் கூறும் அந்தத் திகிலூட்டும் வார்த்தைகளை இஸ்ரேல் பிடித்துக்கொண்டது. பாடழிவின் பேரச்சங்கள் அனைத்திற்கும் நேரடியாகவோ, மறைமுகமாகவோ நாம் அனைவரும் குற்ற உணர்வுகொள்ள வேண்டும் என்று இஸ்ரேல் விரும்புகிறது. மிக அடிப்படையான விமர்சனப் பண்பை நாம் துறந்துவிடவேண்டும் என்றும் தனது விருப்பத்தின் எதிரொலி யாக - எளிதில் வசப்படக்கூடிய எதிரொலியாக - நாம் அனை வரும் நம்மை உருமாற்றிக்கொள்ள வேண்டும் என்றும் இஸ்ரேல் விரும்புகிறது.'

2006 ஜூலை-ஆகஸ்ட் மாதங்களில் லெபனான் மீது இஸ்ரேல் ஆக்கிரமிப்புப் போர் நடத்திக்கொண்டிருந்தபோது பாலஸ்தீன தேசத்தை ஒழித்துக்கட்டிவிடுவது என்பதையே நோக்கமாகக் கொண்ட நீண்டகால இராணுவ, பொருளாதார புவியியல் நடைமுறைகளின் வெளிப்பாடே அந்த ஆக்கிரமிப்புப் போர் எனக்கூறிய கண்டன அறிக்கையில் தாரிக் அலி, ஜான் பெர்கெர், நோம் சோம்ஸ்கி, எடுவர்டோ கலியானோ, நாவோமி க்ளெய்ன், ஹரால்ட் பின்ட்டெர், அருந்ததி ராய், ஹொவார்ட் ஸின் ஆகிய உலகப்புகழ் பெற்ற இடதுசாரி எழுத்தாளர்கள், அறிவாளிகள் ஆகியோருடன் சேர்ந்து ஹோஸெ ஸரமாகோவும் கையெழுத்திட்டார்.

நீண்ட காலம் கம்யூனிஸ்ட்கட்சி உறுப்பினராக இருந்த வரும் இடதுசாரி அரசியல் கண்ணோட்டத்தைக் கொண்டவரு மான ஹோஸெ ஸரமாகோவின் நாவல்களில் வெளிப்படையான அரசியல் பிரசாரம் எதனையும் காண முடியாது. அவரது வாழ்க்கை அனுபவங்கள் அவரது நாவல்களில் வரும் பாத்திரங் கள் சிலவற்றின் உருவாக்கத்திற்குக் காரணமாக இருந்திருக்கின் றன என்பது உண்மைதான். எடுத்துக்காட்டாக அவரது பாட்ட னார், பெர்பெர் இனத்தைச் சேர்ந்த வயோதிகராக ஒரு நாவலில் இலக்கிய வடிவம் பெற்றிருக்கிறார். எனினும், இலக்கிய

ஆளுமை என்னும் வகையில் தமது 'வம்ச விருட்சத்தை' வெறும் மரபின வேர்களுக்குக் குறுக்க முடியாது என்றும், தமது புனை விலக்கியங்களில் படைக்கப்பட்ட கதாபாத்திரங்கள் தம்மையும் படைத்தனர் என்றும் ஸரமாகோ நோபல் பரிசு ஏற்பு உரையில் கூறுகிறார்: 'அந்தப் பாத்திரங்களைப் படைத்தவன் அதே வேளை அவர்களால் படைக்கப்பட்டவனுமாவான். ஒருவகையில், எழுத்துக்கு எழுத்து, வார்த்தைக்கு வார்த்தை, பக்கத்துக்குப் பக்கம், ஒரு புத்தகத்துக்குப் பிறகு மற்றொன்றில் நான் படைத்த பாத்திரங்களை அடுத்தடுத்து எனக்குள் நட்டு வைத்தேன். அவர்கள் இல்லாமல், நான் இன்றுள்ள நபராக இருந்திருக்க முடியாது என்று கருதுகிறேன்.' வாழ்க்கையை நடத்துதல் என்னும் கடினமான பணியைச் செய்வதற்குக் கற்றுத் தந்தவை தாம் படைத்த பாத்திரங்களே எனக் கூறும் ஸரமாகோ, அவை நாவலாசிரியன் என்னும் சூத்திரதாரியால் ஆட்டுவிக்கப்படும் பொம்மைகளல்ல என்கிறார். அவர் எழுதிய நாவல்களில் ஒன்பதும், நாடகங்களில் ஒன்றும் எவ்வாறு பிறந்தன, அவை ஒவ்வொன்றுக்குமுள்ள வரலாற்று, அரசியல், பண்பாட்டுப் பகைப் புலன்கள் என்ன என்பதையும் அந்த உரையில் விளக்குகிறார்.

அந்த ஒன்பது நாவல்களிலொன்றுதான் 'கல் தெப்பம்' (Stone Raft). *1986*-இல் போர்ச்சுகீசிய மொழியில் வெளிவந்து *1994*ல் ஆங்கிலத்தில் மொழியாக்கம் செய்யப்பட்ட இந்த நாவலில் ஆறு முக்கியப் பாத்திரங்கள்: இரண்டு பெண்கள், மூன்று ஆண்கள், ஒரு நாய். போர்ச்சுகலிலுள்ள ஒரு கிராமத்தில் யோனா கார்தா என்னும் பெண் ஒரு மரக் கிளையால் நிலத்தில் ஒரு கோடு கிழிக்கிறாள். உடனே அந்தப் பகுதியிலுள்ள நாய்கள் எல்லாம் குரைக்கத் தொடங்குகின்றன. அது அங்குள்ள மக்களுக் குப் பீதியூட்டுகிறது. ஏனெனில் அந்த நாய்கள் அதற்கு முன் ஒருபோதும் குரைத்ததில்லை. நரகத்திலிருந்து யாரும் தப்பி யோடாதபடி காவல் காத்துக்கொண்டிருந்த ஆதி நாயின் வழித் தோன்றல்கள் அவை. அந்த நாய்கள் குரைத்துக்கொண்டிருக்கும் அதே நேரத்தில் இன்னொரு இடத்தில் அட்லாண்டிக் கடற்கரை யோரமாக நடந்து கொண்டிருக்கிறான் ஹோக்கிம் ஸாஸ்ஸா. விளையாட்டுக்காக சிப்பிகளையும் சிறுகற்களையும் அலை களின் மீது வீசுவது போல, வட்டமான பாறை போன்ற ஒரு பெருங்கல்லை - கிரேக்கப் புராணத்தில் வரும் ஹெர்குலிஸ்

போன்றவர்களால் மட்டுமே அப்படி எளிதாகத் தூக்கியெறியக் கூடிய ஒரு கல்லை - எடுத்து தூரத்திலுள்ள கடலலைகள் மீது எறிகிறான். அந்தக் கல் கடலில் மூழ்குவதற்குப் பதிலாக அலைகளால் கரைக்கு அடித்து வரப்படுகிறது. ஹோக்கிம் ஸாஸ்ஸா அந்தக் கல்லை எறிந்த அதே நொடியில் ஸ்பெயின் நாட்டின் வறண்ட கிராமமொன்றில் மருந்துக்கடை நடத்திவரும் பெத்ரோ ஓர்ஸெ, தான் உட்கார்ந்திருந்த நாற்காலியிலிருந்து எழுந்து நிற்கிறான். ஏனெனில் அவனது காலுக்குக் கீழே பூமி நடுங்குகிறது. அதாவது பூகம்பம் ஏற்படுவதை அவனது பாதங் கள் உணர்கின்றன. அடுத்த நாள் காலை, பயிரிடப்படாத, சதுப்பு நிலங்களும் மரவகைகளும் நிறைந்த பகுதியொன்றைக் கடந்து வந்துகொண்டிருக்கிறான் ஹோஸெ அனய்ஸோ. அதைவிடத் தனிமை நிறைந்த பகுதி ஏதும் இருக்க முடியாது. ஆனால் என்ன ஆச்சரியம்! அவனைத் தொடர்ந்து ஆயிரக்கணக் கான மைனாக் குருவிகள் பறந்து வருகின்றன, புயலுக்கு முன் திரளும் மேகக்கூட்டம் போல. அவன் நடப்பதை நிறுத்திவிட்டு நின்றால், அந்தப் பறவைகள் அவனது தலைக்குமேல் வட்ட மாகப் பறந்து பின்னர் அருகிலுள்ள மரக்கிளைகளில் அமர்ந்து கொள்கின்றன. மரத்தின் உச்சி மட்டுமே தெரிகிறது. இலைகள், கிளைகள் எல்லாம் பறவைமயம்.

போர்ச்சுகலின் இன்னொரு மூலையில் உள்ள பண்ணை வீட்டில் மரியா குவாவய்ரா என்னும் பெண், பரணில் ஏறி அங்கு ஒரு பழைய காலுறை இருப்பதைப் பார்க்கிறாள். சாதாரணமாக, பழைய காலுறைகளில் கொஞ்சம் பணத்தைப் போட்டுப் பரணில் வைத்துவிடுவது அந்தப் பக்கத்துப் பழக்கம். மரியா எடுத்த காலுறையில் பணம் ஏதும் இல்லை. அதிலுள்ள கம்பளி நூலையாவது பிரித்து எடுத்து வைத்துக்கொள்ளலாம், அது ஸ்வெட்டர் அல்லது காலுறை பின்னுவதற்குப் பயன்படும் என்று காலுறையிலுள்ள நூலைப் பிரிக்கத் தொடங்குகிறாள். ஆனால் காலுறையைப் பிரிக்கப் பிரிக்க முடிவே இல்லாதபடி கண்டு கண்டாக நூல் குவிந்துகொண்டே இருக்கிறது.

மேற்சொன்ன அதிசயங்கள் போதாதென்று, பிரான்ஸையும் ஸ்பெயினையும் பிரிக்கும் பைரென் மலைத்தொடர்ச்சியின் கிழக்குப்பகுதியில் மலைகள் கடலை நோக்கிச் சரியுமிடத்தில் பெரும் பாறையில் பென்சிலால் கோடு கிழித்தாற்போல ஒரு

விரிசல் ஏற்படுகிறது. அதை முதலில் பார்த்தது, இந்த நாவலின் ஆறாவது முக்கிய பாத்திரமான நாய் ஆர்டென்ட். அது ஏதோ ஒரு முயலைப் பிடிக்க வந்திருக்க வேண்டும். மிகக் கூர்மையான காதுகளைக்கொண்ட விலங்கினத்தைச் சேர்ந்த அதன் காதுகளில் அந்தப்பாறை பிளவுபடும் சப்தம் கேட்கிறது. அருகில் சென்று முகர்ந்து பார்க்கிறது. அந்த நாய் நின்று கொண்டிருந்த இடம் பிரெஞ்சுப் பகுதி. பிறகு அந்த விரிசலின் நீளமும் அகலமும் ஆழமும் அதிகரிக்கத் தொடங்குகின்றன. நாய்க்கும் நடுக்கம் ஏற்படத் தொடங்குகிறது. பிறகு திடீரென ஒரே பாய்ச்சலாக அந்த விரிசலைத் தாண்டிக் குதித்து ஸ்பானியப் பகுதிக்கு வந்து சேர்ந்துவிடுகிறது.

ஆக, இந்த ஆறு பாத்திரங்களும் சம்பந்தப்பட்ட நிகழ்ச்சிகள் இது ஒரு மாய யதார்த்த நாவல் என்பதைத் தொடக்கத்திலேயே அறிவித்துவிடுகின்றன. இவை போதாதென்று, முதல் விரிசல் தோன்றிய இடத்திலிருந்து கணிசமான தொலைவில் பிஸ்கே வளைகுடாவை நோக்கி மற்றொரு விரிசல் ஏற்படுகிறது. அந்தப் பகுதியில்தான் பிரான்ஸில் தோன்றி ஸ்பெயினில் பாய்ந்து பின்னர் வேறு இரு ஆறுகளுடன் கலந்து மத்தியத்தரைக்கடலில் கலக்கும் ஐராட்டி ஆறும் அதன் கரையோரம் ஓர்பாசெட்டா என்னும் ஊரும் உள்ளன. நிலத்தில் ஏற்பட்ட அந்தப் பிளவின் அகலம் மூன்று மீட்டர்தான் என்றாலும், ஐராட்டி ஆற்றின் தண்ணீர் முழுவதும் ஒரு பெரும் நயாகரா அருவி போல அந்தப் பள்ளத்தில் விழுந்து மறைய, அந்த ஆறே வறண்டு போய் கல்லும் மணலும் மட்டுமே எஞ்சுகின்றன. அந்த விரிசலைப் பார்வை யிடுவதற்காக ஐரோப்பா முழுவதிலுமிருந்து வந்து சேர்ந்த அரசாங்க அமைச்சர்கள், அரசியல்வாதிகள், சிவில் நிர்வாக மற்றும் இராணுவ அதிகாரிகள், புவியியல் வல்லுநர்கள், பத்திரிகையாளர்கள், சுரங்கவியல் வல்லுநர்கள், புகைப் படக்காரர்கள், சினிமா மற்றும் தொலைக்காட்சிப் படப்பிடிப் பாளர்கள், அனைத்துவகைப் பொறியியலாளர்கள், ஆய்வாளர் கள், வேடிக்கை பார்ப்பவர்கள் ஆகியோரால் அந்தச் சின்ன நகரம் சில நாள்கள் அல்லோலகல்லோலப்படுகிறது. பின்னர் பிளவு ஏற்பட்டது பிரெஞ்சுப் பகுதியிலா, ஸ்பானியப் பகுதியிலா என்னும் சர்ச்சை எழுகிறது. இரு நாட்டு அரசாங்கங்களும்

கூடிப் பேசி இருதரப்பு நடவடிக்கைகளை மேற்கொள்கின்றன. மலைப்பகுதியிலிருந்து தொடங்கி கடற்கரை வரை நீளும் அந்தப் பள்ளத்தின் நீளம், அகலம், ஆழம் ஆகியன கணக்கெடுக்கப் படுகின்றன. அதன் ஆழம் இருபது மீட்டர் என்பது கண்டறியப் படுகிறது. நவீன அறிவியல், தொழில்நுட்பத்தால் சாதிக்க முடியாதது என்ன? அந்தப் பள்ளத்தை நிரப்ப முடிவு செய்யப் படுகிறது. ஐரோப்பிய நாடுகள் உதவிக்கு வருகின்றன. ஏழை நாடான போர்ச்சுகலும்கூட ஒன்றிரண்டு டிராக்டர்களை அனுப்புகிறது! நூற்றுக்கணக்கான மோட்டார் வாகனங்கள் அந்தப் பள்ளத்தை நிரப்புவதில் ஈடுபடுத்தப்படுகின்றன. இலட்சக்கணக்கான மூட்டை சிமெண்ட்டும் டன் கணக்கான கற்களும் உலோகக் கலவைகளும் கொட்டப்படும் பள்ளத்தின் இரு பக்கங்களையும் இழுத்துப் பிடித்து ஒட்டவைக்க 'கிளாம்ப்புகள்' முதலியனவும் பயன்படுத்தப்படுகின்றன. பள்ளம் நிரப்பப்பட்டுவிடுகிறது. வாண வேடிக்கைகள் நடக்கின்றன. இலட்சக்கணக்கான மூட்டை சிமெண்ட், மணல், ஜல்லி முதலியன நிரப்பப்பட்ட பள்ளத்தைப் புகைப்பட வீடியோ காமிராக்கள் படம் எடுத்ததுதான் தாமதம், பள்ளத்தை நிரப்பிய கான்கிரீட் கலவை மெல்ல மெல்ல பள்ளத்தின் கீழே இறங்கத் தொடங்குகின்றது. ஒருவேளை, அதன் ஆழம் இருபது மீட்டர்தான் எனக் கணக்குப் போட்டது தவறோ? அது இன்னும் ஆழமான தாக இருக்குமோ? ஐபீரியத் தீபகற்பத்திலிருந்து ஐரோப்பாவின் பிற பகுதிகள் வரை உள்ள மக்களின் மனதில் பீதி ஏற்படுகிறது.

நிலத்தில் கோடு கிழித்த யோனா கார்தா, கடலில் பெருங் கல்லைத் தூக்கியெறிந்த ஹோக்கிம் ஸாஸ்ஸா, பறவைகள் புடைசூழ நடந்து வரும் ஹோஸெ அனய்ஸோ, தன் காலுக் கடியில் நிலநடுக்கத்தை உணரும் பெத்ரோ ஓர்ஸெ காலுறை யிலிருந்து கண்டுகண்டாக நூலைப் பிரித்துக் கொண்டிருக்கும் மரியா குவாவய்ரா, கல்லில் ஏற்படும் விரிசலை முகர்ந்து பார்க்கும் ஆர்டென்ட் நாய் ஆகிய ஆறு பாத்திரங்களின் செய்கைகள்தான் நிலம் பிளவுபடுவதற்குக் காரணம் என்பது போன்ற குறிப்புகள் இந்த நாவலில் இருந்தாலும், நாவலாசிரியர் திட்டவட்டமான காரணம் எதனையும் சொல்வதில்லை. ஓர்ஸெ, ஸ்பெயினைச் சேர்ந்தவன்; சிற்றூரொன்றில் மருந்துக்கடை நடத்திப்பிழைப்பை ஓட்டுபவன். அந்த ஊரில்தான் இலட்சக்கணக்கான ஆண்டுகளுக்கு முன் வாழ்ந்த மனிதஇனத்தின் மூதாதையொருவரின் மண்டை

யோட்டை அகழாய்வாளர்கள் கண்டுபிடித்திருந்தனர். அருகிலுள்ள கிரனாடா நகரத்துக்குச் சென்று நிலத்தில் பிளவு ஏற்படும் என்பதற்கு அறிகுறியாக நிலநடுக்கம் தோன்றியதைத் தனது கால்களால் உணர்ந்ததாக தொலைக்காட்சி நிலையத்திடம் சொல்கிறான் ஓர்ஸெ. அவனது பேட்டியைத் தொலைக்காட்சியில் பார்த்த ஹோக்கிம் ஸாஸ்ஸா ஓர்ஸெவைத் தேடிச் செல்கிறான். அவர்களுடன் இணைவதற்காக ஹோஸெ அனய்ஸோவும் புறப்படுகிறான்.

பைரென் மலைத்தொடர்ச்சியின் நீளத்திற்கு இரண்டாவது விரிசல் ஏற்படுகிறது. பிரெஞ்சு-ஸ்பானிய எல்லையோரப் பகுதிகளிலிருந்த மக்கள் அலறியடித்துக்கொண்டு அவரவரது நாடுகளின் உள்பகுதிகளை நோக்கி விரைகிறார்கள். அண்டோரா என்னும் சுண்டைக்காய் நாடும் அங்குதான் உள்ளது. அந்த நாட்டு மக்களும் பாதுகாப்பான இடத்தை நோக்கிச் செல்கிறார்கள். பிறகு புவிப்பரப்பில் திடுக்கிட வைக்கும் மாற்றமொன்று நிகழத் தொடங்குகிறது. அதாவது பிரெஞ்சு நாட்டின் எல்லையிலுள்ள பைரென் மலைத்தொடர்ச்சியை ஒட்டி ஏற்பட்ட நிலப் பிளவு சிறிது சிறிதாக அதிகமாகி ஐபீரியத் தீபகற்பம் முழுவதையுமே (ஸ்பெயின், போர்ச்சுகல், அண்டோரா, ஜிப்ரால்ட்டர் ஆகியன; பிரான்சுக்கு சொந்தமான மிகச் சிறு பகுதியிலுள்ள மக்கள் அனைவரும் பிரெஞ்சு விமானங்கள் மூலம் பிரான்சுக்கு கொண்டு செல்லப்பட்டுவிட்டதால், அந்தத் தீபகற்பத்துக்கும் பிரான்சுக்கும் இனி சம்பந்தமே இல்லை) ஐரோப்பாவின் பிற பகுதிகளிலிருந்து துண்டித்துவிடுகிறது. அதாவது தீபகற்பம் இப்போது பெரும் தீவாக மாறிவிட்டது! அது மட்டுமல்ல, நாளொன்றுக்கு 18 கிலோ மீட்டர் என்னும் வேகத்தில் நகரவும் தொடங்குகிறது. அது மேற்குத் திசை நோக்கி நகர்வதால் அட்லாண்டிக் மாக்கடலில் உள்ள அஸொரஸ் தீவுகள் மீது மோதக்கூடிய அபாயம் ஏற்பட்டுவிடுகிறது. அதாவது தீபகற்பத்தின் மேற்குப் பகுதியிலுள்ள போர்ச்சுகல்தான் அஸோரஸ் தீவுகளுடன் நேருக்கு நேர் மோதும். அப்படி மோதுகையில் அந்தச் சின்னஞ்சிறு தீவுகள் மட்டுமல்ல, போர்ச்சுகலின் கடற்கரையோர நகரங்களும் கடலில் மூழ்கி அழியவேண்டி வரும். எனவே, லிஸ்பன், ஒபோர்ட்டோ, கோயிம்ப்ரா முதலிய கடற்கரையோர நகரங்களிலிருந்து ஒட்டுமொத்தமாக மக்கள் வெளியேறி நாட்டின் உள்புறப் பகுதிகளுக்கு விரைகின்றனர்.

இந்த வெளியேற்றத்தையும் வர்க்க வேறுபாடுகள்தாம் வடிவமைக்கின்றன. தீபகற்பத்துக்கு வந்த வெளிநாட்டுப் பயணிகள்தாம் முதலில் தப்பிச் சென்றவர்கள். அதன் பிறகு லிஸ்பன் முதலிய நகரங்களிலுள்ள செல்வந்தர்கள், வங்கிகளில் போட்டிருந்த பணம், விலைஉயர்ந்த பொருள்கள் முதலானவற்றுடன் வெளிநாடுகளுக்குச் சென்றுவிடுகின்றனர். இவர்கள் எல்லோருக்கும் விமான டிக்கெட் கிடைப்பதில்லை. எனவே இங்கும் இலஞ்சமும் ஊழலும் தமது வழக்கமான விளையாட்டுகளில் ஈடுபடுகின்றன. கடற்கரையோரப் பகுதியிலிருந்து இடம் பெயரும் ஏழை மக்கள் வசிப்பதற்கான வசதிகள் செய்யப்படுவதில்லை. எனவே முடிந்தவரை அவர்கள், காலியாகக் கிடக்கும் நட்சத்திர ஓட்டல்களை ஆக்கிரமித்துக்கொள்கின்றனர். அங்கிருந்து தங்களை யாரும் வெளியேற்றாதபடி பார்த்துக்கொள்வதற்கான கூட்டுறவு அமைப்புகளை உருவாக்கிக் கொள்கின்றனர்.

ஐபீரியத் தீபகற்பம் தனது மலைகள், ஆறுகள், பெரிய பெரிய கட்டடங்கள் ஆகியவற்றுடன் மேற்கு நோக்கி கடலில் மிதந்து செல்வதை ஒரு புவியியல் விந்தையாகப் பார்த்த ஐரோப்பிய நாடுகள், தமது கண்டத்திலிருந்து ஒரு தீவாகப் பிரிந்து சென்ற அந்த முன்னாள் தீபகற்பத்தை எவ்வாறு அரசியல், பொருளாதார, இராணுவரீதியாகக் கையாள்வது என்னும் விவாதத்தில் ஈடுபடத் தொடங்குகின்றன. அந்த நாடுகளில் உள்ள இளம் மக்கள், ஐபீரியத் தீபகற்பம் போலத் தங்களது வாழ்க்கையும் குறிக்கோளில்லாமல் சென்றுகொண்டிருக்கிறது என்பதை உணர்கின்றனர். ஐரோப்பிய நகரங்களில் இளைஞர்களின் போராட்டங்கள் வெடிக்கின்றன. யாரோ ஓர் இளைஞன் சுவரோவியமாக வரைந்த முழக்கம் - 'நாங்கள் எல்லோரும் ஐபீரியர்களே' என்னும் முழக்கம் - ஐரோப்பிய இளைஞர்களின் போராட்ட முழக்கமாகிறது. ஆனால், அவர்களது போராட்டங்கள் இரும்புக் கரம்கொண்டு நசுக்கப்படுகின்றன.

மிதந்து செல்லும் கல் தெப்பத்தின் மக்களுக்கு அமெரிக்கா, 'மனிதாபிமான' அடிப்படையில் உதவ முன் வருகிறது. அதாவது தனது செல்வாக்குப் பகுதியாக அந்தத் தீபகற்பத்தை மாற்ற முனைகிறது. இதற்கிடையே ஹோக்கிம் ஸாஸ்ஸாவும் ஹோஸெ அனய்ஸோவும் ஸ்பெயினுக்குச் சென்று பெத்ரோ ஓர்ஸெவைச் சந்திக்கின்றனர். பின்னர் அவர்கள் மூவரும் லிஸ்பனுக்கு வந்து,

அங்கு வந்துள்ள யோனா கார்தாவுடன் இணைகின்றனர். அவர்கள் நால்வரும் ஹோக்கிம் ஸாஸ்ஸாவின் மோட்டார் வாகனத்தில் போர்ச்சுகலின் வடபகுதிக்குச் சென்று யோனா கார்தா மரக்கிளையால் நிலத்தில் கிழித்த கோட்டைக் காண்கின்றனர். அந்தக் கோடு அப்படியே இருக்கிறது. அதை யார், எத்தனை முறை அழித்தாலும் அது திரும்பத் திரும்பத் தோன்றிக் கொண்டிருக்கிறது. அந்தப் புதிருக்கு விடை காண முடியாமல் அவர்கள் திகைத்து நிற்கையில் அந்த நாய் - ஆர்டென்ட் - அங்கு வருகிறது. அதன் வாயிலிருந்து நீல நிற நூலொன்று எப்போதும் தொங்கிக்கொண்டிருக்கிறது. அந்த நாய், அவர்களைப் பார்க்கும்விதம் அதை அவர்கள் பின்தொடர்ந்து செல்லவேண்டும் என்பதைக் குறிப்பால் உணர்த்துகிறது. ஐபீரியத் தீபகற்பம் அட்லாண்டிக் கடலில் மிதந்து செல்லும் வேகம் நாளுக்கு நாள் அதிகரித்து வருவதையும் போர்ச்சுகலின் கடற்கரையோரப் பகுதிகள் அஸோரஸ் தீவுகளோடு மோதப் போவதையும் அவர்கள் அறிவார்கள். எனவே அவர்களும் பாதுகாப்பான இடத்திற்குச் செல்லத்தான் வேண்டும்.

அந்த நாய் அவர்களை மரியா குவாவய்ராவின் வீட்டிற்கு அழைத்து வருகிறது. அவளுக்கு ஒரு பண்ணை இருக்கிறது. பண்ணையாள்களில் இளையவனாக இருக்கும் ஒருவனுக்கு மரியா மீது ஒரு கண். அவளையும் அவளது நிலத்தையும் அடைய விரும்புகிறான். ஆனால், அவளுக்கும் ஹோக்கிம் ஸாஸ்ஸாவுக்கும் காதல் அரும்புகிறது. அதேபோல யோனா கார்தாவும் ஹோஸெ அனய்ஸோவும் காதலர்களாகின்றனர். பெத்ரோ ஓர்ஸே வயதானவன். அவனுக்கு அந்த நாய் துணையாகிறது.

மணிக்கு இரண்டு கிலோமீட்டர் தூரம் என்னும் அளவுக்கு கல் தெப்பம் அஸோரெஸ் தீவுகளை நோக்கி மிதந்து செல்லத் தொடங்குகிறது. ஸ்பெயினைவிட போர்ச்சுகலுக்குத்தான் ஆபத்து அதிகம். அந்தத் தீவுகளுடன் மோதப் போவது போர்ச்சுகீசிய கடற்கரையோரப் பகுதிகள்தாம். அந்த அதிர்ச்சி ஸ்பெயினுக்கு ஏற்பட வாய்ப்பில்லை. இருந்தாலும், முழு தீபகற்பமும் பூகோளரீதியாக இடம் மாறியதால் ஏற்படப் போகும் சிக்கல்களை அந்த நாடும் எதிர்கொண்டுதானே தீரவேண்டும். போர்ச்சுகீசிய அரசாங்கம் நாட்டில் எழுந்துள்ள ஒரு 'தார்மிக'ச் சிக்கலை எவ்வாறு தீர்ப்பது என்பதை அறியாமல் திணறுகிறது.

அதாவது, கடற்கரையோரப் பகுதிகளிலிருந்து வந்து நட்சத்திர ஓட்டல்களையும் பணக்காரர்களின் மாளிகைகளையும் தங்கள் வசிப்பிடங்களாக மாற்றிக்கொண்ட ஏழை மக்களை அங்கிருந்து அகற்றி அவற்றைச் சட்டரீதியான உடைமையாளர்களிடம் உடனடியான எதிர்காலத்தில் மீண்டும் ஒப்படைப்பது எப்படி என்பதுதான் அந்தச் சிக்கல்! ஆனால் உடனடியான எதிர்காலம் என்ன என்பது யாருக்கும் தெரியாது. போர்ச்சுகலின் கடற்கரையோரப் பகுதிகள், அஸோரெஸ் தீவுகளுடன் எந்த நேரத்திலும் மோதக்கூடிய அபாயம் அதிகரித்து வந்ததால் அந்த நெருக்கடியான தருணத்தில் அனைத்துக் கட்சிகளையும் சேர்ந்த ஒரு தேசிய விமோசன அரசாங்கத்தை அமைப்பதுதான் சரி என்று கூறி போர்ச்சுகீசியப் பிரதமரும் அவரது அமைச்சர்களும் பதவி விலகுகின்றனர். குடியரசுத் தலைவரும் அந்தப் பதவி விலகலை ஏற்றுக்கொண்டு, அதுவரை எந்தக் கூட்டணியும் இல்லாமல் தனியாக ஆட்சி நடத்திவந்த அதே முன்னாள் பிரதமரை அழைத்து அவரது தலைமையில் ஒரு தேசிய அரசாங்கத்தை அமைக்கும்படி சொல்கிறார்! ஆனால் அப்படி ஒரு தேசிய அரசாங்கம் அமைக்கப்படுவது மிக அரிதாகவே இருப்பதால் தேசிய அளவில் நிர்வாகத்தை நடத்துவது பற்றி யாரும் அறிந்திருக்கவில்லை. ஆக, அந்த தேசிய அரசாங்கத்தில் பழைய முகங்களே இடம் பெறுகின்றன.

ஸரமாகோவின் அரசியல் விமர்சனங்களில் உள்ள குத்தலுக்கும் கேலிக்கும் ஓர் எடுத்துக்காட்டு:

புதிய அரசாங்கம் செயல்படத் தொடங்குவதற்கு முன்பே, அனைத்து நாடுகளும் ஒருமைப்பாடு கொண்டிருக்க வேண்டும் என்னும் வேண்டுகோளை குடியரசுத் தலைவர் ஏற்கெனவே விடுத்திருந்தார். அனைத்து நாடுகளின் ஒருமைப்பாட்டின் காரணமாகத்தான் ஒரு காலத்தில், ஆப்பிரிக்காவில் ஏற்பட விருந்த பஞ்சம் தவிர்க்கப்பட்டது என்பதும் இது நமக்குத் தரப் படக்கூடிய பல எடுத்துக்காட்டுகளில் ஒன்றே ஒன்றுதான் என்பதும் நினைவூட்டப்பட்டன. இலட்சக்கணக்கான ஐரோப் பியர்கள் தாங்களும் ஐபீரியர்களே என்று அறிவிக்க உறுதி பூண்டபோது கடுமையான அடையாளச் சிக்கலை எதிர் கொண்ட ஐரோப்பிய நாடுகளோ, போர்ச்சுகல், ஸ்பெயின் ஆகிய வற்றின் பெயர்களைச் சொல்ல நேர்ந்தபோதெல்லாம் நற் பேறாகத் தங்கள் தொனிகளைச் சற்று இறக்கிக்கொண்டன.

எங்களுக்கு அவற்றால் என்னென்ன வகைகளில் உதவ முடியும் என்று ஏற்கெனவே விசாரித்திருந்த அவை, எப்படியிருந்தாலும் அவை செய்யும் உதவிகள், அவை வழங்கக்கூடியவை எவையோ அவற்றைக் கொண்டு நாங்கள் திருப்தியடைய முடியுமா என்பதைச் சார்ந்துள்ளன என்று கூறியிருந்தன. அமெரிக்க ஐக்கிய நாடுகள் - அந்த நாட்டின் பெயரை எப்போதுமே முழுமையாகச் சொல்லவேண்டும் - கூறியதாவது: தேசிய விமோசனத்துக்கான அரசாங்கத்தை உருவாக்கும் திட்டம் எங்களுக்கு உவப்பானதாக இல்லை என்ற செய்தியை நாங்கள் சொல்லி அனுப்பியிருந்தாலும் இப்போதுள்ள சூழ்நிலைமைகளில், அஸோரஸிலுள்ள மக்கள் அனைவரையும் - அவர்களது எண்ணிக்கை இரண்டு இலட்சத்து ஐம்பதாயிரத்திற்கும் குறைவு- அங்கிருந்து வெளியே கொண்டு செல்வதில் எங்களுக்கு விருப்பம் உள்ளது. ஆனால் அந்த மக்களை எங்கு குடியமர்த்துவது என்னும் பிரச்சினை இருக்கிறது. தயாள குணம்கொண்ட (அமெரிக்க) ஐக்கிய நாடுகளில் குடியமர்த்துவது நிச்சயமாக இயலாது. அதற்குக் காரணம் அங்கு புலம்பெயர்வது தொடர்பான விதிகள் மிகவும் கறாராக இருப்பதுதான். இதற்கு இலட்சிய பூர்வமான தீர்வு என்ன என்பதை நீங்கள் தெரிந்துகொள்ள வேண்டுமா? எத்தகைய அழிவு நேர்ந்தாலும் (அஸோரெஸ்) தீவுகளை நோக்கி, தீபகற்பம் மேலும் நகராதபடி தடுத்து நிறுத்திவிட வேண்டும் என்பதும் அப்போதுதான் அது அட்லாண்டிக்பெருங்கடலின் மத்தியில் நகராமல் இருந்துகொண்டு உலக சமாதானத்திற்கும் மேற்கு நாகரிகத்திற்கும் - கேந்திர முக்கியத்துவம் வாய்ந்த அனுகூலத்துடன் - நன்மை பயப்பதாக அமையும் என்பதும்தான் அமெரிக்க வெளிவிவகாரத் துறையும் பென்டகனும் இரகசியமாக வளர்த்து வந்த கனவு ஆகும். அஸோரெஸ் பிரதேசத்தை நோக்கிச் செல்லும்படி வட அமெரிக்க விமானப்படைப் பிரிவினருக்கு உத்தரவு பிறப்பிக்கப்பட்டிருக்கிறது என்றும், அங்கு அவர்கள் வந்து சேர்ந்தவுடன் அத் தீவுகளைச் சேர்ந்த பல்லாயிரக்கணக்கான மக்களை அழைத்துச் செல்வார்கள் என்றும், மற்றவர்களை விமானம் மூலம் அழைத்துச் செல்வதற்கு ஏற்பாடுகள் செய்யப்பட்டு வருகின்றன என்றும், போர்ச்சுகலும் ஸ்பெயினும் உள்ளூர்ப் பிரச்சினைகளைக் கவனித்துக்கொள்ள வேண்டும் என்றும், இதில் போர்ச்சுகல்லைவிட ஸ்பெயினுக்கு பொறுப்பு

குறைவு என்றும், காரணம் வரலாறும் நற்பேறும் எப்போதுமே ஸ்பெயினுக்குச் சார்பாகவே வெளிப்படையான பாரபட்சத்துடன் நடந்து வந்திருக்கின்றன என்றும் மக்களுக்குச் சொல்லப்படும்.

மேற்கு ஐரோப்பிய நாடுகளில், போர்ச்சுக்கல்தான் ஏழ்மையான நாடு. செல்வந்த ஐரோப்பிய நாடுகளால் புறக்கணிக்கப்பட்டும் ஏளனமாகக் கருதப்பட்டும் வந்த நாடு என்பதை இந்த நாவல் பல இடங்களில் சுட்டிக்காட்டுகிறது.

போர்ச்சுகலின் கடற்கரையோர நகரங்களிலிருந்தும் கிராமங்களிலிருந்தும் பாதுகாப்பான இடங்களைத் தேடி இலட்சக்கணக்கான மக்கள், உடுத்திய உடையுடன் தங்களால் முடிந்த அளவுக்கு இன்றியமையாப் பொருள்களை சுமந்து கொண்டு, கிடைக்கக்கூடிய வாகனங்களில் பயணம் செய்கின் றனர். அவர்களில் பெரும்பான்மையினர் மைல் கணக்கில் நடந்தே செல்கின்றனர். எதிர்பாராதவகையில் இயற்கை ஏற்படுத்திவரும் பீதி, அந்த பீதியால் ஏற்பட்ட குழப்பங்களைச் சமாளிப்பதற்குக் கையாலாகாத அரசாங்கம், உயிர் வாழ்வதற் கான போட்டா போட்டிகள்- இவற்றுக்கிடையே சாமானிய மக்கள் இலட்சியவாதிகளாக இருக்க முடியாது. அவர்களிடம் உள்ள அற்ப சொற்ப உணவுகள் திருடப்படுகின்றன. உடைமைகள் களவாடப்படுகின்றன. முன்பின் அறிமுகமாகியிராத அந்நியர் களுடன் அவர்கள் தங்க நேரிடுகிறது. விபசாரமும் கள்ளத் தனமான உடல் உறவுகளும் பெருகுகின்றன. இவற்றின் காரணமாக பெற்றோர் பெயர் தெரியாத ஆயிரக்கணக்கான குழந்தைகள் பிறக்கின்றன.

கடற்கரையோரப் பகுதி மக்களைப் போலவே மரியா குவாவய்ரா, ஹோக்கிம் ஸாஸ்ஸா, யோனா கார்தா, ஹோஸெ அனைய்ஸோ, பெத்ரோ ஓர்ஸெ, ஆர்டேண்ட் நாய் ஆகியோரும் பயணத்துக்குத் தயாராகின்றனர். ஆனால் அவர்கள் தேடிச் செல்வது வேறு ஓர் இடத்தை. ஐபீரியத் தீபகற்பத்தை ஐரோப்பா விலிருந்து நிரந்தரமாகப் பிரித்துவிட்ட பிளவு எப்படிக் காட்சி யளிக்கிறது என்பதையும் பைரென் மலைத் தொடர்ச்சிகளின் எச்சம் ஏதும் தீபகற்பப் பகுதியில் எஞ்சியிருக்கிறதா என்பதையும் பார்ப்பதற்காக (அவர்கள் அறுவருமே இந்தப் பிளவு ஏற்படு வதற்குக் காரணமாக இருந்திருக்கிறார்கள் அல்லவா?).

ஆறு பேர் பயணம் செய்யக்கூடிய மோட்டர் வாகனம் ஏதும் கிடைப்பதில்லை. நாட்டில் ஏற்பட்டுள்ள நெருக்கடியின் காரணமாக, இயங்கக்கூடிய அத்தனை மோட்டர் வாகனங்களும் மக்களால் எடுத்துச் செல்லப்பட்டுவிட்டன. எனவே அவர்கள் அறுவரும், மரியாவின் பண்ணை வீட்டிலுள்ள உணவுப் பொருள்கள், ஒயின், படுக்கைகள், துணிமணிகள் முதலியவற்றை முடிந்த அளவுக்கு மூட்டை கட்டி மரியா எந்தக் காலத்திலோ பயன்படுத்தி வந்த குதிரை வண்டியைப் பழுது பார்த்து, அதில் அந்த மூட்டைகளை ஏற்றுகின்றனர். அந்த வண்டியை இழுக்க இரண்டு குதிரைகள் வேண்டும். ஆனால் மரியாவின் வீட்டில் இருப்பதோ ஒரே ஒரு வயதான குதிரைதான். கிரிஸ்லி என்றும் பெயர். இன்னொரு குதிரைக்கு என்ன செய்வது. அந்த நெருக்கடியான காலத்தில் அறம், ஒழுக்கம் என்று பார்த்துக் கொண்டிருக்க முடியாது அல்லவா? எனவே அண்டைப் பகுதியிலுள்ள கிராமத்திலிருந்து ஒரு குதிரை திருடப்பட்டு அங்கு கொண்டுவரப் படுகிறது. அதற்கு செஸ் எனப் பெயர் சூட்டுகிறார்கள். வண்டி புறப்படுகிறது. கூட்டம் கூட்டமாக மக்கள் இடம் பெயர்ந்து கொண்டிருப்பதைப் பார்க்கிறார்கள். இரவுநேரங்களில் அவர்கள் மிக எச்சரிக்கையாக இருக்க வேண்டியிருக்கிறது. வழிப்பறிக்காரர்கள், திருடர்கள், கொலைகாரர்கள் கூட்டம் எல்லா இடங்களிலும். அந்தப் பயணத்தின் போது ஓய்வெடுக்கும் ஒரு சந்தர்ப்பத்தில்தான் ஐந்து மனிதர்களும் ஒருமனதாக தங்களது உற்ற தோழனாக வாய்த்த அந்த நாய்க்கு 'கான்ஸ்டன்ட்' எனப் பெயரிடுகிறார்கள் (அதற்கு 'ஆர்டென்ட்' என்னும் பெயர் ஏற்கெனவே இருப்பது அவர்களுக்குத் தெரியாது அல்லவா?) தனது உணவுக்கு அது அவர்களைச் சார்ந்திருப்பதில்லை. சிறு விலங்குகளை வேட்டையாடித் தனது பசியைத் தணித்துக்கொள்கிறது கான்ஸ்டன்ட்.

ஒரு நாள் இரவு, ஒதுக்குப்புறமான ஓர் இடத்தில் அந்த மனிதர்கள் ஐவரும் ஓய்வெடுத்துக்கொள்கின்றனர். வண்டியில் கொண்டுவந்த உணவு அனைத்தும் தீர்ந்து போகும் தருணம் வந்துவிட்டதைப் பற்றியும், உயிர் பிழைப்புக்கு இனி செய்ய வேண்டியது என்ன என்பதைப் பற்றியும் ஹோக்கிம் ஸாஸ்ஸா, ஹோஸெ அனய்ஸோ, யோனா கார்தா, பெத்ரோ ஓர்ஸெ ஆகியோர் விவாதத்தில் ஈடுபடுகின்றனர். அந்த விவாதத்தில் கலந்துகொள்ளாமல் அவர்கள் பேசுவதையெல்லாம் மௌனமாகக்

கேட்டுக்கொண்டிருக்கும் மரியா குவாவய்ரா, இப்போது இன்னொரு உரையாடலைத் தொடங்கும் வேறு யாரோ ஒருவர் போல, மற்றவர்கள் இதுவரை பேசியதைக் கிரகித்துக்கொள் ளாதவள் போல, சொல்கிறாள்: 'மனிதர்கள் ஒவ்வொரு நாளும் மீண்டும் மீண்டும் பிறக்கிறார்கள். ஆனால், அவர்கள் முந்தைய நாளைப் போலவே வாழ்வதா, புதிய தொடக்க மொன்றை மேற்கொள்வதா என்பதை அவர்களால் தீர்மானித்துக்கொள்ள முடியும்.' அந்தப் பயணத்தின் போது அந்த ஐந்து மனிதர் களுக்கிடையிலான உறவுகளில் ஏற்படும் மாற்றங்கள், உயிர் பிழைப்பதற்காக அவர்கள் தேடிக் கண்டுபிடிக்கும் வழிமுறைகள், அசாதாரணமான ஒரு நெருக்கடியான சூழலில், மனித உறவுகளுக்கும் தோழமைக்கும் உள்ள விலைமதிக்க முடியாத மதிப்பு, எந்தவொரு பகைமிக்க சூழலையும் எதிர்த்து நிற்க மானுட ஆன்மா மேற்கொள்ளும் வைராக்கியம் ஆகியன இந்த நாவலின் மிக முக்கிய பகுதியாகும். ஜிப்ஸிகளைப் போல துணிமணிகளை ஓரிடத்தில் மலிவாக வாங்கி அவர்கள் பயணம் செய்யும் பாதையிலுள்ள கிராம மக்களுக்கு கூடுதல் விலையில் விற்று அதில் கிடைக்கும் இலாபப் பணத்தைக்கொண்டு உயிர் பிழைப்பதற்கான வழியைத் தேடுகிறார்கள்.

பாதுகாப்பான இடம் தேடுவதில் மக்கள் அலை மோதிக் கொண்டிருக்க, கல்தெப்பத்தின் பயணப் பாதையில் திடீர் மாற்றம் ஒன்று ஏற்படுகிறது. அதாவது அது திசை மாறி வட துருவப் பிரதேசத்தை நோக்கி மிதக்கத் தொடங்குகிறது. கனடா நாட்டுக்குக் கொண்டாட்டம். ஏற்கெனவே அதற்கு அருகில் அதன் கட்டுப்பாட்டில் நியூஃபவுண்ட்லேண்ட் என்னும் பிரதேசம் இருக்கிறது. இப்போது இன்னொரு நியூஃபவுண்ட் லேண்ட் கிடைத்துவிட்டது என கனடா குதூகலிக்கிறது. ஆனால் அந்தத் தீபகற்பத்திலுள்ள மக்கள் - குறிப்பாக போர்ச்சு கீசியர்கள் - என்ன நினைக்கிறார்கள் என்று யார் கவலைப் படுகிறார்கள். வருடத்தின் பெரும்பகுதியில் சூரிய வெப்பத்தை அனுபவித்து வாழ்பவர்கள் அவர்கள். கனடாவின் பனியையும் குளிரையும் நினைத்து முதலில் சற்று பீதியடைந்தாலும், உண்பதற்கு நிறைய மீன்கள் அங்கு கிடைக்குமே என்று மகிழ்ச்சி யடைகிறார்கள். புதிதாக அங்கு வந்து சேரும் அந்தக் கல் தெப்பத்தின் மீது செல்வாக்குச் செலுத்தும் உரிமையை கனடா நாடு மட்டும் எடுத்துக் கொள்வதை அமெரிக்கா விரும்பு

வதில்லை. தீபகற்பத்தை வரவேற்பதற்கு அமெரிக்கா தயாராக இருப்பதாக அமெரிக்கக் குடியரசுத் தலைவர் வாக்குறுதி தருகிறார். ஆனால் வெள்ளை மாளிகையிலுள்ள குடியரசுத் தலைவரின் பிரதிநிதி அவசரம் அவசரமாக ஒரு விளக்கத்தைத் தருகிறார்: அமெரிக்கக் குடியரசுத் தலைவரின் பேச்சுக்கு உந்துதலாக இருந்தது மனிதாபிமானக் காரணங்களேயன்றி அரசியல் மேலாதிக்கத்தை ஏற்படுத்தும் நோக்கமல்ல. அத் தீபகற்பம் கடலில் மிதந்து கொண்டிருந்தாலும் அதிலுள்ள நாடுகள் இன்னும் இறையாண்மை கொண்ட நாடுகளாகவே இருக்கின்றன. ஒரு நாள் அவை கடலில் மிதப்பதை நிறுத்தி விட்டு ஓரிடத்தில் நிற்கத்தான் போகின்றன. எந்தக் காரணம் கொண்டும் தனக்கும் கனடாவுக்குமுள்ள பாரம்பரிய நட்பு பாதிக்கப்படாது என்பதற்கு அமெரிக்கா மனதார உத்தரவாத மளிக்கிறது. மாபெரும் கனடா தேசத்துடன் தனக்குள்ள நட்பைப் பேணிப் பாதுகாக்க அமெரிக்கா விரும்புகிறது என்பதற்கு அடையாளமாக, இருதரப்புப் பேச்சுவார்த்தைகளை நடத்துவதற்கு ஒரு ஆணையத்தை அமைக்க வேண்டும் என்னும் ஆலோசனையை முன்வைக்கிறது. புவிப்பரப்பில் ஏற்பட்டுள்ள அரசியல், பூகோள மாற்றங்கள் குறித்த அனைத்துப் பிரச்சினை களையும் இந்த ஆணையம் விவாதிக்கும். அது புதிய சர்வதேச சமூகத்தை உருவாக்குவதற்கான முதல் நடவடிக்கையாக அமையும். இந்த சர்வதேச சமூகத்தின் கூட்டங்களில் அமெரிக் காவும் கனடாவும் பங்கேற்கும். தீபகற்பத்திலுள்ள நாடுகள் அந்தக் கூட்டத்திற்குப் பார்வையாளர்களாக மட்டுமே வர முடியும். ஏனெனில் அவற்றை இந்தச் சர்வதேச சமூகத்துடன் ஒன்றிணைத்துக்கொள்வதைப் பற்றி உடனடியாக முடிவு எடுக்கும் அளவுக்கு அந்தத் தீபகற்பம் பூகோளரீதியாக அமெரிக் காவுக்கும் கனடாவுக்கும் அருகில் வந்து சேரவில்லை!

வட துருவத்தை நோக்கி செல்லத் தொடங்கிய தீபகற்பம் மறுபடியும் தனது பாதையை மாற்றிக்கொள்கிறது. பின்னர், பூமி தனது அச்சில் சுழல்வதைப் போல அதுவும் சுழலத் தொடங்கு கிறது. அதன் காரணமாக, சூரிய உதயத்தை ஐபீரிய மக்களால் ஒரே நாளில் இருமுறை பார்க்க முடிகின்றது. இந்த அதிசய நிகழ்வைப் பார்ப்பதற்காக வரும் பணக்கார உல்லாசப் பயணிகளின் கூட்டம் அலை மோதுகிறது. ஐந்து மனிதர்களும் நாயும் தங்கள் பயணத்தைத் தொடர்கின்றனர். அவர்களது

பயணம் முடியும் தருணத்தில் பெத்ரோ ஓர்ஸெ இறந்துவிடுகிறான். பல இலட்சக்கணக்கான ஆண்டு களுக்கு முன் ஸ்பெயினின் வறண்ட பகுதியொன்றில் வாழ்ந்த தாகச் சொல்லப்படும் மனித இனத்தின் மூதாதையொருவரின் மண்டையோடு கிடைத்ததாகச் சொல்லப்படும் இடத்தில் அவன் புதைக்கப்படுகிறான். யோனா கார்தா, நிலத்தைக் கீறப் பயன் படுத்திய மரக்கிளையை (அது ஒரே ஒரு முறைதான் அதிசயம் புரிந்தது) அவனது சமாதியில் நட்டு வைக்கிறாள் - கிறிஸ்துவர் களின் சமாதியில் வைக்கப்படும் சிலுவையாக அல்ல, ஏதோ ஒருநாள் அது வேர்பிடித்து, துளிர்த்து, புதிய மரமாக வளரும் என்னும் நம்பிக்கையில். அதாவது எதிர்காலத்தைத் திருத்தி யமைக்க முடியும் என்னும் நம்பிகையில்.

பெத்ரோ ஓர்ஸெ புதைக்கப்பட்ட அன்றே தீபகற்பம் கடலில் மிதந்து செல்வதும் திடீரென்று முடிவுக்கு வந்து அது ஒரே இடத்தில் நிற்கத் தொடங்குகிறது. மற்ற நான்கு பயணிகளும் அந்த நாயும் மழை பெய்துகொண்டிருக்கும் அன்றிரவையும் அடுத்த நாளையும் அங்கேயே கழிக்க முடிவு செய்கின்றனர். தனது எஜமானன் பெத்ரோ ஓர்ஸெவின் மரணத்தை கான்ஸ்டன்டால் தாங்கிக்கொள்ளமுடியவில்லை என்று ஹோஸே அனய்ஸோ கூறுகிறான். நாய் அவனை ஒருமுறை ஏறெடுத்துப் பார்க்கிறது. பின்னர் தலைகுனிந்தபடி எங்கேயோ சென்றுவிடுகிறது. அவர்கள் அதை மீண்டும் ஒருமுறைகூடச் சந்திக்காதபடி (ஸரமாகோவின் ‘பார்வையிழத்தல்’ (Blindness), பார்த்தல் (Seeing) ஆகிய நாவல்களைப் படித்தவர்கள், அவற்றில் கான்ஸ்டன்ட் என்னும் நாய் இடம்பெறுவதை அறிவார்கள்). மற்ற நால்வரின் பயணம் தொடர்கிறது. அந்த மரக்கிளை பசுமையாகக் காட்சியளிக்கிறது. ஒருநாள் அது மரமாக வளர்ந்து பூத்துக் குலுங்கும்.

தமது நோபல் உரையில் ஸரமாகோ, ‘கல் தெப்பம்’ நாவலைப் பற்றிப் பேசுகையில், ஐரோப்பா முழுவதுமே தெற்கு நோக்கி - வளர்முக, குறை வளர்ச்சி நாடுகளை நோக்கி - நகர்ந்து வரவேண்டும்; தமது காலனியாதிக்கத்தின் மூலமாக அந்தத் தெற்குப் பகுதிக்கு ஏற்படுத்திய இழப்புகளை ஈடு செய்து சமநிலையை உருவாக்க வேண்டும் என்று கூறுகிறார். ஆனால், வரலாற்று முரண் என்னவென்றால், ஐரோப்பாவின் பிற பகுதி

களிலிருந்து துண்டித்துக்கொண்டு ஸ்பெயினும் பேர்ச்சுகலும் கடலில் மிதப்பதாகச் சித்திரிக்கும் அந்த நாவல் வெளிவந்த அதே 1986-ஆம் ஆண்டில்தான் அந்த நாடுகள் இரண்டும் 'ஐரோப்பியச் சமூகத்தின்' (இப்போது அது 'ஐரோப்பிய யூனியன்') உறுப்பு நாடுகளாகச் சேர்க்கப்பட்டன! அதன் பிறகு சோவியத் யூனியனும் கிழக்கு ஐரோப்பிய சோசலிச அமைப்புகளும் தகர்ந்து விழுந்தன. இருப்பினும், 'கல் தெப்பம்' நமக்கு வழங்கும் அரசியல் செய்திகள், மானுட வேதனைகள், மனிதகுலம் எதிர்கொள்ளும் சோதனைகள், இவை அனைத்தினூடே ஒளிரும் மானுட நம்பிக்கைகள் ஆகியன இன்னும் மாறவில்லை.

14

சென்னையில் ஓர் அறிவாலயம்

நாம் சொல்லப்போவது இன்னொரு 'அறிவாலயத்தை'. அது இருப்பது சென்னைப் பெருநகர எல்லைக்குள் வரும் தரமணியில். அதைக் கட்டியவர் 'ரோஜா' முத்தையா. இறை நம்பிக்கை யற்றவராக இருந்ததாகச் சொல்லப்படும் அவர் கட்டிய ஆலயத் தில் பிரகாரங்களோ, கருவறைகளோ இல்லை; மூல விக்கிரகங் களும் உற்சவ மூர்த்திகளும் கிடையாது. (இவற்றை விரும்புகிறவர் கள் அதற்குச் சற்றுத் தொலைவில் உள்ள 'மத்திய கைலாஷ்' கோயிலுக்குச் செல்லலாம்). ஆனால் அது ஆகமவிதிகளின்படி கட்டப்படவில்லையே எனக் கோபித்துக் கொள்ளக்கூடாது.

'ரோஜா' முத்தையா தமது ஆலயத்தை சென்னையில் உருவாக்கவில்லை; செட்டிநாட்டுப் பகுதியிலுள்ள கோட்டையூரில் கட்டத் தொடங்கினார். ஆனால், இந்த அதிசயமான கோயில் மிக அண்மைக் காலம்வரை நிரந்தரக் கட்டடம் இல்லாமலேயே இயங்கி வந்தது. கோட்டையூரிலிருந்து சென்னைக்கு மாற்றலாகி வந்த இந்த ஆலயம் பின்னர் அதே சென்னையில் தென்கிழக்குப் பகுதிக்கு மீண்டும் இடம் பெயர்ந்தது. இந்த ஆலயத்தில் என்னதான் இருக்கிறது? 'அறிவாலயம்' என்று நாம் சொன்ன பிறகு இதென்ன கேள்வி? அறிவு உறையும் அகம் அது. இந்த 'அறிவு' பல்வேறு வடிவங்களில் பாதுகாக்கப்படுகிறது; நூல்களாக, பத்திரிகை நறுக்குகளாக, பழம் சஞ்சிகைகளாக, திரைப்பட, நாடக விளம்பர நோட்டீசுகளாக, சினிமா சுவரொட்டிகளாக, திருமண அழைப்பிதழ்களாக, தனிமனிதர்கள் தங்களுக்கிடையே எழுதிய கடிதங்களாக, பழைய கணக்குப் பேரேடுகளாக, கிராம ஃபோன் இசைத் தட்டுகளாக. பழைய கணக்குப் பேரேடுகள் எப்படி 'அறிவி'ன் வடிவங்களிலொன்றாக

இருக்க முடியும்? முதலில், இந்தத் தலைமுறையைச் சேர்ந்த இளம் மக்களுக்கு நமது நாட்டு நாணயம் ரூபாய், அணா, காசு(பைசா) என்று இருந்தது தெரியுமா? ஒரு ரூபாய்க்கு 16 அணா. ஒரு அணாவுக்கு நான்கு காலணா, ஒரு காலணாவுக்கு 16 காசு. உள்நாட்டு, வெளிநாட்டு வணிகத்தில் நீண்ட மரபுடையது நமது தமிழகம் என்பது பொதுவாகப் பலரும் அறிந்த செய்தி. ஆனால், 100-120 ஆண்டுகளுக்கு முன் பற்று-வரவுக்கணக்குகள் எப்படி எழுதப்பட்டன என்பது எத்தனை பேருக்குத் தெரியும்? நாடக நிகழ்ச்சிக்கான விளம்பர நோட்டீசுகள் எப்படி 'அறிவின் வடிவ'மாக இருக்க முடியும்? இவற்றிலிருந்து பல தகவல்களைத் திரட்ட முடியும்: எத்தகைய நாடகங்கள் முன்பு பிரபலமாக இருந்தன. அவற்றின் புரவலர்கள் யார் என்பன போன்ற தகவல்கள் மட்டுமல்ல, எந்த சாதியைச் சேர்ந்தவர்களுக்கு நாடகம் பார்க்க அனுமதி தரப்படவில்லை என்னும் தகவலும் கிடைக்கும். பழைய புகைப்படங்களும் இங்கு முக்கிய ஆவணங்களாகச் சேகரிக்கப்பட்டுள்ளன. இவற்றில் 1860-1864-ஆம் ஆண்டுகளில் ஆங்கிலேய இராணுவ அதிகாரிகளி லொருவராக இருந்த கேப்டன் லின்னேனியஸ் ட்ரைப் என்பவர் எடுத்த, சென்னை சேத்துப்பட்டிலுள்ள ஸ்பர்டாங்க்குக்கு அருகில் இருந்த ஒரு இந்துக்கோவிலின் புகைப்படமும் அடங்கும். அந்தக்காலத்தில் அங்கு எத்தனை பனைமரங்கள் இருந்திருக்கின்றன!

இத்தகைய ஆவணங்கள் ஏறத்தாழ ஒன்றரை இலட்சம் இருக்கும் இந்த அறிவாலயத்தில். இருநூறாண்டு கால ஆவணங் கள். இதில் மிகத் தொன்மையானது 1804-இல் அச்சிடப்பட்ட தமிழ்நூலான 'கந்தரந்தாதி'. அச்சேறிய திருக்குறளின் எண்ணற்ற பதிப்புகள் இங்கே உள்ளன. யாழ்ப்பாணச் சைவ அறிஞர் ஆறுமுக நாவலர் பதிப்பித்தது உள்பட. சங்க இலக்கியமா, கம்பராமாயணமா, பெரிய புராணமா, பாரதியார் பாடல்களா, பாரதிதாசன் கவிதைகளா - பல்வேறு பதிப்புகள் கூறும் அவற்றிலுள்ள பாட பேதங்களை. இலக்கியம், நாட்டு மருத்து வம், சமயம், தத்துவம், நாட்டார் வழக்காற்றியல், நாட்டார் கலை, இதழியல், வெகுமக்கள் கலை, காந்தியம், பெண்ணியம், பெரியாரியம், வரலாற்றியல் எனப் பல்வேறு ஆய்வுத் துறைகளில்

நாட்டமுடையோருக்கு தோண்டத் தோண்டக் குறையாத அறிவுக் கனிமங்கள் இங்கே உள்ளன.

அயோத்திதாசப் பண்டிதரின் 'ஒரு பைசாத் தமிழன்' பார்க்கவேண்டுமா? தந்தை பெரியாரின் 'குடி அரசு' தொடக்க ஆண்டு இதழ்களைப் படிக்கவேண்டுமா? பெண்களின் குரல்களுக்கு முக்கியத்துவம் தந்த 'குமரன்', 'பஞ்சாமிர்தம்' ஏடுகளைக் காணவேண்டுமா? இந்த 'அறிவாலாய'த்துக்குள் நுழையுங்கள். அவை நுண்படங்களாகக் கிடைக்கும். அரிய நூல்களும் ஏடுகளும் பாடம் போடப்பட்டு பத்திரப்படுத்தப்படும் விதத்தைப் பார்ப்பதே அறிவுக்கு விருந்து.

'ரோஜா முத்தையா ஆய்வு நூலகம்' என்பதுதான் இந்த ஆலயத்தின், அறிவுச் சேமிப்புக் கிடங்கின் பெயர். நூற்றுக்கணக்கான வெளிநாட்டு, தமிழ்நாட்டு ஆய்வாளர்களாலும் அறிஞர்களாலும் பயன்படுத்தப்பட்டுள்ள, பயன்படுத்தப்படுகின்ற இந்த நூலகத்தைத் தோற்றுவித்தவர் உயர்நிலைப் பள்ளிப் படிப்பைக் கூட முடிக்காத 'ரோஜா' முத்தையா. நகரத்தார் சமூகத்தில் அந்தக் காலத்தில், ஏன் இப்போதும்கூட, தடுக்கி விழுந்தால் ஒரு 'முத்தையா'வைப் பார்க்கலாம், கொங்கு நாட்டில் 'பழனிசாமி'களைப் போல. ஒரு முத்தையாவை இன்னொரு முத்தையா விடமிருந்து வேறுபடுத்தி அறிந்துகொள்வது எவ்வாறு? அதிலும் ஒரே பகுதியைச் சார்ந்த இரண்டு 'முத்தையா'க்கள், புத்தகம், பத்திரிகை தொடர்பான விடயங்களில் அக்கறை கொண்டவர்களாகஇருக்கும்போது! சென்ற நூற்றாண்டில் பிறந்து வளர்ந்தவர்களுக்கு 'முல்லை முத்தையா'வைத் தெரியும். அவர் புத்தகப் பதிப்பாளர். அருமையான புத்தகங்களை வெளியிட்டவர். எனவே நமது முத்தையா, அவரிடமிருந்து தம்மை வேறு படுத்திக்காட்ட 'ரோஜா' என்னும் அடைமொழியைத் தன் பெயருடன் இணைத்துக்கொண்டார். அது ஒன்றும் பெரிய பட்டமல்ல; விளம்பரப் பலகைகள் எழுதுவதைத் தொழிலாகக் கொண்டிருந்த அவரது சிறு நிறுவனத்தின் பெயர் 'ரோஜா ஆர்ட்ஸ்.'

அவருடைய வரலாற்றை யாரும் இன்னும் எழுதவில்லை. அவர் என்ன அனில் அம்பானியா என்ன? செவிவழி, வாய்வழிச்

செய்திகள் மட்டுமேதான் உள்ளன. ஏதோ ஒரு நூலின் பழம்பதிப் பொன்றைப் பார்த்திருக்கிறார்; அல்லது ஏதோ ஒரு பத்திரிகை நறுக்கொன்று அவரது கவனத்தை ஈர்த்திருக்கிறது. இன்னும் சில ஆண்டுகள் சென்றால், அவை வரலாற்று ஆவணக் களஞ்சியத் தில் சேர்க்கப்படும் தகுதியைக் கொண்டிருக்கின்றன என்னும் தொலைநோக்குப் பார்வை அவரிடம் தோன்றியிருக்கக்கூடும். விளம்பரப் பலகைகள் எழுதுவதை விட்டுவிட்டு பழம் புத்தகங் களை, பத்திரிகைகளைத் திரட்டத் தொடங்கினார். அச்சடிக்கப் பட்ட ஒவ்வொரு காகிதத்திலும் பயனுள்ள விடயம் இருக்கிறது என்னும் அவரது நம்பிக்கை, சென்னை நகரத்திற்குப் பலமுறை பயணம் செய்ய வைத்திருக்கிறது. சென்னை சென்ட்ரல் நிலையத்திற்கு அருகிலிருந்தது 'மூர் மார்க்கெட்'. அது இருந்த போது உயிர் வாழ்ந்தவர்கள், அதைப் பார்க்கக் கொடுத்து வைத்தவர்கள் பாக்கியவான்கள்; அதை இடித்துத் தரைமட்ட மாக்கும் திட்டத்தை நிறைவேற்றியது எம்ஜிஆர் ஆட்சியின் 'சாதனைகளி'லொன்று. முத்தையாவின் சேமிப்பு வங்கியை (புத்தக வங்கியை) 'மூர் மார்க்கெட்டி'லிருந்த பழைய புத்தக வணிகர்களிடமிருந்து அவர் விலை கொடுத்து வாங்கிச் சென்ற புத்தகங்கள் நிரப்பின. அவரது சேகரிப்பின் அருமையை, மதிப்பை அவர்கள் அறிந்திருக்கமாட்டார்கள்.

அறுபத்தியாறு ஆண்டுகள் (1926-1992) வாழ்ந்த அந்த அற்புதமான மனிதர், கோட்டையூரில் நிறுவிய ஆய்வகத்தில் ஆயிரக்கணக்கான ஆவணங்களை விட்டுச் சென்றார். அவற்றின் மதிப்பைத் தமிழகம் அறியுமா? தமிழகத்திலும் சில அபூர்வமான மனிதர்கள் இருக்கத்தானே செய்கின்றனர். 'க்ரியா' ராமகிருஷ்ணன், சென்னைப் பல்கலைக்கழக நூலகவியல் துறைப் பேராசிரியர் பி.சங்கரலிங்கம் (அவர் உடல் வருத்தம் பாராது ஒரு நாளைக்கு 14 மணிநேரம் என்னும் அளவில் மாதக்கணக்கில் உழைப்பைச் செலுத்தி மாரடைப்பில் உயிர் துறந்தார்). சிகாகோ பல்கலைக் கழகத்தில் பணியாற்றி வந்த பேரறிஞர் ஏ.கே.ராமானுஜன் போன்றோர் முயற்சி எடுத்து, சிகாகோ பல்கலைக்கழகத்தின் உதவியுடன் 'ரோஜா' முத்தையா விட்டுச்சென்ற அறிவுக் களஞ்சியத்தை சென்னைக்குக் கொண்டு வந்தனர். தமிழ் மண்ணில் வேர் கொண்டுள்ள இந்த ஆய்வகம் தமிழ்நாட்டி

லேயே இருக்கட்டும் எனப் பெருந்தன்மையோடு முடிவு செய்தது சிகாகோ பல்கலைக்கழகம்.

பின்னர் வரலாற்றறிஞர் எஸ். முத்தையா (சென்னை மாநகரத்தின் தோற்றம், வளர்ச்சி பற்றிய அருமையான நூல்களை எழுதியுள்ளவர்), தியோடர் பாஸ்கரன் போன்றோரும் இந்த நூலகத்தின் வளர்ச்சிக்குத் தம் பங்களிப்பைச் செய்துள்ளனர். நூலகத்தின் தற்போதைய இயக்குநர் ஜி. சுந்தர் பொறுப்பேற்றுக் கொண்டபின், இன்னும் ஏராளமான அறிவுச் செல்வங்கள் இந்த அறிவாலயத்திற்குக் கொண்டுவரப்பட்டுள்ளன. உதிர்ந்து பொடிப்பொடியாகிக் கொண்டிருக்கும் புத்தகங்கள், பத்திரிகைகள் எல்லாம் நவீன அறிவியல் தொழில்நுட்பம் வழியாகப் புத்துயிர் பெற்று நுண்படங்களாக்கப்பட்டுப் பாதுகாக்கப்படுகின்றன. இந்தியாவில், புதுடெல்லியிலுள்ள நேரு அருங்காப்பக நூலகத்திலுள்ளவை போல அனைத்துத் தொழில்நுட்ப வசதிகளையும் கொண்டுள்ள ஒரே ஆய்வு நூலகம் இது மட்டும்தான்.

ஆய்வாளர்கள் படிப்பதற்கும் தங்களுக்குத் தேவையான தரவுகளைத் தேடிக் கண்டறிவதற்கும், தேவையான ஆவணங்களின் புகைப்படப் படிகளையோ, நுண்படங்களையோ பெறுவதற்கும் தனியாக ஓர் அறை, 'ஏ.கே. ராமானுஜன் வாசக அறை' இங்கு உள்ளது. அண்மையில் தொல்லியல் அறிஞர் ஐராவதம் மகாதேவன் அவர்கள் சிந்துவெளி நாகரிகம், தமிழ் பிராமி எழுத்து முதலியன தொடர்பாகத் தாம் சேர்த்து வைத்திருந்த அனைத்து நூல்களையும் ஆவணங்களையும் ரோஜா முத்தையா நூலகத்திற்கு அன்பளிப்பாக வழங்கியுள்ளார். அதனையொட்டி, இந்த நூலகத்தில் சிந்துவெளி ஆராய்ச்சி மையம் உருவாக்கப் பட்டுள்ளது.

அண்மைக்காலமாகத் திரட்டப்பட்டு வரும் பொருள்களில் பழைய இசைத்தட்டுகளும் அடங்கும். கிராமஃபோன் கருவியில் சுழல வைத்து இசைக்கப்பட்ட தட்டுகள். 1920 முதல் 1930 வரையில் வெளிவந்த பல இசைத்தட்டுகள் உள்ளன. எம்.கே.தியாகராஜ பாகவதரின் பாட்டுகள், பபூன் சண்முகத்தின் நகைச்சுவைப் பாடல்கள் முதலியன உள்ள இசைத் தட்டுகள் குறிப்பிடத்தக்கன. திரைப்பட இசை, கர்நாடக இசை ஆகியவற்றின் வளர்ச்சி, அவை

பிரபல்யம் அடைந்த விதம் ஆகியனவற்றை ஆய்வு செய்பவர் களுக்கு இவை முக்கியமானவை. தமிழகத்தில் சமய நல்லிணக்கம் எவ்வாறு பேணப்பட்டு வந்தது என்பதற்கு இந்த இசைத் தட்டுகள் சாட்சியங்களாக விளங்குகின்றன. இந்து சமயத்தைச் சேர்ந்தவர்கள் முஸ்லிம் பாடல்களையும் முஸ்லிம் பாடகர்கள் முருகன் பற்றிய பாடல்கள் போன்ற இந்து சமயப் பாடல் களையும் அந்தக் காலத்தில் பாடியுள்ளனர். கலைவாணர் என்.எஸ்.கிருஷ்ணனுக்கு உள் உந்துதலாகவும் முன்னோடியாகவும் இருந்தது பபூன் சண்முகத்தின் 'காமிக்' பாட்டுகள்.

இந்த 'அறிவாலயத்தை'ப் பற்றி இன்னும் எத்தனையோ விஷயங்களை அடுக்கிக்கொண்டே போகலாம். இத்தகைய அறிவு மையத்தைப் பேணிப் பாதுகாக்க தமிழ்நாடு அரசாங்கமோ, மத்திய அரசாங்கமோ எவ்வளவு செலவு செய்கிறது என்பதை அறிய விரும்புகிறீர்களா? அவப் பேறாக, ஒரு பைசாகூட இல்லை! சிகாகோ பல்கலைக் கழகம், பிபிசி, ஃபோர்ட் நிறுவனம் போன்றவையே புரவலர்களாக உள்ளன. இதைவிட வருந்தத்தக்கது ஏதேனுமுண்டா? தமிழக அரசாங்கக் கட்டடமொன்றில் பல ஆயிரக்கணக்கான ரூபாய்களை மாத வாடகையாகக் கொடுத்துக் கொண்டிருந்த அந்த நூலகத்திற்கு, 2006-2011 ஆம் ஆண்டுகளில் மு. கருணாநிதியின் தலைமையில் ஆட்சிப் பொறுப்பேற்றிருந்த தி.மு.க. அரசாங்கம், ஓர் அருமையான கொடையை வழங்கியது. அதாவது அந்தக் கட்டடத்தை நூலகத்தின் உடைமையாக்கியது. இதில் பள்ளிக் கல்வி அமைச்சராக இருந்த தங்கம் தென்னரசுகளின் பாத்திம் மிக முக்கியமானது. தமிழைச் செம்மொழியாக அறிவிக்கச் செய்த தமிழக முதல்வர் மு.கருணாநிதி, இந்தச் செம்மொழி, சங்க இலக்கியத்தோடு நிற்காமல், நவீனத்துவப் பரிமாணத்துடன் உயிரோட்டமுள்ள, செழுமையான, உலகில் எட்டுக்கோடி மக்களால் பேசப்படுகிற மொழியாக இருப்பதை அறியாமலா இருந்திருப்பார்? இந்த நூலகத்திற்குக் கொடையாக இப்போது அது இயங்கி வரும் கட்டடம் வழங்கப்பட்டதுதான், செம்மொழி வளர்ச்சிக்கு அவர் வழங்கிய மிகப் பெரும் பங்களிப்பு.

இதற்கிடையே, உங்கள் புத்தகம் ஒன்று வெளிவருமானால், அதில் ஒரு படியை ரோஜா முத்தையா நூலகத்துக்கு அனுப்புங்

கள். நீங்கள் ஒரு பத்திரிகை நடத்துவீர்களேயானால், அதிலும் ஒரு படியைத் தொடர்ந்து அனுப்பிக்கொண்டிருங்கள். அவை அங்கே பாதுகாக்கப்படும். சில ஆண்டுகள் கழித்து அவை வரலாற்று ஆவணங்களாக, ஏதேனுமொரு ஆய்வாளரால் படிக்கப்படும். வரலாற்று நாயகர்களாக நாம் இருக்க முடியா விட்டாலும், அதில் ஒரு சிறு அடிக்குறிப்பாக நம் பெயரும் சேர்க்கப்படும் வாய்ப்புண்டு!

தரவுகள்

இந்த நூலகத்தின் முகவரி: மூன்றாம் குறுக்குத் தெரு, சென்ட்ரல் பாலிடெக்னிக் வளாகம், தரமணி, சென்னை - 600113. தொலைபேசி: 044 - 22542551/52, மின்னஞ்சல்: rmrl@dataone.in, தொலை நகல்; 91-44-2254-2552, இணைய தளம்: www.lib.uchicago, edu/e/su/southasia/rmrl.htmlymrl.

15

அமெரிக்கா: இனம், வர்க்கம், இராணுவ - தொழிற்துறை இணைப்பு

அமெரிக்காவின் 44-ஆவது குடியரசுத் தலைவர் தேர்தலில் ஒபாமா வெற்றி பெற்றதற்கு 'இன/நிறப் பிரச்சினை' தீர்மானகரமானதாக இருக்கவில்லை என்பது ஐயத்திற்கிடமின்றி மெய்ப்பிக்கப்பட்டுள்ள போதிலும், அமெரிக்க ஆளும் வர்க்க ஊடகங்கள், 'இனப் பிரச்சினை'யை தொடர்ந்து முன்னிறுத்தி வந்தன. அமெரிக்க ஏகாதிபத்திய முதலாளியத்தின் முதன்மையான ஊதுகுழலான 'தி வால் ஸ்ட்ரீட் ஜர்னல்', குடியரசுக் கட்சியையும் ஜார்ஜ் புஷ்ஷின் பொருளாதார, இராணுவ, அரசியல் கொள்கை களையும் வெறித்தனமாக ஆதரித்து வந்தது. ஒபாமாவின் வெற்றி தொடர்பாக அந்த நாளேடு வெளியிட்டு வந்த செய்திகளில் 'இனப் பிரச்சினை'க்குத் தொடர்ந்து முக்கியத்துவம் கொடுக்கப்பட்டு வந்தது. ஆனால், அவை அமெரிக்க சமுதாயத்தில் உள்ள இன / நிற வேறுபாடுகள் ஒழிக்கப்பட வேண்டும் என்னும் கண்ணோட்டத்திலிருந்து எழுதப்பட்டவையோ, கறுப்பினத்தைச் சேர்ந்த உழைக்கும் மக்கள் ஒபாமாவின் வெற்றியால் அரசியல், பொருளாதார வலுவைப் பெற்றுள்ளார்கள் என்று குதூகலித்தவையோ அல்ல. அந்த நாளேடு 'கறுப்பு அதிகாரம்' (Black Power) என்று எழுதியது, 1960களிலும் 1970களிலும் இருந்த 'கறுப்புச் சிறுத்தைகள்', மால்கம் எக்ஸ் போன்ற போர்க்குணமிக்கக் கறுப்பினத் தலைவர்கள் அந்தச் சொற்றொடருக்குத் தந்துவந்த பொருளில் அல்ல; அந்தத் தலைவர்களின் சிந்தனையிலும் செயல்பாட்டிலும் என்ன குறைபாடுகள் இருந்தபோதிலும், அவர்கள் அனைவருமே அமெரிக்க ஏகாதிபத்தியத்திற்கான எதிர்ப்பு, மூன்றாம் உலக நாடுகளின் விடுதலை என்பனவற்றில் உறுதியாக இருந்தனர்.

ஒபாமாவின் வெற்றியை எளிதாக்குவதில் தீர்மானகரமான பாத்திரம் வகித்தது, அமெரிக்கப் பொருளாதாரத்தில் ஏற்பட்டுள்ள பெரும் நெருக்கடியாகும். அமெரிக்காவில் பெருகிவரும் வேலையில்லாத் திண்டாட்டம், வெகுமக்களுக்கான (கல்வி, மருத்துவம், ஓய்வூதியம், வீட்டுவசதி போன்ற) சேமநலத் திட்டங்கள் வெகுவாக வெட்டிக் குறைக்கப்பட்டமை ஆகியன உழைக்கும் மக்களையும் இளைஞர்களையும் திரண்டெழச் செய்து, ஒபாமாவின் வெற்றிக்குப் பாடுபட வைத்தன. இது ஒருபுறம். மறுபுறம், அமெரிக்க ஆளும் வர்க்கத்தின் மிக விழிப்புணர்வுடைய பிரிவினர், வெகுமக்களைக் கவர்ந்திழுக்கக் கூடியவரும், அதே வேளை ஆளும் வர்க்கத்தின் நம்பிக்கைக் குரியவருமாக ஒபாமா இருப்பார் என்பதில் அசைக்க முடியாத நம்பிக்கை கொண்டிருந்தனர்.

அதனால்தான் அமெரிக்கக் குடியரசுத் தலைவர் தேர்தலில் முன்னுவமை காணாத அளவுக்குத் தேர்தல் பிரசாரச் செலவு களைச் செய்வதற்கான பெரும் நிதியை அவருக்குத் திரட்டித் தந்தனர். குடியரசுக் கட்சியின் வேட்பாளர் ஜான் மெக்வெய் னுக்கு நன்கொடை தந்தவர்களின் பட்டியலில் தனியார் முதலாளிய நிறுவனங்களைச் சேர்ந்த 'முதன்மை நிர்வாக அதிகாரிகள்' 2000த்திற்குக் குறைவானவர்கள் இருந்தனர்; ஆனால், ஒபாமாவுக்கு நிதி தந்தவர்களின் பட்டியலில் இருந்த தனியார் முதலாளிய நிறுவனங்களின் 'முதன்மை நிர்வாக அதிகாரிகள்' 6000த்திற்கும் அதிகம். ஒபாமாவுக்கு நிதி வழங்கியவர்களில் முதன்மையானவர்கள் வாஷிங்டனிலுள்ள அரசியல் தரகர்கள் (lobbyists), பெரும் வழக்குரைஞர்கள், தகவல் தொடர்புத் தொழில் நிறுவனங்கள், மின்னணுத் தொழில்துறை நிறுவனங்கள், மருத்துவ சேவை தொடர்பான தனியார் நிறுவனங்கள், மருந்துத் தயாரிப்பு நிறுவனங்கள், அணுசக்தி தொடர்பான நிறுவனங்கள் ஆகியன என்பதும், அரசியல் தரகர்களிடமிருந்து வந்த 'நன்கொடை' மட்டும் 37 மில்லியன் டாலர்கள் ஆகும் என்பதும் குறிப்பிடத்தக்கன. இவர்கள் 'ஒபாமா'விடமிருந்து நன்றிக் கடனை எதிர்பார்த்திருப்பார்கள் என்பதைச் சொல்லத் தேவையில்லை.[1]

'தி வால் ஸ்ட்ரீட் ஜர்னல்', ஒபாமா வெள்ளை மாளிகைக்கு வந்த பிறகு 'கறுப்பு அதிகாரத்திற்கான 'இடைத்தரகர்'களின் கை

ஓங்கும்’ என எழுதியபோது, அதனுடைய சொற்பிரயோகத்தில் வெள்ளை இனவாதம் வெளிப்பட்டது ஒருபுறமிருந்தாலும், அந்த இடைத்தரகர்களின் வர்க்கத் தன்மையை எடுத்துக் காட்டியது. தமிழகத்திலும், இந்தியாவிலும் சாதிரீதியாக ஒடுக்கப் பட்டுள்ள, பிற்படுத்தப்பட்டுள்ளோரின் நியாயமான உரிமை களைப் பெற்றுத் தருவதற்காகத் தோற்றுவிக்கப்பட்ட இயக்கங் களின் மரபுகளுக்கு உரிமை கொண்டாடும் அரசியல் கட்சிகளும் தலைவர்களும் அந்தத் தாழ்த்தப்பட்ட, பிற்படுத்தப்பட்ட சாதிகளைச் சேர்ந்த மேட்டுக்குடியினரின் பிரதிநிதிகளாக மட்டுமின்றி (இந்த மேட்டுக்குடியினரில் கணிசமான பகுதியினர், ஆட்சிக்கு வருவோரால், அரசாங்க அதிகாரத்தின் மூலம் கிடைக்கும் இலஞ்சம், ஊழல் வாய்ப்புகளைப் பயன்படுத்திக் கொண்டு, தங்கள் சொந்தக் குடும்பங்கள், உற்றார் உறவினர்கள், சொந்த சாதியினர் ஆகியோரிலிருந்து உருவாக்கப்படுபவர்களாவர்) ஒட்டுமொத்தமான இந்திய, வெளிநாட்டு முதலாளிகளின் சுரண்டல்களுக்கான அரசியல் கருவிகளாகவும் இருக்கின்றனர். பிற்படுத்தப்பட்ட சாதிகளில் ஏற்பட்டுள்ள கூர்மையான வர்க்க வேறுபாடுகள், தலித் சாதியினரிலிருந்து உருவாகியுள்ள புதிய மேட்டுக்குடிப் பிரிவினரின் தோற்றம் ஆகியவற்றையும் ஒட்டு மொத்த, இந்திய, உலக முதலாளிகளின் சேவகர்களாகத் தாங்கள் மாறிவிட்டதையும் மூடிமறைக்க அந்தந்த பிற்பட்ட, தலித் சாதிகளைச் சேர்ந்த அரசியல் தலைவர்கள் ‘வர்க்கப் பிரச்சினையை’ முற்றிலும் இருட்டடிப்புச் செய்வதைப் போலவே, அமெரிக்க ஆளும் வர்க்கத்தைச் சேர்ந்த வெள்ளையர்களோடு சேர்ந்து அதே ஆளும் வர்க்கத்தைச் சேர்ந்த கறுப்பினத்தவரும் ‘வர்க்கம்’ என்பதைப் பேசுவதில்லை.

வெள்ளை மாளிகையில் ஒபாமாவுடன் ‘கறுப்பு அதிகாரத் தை’ப் பகிர்ந்துகொண்ட ஒருசிலரை மட்டும் இப்போது பார்ப்போம்: தேர்தல் பிரசாரத்தின்போது ஒபாமா முதன்மை கொடுத்து வந்த விடயங்களிலொன்று, வீட்டுவசதிப் பிரச்சினையாகும். ஆனால், அவரது கொள்கை, நடுத்தர-வறிய பிரிவினருக்கான வீட்டுவசதிகளைச் செய்து கொடுப்பதை அரசாங்கமே மேற்கொள்ள வேண்டும் என்பதல்ல; மாறாக, அரசாங்கம், தனியார் நிறுவனங்கள் ஆகிய இரண்டும் இந்தப் பொறுப்பை மேற்கொள்ள வேண்டும் என்பதுதான். ஏனெனில்,

அவரது தீவிர ஆதரவாளர்களான கறுப்பின வழக்குரைஞர்கள் குழுவில், வீட்டுவசதிக்கு அரசாங்கம் தரும் பெருந்தொகையான மானியப் பணத்தைக் கொள்ளையடிப்பவர்களும் இருந்தனர். இவர்களில் முக்கியமானவர், ஒபாமாவின் மூளை எனச் சொல்லப்படும் வாலெரி ஜார்ரெட் என்னும் பெண்மணி. இவர், சிகாகோ நகரத்திலுள்ள மிகப்பெரும் ரியல் எஸ்டேட் நிறுவனமான 'தி ஹேபிடாட் கம்பெனி'யின் முதன்மை நிர்வாக அதிகாரியாக இருந்தவர். வறிய பிரிவு மக்களுக்கான தொகுப்பு வீடுகளைக் கட்டுவதற்கும் அவற்றைப் பராமரிப்பதற்கும் இந்த நிறுவனத்திற்கு அரசாங்கம் இலட்சக்கணக்கான டாலர்களை வழங்குகிறது. அரசாங்கத்தின் பணம்+தனியார் நிர்வாகம் என்னும் இத்தகைய 'அற்புதமான' திட்டத்தின் கீழ் கட்டப் பட்டுள்ள ஏராளமான வீடுகள் காலியாக உள்ளன; குடிதண்ணீர் வசதி, சாக்கடை வசதி போன்றவை கிட்டத்தட்ட ஏதும் இல்லை. சிகாகோ நகரில் இத்தகைய 'வீட்டு வசதி'த் திட்டத்தில் அரசாங்க மானியத்தால் பெரும் ஆதாயமடைந்துள்ள அலிஸன் டேவிஸ் என்னும் கறுப்பின வழக்குரைஞரும் ஒபாமாவின் ஆதரவாளர் தான். 'லாண்டேல் ரெஸ்டோரேஷன்' என்னும் நிறுவனம், சிகாகோவிலுள்ள ஏழை எளியவர்களுக்கான 1200 வீடுகளைப் புதுப்பிக்கும் பணிக்காக அரசாங்கத்திடமிருந்து பெரும் மானியத்தைப் பெற்றுக் கொண்டது. ஆனால், அந்த வீடுகள் யாவும் வசிப்பதற்குத் தகுதியற்றவை என நகர நிர்வாக அதிகாரிகள் கூறினர். அந்த நிறுவனத்தின் உடைமையாளரும் ஒபாமாவின் கறுப்பின ஆதரவாளருமான செசில் பட்லர் என்பவர் 1995-இல் மட்டும் அத்திட்டத்திற்கு அரசாங்க மானியமாகப் பெற்ற தொகை 51 மில்லியன் டாலராகும். ஆனால் வீடுகளைப் பழுதுபார்க்கச் செலவிட்ட தொகை இதில் மூன்றிலொரு பங்குதான்.[2]

அமெரிக்க ஆளும் கட்சிகளினதும் ஆதிக்க ஊடகங்களினதும் ஏன் இடதுசாரி தாராளவாதிகளின் சொல்லாடல்களிலும்கூட பல ஆண்டுகளாகவே 'தொழிலாளி வர்க்கம்' என்பது இடம் பெறுவதே இல்லை என்பதையும் அதற்குப் பதிலாக 'நடுத்தர வர்க்கம்' என்னும் சொல்லாட்சியே இடம் பெற்றுள்ளது என்பதையும் அமெரிக்க மார்க்ஸிய அறிஞர் பார்ரி கிரே விளக்குகிறார்: வழக்குரைஞர்கள், பல் மருத்துவர்கள், சிறு கடைக்காரர்கள் போன்ற இடைநிலை சமூக அடுக்கினரைக்

குறிப்பதற்காக ஒருகாலத்தில் பயன்படுத்தப்பட்ட 'நடுத்தர வர்க்கம்' என்னும் கருத்தினம், அமெரிக்க சமுதாயத்தில் பெரும் செல்வந்தர்களாகவோ, மிக வறியவர்களாகவோ இல்லாத மக்கள் அனைவரையும் குறிக்கக்கூடிய கருத்தினமாகப் பயன்படுத்தப் படலாயிற்று. மாத ஊதியத்தையோ, வாரச் சம்பளத்தையோ காசோலையின் மூலம் பெறக்கூடியவர்களின் எண்ணிக்கை அமெரிக்க சமுதாயத்தில் பெருகப் பெருக (அதாவது உற்பத்தி, விநியோகம், சேவை ஆகிய துறைகளைச் சேர்ந்தவர்கள் மேன்மேலும் கூலி உழைப்பாளர்களாக மாற மாற), சமூக, பொருளாதார ஏற்றத்தாழ்வுகள் மிகக் கடுமையான காலத்தில்தான் 'நடுத்தர வர்க்கம்' என்னும் சொல்லாட்சியும் முதன்மை பெறத் தொடங்கியது. 'தொழிலாளி வர்க்கம்' என்னும் கருத்தினம் புறக்கணிக்கப்பட்ட போதிலும், அமெரிக்காவில் அந்த வர்க்கம் மறைந்தொழியவில்லை; மாறாக அதனுடைய சமூகத் தகுதி பெரும் சரிவைச் சந்தித்தது. இந்தச் சரிவு, அமெரிக்கத் தொழிலாளி வர்க்கத்தில் பொருளாதாரரீதியாக மிகவும் அடிமட்டத்திலுள்ள பிரிவினர் மீது - குறிப்பாக ஆஃப்ரோ அமெரிக்க (கறுப்பினத்) தொழிலாளர் பிரிவினர் மீது - பெரும் பாதிப்பை ஏற்படுத்தியது/ஏற்படுத்தி வருகிறது. மிகப்பெரும் எண்ணிக்கையிலான தொழிற்சாலைகளும் உற்பத்திக் கூடங்களும் மூடப்பட்டன; தொழிலாளர்களின் வேலை நிலைமைகளை மேம்படுத்துவதிலும் அவர்களது உரிமைகளைப் பாதுகாப்பதிலும் முக்கியப் பாத்திரம் வகித்த தொழிற்சங்கங்கள் கலைக்கப்பட்டன. இதன் காரணமாக, பெருநகரங்களில் தொழிலாளர்கள் வசித்துவந்த பகுதிகள் சீரழிந்தன; மக்களின் வரிப் பணத்தைக் கொண்டு நடத்தப்பட்ட பொதுப்பள்ளிகள் பெரும்பாலானவை தகர்ந்தன; மருத்துவ வசதி, வீட்டுவசதி என்பன இல்லாமல் போய்விட்டன. வறுமையின் காரணமாக மனிதர்களைப் பீடிக்கும் பல்வேறு நோய்களுடன் வேலையில்லாத் திண்டாட்டமும் பெருகியது.

மறுபுறம், 'அடையாள அரசியல்' என்பது ஊக்குவிக்கப் பட்டது. அதாவது, அமெரிக்கா, பல்லின சமுதாயமாகும்; அதில் எல்லா நிலைகளிலும் இன வேறுபாடு, பால் வேறுபாடு இன்றி அனைத்து இனத்தவருக்கும் ஆண், பெண் ஆகிய இருபாலார்க் கும் பிரதிநிதித்துவம் தரப்பட வேண்டும் என்னும் கருத்து

அமெரிக்க தாராளவாதக் கருத்துநிலையாளர்களால் வலியுறுத்தப்பட்டது. இந்த 'அடையாள அரசியலின்' காரணமாக, அரசியல் கட்சிகள், அரசாங்கம், நிறுவனங்கள், கல்வித்துறை, ஊடகங்கள் ஆகியவற்றில் இருந்த இனரீதியான தடைகள், வெள்ளையரல்லாதோரில் - குறிப்பாக கறுப்பின மக்களைச் சார்ந்தோரில் - சிறு பகுதியினருக்கு அகற்றப்பட்டன. கறுப்பின மக்களைச் சார்ந்த சலுகை பெற்ற இந்தப் பிரிவினரின் - வாழ்க்கையில் வெற்றி பெற்ற, அமெரிக்கக் கனவை பகிர்ந்து கொண்ட இந்தப் பிரிவினரின் - வேட்கைகளைத்தான் ஒபாமாவின் வெற்றி பிரதிநிதித்துவம் செய்தது, கறுப்பினத்தைச் சார்ந்த பெரும்பான்மையான உழைக்கும் மக்களின் உழைப்பிலிருந்து கசக்கிப் பிழியப்பட்ட செல்வத்தில் கணிசமான பங்கு மேற்சொன்ன சலுகை பெற்ற பிரிவினருக்குக் கிடைக்கும் என்பதை ஒபாமாவின் வெற்றி உறுதிப்படுத்தியது.

'தொழிலாளி வர்க்கம்' என்று பேசுவதும் பெரும் தொழில், வணிக நிறுவனங்களின் பலத்தைக் குறைக்க வேண்டும் என்றும், தொழிற் கூடங்களில் ஜனநாயக முறைகளைக் கடைப்பிடிக்க வேண்டும் என்றும் கூறுவது ஒருகாலத்தில் அமெரிக்க தாராளவாதிகளின் சொல்லாடல்களில்கூட இடம்பெற்றிருந்ததுதான். அது 1930களில் அமெரிக்கப் பொருளாதாரத்தில் ஏற்பட்ட மிகப் பெரும் பொருளாதார மந்தத்தின் காரணமாக (இது உலகப் பொருளாதாரம் அனைத்தையும் பாதித்தது) இலட்சக்கணக்கான அமெரிக்க உழைக்கும் மக்களும் நடுத்தர மக்களும் வறுமையின் கோரப்பிடியில் சிக்கித் தவித்தபோது, அன்றைய அமெரிக்கக் குடியரசுத் தலைவர் தியோடர் ரூஸ்வெல்ட்டால் கொண்டு வரப்பட்ட 'புதிய ஒப்பந்தம்' (New Deul) எனச் சொல்லப்படும் புதிய பொருளாதாரக் கொள்கை நடைமுறைப்படுத்தப்பட்ட காலத்தில் பேசப்பட்டதாகும். அந்தப் பொருளாதாரக் கொள்கையை ஆதரித்த ஜனநாயகக் கட்சித் தலைவர்கள் பலர், நாட்டின் செல்வத்தை மறுபங்கீடு செய்யவேண்டும் என்றும் சமுதாய உறுப்பினர்களின் பொருளாதார சமத்துவம் மேன் மேலும் வளர வேண்டும் என்றும் பேசிவந்தனர்.[3]

உழைக்கும் மக்கள் தங்கள் உரிமைகளுக்காகவும் வாழ்க்கைத் தரத்தை மேம்படுத்துவதற்காகவும் 1930களில் நடத்திய போராட்டங்களில் சோசலிச, புரட்சிகர அமைப்புகளையும்

தொழிற்சங்கங்களையும் சேர்ந்த தொழிலாளர்கள் மிக முக்கிய பாத்திரம் வகித்தனர். அந்தப் போராட்டங்கள், தொழிற் சங்கங்களின் அங்கீகாரம், ஊதிய உயர்வு, வேலைநேரக் குறைப்பு, வேலை நிலைமைகளில் முன்னேற்றம் ஆகியவற்றுக்காக மட்டும் நடத்தப்பட்டவையல்ல. அவை, தொழில் உற்பத்தித் துறையிலும் அமெரிக்க அரசியலிலும் சுயேச்சையான சக்தியாகத் தொழிலாளர்களை ஆக்குவதற்கான, அமெரிக்க சமுதாயத்தின் தன்மையை மாற்றியமைப்பதற்கான போராட்டங்களாக அமைந்தன. தொழிலாளர்கள் பெருந்திரளாகப் பங்கேற்ற போராட்டங்களின் போது பல தொழிற்சாலைகளைத் தங்கள் கட்டுப்பாட்டிற்குள் தொழிலாளர்கள் கொண்டுவந்த நிகழ்ச்சிகளும் இருந்தன. அந்தக் காலகட்டத்தில்தான், பல்வேறு தொழிற்சங்கங்களையும் தொழிலாளர் அமைப்புகளையும் உள்ளடக்கிய தொழிற்சாலை அமைப்புகளின் பேரவை (சிஐஓ) நிறுவப்பட்டது.[4]

1937-இல் அமெரிக்கப் பொருளாதாரம், பெரும் மந்தநிலையிலிருந்து பெருமளவுக்கு மீண்டு வந்தது; அடிப்படைத் தொழிற்சாலைகளில் தொழிலாளர்களின் வேலைநிறுத்தப் போராட்டங்கள் போர்க்குணம் கொண்டவையாக, புரட்சிகரமானவையாக மாறத் தொடங்கியபோது, அமெரிக்கக் குடியரசுத் தலைவர் அவற்றைக் கண்டனம் செய்யத் தொடங்கினார். அதனைத் தொடர்ந்து அமெரிக்க தாராளவாதிகளும், முதலாளியக் கட்டமைப்பில் மாற்றத்தை ஏற்படுத்த வேண்டும் என்னும் தங்கள் முந்தைய நிலைப்பாட்டிலிருந்து பின்வாங்கத் தொடங்கினர். இரண்டாம் உலகப் போர், இந்தப் பின்வாங்கலைத் துரிதப்படுத்தியது. அமெரிக்காவிலுள்ள மிகப் பெரும் தொழிற்சங்கக் கூட்டமைப்புகளில் ஒன்றான சிஐஓ, முதலாளியக் கட்டமைப்பில் மாற்றங்களைக் கொண்டுவருதல், தொழிலுற்பத்திக் கூடங்களை தொழிலாளர்களின் ஜனநாயகக் கட்டுப்பாட்டிற்குள் கொண்டுவருதல் என்பன போன்ற தனது தொடக்ககாலக் கோரிக்கைகளைக் கைவிட்டு, ரூஸ்வெல்ட் அரசாங்கத்தின் தேவைகளுக்கு ஏற்பத் தன்னையும் தனது அமைப்புக்குள் இருந்த தொழிலாளர்களையும் தகவமைத்துக் கொள்ளத் தொடங்கியது. இரண்டாம் உலகப் போர் முடிவுக்கு வரும் தறுவாயில், சிஐஓ ஒரு மிகப் பெரும் முதலாளிய அதிகாரிவர்க்க நிறுவனம் போல, மையப்படுத்தப்பட்ட, அதிகாரிவர்க்கத் தன்மையுடைய, தொழி

லாளர்களின் உணர்வுகளை மிகவும் மட்டுப்படுத்தப்பட்ட மிதவாதக் கண்ணோட்டத்திற்குள் கொண்டு வருகின்ற, ஒழுங்கமைக்கப்பட்டுள்ள தொழிலாளர்களின் பொருளாதார நலன்களுக்கு மட்டுமே போராடுகிற, அதேவேளை முதலாளிய சக்திகளிடமிருந்து கையூட்டுப் பெற்றுக்கொள்கிற அமைப்பாகி விட்டது. அதுமட்டுமின்றி, 1940களின் பிற்பகுதியிலும் 1950களிலும் தனது அணிகளிலிருந்த இடதுசாரி சக்திகளைக் 'களையெடுத்து' வெளியேற்றுவதையும் கம்யூனிஸ்டுகள் அல்லது கம்யூனிஸ்ட் ஆதரவாளர்கள் எனச் சந்தேகிக்கப்பட்டவர்களை அமெரிக்க வாழ்வின் அனைத்துத் துறைகளிலிருந்தும் வெளியேற்றவும், தேவைப்பட்டால் அவர்களைக் கைது செய்யவும் அமெரிக்க அரசாங்கம் கடைப்பிடித்த 'மெக்கார்த்தியம்' என்னும் கொள்கைக்கு முழு ஆதரவு அளித்தது.[5]

அமெரிக்கத் தொழிற்சங்க இயக்கத்தில் இந்தப் பிற்போக்குத் தனமான மாற்றம் ஏற்பட்ட (கிட்டத்தட்ட) அதே வேளையில் தான் அமெரிக்கப் பொருளாதாரத்திலும் மிக முக்கிய மாற்றம் ஏற்பட்டது. அதாவது, முதலாம், இரண்டாம் உலகப் போர்களுக்கு இடைப்பட்ட காலத்தில் அமெரிக்கா சந்தித்த மிகப் பெரும் பொருளாதார மந்தத்திலிருந்து மீள்வதற்கு முக்கிய காரணமாக இருந்தது, அந்த நாட்டின் பொருளாதாரத் துறைகள் கிட்டத்தட்ட அனைத்தும் அமெரிக்காவின் போர் முயற்சிகளில் ஈடுபடுத்தப்பட்டதுதான். அது உள்நாட்டுப் பொருளாதாரத்தில் வளர்ச்சியை ஏற்படுத்தியதுடன், இலட்சக்கணக்கானோருக்கு வேலை வாய்ப்புகளை வழங்கியது. மேலும், அமெரிக்கா, நேச நாடுகளுக்குத் தேவையான ஆயுதங்களையும் இராணுவத் தளவாடங்களையும் விற்பனை செய்ததன் மூலம் பெரும் ஆதாயம் அடைந்தது. அந்தச் சூழ்நிலையில்தான், அமெரிக்காவின் பெரும் தனியார் நிறுவனங்களிலொன்றான 'ஜெனரல் எலெக்ட்ரிக்'கின் தலைவரும் அமெரிக்க அரசாங்கம் அமைத்திருந்த போர் ஆலோசனை வாரியத்தின் (War Advisory Board) துணைத்தலைவருமாக இருந்த சார்லஸ் ஈ.வில்ஸன் என்பவரால் 'நிரந்தரப் போர்ப் பொருளாதாரம்' என்னும் கருத்து முன்வைக்கப்பட்டது. அதாவது, போர்க் காலங்களானாலும் சரி, சமாதான காலங்களானாலும் சரி, அமெரிக்கா போர்த் தளவாடங்களையும் ஆயுதங்களையும் தொடர்ந்து உற்பத்தி செய்துகொண்டே இருக்க வேண்டும் என்பதும், அது

அமெரிக்காவின் உலகளாவிய மேலாதிக்கத்திற்கு உதவுவதுடன் நாட்டில் இலட்சக்கணக்கானோருக்கு வேலை வாய்ப்பை வழங்கும் என்பதும் அக்கருத்தின் சாரமாகும். மிகப் பெருமள விலான இராணுவத் தளவாடங்களையும் ஆயுதங்களையும் தயாரிப்பதற்கு நாஜி ஜெர்மனி மேற்கொண்ட நடவடிக்கை களையும் இரண்டாம் உலகப் போரில் அமெரிக்க அரசாங்கம் மிகப் பெருமளவில் ஆயுதத் தயாரிப்புகளில் ஈடுபட்டதையும் கருத்தில்கொண்டு, அமெரிக்கப் பொருளாதார வளர்ச்சியை ஊக்குவிப்பதற்கான முக்கிய அம்சங்களிலொன்றாகவே இந்த 'நிரந்தர போர்ப் பொருளாதாரம்' என்னும் கொள்கை தேர்ந்தெடுக்கப்பட்டது. உண்மையில், இரண்டாம் உலகப் போர் ஏற்படுத்திய தாக்கத்தின் கீழ், அமெரிக்கப் பொருளாதாரம் 70 % வளர்ச்சியைப் பெற்று, 1930களில் ஏற்பட்ட பெரும் பொருளாதார மந்தத்திலிருந்து தன்னை முழுமையாக விடுவித்துக்கொண்டது. இந்தப் பொருளாதாரம், பாதுகாப்புச் செலவுகளுக்காக அமெரிக்க அரசாங்கத்தின் வரவு - செலவுத் திட்டத்தில் பெரும் தொகையை ஒதுக்கும்படி செய்கிறது. உலக நாடுகள்அனைத்தும் தங்கள் இராணுவப் பாதுகாப்புக்காகத் தங்கள் வரவு-செலவுத் திட்டங்களில் ஒதுக்கும் நிதியளவில் 45 % அமெரிக்க அரசாங்கத்தின் இராணுவப் பாதுகாப்புச் செலவாகும் என்றும், இராணுவப் பாதுகாப்பு, இராணுவ ஆராய்ச்சி, விண்வெளி ஆராய்ச்சி முதலியவற்றுக்கு அமெரிக்கா செலவிடும் தொகை 1 ட்ரில்லியன் (இலட்சம் கோடி) டாலர் என்றும், அது அமெரிக்காவின் தேசிய வருமானத்தில் (ஜிடிபி) 7% என்றும், அமெரிக்க அறிஞர்கள் சிலர் தங்கள் ஆய்வுகளின் மூலம் கண்டறிந்துள்ளனர்.[6] உலகம் முழுவதிலும் வீட்டு வசதியும் உணவுமின்றித் தவிக்கும் மக்கள் அனைவருக்கும் அவற்றை வழங்குவதற்கு இந்த நிதியே போதும்.

இந்த 'நிரந்தரப் போர்ப் பொருளாதாரத்தின்' அடிப்படையாக இருப்பது, இரண்டாம் உலகப் போருக்குப் பின் அமெரிக்கக் குடியரசுத் தலைவராக (குடியரசுக் கட்சியைச் சேர்ந்த) ஐஸன்ஹோவரால் 'இராணுவ - தொழிலுற்பத்தி இணைப்பு' (military-industrial complex) என அழைக்கப்பட்ட பொருளாதாரக் கட்டமைப்பு ஆகும். அமெரிக்க அரசாங்கத்தின் பாதுகாப்புத் துறையும் (DoD), தனியார் பெரும் நிறுவனங்களும் இணைந்த

அமைப்பே இது. அதாவது, அமெரிக்கக் கூட்டாட்சி அரசாங்கத்தின் வரவு - செலவுத் திட்டத்தில் இராணுவச் செலவு களுக்காக ஒதுக்கப்படும் நிதியானது முப்படைகளிலும் உள்ள இராணுவ வீரர்கள், அதிகாரிகள் ஆகியோரின் ஊதியங்கள், சேமநலத் திட்டங்கள், இராணுவ ஆராய்ச்சித் திட்டங்கள் முதலியனவற்றுக்கு மட்டுமின்றி இராணுவத் தளவாடங் களையும் ஆயுதங்களையும் தனியார் நிறுவனங்களிடமிருந்து வாங்குவதற்கும் பயன்படுத்தப்படுகிறது. உலக மக்களைப் படுகொலை செய்யும் ஆயுதங்கள், உளவு பார்க்கும் சாதனங்கள், இராணுவக் கவச வண்டிகள், போர்க் கப்பல்கள், போர் விமானங்கள் ஆகியவற்றை உற்பத்தி செய்து அமெரிக்க இராணுவத்திற்குத் தருவதற்காகவும் பிற நாடுகளுக்கு ஏற்றுமதி செய்வதற்காகவும் அமெரிக்க அரசாங்கம் மிகப் பெரும் தனியார் நிறுவனங்களுக்குத் தனது இராணுவச் செலவுக்கான நிதியில் பெரும் பகுதியைச் செலவிடுகிறது. அமெரிக்க அரசாங்கம், தனது இராணுவத்திற்குத் தேவையானவற்றை வழங்குமாறு இந்தத் தனியார் நிறுவனங்களுக்குக் கொடுக்கும் ‘ஆர்டர்கள்’தாம் அமெரிக்கப் பொருளாதாரத்தில் பொருளுற்பத்தித் துறையை ஊக்குவிப்பதில் முதன்மைப் பாத்திரம் வகிக்கிறது. 2001-ஆம் ஆண்டுக் கணக்கின்படி (இப்போது அது இன்னும் அதிக மாயிருக்கும்) அமெரிக்காவிலுள்ள பொறிஞர்கள், அறிவிய லாளர்கள் ஆகியோரில் மூன்றிலொரு பகுதியினர் இராணுவத் துடன் தொடர்புடைய பணிகளில் ஈடுபடுத்தப் பட்டவர்களாவர். இராணுவச் செலவுக்காக அமெரிக்க அரசாங்கம் செலவிடும் தொகை ஒவ்வோராண்டும் தொடர்ந்து அதிகரித்து வருவதன் காரணமாக எரிசக்தித்துறை, தேசிய விண்வெளி ஆராய்ச்சித் துறை (NASA) ஆகியவற்றுக்கு ஒதுக்கப்படும் நிதிகள்கூட வெகுவாகக் குறைக்கப்படுகின்றன. அமெரிக்கா முழுவதிலு முள்ள இலட்சக்கணக்கான தொழிலாளர்களும் உள்ளூர் சமூகங்களும் அமெரிக்க இராணுவத்தின் தலைமையகமான பென்டகன், தனியார் நிறுவனங்களுக்குக் கொடுக்கும் இராணுவ ஆர்டர்களைச் சார்ந்துதான் உயிர்பிழைக்க வேண்டியுள்ளது. எடுத்துக்காட்டாக, அணு ஆயுத உற்பத்திக்கு அமெரிக்க அரசாங்கம் திடீரெனத் தடை விதிப்பதாகக் கொள்வோம் (இது ஒரு கற்பனையே என்பதில் ஐயமில்லை!). அப்படியானால், கலிபோர்னியா மாநிலத்தில் மட்டும் இரண்டு இலட்சத்திற்கும்

மேற்பட்ட (இது 2001-ஆம் ஆண்டுப் புள்ளி விவரம்) தொழிலாளர்கள் வேலை இழப்பர். அவர்களுக்கும் வேலைக்கு அமர்த்தியுள்ள இராணுவத் தளவாடக் கூடங்களுக்கும் பல்வேறு வகையான சேவைகளை (வங்கிகள், உணவுவிடுதிகள், மளிகைக் கடைகள், மருத்துவ நிலையங்கள், ஆயுள் காப்பீட்டு நிறுவனங் கள், கேளிக்கை விடுதிகள் முதலியன) வழங்கும் இன்னும் பல்லாயிரக்கணக்கான தொழிலாளர்களும் வேலை இழப்பர்.[7]

அமெரிக்க இராணுவத்திற்கான வானூர்திகள் (aircrafts) விண்வெளிக் கலங்கள் (spacecrafts), பிற இராணுவத் தளவாடங்கள், ஆயுதங்கள் ஆகியவற்றை வடிவமைப்பதிலும் அவை தொடர்பான தொழில் நுட்பங்களை வளர்ப்பதிலும் அவற்றைத் தயாரிப்பதிலும் போயிங், லாக்ஹீட் மார்ட்டின் முதலிய 11 நிறுவனங்கள் ஆதிக்கம் வகிக்கின்றன. இவற்றில் சில உலகளாவிய ஆதிக்கத்தையும் செலுத்துகின்றன. இந்த நிறுவனங்களிலும் அதனுடன் தொடர்புடைய இதர சேவை மற்றும் தயாரிப்பு நிறுவனங்களிலும் இலட்சக்கணக்கான நீலக் காலர் (உடல் உழைப்பு) மற்றும் வெள்ளைக் காலர் (மூளை உழைப்பு) ஊழியர்கள் (தொழில்நுட்ப வல்லுநர்களும் அறிவியலாளர்களும்) பணிபுரிகின்றனர். பிற பொருள்களை உற்பத்தி செய்யும் தொழிற்சாலைகளுக்கு ஏற்படும் நெருக்கடிகளின் (எடுத்துக்காட்டாக தற்சமயம் நெருக்கடியில் உள்ள அமெரிக்க மோட்டர் வாகனத் தொழிற்சாலைகள்) காரணமாக வேலை இழக்க நேரிடுவதற்கு மாறாக, இராணுவ - தொழில் உற்பத்தி இணைப்பில் உள்ள தொழிற்சாலைகளில் வேலைக்கான பாதுகாப்பும் உத்தரவாதமும் உள்ளன. எனவே அமெரிக்க மக்களில் கணிசமானோரும் அவர்களால் அரசாங்கப் பதவிகளுக்குத் தேர்ந்தெடுக்கப்படுவோரும் பென்டகனின் இராணுவச் செலவுகளை ஆதரிப்பதில் வியப்பில்லை. இராணுவத் தளவாடங்களையும் ஆயுதங்களையும் உற்பத்தி செய்யும் நிறுவனங்கள், அமெரிக்க இராணுவத்திற்குத் தேவையான ஆயுதங்கள் முதலியவற்றை வழங்குவதைவிட அவலற்றைப் பிற நாடுகளுக்கு ஏற்றுமதி செய்வதில் அதிக இலாபம் அடைகின்றன. இதற்குக் காரணம், பிற நாடுகளிடம் இல்லாத தொழில் நுட்பங்கள் அவற்றிடம் இருப்பதும், அந்தத் தொழில்நுட்பங்களுக்கான ஆராய்ச்சி, வளர்ச்சி, பரிசோதனை ஆகியவற்றுக்கான செலவு முழுவதையும் பென்டகன் ஏற்றுக்

கொள்வதுமாகும். உலகச் சந்தையில் மிக எளிதாகப் பெரும் இலாபத்தை ஈட்டுவதற்காக இந்த அமெரிக்க நிறுவனங்கள் கூட்டு சேர்ந்துகொள்கின்றன. புதிய சந்தைகளை உருவாக்கு வதற்காக, பிற நாடுகளில் உள்ள அரசாங்கங்கள், அந்த நாடு களிலுள்ள கட்டுப்பாடுகளைத் தளர்த்தும்படி செய்கின்றன. சில நேரம் அமெரிக்க அரசாங்கம் அந்த நாடுகளுக்கு மானியங்களும் நிதி உதவிகளும் வழங்குமாறு செய்கின்றன. அமெரிக்கா தரும் இந்தப் பணத்தைக் கொண்டு அந்த நாடுகள் இந்த நிறுவனங் களின் பொருள்களை வாங்கிக்கொள்ளும்.[8]

இந்த நிறுவனங்களுக்குள்ள பொருளாதார, அரசியல் பலத்திற்கான சில எடுத்துக்காட்டுகளைக் கூறலாம்: அமெரிக்க ஆட்சியாளர்களின், உயர் அதிகாரிகளின் அரசியல், இராணுவ, பொருளாதாரக் கொள்கைகளை வகுப்பதில் மட்டுமின்றி, உலக நிலவரங்களை வடிவமைப்பதிலும் வகுப்பதிலும் போயிங் நிறுவனம் முக்கிய பாத்திரம் வகிக்கிறது. 1999-இல் அமெரிக்கா வின் சிகாகோ மாநிலத்திலுள்ள சியாட்டில் நகரில் நடந்த உலக வணிக நிறுவனத்தின் மாநாட்டின்போது, அந்த மாநாட்டில் நடந்த முக்கிய நிகழ்ச்சிகளைப் பர்வையிடுவதற்கும் தகவல்களை அறிந்துகொள்வதற்கும் போயிங் உள்ளிட்ட பெரும் இராணுவ நிறுவனங்கள் 9.2 மில்லியன் டாலர்களை உலக வணிக நிறுவனத்துக்கு நன்கொடையாக வழங்கின. அந்த மாநாட்டின் வரவேற்புக் குழு நடத்திய தொடக்க நாள் நிகழ்ச்சிகளிலும் நிறைவு நாள் நிகழ்ச்சிகளிலும் கலந்துகொள்ளும் பொருட்டு அங்கு வந்த பிரதிநிதிகளுக்கான முக்கிய இருக்கைகள் சிலவற்றைப் பெறுவதற்காக போயிங் நிறுவனமும் அல்லைட் சிக்னல்/ ஹனிவெல் நிறுவனமும் கொடுத்த நன்கொடை 2,50,000 டாலர்களுக்கும் அதிகமாகும். மேலும், போயிங் நிறுவனத்தின் முதன்மை நிர்வாக அதிகாரியாக இருந்த பில் கோண்டிட் என்பவர், அந்த வரவேற்புக் குழுவின் இணைத்தலைவராகவும் இருந்தார்.[9]

உலக வணிக நிறுவனத்தின் மாநாட்டுக்கான செலவைப் பகிர்ந்துகொண்டதன் மூலம் இந்த நிறுவனங்கள் பெற்ற ஆதாயங்கள் என்ன? அந்த நன்கொடைத் தொகைகளைவிடப் பன்மடங்கு அதிகத் தொகைகளை உலக வணிக நிறுவனத்தின் மூலம் பெற்றுக்கொண்டன அந்த நிறுவனங்கள். தங்களது

இலாப விகிதத்தைப் பெருக்கிக்கொள்வதற்கு ஆயுதங்கள் முதலியவற்றின் ஏற்றுமதியைச் சார்ந்துள்ளதுடன் பிற நாடுகளில் உள்ள நிறுவனங்களுடன் கூட்டாகத் தொழில் தொடங்குவதிலும், அவற்றின் கூட்டாளிகளாவதிலும் அந்த நாட்டு நிறுவனங்களைத் தம்முடன் இணைத்துக்கொள்வதிலும் (மெர்ஜர்ஸ்) அக்கறை கொண்டுள்ளன. இவற்றை நிறைவேற்றுவதற்கு, உலக வணிக நிறுவனத்தின் செயல்திட்டங்கள் யாவை என்பதைத் தெரிந்து கொள்ள வேண்டும். பிற நாடுகளுக்கு ஆண்டுதோறும் பல இலட்சம் டாலர் பெறுமதியுள்ள ஏவுகணைகள், போர் விமானங்கள், இதர ஆயுதங்கள் ஆகியவற்றை விற்பனை செய்யும் போயிங் நிறுவனம், உலக வணிக மாநாட்டை ஏற்பாடு செய்த சக்திகளில் முக்கியமானதாக இருந்தது வியப்புக்குரியதல்ல. உலக வணிக நிறுவனத்தில் சீனா சேர்த்துக்கொள்ளப்படுவதற்குக் கடும் முயற்சி எடுத்துக்கொண்டது போயிங். காரணம், போயிங் விமானங்களுக்கான பெரும் சந்தை சீனாவில் இருந்ததுதான். போயிங், லாக்ஹீட் மார்ட்டின் போன்ற இராட்சத ஆயுத உற்பத்தி நிறுவனங்களுக்கு உலக வணிக நிறுவனம் இரட்டை நன்மையை வழங்குகிறது. சுற்றுச்சூழல் பாதுகாப்பு, உற்பத்தியில் ஈடுபடும் தொழிலாளிகள், ஊழியர்கள் ஆகியோரின் உடல் நலம், தொழிலாளர்களின் வேலை நிலைமைகள் ஆகியன தொடர்பான விதிகளைப் பின்பற்றாமலிருப்பதற்கு உலக வணிக அமைப்பு உதவி செய்யும்; இரண்டாவதாக, ஒரு நாட்டின் 'பாதுகாப்பு தொடர்பான விதிவிலக்குகளை' உலக வணிக நிறுவனத்தில் சட்ட திட்டங்கள் வழங்குகின்றன. அவற்றைப் பயன்படுத்தி, குடிமக்களுக்குத் தேவையான திட்டங்களில் செலவிடப்பட வேண்டிய பெரும் தொகைகளை மிகப் பெரும் இராணுவ ஆராய்ச்சித் திட்டங்களுக்கு அரசாங்கம் மானியமாகக் கொடுப்பதை உத்தரவாதம் செய்துகொள்கின்றன. அமெரிக்க, ஐரோப்பிய நாடுகளின் இராணுவக் கூட்டணி அமைப்பான நேட்டோ விரிவாக்கப்பட்டு அதில் மேலும் பல நாடுகள் சேர்த்துக்கொள்ளப்படுவதையும் இந்த நிறுவனங்கள் ஊக்குவிக்கின்றன - 'நேட்டோ'வில் புதிதாகச் சேர்ந்துகொள்ளும் நாடுகளுக்கு ஆயுதங்களை விற்பனை செய்வதற்காக.[10]

அமெரிக்க இராணுவத்தின் அணு ஆயுதங்கள், நீர்மூழ்கிக் கப்பல்களிலிருந்து ஏவப்படும் அணு ஆயுத ஏவுகணைகள் போன்றவற்றைத் தயாரித்து வழங்குவது லாக்ஹீட் மார்ட்டின்

நிறுவனம். அமெரிக்காவின் ஒவ்வொரு மாகாணத்திலும் கண்டம் விட்டுக் கண்டம் பாயக்கூடிய ஏவுகணைகளை வைக்க ஜார்ஜ் புஷ் உருவாக்கிய தேசிய ஏவுகணைப் பாதுகாப்புத் திட்டத்திலும் (NMD) அமெரிக்க விண்வெளி ஆராய்ச்சி நிறுவனமான 'நாஸா'வின் பல்வேறு திட்டங்களிலும் முக்கிய பாத்திரம் வகிப்பது போயிங் நிறுவனமாகும்.[11]

இன்று அமெரிக்காவின் இராணுவ, போர்க் கப்பல் மற்றும் போர் விமானத் தளங்கள் உலகெங்கிலும் இருக்கின்றன. இந்த இடங்களிலெல்லாம் அமெரிக்கப் படைவீரர்கள் குவிக்கப் பட்டுள்ளனர். இவை தவிர, ஆப்கானிஸ்தான், இராக், போஸ்னியா, கொஸோவோ முதலியவற்றிலும் ஆப்பிரிக்க நாடுகள் சிலவற்றிலும் அமெரிக்க ஆக்கிரமிப்புப் படைகள் உள்ளன அதாவது அமெரிக்காவுக்கு உள்ளேயும் வெளியேயும் இலட்சக்கணக்கான அமெரிக்கர்களுக்கு தனது இராணுவத்தின் மூலம் வேலை வாய்ப்புகளை வழங்கியுள்ளது அமெரிக்க அரசாங்கம். அமெரிக்க இராணுவத்தில் இலட்சக்கணக்கான கறுப்பின மக்களும் சேர்க்கப்பட்டுள்ளனர். அமெரிக்க அரசாங்கம் கடைப்பிடிக்கும் 'இட ஒதுக்கீட்டு' கொள்கையின் காரணமாக, ஆயிரக்கணக்கான கறுப்பினத்தவர் முப்படைகளிலும் இராணுவ அதிகாரிகளாகவும் உள்ளனர். அமெரிக்க தேசப்பற்று ஊட்டப்பட்டு, ஏகாதிபத்தியப் போர்களில் ஈடுபடுத்தப்பட்டுள்ளனர். இந்த நிலைமைகளும் அமெரிக்கப் பொருளாதாரத்தின் 'உயிர்நாடி'யாக உள்ள இராணுவ-தொழிலுற்பத்தி இணைப்புடன் அந்த நாட்டின் உழைக்கும் மக்களில் கணிசமான பகுதியினர் கொண்டிருக்கும் தொடர்பும் உலகில் அமெரிக்கா மட்டுமே மேலாதிக்கம் செலுத்த வேண்டும் என்னும் எண்ணத்தை அவர்களிடமும் வளர்த்திருப்பதில் வியப்பில்லை. அவர்களிடம் தொழிலாளி வர்க்க உணர்வு உருவாகாமல் இருப்பதிலும் வியப்பில்லை. இந்தச் சூழலில்தான் 'தொழிலாளி வர்க்கம்' என்னும் பதமே அமெரிக்க தாராளவாதிகளால் பயன்படுத்தப் படுவதில்லை.

இனி, மீண்டும் ஒபாமாவிடமே வருவோம். அவரது கொள்கைகளைத் தீர்மானிப்பது 'இனம்' அல்ல; 'வர்க்கம்'தான். அதாவது, அமெரிக்காவின் 'இராணுவ - தொழில் உற்பத்தி இணைப்புடன் தொடர்புகொண்ட வர்க்கம்'. 2003-இல் இராக்கில் நடந்த ஆக்கிரமிப்புப் போருக்கான ஆயத்தம் 2002-இல்

தொடங்கியபோது, அதை எதிர்த்துப் பேசினார் ஒபாமா என்பது உண்மைதான். ஆனால், அது அவர் அமெரிக்காவிலுள்ள இல்லினாய் மாநில செனட் உறுப்பினராவதற்கு முன். 2005-இல் அவர் செனட் உறுப்பினராகப் பதவியேற்ற பிறகு, புஷ் நிர்வாகம் கொண்டுவந்த போர்ச் செலவுகளுக்கான நிதி ஒதுக்கீடுகள் ஒவ்வொன்றையும் ஆதரித்திருக்கிறார். அரசியலுக்கு வருவதற்கு முன் 'ஹார்வர்ட் லா ரெவ்யூ' என்னும் சட்டவியல் ஏட்டின் ஆசிரியராகவும் குடிமை உரிமைகளுக்காகப் போராடும் வழக்குரைஞராகவும் இருந்திருக்கிறார். ஆனால், அமெரிக்க அரசாங்கத்தின் அண்மைக்கால வரலாற்றில் கொண்டுவரப்பட்ட மிகக் கொடிய மனித உரிமை மீறல் சட்டங்களிலொன்றான 'பேட்ரியாட்2' சட்டத்திற்கு ஆதரவாக செனட்டில் வாக்களித் தார். அதேபோல், திவாலான அமெரிக்க வங்கிகள், காப்பீட்டு நிறுவனங்கள் ஆகியவற்றை மீட்டெடுக்க மக்களின் வரிப்பணத்திலிருந்து 750 பில்லியன் டாலர்கள் கொடுக்க வேண்டும் என்னும் ஆலோசனையை ஜான் மெக்வெய்னுடன் சேர்ந்து ஆதரித்தார். அது மட்டுமின்றி, நெருக்கடியில் சிக்கித் தவித்த அமெரிக்க மோட்டார் வாகனத் தொழிலைக் காப்பாற்ற மக்களின் வரிப் பணத்தை வழங்க வேண்டும் என்னும் ஆலோசனையையும் வழங்கி வந்தார்.[12]

கியூப வளைகுடாவில் உள்ள குவாண்டனாமோ என்னும் இடத்தில் அமெரிக்க இராணுவம், போர்க் கைதிகளையும் பயங்கரவாதத்துடன் தொடர்புடையவர்கள் எனச் சொல்லப் படுபவர்களையும் சித்திரவதை செய்வதற்காக வைத்துள்ள சிறை முகாமை இழுத்து மூடப் போவதாகவும், சித்திரவதை என்பதை அமெரிக்காவின் அகராதியிலிருந்தே நீக்கப் போவதாகவும் ஒபாமா சூளுரைத்தார்.[13] அவர் அதைச் செய்யவில்லை என்பதோடு இராக்கின் பாக்தாத் நகரில் உள்ள அபு காரிப் சிறைச்சாலையில் அமெரிக்கக் கூட்டணிப் படையினர் நடத்தும் சித்திரவதைகளைப் பற்றி ஏதும் வாய் திறக்கவில்லை. குடியரசுத் தலைவராகப் பொறுப்பேற்றுக் கொண்ட நாளிலிருந்து 16 மாதங்களுக்குள் இராக்கிலிருந்து அமெரிக்கப் படைகளை திரும்பப் பெறப் போவதாக தேர்தல் பிரசாரத்தின்போது கூறி வந்தார். ஆனால், அந்தப் பிரச்சினையில் அவருக்கும் இராக் போரை நடத்து வதற்குப் பொறுப்பேற்றிருந்த மூன்று அமெரிக்க

இராணுவத் தளபதிகளுக்கும் முரண்பாடு தோன்றியது. அமெரிக்கச் சட்டப்படி, குடியரசுத் தலைவர்தான் முப்படைகளுக்கும் தலைமைத்தளபதி. ஆனால், இராக்கில் போர் நடக்கும் களங்களிலுள்ள உண்மையான நிலவரம் தங்களுக்குத்தான் நன்றாகத் தெரியும் என்றும் அமெரிக்கத் துருப்புகளை அந்தக்காலக் கெடுவுக்குள் திரும்பப் பெறும் பிரச்சினை விவாதத்துக்குரியது என்றும் அந்த மூன்று தளபதிகளும் கூறிவிட்டனர். ஒபாமாவால் அதற்கு உறுதியான பதில் எதனையும் வழங்க முடியவில்லை.[14]

எனினும், இந்திய ஆளும் வர்க்கத்தினருக்கும் அமெரிக்க ஆளும் வர்க்கத்தினருக்குமுள்ள உறவுகளில் எந்த மாற்றமும் ஏற்படவில்லை. அணுசக்தி தொடர்பான ஒப்பந்தம், அமெரிக்க-இஸ்ரேல் - இந்திய இராணுவ ஒத்துழைப்பு ஆகியன தொடரும். இவற்றுக்கான வலுவான அடிப்படைகள் கிளிண்டன் காலத்திலும் வாஜ்பாயி காலத்திலும் இடப்பட்டுவிட்டன.

அமெரிக்காவின் உள்நாட்டு, வெளிநாட்டுக் கொள்கைகளில் ஒபாமாவால் பெரும் மாற்றம் எதனையும் கொண்டுவர முடியாது. அப்படிக் கொண்டுவர வேண்டுமானால், தேர்தல் பிரசாரத்தின்போது அவர் மீது எதிர்த்தரப்பினரால் ஒரு குற்றச்சாட்டு தொடுக்கப்பட்டதே - அவர் ஒரு 'சோசலிஸ்ட்' என்னும் குற்றச்சாட்டு - அக்குற்றத்தை அவர் உண்மையிலேயே இழைத்தவராக ஆக வேண்டும். அப்படி ஆவதற்கும் கூட பரந்துபட்ட அமெரிக்க மக்களின் போர்க்குணமிக்க, வேர்க்கால் நிலைப் போராட்டங்கள் உருவாக வேண்டும். அமெரிக்காவில் பல நகரங்களில் மக்கள் போராட்டங்களைக் கண்காணிக்கப் பாதுகாப்புப் படைகள் ஆங்காங்கே நிறுத்தப்பட்டுள்ளன. பெரும் சமுதாய மாற்றத்துக்கான போராட்டங்களை நடத்த அமெரிக்க மக்கள் மதிப்பிட முடியாத பெரும் விலையைத் தர வேண்டியிருக்கும்.

தரவுகள்

1. Aijaz Ahmad, Obama presidency and some question marks, *The Hindu*, Coimbatore Edition. November 18, 2008

2. Lawrence Porter, The black 'insiders' and the Obama administration, *World Socialist Web Site*, 17 November 2008

3. Barry Grey, A Historical Milestone: Reflections on class and race in America, *World Socialist Web Site*, 7 November 2008

4. *ibid*

5. *ibid*

6. Edward S. Herman and David Peterson, Jeremiah Wright in the Propaganda System. *Monthly Review*, New York, September 2008

7. The U. S. Military - Industrial Complex, *IBON Facts and Figures*. Vol. 25, Nos 7 & 8. 15 & 30 April 2001, IBON Foundation. Inc.,Manila, The Philippines

8. *Ibid*

9. *Ibid*

10. *Ibid*

11. *Ibid*

12. Aijaz Ahmad, *op cited*

13. Guantanamo camp to be shut down, says Obama, *The Hindu*, Coimbatore Edition. November 18, 2008

14. Obama and the Iraq War, Editorial, *The Hindu*, Coimbatore Edition, 12 November 2008.

15. Anil Atuja, Parliament may scuttle Iraq Pact. *The Hindu*, Coimbatore Edition, November 18, 2008

16. Aijaz Ahmad, *op cited*

16

மயாகோவ்ஸ்கியின் 'நான்'

1917 நவம்பரில் நடந்த, உலகைக் குலுக்கிய மாபெரும் ரஷியப் புரட்சியின் பண்பாட்டுப் போர்வீரர்களின் முன்னணி வரிசையில் இருந்தவர் விளாடிமிர் மயாகோவ்ஸ்கி. அந்தப் புரட்சி, எப்படி அதுகாறும் அடக்கி ஒடுக்கி வைக்கப்பட்டிருந்த உழைக்கும் மக்களின் படைப்பு ஆற்றலையும் புரட்சியைப் பாதுகாக்கும் அதனுடைய போராட்டத் திறனையும் வெளிக்கொணர்ந்து, பாட்டாளிவர்க்கப் புரட்சிகர ஆட்சிக்கான புதுப்புது வடிவங்களைத் தோற்றுவித்ததோ, அதேபோல, பண்பாட்டுத்துறையில் எண்ணற்ற புதுமைகளைச் சாத்தியமாக்கியது. சோவியத் கலை இலக்கியம் என்றாலே 'சோசலிச யதார்த்தவாதம்' என்பது மட்டுமே நமக்கு நினைவுக்கு வருமாறு செய்யப்பட்டிருந்தது. ஆனால், புரட்சியின் பண்பாட்டுத் தூதுவர்களாக அந்த நாடு முழுவதிலும் மட்டுமின்றிப் பிற நாடுகளுக்கும் தங்கள் கலைப் படைப்புகளை அனுப்பி வைத்தவர்கள், ஃப்யூச்சரிசம், கன்ஸ்ட்ரக்டிவிசம், சிம்பொலிசம், உருவவாதம், புரொலிட்கல்ட் என்னும் பல்வேறு கலை இலக்கியப் போக்குகளையும் பாணிகளையும் உருவாக்கி யிருந்தனர். 'பாட்டாளி வர்க்கப் புரட்சி தனது கவித்துவ ஆற்றலை எதிர்காலத்திலிருந்துதான் பெற வேண்டும்' என கார்ல் மார்க்ஸ் 'லூயி போனபார்ட்டின் பதினேட்டாம் புரூமேர்' என்னும் நூலில் கூறியதற்கு இணங்கவோ என்னவோ, மயாகோவ்ஸ்கி தனது கலை இலக்கியப் போக்கிற்கு 'ஃப்யூச்சரிசம்' எனப் பெயரிட்டிருந்தார்.

'ஃப்யூச்சரிசம்' என்னும் கலை இலக்கியப் போக்கு, புரட்சிக்கு முந்தைய ரஷியாவிலும் இத்தாலி போன்ற ஐரோப்பிய நாடுகளிலும் இருந்தது. இத்தாலியில் இருந்த ஃப்யூச்சரிஸ்டுகள்

முஸ்ஸோலினியின் பாசிச ஆதரவாளர்களாகவும் இருந்தனர். நவீன இயந்திரங்களும் தொழில்நுட்பங்களும் வளர்ந்த தொழில்மயமான சமுதாயங்களுக்குப் பொருத்தமான வகையில் கலையும் இலக்கியமும் முற்றிலும் நவீனத்தன்மை வாய்ந்த வடிவங்களையும் உத்திகளையும் பெற்றிருக்க வேண்டும் என்பதும் மரபு வழிவந்த கலைகளும் அவற்றின் வடிவங்களும் நிராகரிக்கப்பட வேண்டும் என்பதும் ஃப்யூச்சரிஸ்டுகள் அனைவரும் பகிர்ந்துகொண்டிருந்த பொதுவான கருத்து எனக் கூறலாம். ஆனால், 'நான் நானேதான்' (I Myself) என்னும் சுயசரிதைக் குறிப்புகளில், மயாகோவ்ஸ்கி 1911-இல் 'ரஷிய ஃப்யூச்சரிசம்' பிறந்தது என்று குறிப்பிடுவது, ரஷியாவில் ஏற்கெனவே இருந்த ஃப்யூச்சரிசத்தை அல்ல. தாம் ஏற்றுக்கொண்ட கலை இலக்கிய பாணியின் பெயர் 'கியூபோ ஃப்யூச்சரிசம்' என்று கூறினார். ஓவிய, சிற்ப, கட்டடக் கலைப் பள்ளியில் பயின்றபோது, டேவிட் புர்லியாக் போன்ற கலைஞர்களுடன் அவர் ஏற்படுத்திக்கொண்ட தொடர்பின் விளைவாக உருவானதே இக்கலை இலக்கியப் பாணி. ஃப்யூச்சரிச இயக்கத்தில் சேருவதற்கு முன்பே, மயாகோவ்ஸ்கி சோசலிசக் கருத்துகளின்பால் ஈர்க்கப்பட்டுத் தமது பதினைந் தாம் வயதிலேயே போல்ஷ்விக் கட்சியின் உறுப்பினராகி யிருந்தார். ஏற்கெனவே மும்முறை ஜார் அரசாங்கக் காவல் துறையினரால் கைது செய்யப்பட்டு சிறைத் தண்டனைகளையும் அனுபவித்திருந்தார். மிக இளம் பருவத்திலேயே இலக்கியத்தில் ஆர்வம் கொண்டிருந்த அவர், தாம் சோசலிசக் கலையை உருவாக்கப் போவதாகக் கட்சித் தோழரொருவரிடம் கூறியபோது, அத்தோழர் வாய்விட்டுச் சிரித்ததாகவும், தமது திறமையை அவர் குறைத்து மதிப்பிட்டதாகவும் மயாகோவ்ஸ்கி சுயசரிதைக் குறிப்புகளில் எழுதுகிறார்.

பழைய கலை இலக்கியப் பாணிகளை முற்றாக நிராகரிக்க விரும்பிய மயாகோவ்ஸ்கி போன்ற ஃப்யூச்சரிஸ்டுகள், தங்கள் கொள்கைப் பிரகடனமாக 1913-இல் வெளியிட்ட அறிக்கையின் தலைப்பு - 'பொது மக்களின் ரசனை என்னும் கன்னத்தில் அறை!'

'ஃப்யூச்சரிச' மயாகோவ்ஸ்கி எழுதிய 'முகில் போன்ற மனிதன்' (Cloud in Trousers) என்னும் கவிதையில் இருந்த மனிதநேயமும் பரிவுணர்வும் மாக்ஸிம் கார்க்கியின் மனதை நெகிழச் செய்தன. அவர் அதைப் படித்துவிட்டு, மயாகோவ்ஸ்கியின் நெஞ்சில் தலையைச் சாய்த்து விம்மி விம்மி அழுதிருக்கிறார். ஆனால், நவம்பர் புரட்சி நிகழ்கையில் கார்க்கி வெளிநாட்டில் இருந்தார். அந்தப் புரட்சியை அவர் முதலில் வரவேற்கவில்லை. அது மட்டுமல்ல, அது நாட்டில் பேரழிவை ஏற்படுத்தும் என்றும்கூடக் கருதினார். ஆனால், 'எனக்கும் மற்ற மாஸ்கோ ஃப்யூச்சரிஸ்டுகளுக்கும் இப்படி ஒரு பிரச்சினையே எழவில்லை, அது எனது புரட்சி' என மயாகோவ்ஸ்கி கூறினார். உண்மையில், அந்தப் புரட்சியை அவர் 1916-ஆம் ஆண்டிலேயே எதிர்பார்த்தார்:

நீண்ட உதறியெறியப்பட்ட சந்தமாய்
சமகாலக் கவிஞர் கூட்டத்தால்
எள்ளி நகையாடப்படும் நான்
காலமெனும் மலைகளைத் தாண்டி வருகின்ற ஒன்றை
யாரும் காணாததைக் காண்கின்றேன்
பட்டினிப் பட்டாளத்தால் மனிதனின் பார்வை
குறுக்கப்படும் அவ்விடத்தில்
புரட்சியின் முட்கிரீடம் தரித்த
1916ஐப் பார்க்கிறேன்.

1922-இல் 'மாஸ்கோ ஃப்யூச்சரிஸ்ட் சங்கப் பதிப்பகத்'தையும், 1923-இல் 'இடதுசாரிக் கலை முன்னணி'யையும் (LEF) தோற்றுவித்த அவர், அதில் 'கன்ஸ்ட்ரக்டிவிசம்', 'உருவவாதம்' போன்ற கலை இலக்கியப் போக்குகளைக் கடைப்பிடித்துவந்த பன்னிரண்டு குழுவினரை ஒன்றிணைத்தார். இவர்களில் நாடக மேதை மெயர்ஹோல்ட், உலகப் புகழ்பெற்ற திரைப்பட இயக்குநர்கள் வெர்தோவ், ஐஸன்ஸ்டின் ஆகியோரும் அடங்குவர். 1923 ஏப்ரலில் 'ஃப்யூச்சரிசம் இன்று' என்னும் தலைப்பில் நடந்த விவாதத்தில் கலந்துகொண்டு பேசிய மயாகோவ்ஸ்கி, ரஷ்ய ஃப்யூச்சரிசத்திற்கும் இத்தாலிய ஃப்யூச்சரிசத்துக்குமுள்ள வேறுபாட்டை விளக்கிக் கூறினார். ரஷிய ஃப்யூச்சரிசத்தை அதனுடைய சூழலில் வைத்தே

புரிந்துகொள்ள வேண்டும் என்றும், நவீன இலக்கியத்தில் அதைப் போன்ற முக்கியத்துவமுடைய வேறு போக்கு ஏதும் இல்லை என்றும் வாதாடிய அவர், இப்போக்கின் முக்கிய பணி பாட்டாளி வர்க்கப் புரட்சி, அதனுடைய அரசு, அதன் பணிகள் ஆகியன பற்றிய பிரசாரமே என்றார்:

> நாங்கள் 'ஃப்யூச்சரிசம்' என்னும் சொல்லைத் தக்கவைத்துக்கொள்ளக் காரணம், அது பலரை ஒன்று திரட்டக்கூடிய பதாகையாக இருப்பதுதான் (வேறு பலரை அச்சுறுத்துகிற சோளக்கொல்லை பொம்மையாகவும் இது இருக்கக் கூடும்). எங்களது உணர்வு, வெகுமக்களுடைய உணர்வாகவும் ஆகிவிடும்போது, இந்தச் சொல்லை நாங்கள் கைவிட்டுவிடுவோம் ஃப்யூச்சரிசம் என்பது ஒரு பொதுப்படையான பெயர் என்பதும் இங்கு குறிப்பிடப்பட்டாக வேண்டும். எங்களுடைய தனிப்பட்ட பெயர் கம்யூட்டி (கம்யூனிஸ்ட் ஃப்யூச்சரிஸட்டுகள்). கருத்துநிலை (ideology) அடிப்படையில் எங்களுக்கும் இத்தாலிய ஃப்யூச்சரிஸ்ட்டுகளுக்கும் பொதுவானது ஏதும் இல்லை.

பாட்டாளிவர்க்க சர்வாதிகாரம், சோசலிச மாற்றம், பொருளாதாரத் திட்டம், மூன்றாவது சர்வதேசத் தொழிலாளர் சங்கம் (Third International), மக்களின் அன்றாட வாழ்வில் ஏற்பட வேண்டிய மாற்றம் ஆகியவற்றுக்கான பிரசாரமே கலையின் நோக்கம் எனக் கருதிய மயாகோவ்ஸ்கிக்கும் இடதுசாரிக் கலை முன்னணியில் (LEF) இருந்த வேறு சிலருக்கும் கருத்து வேறுபாடுகளும் பிணக்குகளும் தோன்றி, கடைசியில் அந்த அமைப்பு உடைந்து போயிற்று. புதிய குழுவொன்றை அமைத்துச் செயல்படத் தொடங்கினார் மயாகோவ்ஸ்கி. ஆயினும் அப்போதும்கூட அவர் ஃப்யூச்சரிசத்தைக் கைவிட வில்லை. அதைப் பின்பற்றி வந்த கலைஞர்களுடனான அவரது தொடர்பு அறுந்துபோகவில்லை. 'நீங்கள் எழுதுவது, தொழிலாளர் களுக்கும் உழவர்களுக்கும் புரிவதில்லை' எனச் சிலர் மயாகோவ்ஸ்கியை விமர்சித்தனர். அதற்குப் பதிலளித்து 1928-இல் எழுதினார். 'ஃப்யூச்சரிஸ்ட்டுகள் எனக்குப் புரிவதில்லை என்னும் கூச்சலை மட்டும் வைத்துக்கொண்டு சிலர் பிழைப்பு நடத்தி வந்துள்ளனர்; நிதி திரட்டியுள்ளனர்; இலக்கியப் போக்குகள் சிலவற்றுக்குத் தலைமை தாங்கியுள்ளனர்.'

அவர் ஆற்றிய உரையொன்றில், பழைய, மரபான இலக்கிய படைப்புகள் பற்றிய தமது கருத்துகளைக் கூறி, தமது கருத்துகளை விமர்சனரீதியாக மட்டுமே படிக்க வேண்டும் என்றார். 'அவற்றின் (பழைய, மரபான இலக்கியப் படைப்புகளின்) பிரம்மாண்டமான வெண்கல முதுகுகள் இன்று முன்னேறிச் சென்றுகொண்டிருக்கும் இளங் கவிஞர்களின் பாதையை அடைத்துக்கொண்டு நின்றிருக்க அனுமதிக்கக்கூடாது' என்றும் கூறினார்.

ஃப்யூச்சரிசம் என்னும் கொடியின் கீழ் திரண்ட கலைஞர்கள், முதலாளியக் கடந்த காலத்தோடு இருந்த தொடர்புகள் அனைத்தையும் துண்டித்துக்கொண்டு, புதிய தொழில்மயமான சமுதாயத்தை, இயங்குவிசை கொண்ட சமுதாயத்தைத் தோற்றுவிப்பதற்கான அடித்தளங்களை நவம்பர் புரட்சி உருவாக்கியிருக்கிறது என்னும் பேருவகை கொண்டிருந்தார். எதிர்காலக் கலை, பாட்டாளிவர்க்கத்தன்மை வாய்ந்ததாகும் எனப் பிரகடனம் செய்த மயாகோவ்ஸ்கியும் பிற ஃப்யூச்சரிஸ்ட்டுகளும், 'பூர்ஷ்வாக் கலை என்னும் பாழடைந்த கோட்டையைத் தகர்த்தெறிந்துவிட்டு, மனித ஆன்மா என்னும் உயிர்த்துடிப்பு மிக்க தொழிற்சாலையைக் கட்டுமாறு' அனைத்துக் கலைஞர்களுக்கும் அறைகூவல் விடுத்தனர். செவ்வியல் கலைகள் (கிளாசிக்கல் ஆர்ட்) மேட்டுக்குடியினரதும் நடுத்தர வர்க்கத்தினரதும் விழுமியங்களைச் சுமந்து கொண்டிருக்கின்றன என்றும், முதலாளியப் பண்பாடு, முதலாளியக் கருத்துநிலை உள்ளிட்ட கடந்தகாலப் பண்பாடு முழுவதையும் ஒட்டு மொத்தமாக நிராகரிக்க வேண்டும் என்றனர்.

நவம்பர் புரட்சிக்கு ஆதரவு தெரிவித்த ஃப்யூச்சரிஸ்ட்டுகளில், நவீன பாணிக் கலையின் (மாடர்ன் ஆர்ட்) முன்னோடிகள் எனக் கருதப்படும் வாஸ்ஸிலி காண்டின்ஸ்கி, காஸிமிர் மாலெவிச், அலெக்ஸாண்டர் ரோட்செங்கோ, கட்டடக் கலைஞர் விளாடிமிர் டாட்லின், நாடக மேதை விஸெவெலோட் மெயர்ஹோல்ட் ஆகியோரும் அடங்குவர். அவர்கள் நடத்திவந்த 'ஃப்யூச்சரிச ஏடு' என்னும் பத்திரிகையில் அவர்கள் வெளியிட்ட அறிக்கை கூறியது.

1. ஜார் ஆட்சி ஒழிக்கப்பட்ட இந்த நாள் முதல், மானுட மேதைமையின் அந்தரங்க அறைகளும் கொட்டகைகளுமான மாளிகைகள், கலைக்கூடங்கள், ஓவியக்கூடங்கள், நாடக அரங்குகள் ஆகியன கலையின் உறைவிடங்களாக இருக்கும் நிலைக்கு முற்றுப்புள்ளி வைக்கப்படுகிறது.

2. அனைவருக்கும் சமத்துவம் என்பதை நோக்கிய மாபெரும் பயணத்தின் பெயரால், பண்பாட்டைப் பொருத்தவரை, சுவர்களின் மூலைகள், தடுப்புகள், கூரைகள், நமது நகர, கிராமத் தெருக்கள், மோட்டர் வாகனங்களின் பின்புறங்கள், வண்டிகள், பேருந்துகள், அனைத்துக் குடிமக்களின் உடைகள் ஆகியவற்றில் படைப்பாளியின் சுதந்திர உலகம் தனது படைப்புகளைப் பதிக்கும்.

3. வண்ணமிகு வானவில்கள் போல (வண்ணங்கள்) ஓவியங்கள், தெருக்களிலும் சதுக்கங்களிலும் ஒவ்வொரு வீட்டின் மீதும் தெளிக்கப்படட்டும். வழிப்போக்கர்களின் கண்களுக்கு அவை களிப்பூட்டட்டும்.

4. கலைஞர்களும் எழுத்தாளர்களும் தமது வண்ணக் கலயங்களை ஏந்தி, தமது திறமை மிக்க தூரிகைகளைக் கொண்டு நகரங்கள், ரயில் நிலையங்கள், எப்போதும் பாய்ந்து செல்லும் மந்தைகளைப் போன்ற ரயில் பெட்டிகள் ஆகியவற்றின் எல்லாப் பகுதிகளையும் நெற்றிகளையும் மார்புகளையும் ஒளிரச் செய்வதும் அவற்றுக்கு வண்ணம் தீட்டுவதும் உடனடிக் கடமைகளாகக் கருதி அவற்றை நிறைவேற்ற வேண்டும். இன்று முதல், தெருக்களில் நடந்து செல்லும் குடிமகன், அவனுடைய மாபெரும் சகமனிதர்களின் சிந்தனையின் ஆழங்களை அனுபவித்து மகிழட்டும். . . ஒவ்வோர் இடத்திலும் அவன் அருமையான இசையமைப்பாளர்களின் இசையை, இன்னிசையை, கர்ச்சனையை, ரீங்காரத்தைக் கேட்கட்டும். தெருக்களெல்லாம் மக்கள் அனைவருக்குமான கலை விருந்தாகட்டும்...கலைகள் அனைத்தும் மக்கள் அனைவருக்குமே.

இந்த அறிக்கையை அடுத்து, மயாகோவ்ஸ்கியும் அவரது தோழர்களும் தம் கலைகளைத் தெருக்களுக்கு கொண்டு வந்தனர்.

அவர்களுக்குக் கிடைக்கக்கூடிய இடம் ஒவ்வொன்றிலும் அழகிய வண்ண ஓவியங்கள் தீட்டப்பட்டன. அழகான வண்ணங்கள் தீட்டப்பட்ட பெட்டிகளடங்கிய ரயில் வண்டிகளில் கலைஞர்களும் நாடகாசிரியர்களும் எழுத்தாளர்களும் ஊர் ஊராகப் பயணம் சென்று புரட்சியின் பொருள், அதற்குள்ள முக்கியத்துவம், காலத்தின் தேவை ஆகியனவற்றை மக்களுக்கு விளக்கிக் கூறினர். கல்வி புகட்டும் நோக்கத்துடன் புரட்சிகர உள்ளடக்கமும் வடிவமும் கொண்ட சுவரொட்டிகள் ஆயிரக்கணக்கில் தயாரிக்கப்பட்டன. மயாகோவ்ஸ்கி மட்டும் பிரசாரக் கவிதைகளடங்கிய நாலாயிரம் சுவரொட்டிகளை இந்தக் காலகட்டத்தில் தயாரித்து வழங்கினார்.

கலைகள் அனைத்தையும் வெகுமக்களுக்குரியதாக்குதல், எல்லாக் கலைகளும் பயன்பாட்டு நோக்கத்திற்கே, சமூக ஆணைகளின் கீழ் படைப்புத் தொழிலை மேற்கொள்ளுதல் என்னும் முழக்கங்களின் கீழ் இடதுசாரிக் கலை முன்னணியைச் சேர்ந்தவர்கள் சிலநேரம் அதிதீவிர எல்லைகளுக்கும் சென்று விட்டனர். மரபான கலைகள் பற்றிய அவர்களது முற்றிலும் எதிர்மறையான அணுகுமுறைகள், சில பாதகமான விளைவு களையும் ஏற்படுத்தின. எந்த ஒரு விஷயத்திலும் தலையிடுவதற்கும் அதைப் பற்றிப் பேசுவதற்கும் தங்களுக்கு மட்டுமே தனி உரிமைகள் இருப்பதாகக் கருதியதும் முற்றிலும் எதிர்மறையான விளைவுகளுக்கு இட்டுச் செல்லும் என்பது அவர்களது நடவடிக்கைகள் சில தரும் படிப்பினையாகும். ஆனால், அவர்களது நடவடிக்கைகளை, சமுதாய - பண்பாட்டுத் துறையில் புரட்சிகரமாகத் தலையிட வேண்டிய ஒன்றே கலை என்னும் அவர்களது தத்துவச் சிந்தனையின் பின்னணியிலேயே புரிந்துகொள்ள வேண்டும். புரட்சிக்காகத் தங்களை முற்றிலுமாக அர்ப்பணிக்க முன்வந்தவர்கள் என்னும் அடிப்படையிலேயே புரிந்துகொள்ள வேண்டும்.

இந்தப் பின்னணியில்தான் 1920-களில் சோவியத் யூனியனில் உருவான ஃப்யூச்சரியம் என்னும் முக்கிய இலக்கியக் கோட்பாடி னையும் புரிந்துகொள்ள வேண்டும். ‘கவிதைகள் பிறப்பது எவ்வாறு’ என்னும் தலைப்பில் மயாகோவ்ஸ்கி எழுதி வெளியிட்ட சிறு வெளியீட்டில் இக் கோட்பாடு விளக்கப்பட்டது. இதில்

தமது குழுவினர் கூறும் 'சமூக ஆணை' (Socoial Command) என்னும் கருத்தை விளக்குகிறார். கவிதை எழுதுவதைப் பற்றித் தொழிலாளர்களுக்கும் உழவர்களுக்கும் கற்றுக்கொடுப்பதற் காகப் பல்வேறு இலக்கிய போதகர்களால் எழுதப்பட்ட பாட நூல்களைக் கடுமையாகச் சாடும் இந்தச் சிறுவெளியீடு, உணர்ச்சிகரமான கருத்துப் போராட்டத் தொனியில் எழுதப் பட்டுள்ளது. 'சமூக ஆணை' பற்றி விளக்கம் தருகிறார் மயாகோவ்ஸ்கி:

ஒரு விஷயத்தைச் சொல்வதற்குக் கவிதையைத் தவிர வேறெந்த வழிகளும் இல்லாமலிருக்கும்போது மட்டுமே உங்கள் பேனாவைத் தொடுங்கள். ஒரு தெளிவான சமூக ஆணையை நீங்கள் உணரும் போதுதான். நீங்கள் தயாரித்து வைத்துள்ள விஷயங்களை உங்களால் கலைப் படைப்பாக மாற்ற முடியும்.

சமூக ஆணையைத் துல்லியமாகப் புரிந்துகொள்ள, விஷயங்களுக்கும் நிகழ்ச்சிகளுக்கும் நடுவில் கவிஞன் இருக்க வேண்டும். பொருளாதாரக் கோட்பாடு பற்றிய அறிவு, வரலாறு பற்றிய அறிவியல் ஆய்வில் மூழ்குதல் ஆகியன கவிஞனின் படைப்புக்கு மிகவும் அடிப்படையானவை.

சமூக ஆணையைக் கூடுமானவரை நன்கு நிறைவேற்ற நீங்கள் உங்கள் வர்க்கத்தின் முன்னணிப்படையாக இருக்க வேண்டும். உங்கள் வர்க்கத்தோடு சேர்ந்து எல்லா முனைகளிலும் போராட்டத்தை நடத்த வேண்டும். அரசியல் இல்லாத கலை என்னும் கட்டுக்கதையை நீங்கள் தூள்தூளாக்க வேண்டும். பரந்த வீச்சுடைய காவியத்தன்மை வாய்ந்த ஓவியச் சீலைகள் (முதலில் காவியத்தன்மை, பிறகு மெய்யார்ந்த தன்மை, கடைசியில் அரசியல் பற்றுறுதியற்ற தன்மை) அல்லது மிக நேர்த்தியான பாணி (முதலில் நேர்த்தியான பாணி, பிறகு உன்னதமான பாணி, கடைசியில் தெய்வீக அழகு வாய்ந்த பாணி) இன்ன பிறவற்றைப் பற்றிய பிதற்றலின் கீழ் புதிய வடிவங்களில் பழைய கட்டுக்கதை மீண்டும் தோன்றிக் கொண்டிருக்கிறது.

சமூக ஆணை என்பது சமூக யதார்த்தத்தில் கலைஞனின் தலையீடு ஆகும். அரசியல் அறிவியலில் சோசலிசம் எப்படியோ அது போலக் கலையில் சமூக ஆணை.

'சமூக ஆணை'யும் மென்மையான மானுட உணர்ச்சிகளும் எதிரும் புதிருமாக இருக்க வேண்டியதில்லை என்பதற்கு

மயாகோவ்ஸ்கியின் வாழ்க்கையும் கவிதைகளுமே சாட்சி. 'போரும் அமைதியும்' என்னும் அவரது கவிதையில் வெளிப்படுகிறது ஆழமான மனிதநேய மென்னுணர்வு:

எனது பெரும் விழிகள்
எல்லோருக்கும் திறந்துவிடப்பட்ட கோவில் கதவுகள்
மக்கள்
நேசிக்கப்பட்டோர்
நேசிக்கப்படாதோர்
தெரிந்தவர்
தெரியாதவர்
எல்லோரும்
எனது ஆன்மாவில் புகுகின்றனர்
முடிவில்லாத ஊர்வலமாக

வெறும் பிரசாரக் கவிதைகளை எழுதுவது மட்டுமே அவருக்கு உவகை தந்ததாகக் கொள்ள முடியாது. ஆனால், எதற்கு எந்த நேரத்தில் முன்னுரிமை தரவேண்டும் என்பதைத்தான் அவர் வலியுறுத்தினார்:

எனக்குமே
பிரசாரக் கவிதைகள்
குமட்டல் ஏற்படுத்துகின்றன
காதல் கவிதைகள் எழுதுவது
அதைவிட உகந்ததாக இருக்கும்
வயிற்றுக்காகவும் பணத்துக்காகவும்

ஆயினும் நான்
எனது கவிதையின் கழுத்தை மிதித்து
என்னை நான் அடக்கிக் கொள்வேன்.

ஆனால், இதே மயாகோவ்ஸ்கிதான் அற்புதமான காதல் கவிதைகளையும் எழுதியிருக்கிறார். 1928-இல் எழுதப்பட்ட, 'காதலின் சாரம், அதன் பொருள் ஆகியன பற்றி தோழர் கோஸ்ட்ரோவுக்கு பாரிஸிலிருந்து ஒரு கடிதம்' என்னும் கவிதையின் வரிகள் இவை:

ஏன், இந்த மன நிலையில்
கரடிகூடச் சிறகு முளைத்துப் பறக்கும்

பிறகு, மூன்றாந்தர மது விடுதியில்
சிறிது நேரம் புழுங்கிக் கொண்டிருக்கும் ஒரு சொல்
விர்ரென்று விண்ணோக்கிப் பறந்து
தூமகேதுவாய் ஒளிரும்
அதன் வால் வான் பரப்பில் நீண்டு
அதன் தோகை வானத்து ஒளிவிளக்காய்த் திகழ
அதன் கீழ்
காதலர் அமர்ந்து
அதைத் தம் கண்ணுக்கு விருந்தாக்குவர்
தம் வானத்து லைலாக் மலர்களை முகர்ந்தபடி

தரவுகள்

1. Vladimir Mayakuvsky, *Selected Works in Three Valumes*, Raduga Publishers, Moscow, 1987

2. Herbert Marshal (compiled), *Mayakovsky and His Poetry*, Pilot Press, London, 1945

17

இரு நாவல்கள், ஒரு நாயகன்

1

காஞ்சனாபுரி. தாய்லாந்தின் தலைநகர் பாங்காக்கிற்கு மேற்கே 120 கிலோ மீட்டர் தொலைவில் க்வாய் ஆற்றோரமாக அமைந்துள்ள இந்தச் சிறுநகரத்தில் அழகிய இயற்கைக் காட்சிகளுக்கோ, அற்புதமான கட்டட, சிற்ப வேலைப்பாடு களுள்ள பௌத்த ஆலயங்களுக்கோ குறைவில்லை. அதனால் தான் ஆற்றங்கரையோரமாக ஏராளமான சுற்றுலா விடுதிகள் கட்டப்பட்டுள்ளன. எனினும், அங்கு வரும் பயணிகளிற் பெரும்பாலானோரை ஈர்ப்பவை அவை மட்டுமே அல்ல. அவர்கள் அந்த நகரத்துக்கு வருவது வேறோர் இடத்தையும் பார்ப்பதற்காகத்தான். அது, இப்போது அந்த ஆற்றின் குறுக்கேயும் இல்லை; முழுமையாகவும் இல்லை. இரண்டாம் உலகப் போரின்போது நேசநாட்டுப் போர் விமானங்களின் குண்டுவீச்சால் சேதமாக்கப் பட்ட அந்த மரப் பாலத்தின் ஒரு பகுதி, இப்போதுள்ள புதிய பாலத்திற்கருகே உள்ள இரண்டாம் உலகப் போர் அருங்காட்சி யகத்தில் வைக்கப்பட்டுள்ளது.

அந்தப் பாலம் உலகப் புகழ்பெற்றது, 1957-இல் வெளிவந்த 'க்வாய் ஆற்றுப் பாலம்' (Bridge on the River Kwai) *என்னும் ஹாலிவுட் திரைப்படத்தின் மூலம்தான். இரண்டாம் உலகப் போரில் பர்மா, மலேயா, சிங்கப்பூர் ஆகியவற்றைத் தனது இராணுவப் படையெடுப்புகள் மூலம் கைப்பற்றிய ஜப்பானிய இராணுவத்தால் சிறைப்பிடிக்கப்பட்ட பிரிட்டிஷ் போர்க் கைதிகளால் அந்தப் பாலம் கட்டப்பட்டதாகச் சித்திரிக்கும் அந்தத் திரைப்படத்தின் படப்பிடிப்பு தாய்லாந்திலல்ல, இலங்கையிலும் இங்கிலாந்திலும்தான் நடந்தது. பிரிட்டிஷ்*

போர்க் கைதிகளில் இருந்த பொறிஞர்களின் தொழில்நுட்ப அறிவைக் கொண்டும், போர் வீரர்களின் உடல் உழைப்பைக் கொண்டும் பாலம் கட்டப்பட்டதாகச் சித்திரிக்கும் அந்தத் திரைப்படம், சர்வதேச மனித உரிமை விதிகள் பற்றியும் பேசுகிறது! அந்தப் பாலத்தைக் கட்டுவதற்குப் பொறுப்பேற்றுள்ள ஜப்பானியத் தளபதி ஸைட்டோ, போர்க்கைதிகளாகப் பிடிக்கப்பட்டுள்ள சாதாரண பிரிட்டிஷ் படைவீரர்களைப் போலவே அவர்களது அதிகாரிகளாக உள்ளவர்களும் உடல் உழைப்பில் ஈடுபட வேண்டும் என வற்புறுத்துகிறார். ஆனால், போர்க்கைதிகளை நடத்துவது பற்றி ஜெனீவா ஒப்பந்தம், போர்க்கைதிகளாகப் பிடிக்கப்பட்டுள்ள இராணுவ அதிகாரி களுக்கு உடல் உழைப்பிலிருந்து விதிவிலக்குத் தருவதை எடுத்துக்காட்டி, தாமும் பிற அதிகாரிகளும் உடல் உழைப்பில் ஈடுபட முடியாது என்று பிரிட்டிஷ் இராணுவ அதிகாரி நிக்கல்ஸன் வாதாடுகிறார். தமது நிலைப்பாட்டில் வெற்றி பெறுவதற்காக அவர் பல்வேறு துன்பங்களை மனந்தளராது ஏற்றுக்கொள்வது அந்தத் திரைப்படத்தின் முக்கியக் காட்சிகளாக அமைகின்றன. புகழ்பெற்ற ஹாலிவுட் திரைப்பட இயக்குநர் டேவிட் லீன் இயக்கி, அலெக் கைன்னஸ் நிக்கல்ஸனாக நடிக்கும் அத்திரைப்படக் காட்சிகளை நாம் இப்போது காண்போமேயானால், முன்னாள் யூகோஸ்லோவியா, இராக், ஆப்கானிஸ்தான் ஆகியவற்றில் அமெரிக்க இராணுவத்துடன் சேர்ந்து பிரிட்டிஷ் இராணுவம் நடைமுறைப்படுத்தி வரும் 'மனித உரிமைகள்' நம் நினைவுக்கு வராமல் போகா.

இது ஒருபுறமிருக்க, பிரிட்டிஷ் ஏகாதிபத்தியக் கருத்துநிலை யிலிருந்து பார்த்தாலும்கூட, அந்தத் திரைப்படம், அந்தப் பாலத்தையும் அந்தப் பாலமிருந்த இரயில் பாதையையும் அமைப்பதில் ஈடுபட்டிருந்த பிற காலனியாதிக்க நாடுகளுக்கும்கூட நியாயம் வழங்கத் தவறிவிட்டது என்பதை உணராம். அப்படியிருக்க, அவற்றைக் கட்டுவதில் ஈடுபடுத்தப்பட்ட பல்லாயிரக்கணக்கான ஆசியக் கூலித் தொழிலாளிகளைப் பற்றிய மறைமுகமான குறிப்புகூட அந்தத் திரைப்படத்தில் இல்லாமல் போனதில் வியப்பில்லை. மரண இரயிலேவே (Death Railway) என அழைக்கப்படும் அந்த இரயில் பாதையைக்

கட்டுவதில் ஈடுபடுத்தப்பட்ட ஆசியத் தொழிலாளிகள், ஐரோப்பிய, அமெரிக்கப் போர்க் கைதிகள், ஜப்பானிய, கொரிய இராணுவத்தினர் ஆகியோரின் எண்ணிக்கையையும் அவர்களில் இறந்தவர்களின் எண்ணிக்கையையும் கீழ்க்காணும் பட்டியல் தருகிறது.

மரண இரயில்வேயை அமைப்பதில் ஈடுபடுத்தப் பட்டோர் விவரம்		இறந்தவர்களின் எண்ணிக்கை
ஆசியத் தொழிலாளிகள்	2,00,000	80,000
பிரிட்டிஷ் போர்க்கைதிகள்	30,000	6,540
டச்சுப் போர்க் கைதிகள்	18,000	2,830
ஆஸ்திரேலியப் போர்க்கைதிகள்	13,000	2,710
அமெரிக்கப் போர்க் கைதிகள்	700	356
ஜப்பானிய மற்றும் கொரியப் படையினர்	15,000	1,000

தாய்லாந்தின் ரட்சாபுரி மாநிலத்தின் பாங்காக் மாவட்டத்திலுள்ள தோங் ப்ளாடுக் (Nong Pladuk) என்னுமிடத்திலிருந்து பர்மாவிலுள்ள தான்பையுஸயாட் (Thanbayuzayat) என்னுமிடம் வரை செல்லும் 415 கிலோ மீட்டர் நீளமுள்ள அந்த இரயில் பாதையை அமைக்கும் பணியில் ஈடுபட்டிருந்த போர்க்கைதிகளில் 16 ஆயிரம் பேரும், கூலித் தொழிலாளிகளில் ஏறத்தாழ 80 ஆயிரம் பேரும் அந்த இரயில் பாதை அமைக்கப்பட்ட காட்டுப் பகுதிகளில் இருந்த மிகக் கொடூரமான வேலை நிலைமைகளாலும், பல்வேறு நோய்களாலும், சத்தூட்டக் குறைவினாலும், ஜப்பானியர்களின் சித்திரவதையாலும் இறந்தனர். போர்க் கைதிகளுக்கான உணவு, நாளொன்றுக்கு இரண்டு வேளை அரிசிச் சோறும் உப்புப் போடப்பட்ட காய் கறிகளும்தான். அவர்கள் செய்த சிறு தவறுகளுக்கும்கூட ஜப்பானியர்களால் கடும் தண்டனை விதிக்கப்பட்டது. மருத்துவமனைகள் என்பன, அவர்கள் வசிப்பதற்கான வீடுகளைப் போலவே வெறும் ஓலைக்கூரைகளையும் ஓலைகளாலான தடுப்புச் சுவர்களையும் மட்டுமே கொண்டிருந்தன.[1]

பர்மா, சிங்கப்பூர், மலேயா ஆகிய பிரிட்டிஷ் காலனி நாடுகளும் டச்சுக் காலனிநாடான இந்தோனேசியாவும் ஜப்பானிடம் வீழ்ந்தன. சயாம் என்றழைக்கப்பட்ட தாய்லாந்து பிரதமரும் அந்த நாட்டின் இராணுவத்தின் தலைமைத் தளபதியாக இருந்தவருமான பீல்ட்மார்ஷல் பி. பிபுல்சொங்க்ராம் என்பவருடன் 1941 டிசம்பர் 21 அன்று ஜப்பானியர்கள் செய்து கொண்ட ஒப்பந்தத்தின்படி, ஜப்பானியர்கள் தாய்லாந்தின் உள் விவகாரங்களில் தலையிட மாட்டார்கள். ஆனால், அந்த நாடு ஜப்பானியர்களின் ஆக்கிரமிப்பின் கீழ் இருக்கும். 1942 ஆகஸ்ட் 8 அன்று ஜப்பானியத் தளபதி ஷெஜி போரியா என்பவருக்கும் தாய்லாந்து பிரதமருக்கும் ஏற்பட்ட ஒப்பந்தத்தின்படி, நாளொன்றுக்கு 3000 டன் எடையுள்ள உணவுப் பொருள்கள், மருந்துகள், ஆயுதங்கள் முதலானவற்றைத் தாய்லாந்திலிருந்து சிங்கப்பூர் வரை எடுத்துச் செல்கின்ற மீட்டர் கேஜ் இரயில் பாதையை அமைக்க வழி செய்யப்பட்டது. சிங்கப்பூர், மலேயா நீரிணை ஆகியவற்றின் வழியாக பர்மாவுக்குச் செல்லும் கடல்வழிப் பாதையை நேச நாடுகளின் நீர் மூழ்கிக் கப்பல்களும் போர் விமானங்களும் அடைத்து வைத்திருந்ததால், ஜப்பானியர்களுக்குத் தரைவழியான மாற்றுப் பாதை தேவைப்பட்டிருந்தது. மேலும், அவர்கள் பிரிட்டிஷாரிடமிருந்து இந்தியாவையும் கைப்பற்றத் திட்டமிட்டிருந்ததால், அந்த மாற்றுப்பாதை ஜப்பானிய இராணுவம் பர்மாவிலிருந்து இந்திய எல்லையை அடைவதற்கும் பயன்பட்டிருக்கும்.

ஏற்கெனவே தாய்லாந்தின் தென் இரயில்வேயிலிருந்த நோங்ப்ளாடுக் என்னும் இரயில் நிலையத்திலிருந்து காஞ்சனாபுரி வரை சமதளமாக இருந்ததால், அதுவரை அந்தப் பாதையை அமைப்பது எளிதானதாக இருந்தது. பின்னர் காஞ்சனாபுரி யிலிருந்து பர்மா வரை, அடர்ந்த காட்டுப் பகுதிகள், மலைகள் வழியாக அமைக்கப்பட்ட பாதைதான் மரண இரயில்வே எனச் சரியாக அழைக்கப்பட்டது. அந்தப் பாதையை அமைப்பதற்கான சர்வே எடுக்கப்பட்டபோது, அதை அமைத்து முடிக்க ஐந்து ஆண்டுகள் தேவைப்படும் என மதிப்பிடப்பட்டது. ஆனால், ஜப்பானியர்களோ அதை எட்டு மாதங்களுக்குள் கட்டி முடிக்க வேண்டும் என முடிவு செய்தனர். சிங்கப்பூர், மலாயா,

இந்தோனேசியா ஆகிய நாடுகளில் போர்க்கைதிகளுக்காக வைக்கப்பட்டிருந்த முகாம்களிலிருந்து 61,700 போர்க்கைதிகள் அந்த இரயில் பாதையை அமைப்பதற்காகக் கொண்டுவரப் பட்டனர். இரயில்வே அமைக்கும் பணி, இரண்டு எதிரெதிர் முனைகளிலிருந்து தொடங்கியது. பர்மாவிலுள்ள தான்பையுஸ யாட்டிலிருந்து ஒருபுறமும், தாய்லாந்திலுள்ள நோங் ப்ளாடுக்கிலிருந்து மறுபுறமும் அமைக்கப்பட்டு வந்த இரண்டு இரயில் பாதைகளும் தாய்லாந்திலுள்ள மூன்று பகோடா கணவாயின் தெற்கே உள்ள நியெகே என்னுமிடத்தில் சந்திக்க வைப்பதுதான் அந்தத் திட்டம். அந்தப் பாதை அமைக்கப்பட்ட பிறகு அதைப் பராமரிப்பதற்காக 30 ஆயிரம் போர்க் கைதிகள் ஆறு முகாம்களில் வைக்கப்பட்டிருந்தனர். அந்த முகாம்கள் க்வாய் ஆற்றின் மீது கட்டப்பட்ட பாலத்திற்கு அருகிலும் வேறு சில இராணுவ முக்கியத்துவம் வாய்ந்த இடங்களிலும் இருந்ததால், நேச நாடுகள் தங்கள் எதிரிகளான ஜப்பானியர்களின் இராணுவ நிலைகளின் மீது வீசிய விமான குண்டுவீச்சுத் தாக்குதலிலும் ஏராளமான போர்க் கைதிகள் கொல்லப்பட்டனர்[2]

அந்த மரண இரயில்வேயை அமைக்கும்போது இறந்துபோன போர்க் கைதிகளில் ஏறத்தாழ 12 ஆயிரம் பேரின் கல்லறைகள் காஞ்சனாபுரியிலும் சுங்காய் என்னுமிடத்திலும் நன்கு பராமரிக்கப்பட்டு வருகின்றன. 1943-ஆம் ஆண்டுத் தொடக்கத்தில், பட்டினியாலும் சோர்வினாலும் நோய்களாலும் போர்க் கைதிகள் பாதிக்கப்பட்டதால், இரயில் பாதை அமைக்கும் பணியில் சுணக்கம் ஏற்பட்டது. எனவே, அதைச் சமாளிப்பதற்காக, ஜப்பானியர்கள் ஏறத்தாழ இரண்டு இலட்சம் ஆசியத் தொழிலாளிகளைக் கொத்தடிமைகளாகக் கொண்டு வந்தனர். அவர்களில் முதன்மையானவர்கள் சீனர்கள், மலாயர்கள், பர்மியர்கள், தமிழர்கள் மற்றும் டச்சுக்காரர்களுக்கும் இந்தோனேசியர்களுக்கும் பிறந்த (நம் நாட்டிலுள்ள ஆங்கிலோ இந்தியர்களைப் போன்ற) கலப்பினத்தவரான இந்திஷெ ஜோங்கென்கள். இவர்களில் 80 ஆயிரம் பேர் அங்கு மாண்டனர் எனச் சொல்லப்பட்டாலும் இறந்தவர்களின் எண்ணிக்கை ஒன்றரை இலட்சமாக இருக்கக்கூடும் என்றும் கருதப்படுகிறது.

சரியான கணக்கு ஏதும் இல்லாததற்குக் காரணம், அவர்களைப் பற்றிய விவரங்கள் யாராலும் பதிவு செய்யப்படவில்லை.³

அந்த மரண இரயில்வேயை அமைக்கும் பணியில் வலுக்கட்டாயமாக ஈடுபடுத்தப்பட்டு சொல்லொணாத் துன்பங்களுக்கு ஆளான பல்லாயிரக்கணக்கில் செத்துமடிந்த தமிழ்த் தொழிலாளர்களைப் பற்றிய ஆவணங்கள் ஏதும் இல்லை. அந்தக் குறையைப் போக்கும் முயற்சியாக மலாயாத் தமிழ் இலக்கிய உலகம் இரு நாவல்களை வழங்கியுள்ளது.

2

'சஞ்சிக் கூலிகளாக வந்து சயாமியக் காடுகளில் செத்து மடிந்த தமிழ்ச் சமுதாயத்தின் வரலாறு' எனக் கூறும் முன்னுரையுள்ள 'புதியதோர் உலகம்' என்னும் நாவலை, மலாயாத் தோட்ட மொன்றில் தமிழாசிரியராகப் பணியாற்றிய எழுத்தாளர் அ. ரெங்கசாமி எழுதியுள்ளார்.⁴ இந்த நாவல், சயாமியக் காடுகளில் மரண இரயில்வே அமைக்கப்பட்ட சூழலைப் பின்புலமாகக் கொண்டு எழுதப்பட்டதல்ல. மாறாக, மலாயாவை ஜப்பானியர்கள் கைப்பற்றிக்கொண்ட நிகழ்ச்சியையும் அது ரப்பர் தோட்டத்திலிருந்த தொழிலாளிகளை எவ்வாறு பாதித்தது என்பதையும் கூறுகிறது. ஒருநாள் காலை, வழக்கம்போல அந்தத் தோட்டத் தொழிலாளர்கள் ரப்பர் மரத்தைச் சீவி ரப்பர் பால் எடுத்துக்கொண்டிருக்கின்றனர். திடீரென அந்தத் தோட்டத்தின் வெள்ளைக்கார மேலாளர் (துரை), சேகரிக்கப்பட்ட ரப்பர் பால் அனைத்தையும் கீழே கொட்டி எரித்துவிடும்படி ஆணையிடு கிறார். தொழிலாளிகள் வேலை செய்யும்போது, காலிடறி ஒரு வாளி பால் கொட்டிப்போனால் கூட அன்றைய கூலியை அவர்களுக்கு மறுக்கிற, வேலையைச் சரியாகச் செய்யவில்லை என்றால் பாட்டாளிகளைக் கைப்பிரம்பாலே கதறக் கதறப் பழி வாங்கியிருக்கிற அந்தத் துரையும் அவரது மனைவியும் பிரிட்டிஷ் இராணுவத்தின் ஜீப் ஒன்றில் அந்தத் தோட்டத்திலிருந்து தப்பிச் சென்றுவிடுகின்றனர். தொழிலாளிகளுக்கு உண்மை நிலவரம் தெரியத் தொடங்குகிறது: மலாயாவை ஜப்பானியர்கள் கைப்பற்றிவிட்டனர்; அதனால்தான் வெள்ளைக்காரர்கள்

தங்கள் தோலைக் காப்பாற்றிக் கொள்ள, தங்கள் தோட்டங்களிலிருந்த தொழிலாளர்களை நிர்க்கதியாக விட்டுவிட்டுச் ஓடத் தொடங்கிவிட்டனர். சீனர்களும்கூட தங்கள் வசிப்பிடங்களை விட்டு ஓடிக்கொண்டிருக்கின்றனர்.

ரப்பர் தோட்டங்களில் சஞ்சிக் கூலிகளாக இருந்தவர்களை ஒடுக்கியும் சுரண்டியும் வந்த துரைமார்களே அஞ்சி ஓடுகிறார்கள் என்றால், நிச்சயம் ஜப்பான்காரன் பெரும் பலசாலியாகத்தான் இருக்கவேண்டும் என நினைக்கிறார்கள் தோட்டத் தொழிலாளர்கள். ஒயிலாட்டக் கலைஞனும் பள்ளி ஆசிரியனுமான நல்லதம்பி (அவன் அந்தத் தோட்டத்திற்கருகிலுள்ள கம்போங்கில் (மலேயக் கிராமம்) வசித்து வருகிறான். அந்தத் தோட்டத்திற்கு அவன் வரக்கூடாது என்பது துரையின் ஆணை) மலாயாவில் இந்திய தேசிய உணர்வு பெற்றிருந்தவர்களின் குறியீடாக நமக்கு அறிமுகமாகிறான்: '(இந்திய) தமிழ்த் தொழிலாளிகளை ஒடுக்கும் வெள்ளையர்களை பழி தீர்க்கிறதுக்கு நமக்குத்தான் முதுகெலும்பு இல்லை. நாம் செய்யத் தவறிய வேலையை எவனோ ஒருத்தன் செய்றான். அந்த மகராசனை வாழ்த்தாமே, இந்தக் கேடுகெட்ட வெள்ளைக்காரப் பயலையா வாழ்த்தச் சொல்றீங்க' என்று ஜப்பானியர்களைப் பாராட்டுகிறான். 'ஜப்பான்காரன் யாருக்கு என்ன கொடுக்கப் போறானோ தெரியாது. ஆனால் எனக்கு இந்த வெள்ளைக்காரப் பசங்களுக்கிட்டே இருந்து சுதந்திரம் கொடுத்திட்டான்' என்று குதூகலிக்கிறான்.

ஆனால், அந்த 'ஜப்பான்கார மகராசன்' எத்தகையவன் என்பது அடுத்த நாளே தெரிந்துவிடுகிறது. ஜப்பானியர்களின் வருகையை அடுத்து மூடப்பட்ட கிள்ளான் நகர மளிகைக் கடைகளில் நடக்கும் கொள்ளைகளில் பங்கேற்கச் செல்லும் இந்திய தேச பக்தன் நல்லதம்பி, உருவிய வாளுடன் ஜப்பானியர்கள் நடத்தும் அடக்குமுறைகளைப் பார்க்கிறான். 'எங்கப்பச்சி வந்துட்டான். எனக்கு சுதந்திரம் கொடுத்திட்டாணு என்று எப்போதும் சிரிச்சப் பேசி கலகலப்பா இருக்கிற நல்லதம்பிகூட பேயறைஞ்சவன் மாதிரி ஆயிட்டான்.' அது மட்டுமல்ல; அந்தப் பேய், ரப்பர் தோட்டத்திற்கும் வந்துவிடுகிறது. சயாமில் இரயில்வே பாதை அமைப்பதற்கு வேண்டிய கூலித் தொழிலாளி

களைப் பிடித்துக்கொண்டு போவதற்காக ஜப்பான்காரர்கள் வருகின்றனர். அவர்கள் கூறுவதை மொழி பெயர்க்க ஒரு தமிழனும் கூடவே வருகின்றான். ஒவ்வொரு கங்காணியும் பத்து ஆள்களைத் தர வேண்டும் என்பது அந்தத் தோட்டத்துக் கிராணியின் ஆணை. அது முதல் தவணை என்றும் இன்னும் அதிகமான ஆள்களை எடுப்பதற்கு ஜப்பானியர்கள் மீண்டும் மீண்டும் வருவர் என்றும் அவர்களுக்குச் சொல்லப்படுகிறது.

வழக்கமாகக் கங்காணிகளைப் பற்றிச் சொல்லப்படுவதற்கு முற்றிலும் மாறாக, மனிதநேயமிக்கவராகச் சித்திரிக்கப்படும் கருப்பையாக் கங்காணி (இவர்தாம் இந்த நாவலின் மிக முக்கிய பாத்திரம்) அதிர்ச்சியடைகிறார். அவருக்கு ஆறுதல் கூறுகிறான் இந்திய தேசபக்தன் நல்லதம்பி: ‘மாமா, மலாயாக் காட்டை அழிக்க வெள்ளைக்காரப் பய நம்மைக் கப்பலேத்தி இங்கே கொண்டுவந்தான். அவன் அம்போனு விட்டிட்டு கம்பி நீட்டிட்டான். இப்ப நம்ம புது எசமானன் சப்பான்காரன் சயாமுலே இருக்கிற காட்டை அழிக்க நம்மை அழைக்கிறான். போக வேண்டியதுதானே. மற்றவன் வாழ ஏணிப்படியா இருக்கணுன்கிறது தானே தமிழன் தலையெழுத்து. . . இதுக்குப் போயி ஏன் மாமா இப்படி கலங்குறீங்க? இப்ப என்ன நாம மட்டுமா போறோம்? எல்லாத் தோட்டங்களிலே இருந்தும்தான் ஆயிரம் ஆயிரமாப் போய்க்கிட்டு இருக்காங்களாம். பத்தோடு பதினொண்ணா நாமும் போக வேண்டியதுதானே’.

ஆனால், சயாம் காட்டுக்குப் போகாமல் தப்பித்துக்கொள்ளும் முதல் ஆள்களிலொருவனான இருக்கிறான் இந்த இந்திய தேச பக்தன்! கிராணிமார் கூறிய எண்ணிக்கையில் ஆள்கள் கிடைக்காததால் ஆத்திரமுற்ற ஜப்பானியர்கள், கங்காணிகளையும் சேர்த்துக்கொண்டு போய்விடுகின்றனர். அன்று, ஏதோ வேலையாக பிரட்டுப் பக்கம் போகாமலிருந்ததால் தப்பித்தார் கருப்பையா கங்காணி. ஆனால், சில நாள்களுக்குப் பிறகு இரவு நேரத்தில் அங்கு வந்த ஜப்பானியப் போர்வீரர்களிடம் சிக்கிக் கொண்ட அவர், கோலாம்பூரிலிருந்து அவரையும் அவரது தோட்டத்தில் வேலை செய்யும் சங்கிலி என்னும் தொழிலாளியையும் ஏற்றிச்சென்ற இரயில் வண்டி, இரயில் பாதையில் விழுந்த

மரங்களை அகற்றுவதற்காக நிறுத்தப் பட்டிருந்த சந்தர்ப்பத்தைப் பயன்படுத்திக்கொண்டு, சங்கிலியையும் அழைத்துக்கொண்டு தப்பி வந்துவிடுகிறார். தோட்டக் கங்காணியாக இருந்தபோதே கால்நடை வளர்ப்பில் ஈடுபட்டிருந்ததுடன் ஆற்றங்கரையோரமாக இருந்த தரிசு நிலத்தைத் திருத்தி உணவுப் பயிர்கள், காய்கறிகள், வெற்றிலை ஆகியவற்றைச் சாகுபடி செய்து வந்தவர் அவர். ஜப்பானியர்களிடம் மாட்டிக்கொள்ளாமல் இருப்பதற்காக அந்தத் தோட்டப் பகுதியில் அவர் கட்டியிருந்த வீடு அவரது குடும்பத்திற்கு மட்டுமல்ல, இன்னும் பல தோட்டத் தொழிலாளர்களும் அடைக்கலம் புகும் இடமாகிறது. தம்மிடமுள்ள அனைத்தையும் பாரபட்சமின்றிப் பகிர்ந்துகொள்கிறார் கருப்பையா கங்காணி. மலாயா முழுவதிலுமுள்ள மக்கள், அன்றாடம் உண்ணுகின்ற அரிசிச் சோறுகூட இல்லாமல் தவிக்கையில், ரேஷன் என்னும் பெயரில் ஜப்பானிய நிர்வாகம் 'சுண்ணாம்பு அரிசி'யை, அதுவும் வாரத்தில் ஒரு நாளுக்கு மட்டுமே போதுமானதாக இருந்த அளவில் வழங்கி வந்த நாள்களில், உணவுப் பொருள்களோ, பாலோ, காய்கறிகளோ, இறைச்சியோ குறைவின்றிக் கிடைத்து வந்தன கருப்பையா கங்காணியின் ஆதரவு நிழலில் இருந்தவர்களுக்கு. காட்டு மலாய்காரர்களின் விருந்தோம்பல், மலாயர்களின் நட்புணர்வு, மலேயாக் காட்டுப் பகுதிகளின் நில அமைப்பு, அங்குள்ள இயற்கை வளம், பன்றி வேட்டை முதலியன மிக சுவையாகச் சித்திரிக்கப்படுகின்றன இந்த நாவலில்.

சில தோட்டத் தொழிலாளிகள் துறைமுக நகரொன்றில் ஜப்பானியர்களிடம் வேலை செய்யச் செல்கின்றனர். அது ஜப்பானியர்களின் இராணுவத்தளம். அங்கு ஜப்பானியர்கள் இழைக்கும் கொடுமைகளை நாவல் கூறுகிறது. ஜப்பானியர்களுக்கு உதவியாக வங்காளிகள் இருந்ததைக் குறிப்பிடுகிறது: 'பனை மரம் மாதிரி ரெண்டு வங்காளிப் பயல்க நின்னானுங்க'.

இதற்கிடையில் மலேயாவில் தமிழர்கள் அதிகம் வசித்து வந்த நகரமான கிள்ளானுக்கு சுபாஸ் சந்திர போஸ் வருகை தரும் செய்தி கங்காணியின் பாதுகாப்பில் இருக்கும் தொழிலாளிகளுக்குத் தெரிய வருகிறது. இந்திய தேச பக்தன் நல்லதம்பிக்கு

உற்சாகம் மேலிடுகிறது. அவன் நேதாஜியின் பேச்சைக் கேட்கப் புறப்பட ஆயத்தமாகிறான். அவனுக்கும் கருப்பையாக் கங்காணிக்கும் நடக்கும் உரையாடல் இந்த நாவலின் மிகச் சிறப்பான பகுதிகளிலொன்றாக அமைகின்றது. நாவலாசிரியரின் இந்திய தேசியக் கருத்துநிலையின் முற்சாய்வுகளை மீறி, யதார்த்த நிலையை வெளிப்படுத்துகிறது இந்த உரையாடல்:

(சுபாசு போசு) நாளைக்கு கிள்ளானுலே சுல்தான் அரண்மனைத் திடலுமே பேசப் போறாராம்.

என்ன பேசப் போறாரு, நமக்கெல்லாம் அரிசியும் துணியும் அள்ளிக் கொடுக்கிறேனு பேசப் போறாரா?

மாமா! அவரு சாதாரணப்பட்டவரு இல்லை. அரிசியும் துணியையும்விட இப்ப நமக்கு சுதந்திரம் முக்கியம். அந்தச் சுதந்திரத்தை வாங்கிக் கொடுக்க வந்திருக்கிறாரு அவரு

சுதந்திரமா? யாருக்கு?

நமக்குத்தான்

யாருகிட்ட இருந்து?

வெள்ளைக்காரன்ங்களுக்கிட்டே இருந்துதான்

இப்ப நம்மை ஆளுறது சப்பான்காரன்ங்க மாப்புள்ளே

மாமாவுக்குப் புரியலை. இந்தச் சப்பான்காரங்க துணையோடு இங்குள்ள நம்ம ஆளுங்களைத் திரட்டி, இந்தியாவிலே இருக்கிற வெள்ளக்காரன்களை அடிச்சுவிரட்டப் போறாராம் நம்ம நேதாஜி.

மாப்புள்ளே பேசுறது நல்லாத்தான் இருக்கு. திங்கிற சோத்துக்கும் கட்டுற துணிக்கும் இப்ப ஆலாப் பறந்துக்கிட்டு இருக்கிறோம் நாம். நாம் இந்தியா மேலே படையெடுக்கிறதா.

போங்க மாமா, அந்த வெள்ளைக்காரப் பய கைக்குள்ளேயே இருந்து பழகிப் பழகி உங்களக்கு எல்லாம் கொஞ்சங்கூட சுதந்திர உணர்ச்சி இல்லாமேப் போச்சு

என்ன மாப்புள்ளே அவ்வளவு கேவலமாகப் பேசிட்டீங்க?

கோபிச்சுக்காதீங்க மாமா. வேறே மாதிரி எனக்குச் சொல்லத் தெரியலை

மாப்பிள்ளே! வெள்ளைக்காரன்க நல்லவனுங்கனு நான் சொல்ல வரலை. ஒருத்தன்கூட சண்டைக்கிப் போறதுண்ணா வெறுங்கை முழம் போடுமா? நம்மக்கிட்டே இப்ப என்ன ஆயுதம் இருக்குது வெள்ளைக் காரனை எதுக்க?

அதுக்குத்தான் இப்ப நம்ம தலைவரு படைக்கு ஆளு சேர்த்துகிட்டு அத்தோடு பணமும் திரட்டிக்கிட்டு இருக்கிறாராம். நமக்குத் துணையாக சப்பான்காரன் இருக்கிறானாம். இப்ப நமக்கும் சப்பான்காரனுக்கும் வெள்ளைக்காரன் எதிரியாம்.

ஏதேது மாப்புள்ளை பேசுறதைப் பார்த்தா சப்பான்காரன்ங்க நம்ம கூட்டாளிங்கனு சொல்ற மாதிரியல்ல இருக்குது.

நேதாஜி அப்படித்தான் சொல்றாராம் மாமா

இது எப்படி இருக்குது தெரியுமா? நண்டுக்குக் காவல் நரின்னு சொல்ற மாதிரி இருக்கு.

உங்களுக்குப் புரிய வைக்கவே முடியாது போங்க

ஆமா, நீங்க சொல்றபடி சப்பான்காரன்ங்க நம்ம கூட்டாளினா நமக்குக் குடிக்கக் கஞ்சி இல்லை கட்டிக்கத் துணி இல்லை. அப்புறம் என்ன புரியவேன்னு சொல்றீங்க.

உங்களோட பேச முடியாது. நாளைக்கு நான் கிள்ளானுக்குப் போறது போறதுதான்.

தாராளமாப் போயிட்டு வாங்க, தலைவர் என்ன சொல்றாருனு தெளிவாகக் கேட்டுட்டு வந்து சொல்லுங்க. அதோடு நமக்கெல்லாம் எப்பக் கஞ்சி கிடைக்கும் துணி கிடைக்கும் என்பதையும் மறக்காமே கேட்டுட்டு வாங்க.

நல்லதம்பி கிள்ளானுக்குச் சென்று சுபாஸ் சந்திர போஸின் பேச்சைக் கேட்டுவிட்டுத் திரும்புகிறான். அதுவும் எப்படி? 'ஜெய் ஹிந்த்' என்று.இராணுவ பாணி வணக்கம் செலுத்தியபடி. சுபாஸின் பேச்சை அவன் விவரிக்கிறான்:

சப்பான் படையே அவருக்குக் கைகட்டி சேவகம் செய்யுது. ராணுவ உடையிலே அவரு நடந்து வந்தாரு பாருங்க. அந்த நடையைப் பார்த்தா கோழைகூட வீரனாயிடுவான் மாமா. அப்படி ஒரு அம்சமா

இருக்கிறாரு அவரு. மேடையிலே ஏறியதும் 'ஜேய் ஹிந்த்' என்று முழங்கினாரு பாருங்க. கடல் போல கூடியிருந்த கூட்டமும் முழங்கிடுச்சு. அந்தச் சொல்லை அவர் வாயாலே கேக்கும்போது உடம்பே புல்லரிச்சுப் போச்சு போங்க. ரொம்பச் சொன்னாரு மாமா சுதந்திர இந்திய அரசாங்கம் இந்த நாட்டுலே அமைச்சாச்சு. நமது அரசாங்கத்தின் வேலை வெள்ளைக்காரன்களை இந்தியாவில் இருந்து அடித்து விரட்டனுங்கறதுதான். அதுக்குப் பணபலம், படைபலம், ஆயுத பலம் வேணும். அதுக்கு எங்கே போறது? சுதந்திர இந்தியாவின் மக்களாகிய உங்களிடம்தான் வந்திருக்கிறேன், இந்திய நாட்டின் அடிமை விலங்கை அறுத்தெறிய உங்களின் உதவியும் ஒத்துழைப்பும் எனக்குக் கிடைக்குமா? என்று கேட்டார். 'எங்க உயிர், உடல், உடமைகள் அத்தனையும் உங்களுக்கே' கடலே பொங்கி எழுந்த மாதிரி சனங்க முழங்கீட்டாங்க போங்க. அத்தோடு விடலை. அந்த மேடையிலேயே ரொக்கமும் நகையுமா அவர் காலடியிலேயே கொண்டு போய்க் குவிச்சிட்டாங்க.

நல்லதம்பியும் சுபாஸ் சந்திர போஸின் இந்திய தேசிய ராணுவத்தில் சேர முடிவு செய்கிறான்: 'பாவம் நேதாஜி! இந்திய நாட்டுக்குச் சுதந்திரம் வாங்கணுங்கிற வெறியிலே பெத்தவங்களை விட்டு, பிறந்த நாட்டையே விட்டு நாடோடி மாதிரி அலைஞ்சு, மலாயா நாட்டுலே வாழ்கின்ற இந்தியர்கள் நமக்குக் கைகொடுப்பாங்கங்கிற பெரும் நம்பிக்கையிலேதான் இப்ப இங்கே வந்திருக்கிறாரு. அவரை அநாதையாக்கிட்டு குடும்பத்தை நினைச்சு நாம மாத்திரம் வீட்டுக்குள்ளே பதுங்கிறது பெரிய துரோகம்னு நினைக்கிறேன் நான். அதனாலே யோசிக்கிறதுக்கு இனி ஒண்ணுமில்லை.'

ஜப்பானியர்களைக் கூட்டாளிகளாகக் கொண்ட நேதாஜியின் இந்திய தேசிய இராணுவம் (இதேரா -INA) ஒருபுறம் கட்டப்பட்டுக்கொண்டிருக்க, மறுபுறம், மலாயாவை ஆக்கிரமித்து அங்கு மக்களைப் படுகொலை செய்துகொண்டிருந்த ஜப்பானியர்களை விரட்டியடிப்பதற்காக இன்னொரு படையொன்று கட்டப்பட்டு வந்தது. நச்சுப் பாம்புக் கடியால் மரணத்தின் விளிம்புக்குச் சென்றுவிட்ட கங்காணியைக் காப்பாற்ற நாட்டு மருத்துவரைத்தேடிக் காட்டுப் பகுதிக்குள்

செல்லும் இரண்டு தொழிலாளிகள், சீனர்கள் அடங்கிய அந்தப் படையினரை எதிர்கொள்கின்றனர். படை வீரனொருவன் கூறுகிறான்:

> நாம் எல்லாம் இந்த நாட்டிலே ரொம்ப நாளா நல்லாப் பொழைச்சுக்கிட்டு இருந்தோம். படவா சப்பான்காரன் வந்து நமக்கெல்லாம் ரொம்பக் கஷ்டம் வந்துடுச்சு. வேண்டாதவங்களைத் தலையை வெட்டுறான். நமக்கு எல்லாம் சோறு இல்லை. கட்டத் துணி இல்லை. ஆனா, அவன்ங்க மட்டும் துரை மாதிரி இருக்கிறான்க. இந்தக் கெட்ட சப்பான்காரனை நாட்டை விட்டு விரட்டத்தான் நாங்க படை திரட்டிக் காட்டுக்குள்ளே இருக்கிறோம். நீங்க எங்களுக்கு உதவி செய்யணும். உதவி செய்யறவங்களுக்கு நாங்க உதவி செய்வோம். எங்களைச் சப்பான்காரன்ங்கிட்ட காட்டிக் கொடுக்கிற ஆளை நாங்க கொன்னுடுவோம். நீங்க எங்களைப் பாத்தாச்சு. நீங்க வெளியே போயி இந்த விசயத்தைச் சொல்லக்கூடாது. அப்படிச் சொன்னா, உங்களுக்கு ரொம்பக் கஷ்டம்.

மரண இரயில்வேயில் வேலை பார்க்கக் கொண்டு செல்லப்பட்ட தொழிலாளிகள் அனுபவித்த கொடுமைகள் தொடர்பான ஒரே ஒரு நிகழ்ச்சி மட்டுமே இந்த நாவலில் இடம் பெறுகிறது. கங்காணியின் தோட்டத்திலிருந்து சயாமுக்குக் கொண்டு செல்லப்பட்டவர்களில் ஓடும்பிள்ளையும் ஒருவர். அவர் அங்கிருந்து எப்படியோ தப்பி வந்துவிடுகிறார் உடல் ஊனப்பட்டவராக. அவர் கூறுகிறார்: '.......நான் பொழச்சு உங்களை எல்லாம் வந்து பாப்பேனு நினைக்கவே இல்லை. என்கூட வந்தவங்க யாருமே இப்ப உசிரோடு இல்லை கங்காணி. இந்தக் கையைப் பாத்தீங்களா? மரம் விழுந்து எலும்பு முறிஞ்சு போச்சு. அதுக்காகக் கதறக்கதற ரம்பத்தை போட்டு அறுத்து வீசிட்டாங்க கையை..... ஆஸ்பத்திரின்னு ஒரு மூங்கிக் கொட்டாய். அதுலே படுத்திருந்தேன்.....'

ஜப்பான்காரனின் நிர்பந்தத்திற்கு அடிபணிந்து அவர்களுக்கு சயாம் மரண இரயில்வேக்குத் தேவைப்பட்ட ஆள்களை அனுப்பிய கிராணியும்கூட மனமுடைந்து கூறுகிறார்: 'புருசனை அனுப்பி வச்ச பொம்பிளையும் மகனை அனுப்பி வச்ச தாயும் என்றைக்காவது ஒரு நாள் அவுங்க திரும்பி

வந்துடுவாங்கனுதான் நம்பிக்கிட்டு இருந்திருக்கிறாங்க. ஆனா, இந்த ஓடும்பிள்ளை வந்து, தன்னோடு வந்தவுங்க யாருமே உயிரோடு இல்லேனு சொல்லிட்டான்.'

மரண ரயில்வே பற்றி இந்த நாவல் சொல்லும் செய்திகள் இவை மட்டுமே.

ஆக, மலாயாவை ஜப்பானியர்கள் ஆக்கிரமித்த பிறகு மூன்று படைகள் உருவாக்கப்பட்டன: ஒன்று, ஜப்பானிய ஆதரவு இந்திய தேசிய ராணுவம்; இன்னொன்று, ஜப்பானியர்களுக்கு எதிரான மலாயா மக்கள் முன்னணி; மூன்றாவது, மரண இரயில்வேயைக் கட்டி முடிக்க ஆசியத் தொழிலாளிகளைக் கொண்டு உருவாக்கப்பட்ட உழைப்பாளர் படை. இந்தக் கடைசிப் படை பற்றிய, அதிலும் குறிப்பாக அதிலிருந்த தமிழர்கள் பற்றிய வரலாறே இல்லாமல் போன சூழலில், இந்த நாவல் மிக முக்கியத்துவம் வாய்ந்த வரலாற்றுப் பதிவாக அமைகின்றது. மலாயா மக்கள் முன்னணி, ஜப்பானியர்கள் சரணடைந்த பிறகு மலாயாவிற்குத் திரும்பி வந்த ஆங்கிலேயர்களால் கொடூரமாக ஒடுக்கப்பட்டது முற்றிலும் வேறொரு வரலாறு.

இந்திய தேசிய ராணுவத்தில் சேர்ந்த நல்லதம்பி ஒருநாள் திரும்பி வருகிறான்:

> துப்பாக்கியைக் கையிலே பிடிச்சு, எதிரிகளை நாலு பேரையாவது சுட்டுத்தள்ளனுங்கிற வெறியிலேதான் பட்டாளத்துலே சேர்ந்தேன். பயிற்சியை முடித்துக்கொண்ட எங்க பட்டாளம் பிளாங்கிலே போயி, 'போர் முனைக்கு வாங்கனு' அழைக்கிற உத்தரவுக்காகக் காத்துக்கிட்டு இருந்திச்சி. ஆனா, எங்க பட்டாளம் போர் முனைக்குப் போகவேண்டிய சந்தர்ப்பமே இல்லாமே போச்சு. இந்திய தேசிய ராணுவத் தலைமையகத்திலே இருந்து 'தேசிய ராணுவம் கலைக்கப்பட்டுவிட்டது. நீங்க எல்லாம் ஆங்கிலேயரின் கையில் சிக்கிவிடாமல், அவரவர் இடத்துக்குத் தப்பிச் செல்லுங்கள்' என்ற உத்தரவு வந்தது. அடுத்து, சப்பான் படை வெள்ளைக்காரன்ங் களுக்குக் கிட்டே சரணடைஞ்சாச்சங்கிற செய்தியும் வந்திச்சு.

வரலாற்று முரணொன்றையும் இந்த நாவல் எடுத்துரைக் கிறது: 'புயலை அனுபவித்தவர்களுக்குத்தான் தென்றலின்

சுகத்தைப் புரிந்துகொள்ள முடியும் என்பது போல, ஆங்கிலேயர்கள் திரும்பவும் வரப்போகின்றார்கள் என்று கேள்விப்பட்ட மக்கள், எங்கே எப்படி வரப்போகிறார்கள் என்று ஆவலோடு காத்திருந்தனர்.'

நேச நாட்டுப் படைகள் கப்பல்களில் வந்து சேர்கின்றன:

> அன்றையப் பொழுது மலாயா மக்களுக்கு மகிழ்ச்சிப் பொழுதாக விடிந்தது. மோரிக் கடற்கரையில் இருந்தும், பண்டார் முனையிலிருந்தும் இறங்கிய தரைப்படை, டாங்கிப் படைகள் லங்காட் நெடுஞ்சாலையில் பல மைல் தொலவிற்கு அணிவகுத்துக் கிள்ளானை நோக்கி நகர்ந்துகொண்டிருந்தன. சாலையின் இருமருங்கிலும் அணிவகுத்து நின்ற மக்கள் கூட்டம், மகிழ்ச்சிப் பெருக்கால் கைகளை உயர்த்திப் படைகளை வரவேற்றதும், படைவீரர்கள் ஆனந்தத்தோடு அள்ளி இறைந்த தின்பண்டங்களைப் போட்டி போட்டுக்கொண்டு பொறுக்கி எடுக்கும் மக்களின் ஆரவாரமும் அடேயப்பா! லங்காட் நெடுஞ்சாலை அன்று அரச வீதியாகக் காட்சி அளித்துக் கொண்டிருந்தது.

திரும்பி வந்தவர்களில் சின்னதுரையும் (ரப்பர் தோட்டத்தின் துணை மேலாளர்) ஒருவர். பெரிய துரை போரில் இறந்துவிட்டதாகக் கூறி கங்காணியின் கைகளில் பத்து வெள்ளி நோட்டொன்றைத் திணித்துவிட்டு, விரைவில் தோட்டத்திற்கு வந்து தொழிலாளிகளைப் பார்க்கப் போவதாகச் சொல்லிவிட்டுச் செல்கிறார். '(அவர் வந்த) வண்டி, மறைந்ததும், கையில் இருந்த பத்து வெள்ளி வெள்ளைக்காரன் நோட்டைத் திருப்பித் திருப்பிப் பார்த்துக்கொண்டிருந்தார் கங்காணி. அங்கே 'புதியதோர் உலகம்' தெரிந்தது அவருக்கு.'

3

'சொல்லப்படாத மௌன மொழிகளின் கண்ணீராக' மலாய் நாட்டுத் தமிழ் எழுத்தாளர் சண்முகம் வடித்துத் தர முனைந்திருக்கும் 'சயாம் மரண ரயில்' நாவல்[3], அந்த இரயில் பாதை அமைக்கப்பட்ட தாய்லாந்திற்கே நம்மை அழைத்துச் செல்கிறது. பெரிய எதிர்பார்ப்புடன் நாமும் செல்கிறோம். மலாயாவை ஜப்பானியர்கள் கைப்பற்றிக்கொண்டதால் அந்த

நாட்டு மக்கள் எதிர்கொண்ட கடுமையான பொருளாதாரச் சிக்கல், வறுமை, பட்டினி ஆகியன உயிர்பிழைப்புக்காக வேண்டி, தாங்கள் காலங்காலமாகப் போற்றிப் பாதுகாத்து வந்த மதிப்பீடுகளையும் அறங்களையும் கைவிடும்படி நிர்பந்தித்தன. இந்நாவலின் கதாநாயகன் மாயக்கிருஷ்ணனின் (சுருக்கமாக மாயா) தந்தை, சயாமுக்கு வலுக்கட்டாயமாகக் கொண்டு செல்லப்பட்டவுடன், குடும்பத்திற்கு வருமானம் ஏதுமில்லை. எனவே அவனது தாயார் அந்தக் குடும்பத்திற்கு அவ்வப்போது உதவி செய்து வந்த ஒருவருடன் சேர்ந்து வாழ முடிவு செய்கிறார். இதைத் தனக்கு ஏற்பட்ட மிகப் பெரும் அவமானமாகக் கருதும் மாயா, தானே முன்வந்து சயாமுக்குப் போக முடிவு செய்கிறான். அங்கு சென்றால், ஒருவேளை தனது தந்தை இருக்கும் இடத்தைக் கண்டறிந்து அவருடன் சேர்ந்துகொள்ளவும் முடியும் என்று கருதுகிறான். அவனோடு சேர்த்து மலாயாத் தமிழ்ச் சமூகத்தின் பல்வேறு பிரிவுகளைச் சேர்ந்தவர்களும் இரயில் மூலம் சயாமுக்குக் கொண்டு செல்லப்படுகின்றனர். அங்கு கொண்டு செல்லப்படுகையிலும் அங்கு போய்ச்சேர்ந்த பிறகும் ஜப்பானியர்களால் தொழிலாளர்களுக்கும் போர்க் கைதிகளுக்கும் இழைக்கப்பட்ட கொடுமைகளைச் சித்திரிக்கும் இது ஒரு விவரண நாவல் (documentary novel). இத்தகைய இலக்கிய வகைப்பாட்டுக்கு உகந்ததாலோ என்னவோ, புனைகதை யோட்டத்துடன் ஒட்டாத, ஆனால் இந்த நாவலை எழுதியதற்கான நோக்கத்தைப் புரியவைப்பதற்கான வரலாற்றுத் தகவல்கள் எனத் தாம் கருதும் பல விசயங்களை ஆங்காங்கே சேர்த்திருக்கிறார் நாவலாசிரியர். அவற்றுக்கான ஆதாரங்களையும் அவர் குறிப்பிட்டிருந்தால் அவற்றின் நம்பகத்தன்மை உறுதிப் பட்டிருக்கும். எடுத்துக்காட்டாக,

> நேதாஜியின் ஆலோசனையின் பேரில் ஜப்பானியர்களால் பயிற்சிக்கப்பட்டு தேர்ந்த இந்திய ஐ. என்.ஏ. ஒற்றர்களை நீர்மூழ்கிக் கப்பல் வழி பம்பாய் துறைமுகத்திற்குத் தொடக்கத்தில் அனுப்பி வைத்தார்கள். இவர்கள் இந்தியா எங்கும் பரவி பிரிட்டிஷாருக்கு எதிராக இந்தியாவில் உள்நாட்டுக் கலகத்தை-வன்முறையைத் தூண்ட வேண்டும். அதற்காகவே விசேசமாகப் பயிற்சி அளிக்கப்பட்டு

அனுப்பி வைக்கப்பட்டனர். ஆனால் அங்கோ அவர்கள் அடையாளம் காணப்பட்டு யுத்த ரகசியங்கள் யாவும் பெறப்பட்டு முடிவில் ஆங்கிலேயரிடம் ஒப்படைக்கப்பட்டு கடும் சித்திரவதைக்கு ஆளாக்கப்பட்டு ஈவிரக்கமின்றிச் சுட்டுக்கொல்லப்பட்டனர். ஜப்பானியர்கள் சரணடைந்த பின்னரே நூற்றுக்கணக்கில் சென்ற ஐ.என்.ஏ. ஒற்றர்கள் பம்பாய் கடற்கரைகளிலேயே சமாதி வைக்கப்பட்ட விடயம் இங்கிருந்த மாஜி ஐ.என்.ஏ. காப்டன்கள் சிலருக்குத் தெரியவந்தது. ஆனால், இந்த இராணுவ ரகசியம் இன்று வரை அதிகாரப்பூர்வமாக வெளியாக்கப்படவில்லை என அறிக.

‘புதியதோர் உலகம்’ நாவலின் முதன்மைப் பாத்திரமான கருப்பையா கங்காணியாவது ஜப்பானியர்களின் ஒடுக்குமுறையைச் சற்று மென்மையாக அனுபவித்திருக்கிறார். ஆனால், மாயா தொடக்கத்திலிருந்தே நற்பேறு பெற்றவனாகக் காட்டப்படுகிறான். ஜப்பானியர்களுக்காக ஆள் எடுக்கும் ஒரு சாத்துக்கிராணி, மாயாவின் படிப்பு, ஆங்கில அறிவு ஆகியவற்றைக் கருத்தில் கொண்டு, எடுத்த எடுப்பிலேயே அவனுக்கு வேலை செய்யும் ஆள்களைப் பற்றிய கணக்கு வழக்குகளைப் பராமரிக்கும் கணக்குப் பிள்ளை (சுருக்கமாக கேபி) வேலை தருகிறான். அவனது கேங்கைச் சேர்ந்தவர்கள் கிட்டத்தட்ட எல்லோருமே ஜப்பானியர்களாலும் அவர்களது ஏஜண்டுகளாலும் சயாமுக்கு வலுக்கட்டாயமாகக் கொண்டு வரப்பட்டவர்கள். அங்கு கூட்ஸ் வண்டியில் ஏற்றிக்கொண்டு செல்லப்படும்போதே வேலு, கந்தசாமி, பரமசிவம், நாகப்பன் ஆகிய நான்கு தமிழர்களிடம் மாயாவுக்கு நெருக்கம் ஏற்பட்டுவிடுகிறது. சயாமுக்குக் கொண்டு செல்லப்படுவதற்காக வலுக்கட்டாயமாக கூட்ஸ் வண்டியில் சில வங்காளிகளும் ஏற்றப்படுகின்றனர். ஆனால், கார்களில் வந்த வேறு சில வங்காளிகள், அந்த கூட்ஸ் வண்டியில் இருந்த வங்காளிகள் இந்திய தேசிய ராணுவத்தில் சேரப்போகிறார்கள் என்று கூறி அவர்களை விடுவித்துக் கொண்டுசென்று விடுகின்றனர். தமிழர்களை வங்காளிகளுடன் ஒப்பிடும் ஒரு கதாபாத்திரம், ஒற்றுமைக்குப் பேர் போனவர்கள் வங்காளிகள் என்றால் குழிபறிப்பதற்கும் காட்டிக் கொடுக்கவும் பேர் போனவர்கள் தமிழர்கள் எனக் குத்தலாகப் பேசுகிறது. காஞ்சனாபுரியிலும் சரி, அதற்கு அருகிலுள்ள நம் செங் என்னும்

இடத்திலும் சரி, ஜப்பானியர் கள், ஆங்கிலேயர்கள், சயாமியர்கள் ஆகிய எல்லாத் தரப்பையும் சேர்ந்தவர்களின் அன்புக்கும் உதவிக்கும் பாத்திரமாகும் மாயா, அந்த மரண ரயில்வேயை அமைக்கும் பணியில் ஈடுபட்டிருந்த பல்லாயிரக் கணக்கானோரை ஒப்பிடுகையில், எவ்விதத் துன்பத்தையும் அனுபவிக்கவில்லை. அவன் கூறும் துன்பங்கள், சித்திரவதைகள் முதலியன மற்றவர்கள் அனுபவித்தவையே.

காஞ்சனாபுரியிலிருந்து நச்சுப் பாம்புகள் நிறைந்ததும் அவ்வப்போது நேச நாட்டு விமான குண்டுவீச்சுகளுக்கு இலக்காவதுமான காட்டுப்பாதையின் வழியாக மாயாவும் அவனது கேங்கைச் சேர்ந்த தொழிலாளிகளும் நம்செங் முகாமுக்குக் கொண்டு வரப்படுகின்றனர். பன்றித் தொழுவம் போன்ற கூரை வீடுகளில் அடைக்கப்படுகின்றர். முன்பு இருபதாயிரம் பேர் இருந்த அந்த முகாமில் தற்போது எட்டாயிரம் பேர் மட்டுமே இருக்கிறார்கள். அத்தனை பேர் செத்திருக்கிறார்கள். அங்கு வைக்கப்பட்டிருந்த தொழிலாளிகளின் வசிப்பிடங்களுக்கு அருகிலேயே பிணக்குழிகளும் இருக்கின்றன. நாவல் சித்திரிக்கும் சில நிகழ்வுகளிலிருந்து அங்கு தெலுங்கர்களும் மலையாளிகளும்கூட இருந்தனர் எனத் தெரிய வருகிறது. அது மட்டுமல்ல; அந்த முகாமிலுள்ள எல்லா இந்தியர்களையும் மேற்பார்வையிடுவதற்கு ஜப்பானிய மொழியைச் சரளமாகப் பேசுகின்ற ஒரு தமிழனும் இருக்கிறான். மாயா அந்த முகாமிற்கு வந்து சேர்ந்த ஓராண்டுக்குப் பிறகு அங்கு வெறும் 150 பேர் மட்டுமே எஞ்சியிருக்கின்றனர். நச்சுப் பாம்புகள், பல்வேறு நோய்கள், ஜப்பானியரின் சித்திரவதைகள் முதலியவற்றுக்கு மற்றவர்கள் பலியாகிவிட்டனர். கதாநாயகனுக்கு இருக்க வேண்டிய 'நற்பண்புகளி'லொன்றாக, மாயா தனது கேங்கில் வேலை செய்பவர்களுக்குக் கிடைக்கும் பணத்தை நியாயமாகப் பிரித்துத் தருவதுடன், அவர்கள் சிலரின் உற்றார் உறவினர்களுக்கு மணிஆர்டர் மூலம் பணம் அனுப்பவும் உதவி செய்கிறான். மாயாவுடன் முதலில் வந்த கந்தசாமி, பரமசிவம் போன்றோர் ஜப்பானியரால் சித்திரவதை செய்யப்பட்டுக் கொல்லப்

படுகின்றனர். எனினும், பல்லாயிரக்கணக்கான கூலித் தொழிலாளிகள் ஜப்பானியரின் மரண இரயில்வேக்குப் பலியானது பற்றிய சோக உணர்வு நாவலாசிரியருக்கு ஏற்படுவதில்லை அதற்குக் காரணம் அவரது 'கர்மாக் கோட்பாடு'. காஞ்சனாபுரியிலிருந்து நிக்கோ வரை மடிந்துபோன பல்லாயிரக்கணக்கான தமிழர்களின் 'வரவுசெலவு' பற்றி நாவலாசிரியர் எழுதுகிறார். 'பலனை எதிர்பாராதே! கடமையைச் செய் என்று கீதா உபதேசத்தை நம் செங்கின் பிணக் குழியில் அரூப எழுத்துக்களால் எழுதி வைத்துவிட்டான் கண்ணன் அது மட்டும் உண்மை!' இத்தகைய தத்துவத்தை ஏற்றுக்கொண்டிருக்கும் நாவலாசிரியர், மரண இரயில்வேயில் உயிரிழந்த பல்லாயிரக்கணக்கான தமிழ்த் தொழிலாளிகளுக்காக ஏன் வருந்துகிறார் என்பது தெரிய வில்லை. நாவலாசிரியர் 'கீதா உபாசகர்' என்பது இந்த நாவலில் குறைந்தது மூன்று இடங்களில் வெளிப்படுத்தப்படுகிறது.

ஆனால், கதாநாயகன் மாயாவுக்கு அதிர்ஷ்டம் குறைவில்லாமல் அடித்துக் கொண்டிருக்கிறது. அவனை, சிற்றுண்டி விடுதி வைத்திருக்கும் ஒரு சயாமியரின் மகள் காதலிக்கிறாள். அந்தக் காதல் பின்னர் திருமணத்தில் முடிகின்றது. அது மட்டுமின்றி ஜப்பானியர்கள் அவனுக்குப் பதவி உயர்வு கொடுத்து, கிராணியாகவும் ஆக்குகின்றனர். அதுவும் எத்தகைய பதவி உயர்வு! அந்தக் கிராணிப் பதவியை ஒரு இரண்டாம் நிலை ஜப்பானிய தலைவனுக்குரிய பதவி என்று ஜப்பானிய சோல்ஜர்கள் கருதியதாக இந்த நாவல் கூறுகிறது. இத்தகையவனைத்தான் 'பாசிச ஜப்பானிய எதிர்ப்பு' நாவலின் கதாநாயகனாக்கியுள்ளார் நாவலாசிரியர். எல்லாவற்றுக்கும் சிகரம் வைத்தாற்போல், நேச நாடுகளிடம் ஜப்பான் சரணடைந்தபோது, சயாமுக்கு வரும் ஆங்கிலேய இராணுவத் தளபதியிடமிருந்தும் சலுகைகளைப் பெற்றுக்கொள்கிறான் - ஜப்பானியர்களில் போர்க் குற்றங்கள் இழைத்தவர்கள் யார் என்பதைச் சொல்வதற்காக!

வாசகர்களின் மனதில் அனுதாபத்தையோ, பச்சாதாப உணர்வையோ, ஒரு போராளி தரும் உள்உந்துதலையோ தராத, போகும் இடங்களிலெல்லாம் அதிஷ்டங்களைக் குவித்துக்

கொண்டே வந்த இப்படிப்பட்ட கதாநாயகனைப் படைத்திருக்கும் நாவலாசிரியரின் கருத்துநிலைக் குழப்பத்திற்கு மற்றுமோர் எடுத்துக்காட்டு, ஜப்பானிய நகரங்கள் மீது அணுகுண்டு வீசப்பட்ட நிகழ்வை அவர் கூறும் விதம்தான்:

> 1945-ஆம் ஆண்டு ஆகஸ்ட் திங்கள் 15-ஆம் நாள் தென்கிழக்காசியாவில் ஜப்பானியர்களின் கொடுங்கோலாட்சியும் ஒரு முடிவுக்கு வந்தது. ஜப்பானியர் ஆங்கிலேயரிடம் சரணடைந்தனர். இலட்சக்கணக்கான தமிழர்களுக்கு சயாம் மரண ரயில் பாதையைக் காட்டிய ஜப்பானியர்களுக்கு, அவர்களின் இலட்சக்கணக்கான மனைவிகளையும் குழந்தைகளையும் அநாதைகளாக மலாயாவின் வீதிகளில் பிச்சையெடுக்கச் செய்தும், அநாதைப் பிணங்களாக்கியும் வெறியாட்டம் போட்ட ஜப்பானியர்களுக்கு ஜப்பானில் விழுந்த அமெரிக்காவின் இரண்டு அணுகுண்டுகள் பாவ விமோசனமாக அமைந்துவிட்டன. இதுதான் பாவத்தின் சம்பளமோ!

ஜப்பான் சரணடைய விரும்புவதாக ஏற்கெனவே அறிவித்துவிட்ட நிலையில், இராணுவ நிலையங்களோ, போர் ஆயுதங்களோ இல்லாதவையும் முழுக்க முழுக்க சாதாரணக் குடிமக்களை மட்டுமே கொண்டிருந்தவையுமான ஹிரோஷிமா, நாகசாகி ஆகிய நகரங்கள் மீது அமெரிக்கா அணுகுண்டு வீசியதும் டோக்கியோ மீது விமான குண்டு வீச்சுத் தாக்குதல் களை நடத்தியதும் போர்க் குற்றங்களாகக் கருதப்பட்டிருக்க வேண்டும். ஆனால், நமது நாவலாசிரியரோ அதை பாவ விமோசனம் என்றும் பாவத்துக்கான சம்பளம் என்றும் கூறுகிறார். கீதையிலிருந்து பைபிளுக்கு!

இலட்சக்கணக்கான தமிழர்களின் வாழ்வை அழித்த ஜப்பானிய இராணுவத்தை மட்டுமல்லாது, அந்தக் குற்றத்துடன் சிறிதும் தொடர்பற்ற ஜப்பானியக் குடிமக்களையும் சாடும் நாவலாசிரியர், மரண இரயில்வே வழியாக சுபாஸ் சந்திர போஸ் பயணம் சென்ற நிகழ்ச்சியைப் பிரச்சினைக்குட்படுத்துவதில்லை. அந்த மரண இரயில்வே அமைக்கப்பட்டு வருவதை நேதாஜி நன்றாகவே அறிந்திருந்தார் என்று கூறும் வகையில் அமைந்திருக்கின்றன இந்த நாவலில் சித்திரிக்கப்படும் இரு

நிகழ்ச்சிகள்: நம் செங் மரண இரயில்வே முகாமிலுள்ள இந்தியத் தொழிலாளிகளுக்கு சுபாஸ் போஸ் அனுப்பிவைத்த தீபாவளிப் பரிசு தொடர்பான சம்பவம். அங்கிருந்த இந்தியத் தொழிலாளிகளை மேற்பார்வையிட ஜப்பானியர்களால் அமர்த்தப்பட்டிருந்த தமிழன் (ஓவர்சீயர்) அந்தப் பரிசைப் பற்றி மாயாவிடம் கூறுகிறான்: 'இதிலே நூறு கதர் வேட்டிகளும் நூறு கதர் துண்டுகளுமிருக்கு! இதை நம்ம நேதாஜி சுபாஸ் சந்திர போஸ் மூலமா கோலாலம்பூரிலே உள்(ள) இந்தியர் சங்கத்தைச் சேர்ந்தவங்க தீபாவளி பரிசா அனுப்பியிருக்காங்க! தைச்சோ (ஜப்பானிய அதிகாரி - எஸ்விஆர்) எதையும் குறைக்க வேண்டாம்னு சொல்லிட்டான். கொடுக்கிறதை கொடுத்திட்டு மீதியை வைத்துக்கொள்ளுங்க.'

கொத்தடிமைகள் போல மரண இரயில்வேக்குக் கொண்டு வரப்பட்ட இரண்டு இலட்சம் ஆசியத் தொழிலாளிகளிலிருந்த மற்ற இனத்தவர் ஒருபுறமிருக்கட்டும், இந்தியத் தொழிலாளிகள் அங்கு பட்ட துன்பங்களைப் பற்றியாவது நேதாஜி அறிந்திருந்தாரா இல்லையா, அவற்றைப் பற்றிய கவலை அவருக்கு இருந்ததா என்ற கேள்வியைக்கூட இந்த நாவல் எழுப்புவதில்லை. மாறாக, அந்த நம் செங் ரயில் நிலையம் வழியாக ஜப்பானியர்களின் இரயில் வண்டியொன்றில், நேதாஜி வகித்த பாத்திரத்தை விமர்சனத்திற்கு அப்பாற்பட்டதாக மட்டுமல்ல, போற்றுதலுக்குரியதாகவும் காட்டுகிறார்:

> அவர்கள் ஆவலுடன் எதிர்பார்த்த இந்தியர்களின் மாபெரும் வீரத் தலைவர் வங்க சிங்கம் நேதாஜி சுபாஸ்சந்திரபோஸை ஏற்றிக்கொண்டு வந்த அந்த விசேச ரயில்வண்டி ரயில் எஞ்சின் முன்னால் மூவர்ணக் கொடியும் ஜப்பானியக் கொடியும் பட்டொளி வீசிப் பறக்க தூரத்தில் வருவது தெரிந்ததோ அவ்வளவுதான். அங்கே அதுவரையில் நிலவிய களைப்பும் சலிப்பும் க்ஷணத்தில் மறைந்து மீண்டும் அந்த உதயகால உற்சாகமும் மகிழ்ச்சியும் கரைபுரண்டோட ஆரம்பித்தது. வண்டி வருவதற்கு முன்பே,ஜேய் ஹிந்த்! ஜிந்தாபாத்! டில்லி சலோ! என்ற முழக்கங்கள் அந்த வட்டாரத்தையே நிலை குலைய வைத்தது. தமிழர்களின் நாட்டுப்பற்று. அங்கு நின்ற ஜப்பானியர்களையே ஒரு

கணம் திகைக்க வைத்துவிட்டது. நேதாஜி வந்த அந்த ரயில்வண்டி மெதுவாக ஸ்டேசனுக்குள் நுழைந்தது. அவ்வண்டி ஸ்டேசனில் நிற்கப் போவதாகவும், நேதாஜி வண்டியினின்று இறங்கி வந்து தங்களுக்கருகில் வந்து காட்சியளிக்கப் போவதாகவும் தங்களுக்குள் பேசிக்கொண்டு தூரத்தில் தண்டவாளத்தினருகில் நின்றவர்கள் உணர்ச்சியால் உந்தப்பட்டு, ஜப்பானியர்களின் கட்டளைகளையும் மீறி, ஜேய் ஹிந்த்!..... என்று முழங்கியபடி ஸ்டேசனை நோக்கி ஓடிவந்தார்கள். வண்டி இனி நிற்காது என்றறிந்ததும் எல்லாரும் வண்டியை அணுகி அதனுடனேயே ஓட ஆரம்பித்தார்கள். அந்த மாபெரும் மனிதர் சிவந்தமேனியுடன் பூரண இராணுவ உடையில் கம்பீரமாக நின்று அவர்களை நோக்கி இராணுவ முறையில் சல்யூட் அடித்து 'ஜேய் ஹிந்த்' என்று முழங்கிய காட்சியை அன்று அங்கு நின்ற எந்தத் தமிழனும் தன் வாழ்நாளில் மறந்திருக்க மாட்டான். ஸ்டேசனில் அணிவகுத்து நின்ற ஜப்பானிய இராணுவ வீரர்கள் நேதாஜிக்கு பூரண ராணுவ மரியாதை செலுத்தினர். சிலர் தெய்வத்தையே நேரில் கண்டது போல் நெக்குருகிக் கண்ணீர் மல்கினர். நேதாஜியைத் தங்கள் பரம விரோதியாகக் கருதும் ஆங்கிலேயரும்கூட அவரின் கம்பீரமான தோற்றத்தாலும், கம்பீரமான நடவடிக்கைகளினாலும் பெரிதும் கவரப்பட்டவர்களாய் உண்மையில் நேதாஜி இந்தியர்களின் மாபெரும் தலைவனே என்று போற்றினார்கள்.

நேதாஜி மலாயாவுக்கு வந்து சேர்ந்த தொடக்க நாள்களில், அங்கிருந்த இந்தியர்களிடையே குறிப்பாக தமிழர்களிடையே உற்சாகம் கரை புரண்டு ஓடியதைப் பல்வேறு வரலாற்றறிஞர்கள் கூறியுள்ளனர். ஆனால், பல்லாயிரக்கணக்கானோரைக் குரூரமாகப் பலிகொண்ட அந்த மரண இரயில்வேத் திட்டம் நிறைவேற்றப் பட்ட இடங்களில் தமிழர்கள் 'அங்கு நின்ற ஜப்பானியர் களையே ஒரு கணம் திகைக்க வைத்த நாட்டுப்பற்றைக் காட்டினார்கள்' என்றால், நிச்சயம் அவர்கள் அசாதாரண மனிதர்களாகவே இருந்திருக்க வேண்டும்! அதாவது, நேதாஜிக்காக, அவரது போராட்டத்திற்காக ஜப்பானிய பாசிசவாதிகளுக்கு முழு விருப்பத்துடன் பலியாக முன் வந்தவர்களாக இருக்க வேண்டும்! எப்படி இருந்தாலும் மரண இரயில்வேயில் பலியான தமிழர்களுக்காக, 'சொல்லப்படாத

மௌன மொழிகளின் கண்ணீரை' உகுப்பதற்கான தேவையை நாவலாசிரியர் இழந்துவிடுகிறார்.

நாவலாசிரியரின் மற்றொரு தற்கூற்று இது: 'அவரால் (சுபாஸ்சந்திர போஸால் - எஸ். வி.ஆர்.) இந்தியாவைக் கைப்பற்ற இந்தியர்களைக் கொண்டே மலாயாவில் தோற்றுவிக்கப்பட்ட ஐஎன்ஏ என்ற இந்திய தேசிய இராணுவம் இம்பால் முனையில் நேச தேச படைகளையே எதிர்த்து நின்று கடைசி இந்தியன் ஒருவன் இருந்தவரை போராடி மடிந்ததை யாரால் மறக்க முடியும்?'

ஆனால், வரலாற்றுண்மைகள் வேறுவிதமாக உள்ளன. இரண்டாம் உலகப் போரில் ஜப்பான், இத்தாலி, ஜெர்மனி ஆகியன பாசிச நாடுகள் அச்சு நாடுகள் (axis powers) என அழைக்கப்பட்டன. கிழக்கு ஐரோப்பாவில் சோவியத் யூனியனை முறியடித்துவிட்டுப் பின்னர் காகசஸ் மலைத் தொடர்கள் வழியாக ஆப்கானிஸ்தானை அடைந்து அங்கிருந்து இந்தியாவுக்கு வரும் ஜெர்மானிய நாஜி படைகளுடன் கிழக்குப் பகுதியிலிருந்து படையெடுத்து இந்தியாவிற்குள் நுழையும் ஜப்பானிய பாசிசப் படைகள் சேர்ந்துகொள்ளும் என்று அச்சு நாடுகள் கணக்குப் போட்டன. ஆனால், ஜெர்மானிய நாஜி படைகளின் இடுப்பெலும்பு ஸ்டாலின்கிராடில் முறிக்கப் பட்டதால், இந்தியாவின் மேற்கிலிருந்து நாஜிப் படைகள் வருவதற்கான வாய்ப்பு இல்லாமல் போயிற்று. ஐரோப்பாவில் நேச நாட்டுப் படைகளுக்கு எதிராக ஜெர்மானிய நாஜி படைகள் நடத்திய சண்டைகளில் ஜெர்மனியில் சுபாஸ் சந்திரபோஸ் உருவாக்கிய இந்தியப் படையணிப் பிரிவும் (Indian Legion) பங்கேற்றது.

இரண்டாம் உலகப் போரில் ஜப்பான் நடத்திய இராணுவத் தாக்குதல்களில் 'இம்பால் (இது இன்றைய இந்திய மாநிலமான மணிப்பூரின் தலைநகரம்) படையெடுப்பு' என அழைக்கப்படும் இராணுவத் தாக்குதல் திட்டம், ஆங்கிலேயர்களிடமிருந்து பர்மாவைக் கைப்பற்றுவதில் 1942 ஜூன் மாதம் ஜப்பானியர்கள் முழு வெற்றியடைந்தவுடனேயே, ஜப்பானிய இராணுவத் தளபதி

லெஃப்டினண்ட் கேனல் ஹயாஷி என்பவரால் தீட்டப்பட்டது. பர்மாவிலிருந்து பின்வாங்கி ஓடிக்கொண்டிருந்த பிரிட்டிஷ் இராணுவம், சுதாரித்துக்கொண்டு எழுவதற்குச் சிறிதுகூட அவகாசம் கொடுக்காமல், இம்பால் மீது தாக்குதல் தொடுத்து அதைக் கைப்பற்ற வேண்டும் என்றும் அப்படிக் கைப்பற்றினால் பர்மாவிலுள்ள ஜப்பானிய இராணுவத்தின் மீது பிரிட்டிஷ் இராணுவம் எதிர்த் தாக்குதலைத் தொடுப்பதற்கான தளப் பிரதேசம் அதற்கு இல்லாமல் போகும் என்றும் அந்த ஜப்பானியத் தளபதி கருதினார். ஆனால் ஜப்பானிய இராணுவத்தின் 18ஆவது படைப் பிரிவு, அந்தத் தாக்குதல் நடவடிக்கைகளை மேற்கொள்ளத் தேவையான பெரும் எண்ணிக்கையிலான துருப்புகளால் பர்மாவின் அடர்ந்த காட்டுப் பகுதிகளைக் கடந்து செல்வது கடினமானது என்றும் இந்தியப் பிரதேசத்தின் மீது நடத்தப்படும் எந்தவொரு தாக்குதலும் இந்தியாவில் ஜப்பானிய எதிர்ப்பு உணர்வுகளை ஏற்படுத்திவிடும் என்றும் கூறியது. ஆகவே 1942-ஆம் ஆண்டு டிசம்பரில் அந்தத் திட்டம் கைவிடப்பட்டது.[6]

1943 அக்டோபரில் சிங்கப்பூரில் சுபாஸ் சந்திரபோஸ், 'இந்திய சுதந்திர பிரகடன'த்தை வெளியிட்ட சில நாள்களுக்குப் பின் டோக்கியோவுக்குச் சென்று ஜப்பானியப் பிரதமர் டோஜோவைச் சந்தித்தபோது இம்பால் தாக்குதல் திட்டத்திற்கு உயிரூட்டப்பட்டது. வட பர்மாவில் ஜப்பானிய இராணுவத்தின் தளபதியாக இருந்த ஜெனரல் முட்டாகுச்சி என்பவரின் தலைமையிலிருந்த இரண்டு ஜப்பானியப் படைப் பிரிவுகளுடன் இந்திய தேசிய ராணுவ படைப்பிரிவொன்றையும் இணைத்து அந்தத் தாக்குதலை நடத்தத் திட்டமிடப்பட்டது. 1944 மார்ச் 15 முதல் ஜூலை 9 வரை நடந்த அந்த இராணுவ நடவடிக்கையின் போது இதேரா, கொஹிமா (இன்றைய இந்திய மாநிலமான நாகலாந்தின் தலைநகர்) நகரைக் கைப்பற்றியது. இம்பால் தாக்குதல் நடவடிக்கை தொடங்குவதற்கு முன்பே இ.தே.ரா படையினர் இந்திய - பர்மா எல்லையிலுள்ள அராக்கன் மலைப் பகுதிகளிலிருந்த பிரிட்டிஷ் படைகளில் உடைப்பை ஏற்படுத்தி, இம்பால் பகுதிக்குள் ஊடுருவியிருந்தனர். இம்பால் தாக்குதல்

நடவடிக்கையின் வெற்றியை ஜப்பானிய மன்னருக்கு அவரது பிறந்த நாள் (1944 ஏப்ரல் 29) பரிசாக வழங்கப் போவதாக ஜெனரல் முட்டாகுச்சி அறிவித்திருந்தார். இம்பால் நகரத்தை ஜப்பானியப் படைகளும் இ.தேரா படைகளும் முற்றுகையிட்டன. இந்திய - பர்மா எல்லையில் உள்ள சிண்ட்வின் ஆற்றின் மறு கரையில் ஜப்பானியர்களுக்கு ஏராளமான ஆள், பொருள் சேதங்கள் ஏற்பட்டுக் கொண்டிருந்தன. அராக்கன் மலைப் பகுதியில் பிரிட்டிஷ் படைகளுக்கும் ஜப்பானியப் படைகளுக்கும் இடையிலான சண்டை இழுபறியில் இருந்துகொண்டிருந்தது. 1944 ஏப்ரலில் ஜப்பானியப் படைகளும் இ.தே.ரா படைகளும் இம்பால் பகுதியில் சிறு வெற்றிகளைக் கண்டு கொண்டிருந்தன. இம்பாலிலேயே இரண்டு பிரிட்டிஷ் படைப் பிரிவுகள் இந்தியாவின் பிற பகுதிகளிலிருந்து துண்டிக்கப்பட்டு நின்றன. ஜப்பானியர்களும் இ.தே.ராவினரும் இன்னும் சிறிது முன்னேறி வந்து அசாம், வங்காளப் பகுதிகளிலிருந்த திமாபூர் - கோல்கத்தா ரயில் தடத்தை இந்தியாவின் பிற பகுதிகளிலிருந்து துண்டித் திருப்பார்களேயானால், அவர்கள் மிகப் பெரும் இராணுவ வெற்றியைப் பெற்றிருப்பர். ஏனெனில் பர்மாவிலிருந்த பிரிட்டிஷ் தளபதி ஸ்டில்வெல் என்பவரின் தலைமையின் கீழிருந்த படைகளுக்கும் அசாமிலிருந்த பிரிட்டிஷ் படைகளுக்கும் தேவையான பொருள்களை அனுப்புவதற்கான ரயில் தடம் அது ஒன்றுதான். ஜப்பானியர்களும் இ.தே.ராவினரும் வெற்றி பெற்றிருந்தால், அவர்கள் தென்னிந்தியாவை நோக்கி முன்னேறிச் செல்லவும் கிழக்கு வங்காளத்தை இந்தியாவின் பிற பகுதிகளிலிருந்து துண்டிக்கவும், படையெடுப்பால் ஏற்படும் குழப்ப நிலையைப் பயன்படுத்திக்கொண்டு கோல்கத்தா நோக்கிச் செல்லவும் முடிந்திருக்கும்.

பர்மாவிலும் தென்கிழக்கு ஆசியாவிலும் நடந்த சண்டைகளிலே, மிகக் கடுமையான சண்டை கொஹிமாவில் பிரிட்டிஷ் இராணுவத்தின் இரண்டாவது படைப் பிரிவும், ஏழாவது பிரிகேடும் ஜப்பானியர்களக்கு எதிராக நடத்திய சண்டைதான். இரு தரப்பிலும் ஏராளமான உயிர்ப் பலிகளை ஏற்படுத்திய அந்தச் சண்டைதான் ஜப்பானியர்களும்

இ.தே.ராவினரும் இந்தியாவிற்குள் நுழைய முடியாதபடி தடுத்தது. இதில் முக்கியப் பாத்திரம் வகித்தது நேச நாடுகளின் விமானப்படையாகும். 1944 ஏப்ரலிலேயே இரு தரப்புக்கு மிடையிலான இராணுவ பலாபலம் பிரிட்டிஷ் இராணுவத்திற்கு சாதகமாக மாறியது. ஜப்பானிய இராணுவத்தினருக்கும் இ.தே.ராவினருக்கும் தேவையான பொருள்களை பர்மாவிலிருந்து கொண்டுவரப் பயன்படுத்தப்பட்ட வழிகளின் மீது நேசநாட்டு விமானங்கள் குண்டுமாரி பொழிந்தன. இம்பாலில் முற்றுகையிடப்பட்டிருந்த பிரிட்டிஷ் இந்தியத் துருப்புகளுக்குத் தேவையான பொருள்களையும் நேச நாடுகளின் போர் விமானங்கள் கொண்டுவந்து வானிலிருந்து இறக்கின. ரயில் மூலமாகவும் விமானம் மூலமாகவும் கொஹிமாவுக்குப் பொருள்கள் கொண்டுசெல்லப்பட்டன. நேசநாடுகளின் விமானப் படைக்கு நிகரான வலிமைகொண்ட வான் படை ஜப்பானிடம் இருக்கவில்லை. ஏப்ரல் மாத இறுதியில், ஜப்பானிய, இ.தே.ரா படைப் பிரிவுகளின் போர் ஆற்றல் நாற்பது விழுக்காடாகக் குறைந்தது. பின்னர் தொடங்கிய பருவ மழையின் காரணமாக சாலைகள் சேறும் சகதியுமாயின. அந்தப் படைப் பிரிவுகளுக்குத் தேவையான பொருள்களைக் கொண்டு வரும் வழித்தடங்கள் துண்டிக்கப்பட்டன. காலரா, மலேரியா, வயிற்றுப்போக்கு போன்ற நோய்களால் பலர் மடிந்தனர். மிகப் பெரும் தோல்வியில் முடிந்த அந்த இராணுவ நடவடிக்கையை நிறுத்தும்படி 1944 ஜூலை 8 அன்று ஜப்பானியப் பிரதமர் டோஜோ ஆணை பிறப்பித்தார்.[7]

இந்திய-பர்மா எல்லையிலும் பர்மாவின் ஐராவதி நதிக் கரையோரப் பகுதிகளிலும் பிரிட்டிஷ் இராணுவத்தினரால் ஆயிரக்கணக்கான இ.தே.ராவினர் கைது செய்யப்பட்டதும், அவர்கள் இந்தியாவுக்குக் கொண்டுவரப்பட்டதும், தோற்றுப் போன அந்தப் படையினர் இந்தியாவிலிருந்து பிரிட்டிஷார் வெளியேறுவதைத் துரிதப்படுத்தும் 'வரலாற்று முரண்' நிறைந்த பாத்திரத்தை வகித்ததும் வேறொரு வரலாறு.

இந்திய தேசிய விடுதலை வீரராகவும் புரட்சியாளராகவும் இந்தியாவிலுள்ள வலதுசாரிகளால் மட்டுமின்றி, சிறிதுகாலத் தயக்கத்திற்குப் பின் இந்திய கம்யூனிஸ்டுகளாலும் அங்கீகரிக்கப் பட்டுள்ள சுபாஸ் போஸ், மலாயாவில் வகித்த பாத்திரம், அவருக்கும் ஜப்பானிய இரகசியப் போலீசாரான கெம்பெடாய் என்னும் அமைப்புக்கும் இருந்த தொடர்பு, ஜப்பானியர்களின் ஒடுக்குமுறை நடவடிக்கைகளை அவர் கண்டும் காணாமல் இருந்தமை, மரண இரயில்வே கொடுமைகளைப் பற்றி அவர் வாய் திறக்கமாலிருந்தமை - இவை பற்றிய மேலதிகமான உறுதியான செய்திகள்தாம் நமக்கு இப்போது தேவை. இவை போஸ் பற்றிய சித்திரத்தைத் தெளிவாக விளங்கிக்கொள்ள உதவும். சண்முகத்தின் நாவலிலிருந்து இந்த விசயங்கள் எதனையும் தெரிந்துகொள்ள முடியவில்லை. அதற்குக் காரணம், அவருக்கு நேதாஜி மீதுள்ள பற்றாக இருக்கலாம். அந்தப் பற்று சில இடங்களில் சீன விரோத, கம்யூனிஸ்ட் விரோத நிலைப்பாட்டிற்கு இட்டுச் சென்றிருக்கிறது. நாவலாசிரியரின் தற்கூற்றுகளிலொன்று:

> பிரிட்டிஷார் மலாயாவைக் கைப்பற்றியும்கூட நாட்டின் பெரும் பகுதிகளில் கம்யூனிஸ்டுகள் மக்களாட்சி நீதிமன்றம் என்று சுயேச்சையாக அமைத்துக்கொண்டு மக்களைக் கொன்று குவித்து வந்தார்கள். தாங்களே நாட்டுக்குரியவர்கள் என்ற போக்கில் அவர்கள் 1945-ஆம் ஆண்டு ஆகஸ்டு 15-ஆம் நாளுக்கும் 1945-ஆம் ஆண்டு செப்டம்பர் 1-ஆம் நாளுக்கும் இடையில் (16 நாட்கள்) கொன்றுக் குவித்து வெறியாட்டம் போட்டதைக் கண்டு உலகமே திடுக்கிட்டது. உண்மையில் அவர்கள் ஜப்பானியர்களுக்கு எதிராகக் காட்டிலிருந்து போராட பிரிட்டிஷாரால் அமைக்கப்பட்ட மலாயா மக்கள் இராணுவமே ஆகும். ஆரம்பத்தில் மக்களின் சுதந்திரத்திற்குப் போராடுவதாகக் கூறிக்கொண்ட அவர்கள் ஜப்பானியரின் சரணாகதிக்குப் பிறகு தங்களைக் கம்யூனிஸ்டுகள் எனக் கூறிக்கொண்டு பகிரங்கமாகவே நாட்டில் தோன்றலாயினர்.

நாவலாசிரியர் கூறுவதற்கு மாறாக, மலாயாவில் ஜப்பானிய ஆக்கிரமிப்புக்கு முன்பேயே கம்யூனிஸ்ட் கட்சி இருந்தது. ஜப்பானிய ஆக்கிரமிப்புக்குத் தாக்குப்பிடிக்க முடியாமல்

பிரிட்டிஷ் இராணுவ அதிகாரிகள் ஓடிப்போன பிறகு, ஜப்பானிய ஆக்கிரமிப்பை எதிர்த்துப் போராட முன் வந்த மலாயா பொதுவுடைமைக் கட்சி, மலாயா மக்கள் ஜப்பானிய எதிர்ப்பு இராணுவம் (MPAJA), ஜப்பானிய மக்கள் எதிர்ப்பு முன்னணி (MPAJU) ஆகியவற்றை உருவாக்கியது. 1944 முதல் மேற்சொன்ன இராணுவம், ஜப்பானியர்களிடமிருந்து மலாயா தீபகற்பத்தை மீட்டெடுப்பதற்காக நேச நாடுகளின் இராணுவத் தலைமைக்கு ஒத்துழைப்புத் தந்தது. அந்தத் தீபகற்பத்தை ஆக்கிரமித்த ஜப்பானியர்களைப் போல அங்கிருந்த மக்களை இனரீதியாகப் பிளவுபடுத்தாமல், ஏகாதிபத்திய எதிர்ப்பு உணர்வுடைய அனைத்து இனத்தவர்களையும் தனது அமைப்புகளுக்குள் கொண்டுவர முயன்றது.[8] ஜப்பானின் சரணாகதிக்குப் பின்னர் அங்கு மீண்டும் வந்த பிரிட்டிஷார் முதன்மை கொடுத்த கொள்கைகளிலொன்று மலாயாக் கம்யூனிஸ்ட் கட்சியை ஒழித்துக் கட்டுவதாகும். கென்யாவிலிருந்த தேசிய விடுதலை இயக்கமான 'மாவ் மாவை' ஒழித்துக்கட்ட பிரிட்டிஷாரும் தென் வியத்நாமில் இருந்த விடுதலை இயக்கமான வியட்காங்கை நசுக்க அமெரிக்கர்களும் கையாண்ட கொடூரமான ஒடுக்குமுறைகள், சித்திரவதைகள் ஆகியவற்றுக்கு முன்னோடியாக இருந்தன மலாயாவில் பிரிட்டிஷார் மேற்கொண்ட நடவடிக்கைகள். அப்படி ஒடுக்கப்பட்ட அந்தக் கட்சியில் சேர்ந்து தூக்குமேடையில் ஏறியவர்களில் தமிழர்களான கணபதி, சாம்பசிவம் போன்றோரும் அடங்குவர். இன்றைய மலேசியாவிலும் சிங்கப்பூரிலும் கம்யூனிசம் எனப் பேசுவதே பெருங் குற்றமாகக் கருதப்படுவதால், அங்கு அக்கட்சியைப் பற்றிய புறநிலையான பகிரங்கமான விவாதம் நடத்துவதற்கு சாத்தியமே இல்லை.

எது எப்படி இருந்தாலும், இந்த இரண்டு நாவல்களிலும் மறைந்துள்ள உண்மையான ஒரே நாயகன் சுபாஸ் சந்திர போஸ்தான்.

தரவுகள்

1. Scott Murray, The Death Railway. *http:/www.scottmurray.com* (accessed on 18.11.2008); Ron Tailor, The History of the Death Railway. *http:/www.far-eastern-eastern-heroes.prg*.uk (accessed on 18.11.2008)
2. *ibid*
3. *ibid*
4. *அ. ரெங்கசாமி, புதியதோர் உலகம்.* A. Rangasamy. No. 21, Jalan 6, Taman Telok, 42500 Telok Panglima Garang, Kuala Langt. Delangor, D.E. Malaysia. 1993
5. *சண்முகம், சயாம் மரண ரயில்,* தமிழோசை பதிப்பகம், கோவை, *2007*
6. Rajan Borra, Subha Bose, The Indian National Army and the War of India's Liberation, *The Journal of Historical Review,* Winter 1982 (Vol. 3. No.4) pages 407-439, Institute for Historical Review,(accessed on 20-11-2008)
7. *Ibid;* P. Bandhu, T. Jacob (ed). *War & National Liberation CPI Documents 1939 - 1945.* Odyssey. New Delhi. 1988
8. Michael Stenson, *Class, Race & Colonialism in West Malaysia,* University of Queensland Press, St.Lucia, Queensland, Australia, 1980; *Wikipedia* (accessed on 20-11-2008)

18

‘செ’ வின் மருத்துவப் புரட்சி

“எபோலா நோய்க்கு எதிரான போராட்டத்தில் ஆப்பிரிக்க மக்களுக்கு உதவி செய்யும் ஒரு புரட்சிகர மருத்துவராக இங்கு என் கடமையை நிறைவேற்றிக் கொண்டிருக்கிறேன். நாங்கள் இங்கு நேற்று வந்து சேர்ந்தோம். மானுடகுலம் அனைத்தும் ஆப்பிரிக்காவிடம் பட்டிருக்கும் கடனைத் தீர்ப்பதற்காகக் களத்தின் முன்பகுதிக்குச் செல்வோம். இந்தக் கொள்ளைநோய் உலகெங்கும் பரவாமல் தடுப்பதற்கான ஒரே வழி, அதை இங்கேயே தடுத்து நிறுத்துவதுதான். இந்த மாபெரும் கண்டத்தில் எபோலாவால் இனியும் ஒரு சாவு ஏற்படக்கூடாது என்பதற்காக நாங்கள் உதவி செய்துகொண்டிருக்கிறோம்.”

இவை, மேற்கு ஆப்பிரிக்க நாடான லைபீரியாவிலிருந்து கியூப மருத்துவர் ரொனால்ட் ஹெர்னாண்டேஸ் டோரெஸ் 2014 அக்டோபரில் தமது முகநூலில் எழுதிய வரிகள்.

உலகிலுள்ள பெரும்பாலான நாடுகள், எபோலா நோய் பரவும் அபாயத்தை நினைத்துத் தமது எல்லைகளில் பெரும் பாதுகாப்பு அரண்களை அமைத்தல், வெளிநாடுகளிலிருந்து - குறிப்பாக ஆப்பிரிக்க நாடுகளிலிருந்து - வருபவர்கள் மீதான கட்டுப்பாட்டையும் கண்காணிப்பையும் கடுமையானவையாக்குதல் என்பன போன்ற நடவடிக்கைகளை மேற்கொண்டிருக்க, சோசலிச கியூபாவோ இந்த நோயை எதிர்த்துப் போராடுவதற்கு 255 மருத்துவர்களையும் செவிலியர்களையும் மேற்கு ஆப்பிரிக்காவுக்கு அனுப்பியுள்ளது. அந்தப் புரட்சிகரத் தீவு செல்வவளம் மிக்கதல்ல; அறுபதாண்டுகளுக்கு மேலாக, அமெரிக்க ஏகாதிபத்தியத்தின் இராணுவ, புவி-சார் அரசியல் அச்சுறுத்தல்களுக்கும் பொருளாதார முற்றுகைக்கும் உட்பட்டுள்ள நாடு அது. அதனிடம் இருப்பதெல்லாம் தீரம், பண்பு, கல்வி, சர்வதேசிய உணர்வு ஆகியன மட்டுமே.

ஆப்பிரிக்க மக்களின் விடுதலைக்காக வேறு எந்த நாட்டைக் காட்டிலும் பெரும் தியாகங்களைச் செய்தது கியூபாதான். 'செ' நேரடியாகப் பங்கேற்ற காங்கோ புரட்சி தோல்வியடைந்தாலும் அங்கோலா, மொஸாம்பிக், கினியா, தென்னாப்பிரிக்கா ஆகியவற்றின் விடுதலைப் போராட்டங்களில் ஆயிரக்கணக்கான கியூபப் படைவீரர்கள் பங்கேற்றனர். இன ஒதுக்கல் கொள்கையைக் கடைப்பிடித்து வந்த ஆட்சியை ஒத்துக்கட்டிய தென்னாப்பிரிக்காவின் 'ஆப்பிரிக்க தேசிய காங்கிரசி'ன் ஆயுதமேந்திய போராட்டம், நமீபியாவிலும் அங்கோலாவிலுமிருந்த கியூபப் படைவீரர்களின் துணையில்லாமல் வெற்றி பெற்றிருக்கவே முடியாது.

இப்போது எபோலாவை எதிர்த்துப் போராட ஆப்பிரிக்காவுக்குச் சென்றுள்ள கியூப மருத்துவர்களும் செவிலியர்களும்கூட படைவீரர்களுக்கு ஒப்பான போராளிகளே. 2014 அக்டோபர் மாதம் மூன்றாம் வாரத்தில் லைபீரியாவுக்கும் கினியாவுக்கும் அனுப்பப்பட்ட அவர்கள், அந்த நோய் கண்டவர்களுக்கு சிகிச்சையளிக்கச் செல்லும் ஸ்பானிய, அமெரிக்க மருத்துவர்களும் பாதிரியார்களும் அனுபவிக்கும் சலுகைகள் எதனையும் பெறுவதில்லை என்று மனதார உறுதியளித்துவிட்டுத்தான் அங்கு சென்றிருக்கிறார்கள். ஸ்பானிய, அமெரிக்க மருத்துவர்களும் பாதிரியார்களும் நோய்வாய்ப்பட்டால், உடனடியாக அவர்கள் அங்கிருந்து அவரவர் நாட்டுக்குக் கொண்டு வரப்பட்டு, மிக நவீன மருத்துவ மனைகளில் சிறப்பு மருத்துவம் தரப்படுகின்றது. ஆனால், கியூப மருத்துவர்களுக்கும் செவிலியர்களுக்கும் நோய் கண்டாலோ, அவர்கள் எந்த ஆப்பிரிக்க மருத்து முகாமில், மருத்துவ மனையில் பணியாற்றுகின்றார்களோ, அங்குதான் அவர்கள் சிகிச்சை பெற வேண்டும். ஏற்கெனவே ஒரு கியூப மருத்துவர் - கினிய நாட்டுக்குச் சென்ற யுவான் குயெர்ராரோட்ரிகஸ் - மூளையைப் பாதிக்கும் மலேரியா நோய்க்கு இரையாகிவிட்டார்.

2010இல் ஹெய்தி தீவில் ஏற்பட்ட நிலநடுக்கத்தால் பாதிக்கப்பட்ட மக்களுக்கு உதவி செய்தல் என்னும் பெயரால் அமெரிக்கா தனது படைவீரர்களை அனுப்பியது போல, இப்போதும் எபோலா நோயால் பாதிக்கப்பட்டுள்ள மேற்கு

ஆப்பிரிக்க நாடுகளுக்கும் படைவீரர்களை அனுப்பி வரும் வெட்கக்கேடான நடவடிக்கைகளை மேற்கொண்டுள்ளது. இதற்கு மாறாக, ஹெய்தியில் - குறிப்பாக அதன் கிராமப் பகுதிகளில் - 1998ஆம் ஆண்டு முதல் இன்று வரை மிகப் பெருமளவுக்கு இலவசமாக மருத்துவ உதவி செய்து வரும் நாடு கியூபா மட்டுமே. பாகிஸ்தானின் கட்டுப்பாட்டின் கீழுள்ள காஷ்மீர் பகுதியில் சில ஆண்டுகளுக்கு முன் நிலநடுக்கம் ஏற்பட்டபோது, பாகிஸ்தானின் அமெரிக்க சார்பு நிலைப் பாட்டைப் பொருட்படுத்தாமல், மனிதநேய அடிப்படையில் பாதிக்கப்பட்ட மக்களுக்கு மருத்துவ உதவி செய்ய கியூப மருத்துவர்கள் வந்தது நம்மில் பலருக்கு நினைவிருக்கலாம்.

உலக சுகாதார நிறுவனத்தின் (World Health Organistation) கணக்குப்படி, 2014 அக்டோபர் 31ஆம் நாள் வரை எபோலா நோயால் பாதிக்கப்பட்டவர்களின் எண்ணிக்கை 13567; இவர்களில் 4951 பேர் இறந்தனர். பல நாடுகளில் இந்த நோய் காணப்பட்டாலும், அது மிகவும் வறிய மேற்கு ஆப்பிரிக்க நாடுகளான லைபீரியா, சியெராலியோன், கினியா ஆகியவற்றில்தான் மிக வேகமாகப் பரவிவருகின்றது. இந்த நாடுகளைத் தொல்லைப்படுத்துவது எபோலா மட்டுமல்ல, டெங்கு, லஸ்ஸா ஆகிய நோய்களும்தான். ஆப்பிரிக்காவில் தோன்றிய டெங்கு நோயின் கொடூரம் பதினெட்டாம் நூற்றாண்டின் கடைசிப் பகுதியிலேயே தெரியவந்தது. அதற்கான தடுப்புமருந்தைக் கண்டறிவதற்கான முதல் முயற்சிகள் 1920களிலேயே மேற்கொள்ளப்பட்டன. 1950களில் அந்த நோய் உலகளாவிய பிரச்சினையாக உருவாகியது.

கொசுக்களால் உண்டாக்கப்படுகின்ற டெங்குவால் ஒவ்வோராண்டும் உலகம் முழுவதிலும் பாதிக்கப்படுபவர்களின் எண்ணிக்கை ஐம்பது மில்லியனிலிருந்து நூறு மில்லியன் வரை உள்ளது என்றும், இவர்களில் 25000 பேர் இறக்கின்றனர் என்றும் உலக சுகாதார நிறுவனம் கூறுகிறது. ஆனால், இன்று வரை இந்த நோயை அழிப்பதற்கான ஒருங்கிணைந்த முயற்சிகள் ஏதும் உலகில் மேற்கொள்ளப்படவில்லை. இதுவரை கண்டு பிடிக்கப்பட்ட தடுப்பு மருந்து, மனித உடல்களில் நன்கு செயல்படுமா என்று பரிசோதனைக்கூடத்தில் சோதித்துப்

பார்க்கப்படும் நிலையிலேயே உள்ளது. நற்பேறாக,. தமிழகத்தில் சித்த மருத்துவம் நில வேம்பு என்னும் அற்புதமான மூலிகையைப் பயன்படுத்தி டெங்குவிலிருந்து நூற்றுக்கணக்கானோரைக் காப்பாற்றியுள்ளது.

லஸ்ஸா நோய் எலிகளிடமிருந்து மனிதர்களுக்குத் தொற்றுகிறது. மேற்கு ஆப்பிரிக்காவில் இந்த நோய் இருப்பது 1969இல் கண்டுபிடிக்கப்பட்டது. இந்தப் பகுதியில்தான் அது பரவலாகக் காணப்படுகின்றது. இப்படிப்பட்ட நோய் இருப்பது தெரியவந்து நாற்பதாண்டுகளுக்கு மேலாகியும், அதற்கு இதுவரை கண்டுபிடிக்கப்பட்ட தடுப்புமருந்து பரிசோதனைக் கூடங்களில் எலிகளுக்குப் பயன்படுத்திப் பார்க்கும் கட்டத்திலேயே இருக்கின்றது.

அமெரிக்காவில் அடிமை முறை ஒழிக்கப்பட்டதால் விடுதலையான முன்னாள் அடிமைகள் வாழ்வதற்காக அமெரிக்க அமைப்பொன்றால் (American Colonisation Society) 1822இல் செயற்கையாக உருவாக்கப்பட்ட நாடுதான் லைபீரியா. 1846இல் பெயரளவுக்கு சுதந்திரம் அடைந்த அந்த நாடு இன்றுவரை அமெரிக்க மூலதனத்தின் ஆதிக்கத்துக்கு உட்பட்டிருக்கிறது. விடுதலை செய்யப்பட்ட அடிமைகளுக்காகப் பத்தொன்பதாம் நூற்றாண்டின் தொடக்கத்தில் பிரிட்டிஷ் ஏகாதிபத்தியம் உருவாக்கிய காலனி நாடு ஸிபெர்ரா லியோன். 1960 வரை அது பிரிட்டனின் நேரடிக் கட்டுப்பாட்டில் இருந்தது. பத்தொன்பதாம் நூற்றாண்டின் கடைசிப் பத்தாண்டுகளில் பிரெஞ்சுக் காலனியாக உருவாக்கப்பட்ட கினியா, 1958 வரை பிரான்ஸின் நேரடிக் கட்டுப்பாட்டில் இருந்தது.

லைபீரிய மக்களில் ஐந்து விழுக்காட்டினருக்கு மட்டுமே மேம்பட்ட சுகாதார வசதிகள் உள்ளன. ஸியெர்ராலியோன் மக்களில் ஏறத்தாழ இருபத்தி ஆறு விழுக்காட்டினருக்கு மட்டுமே தண்ணீர் வசதி கிடைக்கிறது. லைபீரியத் தலைநகரான மொன்ரோவியாவிலுள்ள வெஸ்ட்பாயின்ட் என்னும் குடிசைப் பகுதியைப் போல, அத்தனை விகாரமான, அசுத்தமான குடிசைப் பகுதி உலகில் வேறு எங்கும் இல்லை. அட்லாண்டிக கடற்கரையோரமும் அங்குள்ள முக்கிய ஆற்றங்கரையும்தான் அந்தக் குடிசைப் பகுதி மக்களுக்கான கழிப்பறைகள்.

ஆக, எல்லாக் கொள்ளை நோய்களுக்கும் - அவற்றின் உயிரியல் பரிமாணங்கள் ஒருபுறமிருக்க - சமூக, அரசியல் மூல காரணங்கள் இருக்கின்றன. அவற்றுக்கான தடுப்பு மருந்துகள் கண்டுபிடிக்கப்படாமல் இருப்பதற்கான காரணத்தை 2014 அக்டோபரில் ஆற்றிய உரையொன்றில் உலக சுகாதார நிறுவனத்தின் தலைமை இயக்குநர் மருத்துவர் மார்கரெட் சான் கூறியுள்ளார்: "எபோலா நோய் நாற்பது ஆண்டுகளக்கு முன்பே தோன்றியது. தடுப்பு மருந்தும் நோயைக் குணப்படுத்தும் முறையும் இல்லாமல் மருத்துவப் பணிகளில் உள்ளவர்கள் வெறுங்கையோடு இருப்பது ஏன்? வரலாற்றுரீதியாகவும் பூகோளரீதியாகவும் இந்த நோய் வறிய ஆப்பிரிக்க நாடுகளுக்குள் மட்டுமே இருந்ததுதான் காரணம். ஆராய்ச்சி மற்றும் மேம்பாடுக்கான (Research & Development) ஊக்குவிப்பு முற்றிலுமாக இல்லை. இலாபத்தைக் குறிக்கோளாகக் கொண்ட தொழில், விலை கொடுத்து வாங்க முடியாத சந்தைகளுக்கான பொருள்களில் முதலீடு செய்வதில்லை."

அதனால்தான் ஆயிரக்கணக்கான மருத்துவர்களும் மருத்துவப் பணியாளர்களும் தேவைப்படும் மேற்கு ஆப்பிரிக்க நாடுகளில், ஆயிரக்கணக்கான அமெரிக்கப் படைவீரர்கள் நிறுத்தப்பட்டுள்ளனர். அமெரிக்காவினதும் பிற ஏகாதிபத்திய நாடுகளினதும் அக்கறை மேற்கு ஆப்பிரிக்க மக்கள் மீதல்ல; மாறாக லைபீரியாவிலுள்ள லேடெக்ஸ், சியெர்ராலியோனிலுள்ள வைரங்கள், இரத்தினக் கற்கள், கினியாவிலுள்ள பாக்ஸைட் ஆகியவைதாம். காலனிய, நவகாலனியச் சுரண்டல், அந்த நாடுகளை வறுமைக்குள்ளாக்கி அங்குள்ள மருத்துவக் கட்டுமானம் அனைத்தையும் அழித்தொழித்ததுதான் எபோலா போன்ற கொள்ளை நோய்கள் அந்த நாட்டு மக்களை வாட்டுவதற்குக் காரணம். "அழிவு என்பது அடிப்படையில் மனிதன் தொடர்பான விசயம். நிலநடுக்கத்தின் மூலம் நகரங்களை அழிப்பவன் மனிதன்தான்" என்று கூறினார் ழான் பவுல் சார்த்தர். இந்தப் பூவுலகில் மனிதர்கள் இல்லாவிட்டால், நிலநடுக்கங்கள் பௌதீக இயற்கையின் அர்த்தமற்ற இயக்கங்களிலொன்றாகவே இருக்கும். ஆனால் நகரங்களைக் கட்டும் மனிதனின் திட்டத்திற்கு அவை ஊறு விளைவிக்கையில்தான் அந்த நிலநடுக்கங்கள் பேரழிவாக அமைகின்றன என்பதுதான்

சார்த்தரின் கருத்து, 'மனிதன்' என்னும் சொல்லால் அவர் இங்கு குறிப்பிடுவது முதலாளிய அமைப்பையே.

ஏகாதிபத்திய நாடுகளுக்கு மாறாக, கியூபாவோ செ குவேரா வகுத்த சர்வதேசியப் புரம்சிகர நெறியைக் கடைப்பிடிக்கின்றது. "உலகின் எந்தப் பகுதியில் அநீதி காணப்பட்டாலும் அதைப் பற்றிய ஆழமான உணர்வைக் கொண்டிருப்பவராகப் புரட்சியாளர்கள் இருக்க வேண்டும்" என்று செ, தமது குழந்தைகளுக்கு எழுதிய கடிதமொன்றில் கூறினார். 'புரட்சிகர மருத்துவம்' என்னும் தலைப்பில் அவர் ஆற்றிய உரையில், "ஒன்றை மிகச் சிறப்பாகச் சொல்வது என்பது அதைச் செய்வதுதான்" என்றும், மருத்துவர்களை, அவர்கள் ஒருமைப்பாட்டையும் சமத்துவத்தையும் நடைமுறைப்படுத்து கிறார்களா என்பதைக் கொண்டே மதிப்பிட முடியும் என்றும் கூறினார். மருத்து சேவை பற்றிய ஆய்வுகளைச் செய்து வந்த ராபர்ட் உபெல் (Robert Ubell) என்னும் அமெரிக்க அறிஞர், 'நியூ இங்கிலாந்து ஜேர்னல் ஆஃப் மெடிஸின்' என்னும் ஆய்வேட்டில் 1983இல் எழுதிய கட்டுரையொன்றில், கியூபாவில் சிறப்பு மருத்துவ சேவைகள், மருத்துவ ஆராய்ச்சித் திறமைகள், நோய்கள் வராமல் தடுப்பதற்கான ஏற்பாடுகள் ஆகியன மிகத் துரிதமாக வளர்ச்சியடைந்து கொண்டிருந்ததைக் குறிப்பிட்டு, வளரும் நாடுகளுக்குப் பொறாமை ஏற்படுத்துவது பாஸ்டன், மாஸாசூஸெட்ஸ் போன்ற அமெரிக்க நகரங்களல்ல, ஹவானாதான் என்றும், அதுதான் மருத்துவ உலகின் மையமாகிவிட்டது என்றும் குறிப்பிட்டார்.

அண்மைக்காலமாக கியூபாவும் வெனிசூலாவும் இணைந்து இலவச மருத்துவ சேவைகளை வழங்குவதற்கும், மக்களுக்கு சேவை செய்யும் மருத்துவர்களை உருவாக்குவதற்குமான பணிகளில் ஈடுபட்டுள்ளன. இரு நாடுகளின் மொத்த மக்கள்தொகை 39 மில்லியன். அந்த இரு நாடுகளும் சேர்ந்து 73,000 மருத்துவ மாணவர்களுக்கு இலவச மருத்துவக் கல்வி வழங்குகின்றன. அமெரிக்காவின் மக்கள்தொகை 307 மில்லியன். அது உருவாக்கும் எதிர்கால மருத்துவர்களின் எண்ணிக்கை எழுபதாயிரம்தான். 2004-ஆம் ஆண்டிலிருந்து கியூபா, 15000 மருத்துவர்களை வெனிசூலாவில் வைத்திருக்கின்றது. அவர்கள், ஆயிரக்கணக்கான

இளைஞர்களை மருத்துவர்களாக மாற்றிக் கொண்டிருக்கிறார்கள். அதுமட்டுமல்ல, இரண்டு நாடுகளுமே, தொழிலாளி வர்க்க இளைஞர்களுக்கு மருத்துவப் பயிற்சி கொடுத்து, நகர்ப்புறத்தின் வறிய பகுதிகளிலும் கிராமப் புறங்களிலும் மக்களுக்கு மருத்துவ சேவை வழங்கச் செய்கின்றனர். பொலிவியா அரசாங்கமும் இதற்கு ஒத்துழைப்புத் தருவதுடன், கியூபா-வெனிசூலா கூட்டு மருத்துவ முயற்சியின் பலன்களையும் அனுபவிக்கின்றது.

இலத்தின் அமெரிக்க நாடுகளைச் சேர்ந்த ஆயிரக்கணக்கான இளைஞர்கள் தங்கள் நாட்டு மக்களுக்கு இலவசமாக மருத்துவ சேவை செய்வதற்கு கியூபாவின் மருத்துவர்களும் மருத்துவத் துறையினரும் உதவி வருவது, 'செ' தொடங்கி வைத்த மகத்தான மருத்துவப் புரட்சிதான்.

தரவுகள்

1. Chris Elbert, The Light Brigade : Cuban Doctors fight Ebola, *MRZine*, 28.10.14

2. W.T.Whitney Jr, Cuba and Venezuela shape new generation of "Revolutionary Doctors", People's World, July 28, 2011, *http;//peoplesworld.org/cuba-and-venezuelashape-new-generation-ofrevolutionary-doctors/*(accessed on 17.11.2014)

3. Niles Williamson, Capitalism and the Ebola Crisis, *WSWS*, 1 November 2014

பின்னிணைப்பு I
தமிழ் வருஷப் பிறப்பு -
60 வருடங்களுக்கு மானங்கெட்ட கதை

தந்தை பெரியார்

ஆரிய சம்பந்தமான கதைகள், சேதிகள் ஆகியவைகளில் எதை எடுத்துக்கொண்டாலும் அதில் ஆபாசம், அசிங்கம், விபசாரம், இயற்கைக்கு மாறுபட்ட வண்டத்தனமான சங்கதிகள் முதலியவைகள் இல்லாமலிருப்பது மிக மிக அதிசயமாயிருக்கும்.

சில வாரங்களுக்கு முன்னால் மாரியம்மன் என்னும் ஒரு பெண் தெய்வத்தைப் பற்றி வெளியான வியாசம் வாசகர்களால் படிக்கப்பட்டிருக்கலாம். அதற்கும் சில வாரங்களுக்கு முன் பண்டரிபுரத்தைப் பற்றி எழுதப்பட்டிருந்த வியாசம் படிக்கப்பட்டிருக்கலாம்.

இப்போது இன்னும் சிறிது நாட்களுக்குள் வருஷப் பிறப்பு வரப்போகிறது. இந்த வருஷப் பிறப்புக்குச் சம்மந்தப்பட்ட 'தமிழ்' வருஷங்களின் யோக்கியதையை மானமுள்ள தமிழ் மக்கள் படித்துப் பார்க்க வேண்டும் என்கின்ற ஆசையாலேயே இதை நான் எழுதுகிறேன்.

இந்த வருஷப்பிறப்புக் கதை நாகரிகமுள்ள மக்களால் எழுதப்பட்டிருக்க முடியுமா? இதைப் படித்துப் பார்க்கும் அந்நியன் இந்தக் கதை சம்பந்தப்பட்ட மக்களை என்ன நினைப்பான்? என்பதை சிந்தித்துப் பாருங்கள்.

கிருஸ்துவர்களுக்கும், முஸ்லீம்களுக்கும் ஒரு முக்கிய சம்பவத்தை ஞாபகப்படுத்தக் கூடியதாகவும் சரித்திரத்திற்கு பயன்படத்தக்கதாகவும், நாகரிகமுள்ளதாகவும் உள்ள வருஷக் கணக்குகள் இருக்கின்றன. உதாரணமாக அவர்களது வருஷங்களுக்கு கி.மு., கி.பி., ஹிஜரி என்கின்ற பெயர்களும் அதற்கு நல்ல கருத்துக்களும் இருக்கின்றன.

ஆனால் தமிழனுக்கு, நாதியற்ற தமிழனுக்கு என்ன வருஷம் இருக்கிறது? அதற்கு என்ன கருத்து என்று பார்ப்போமானால் தமிழர் என்கின்ற பெயர் வைத்துக்கொண்டு இந்த நாட்டில்

வாழ்வதற்கு வெட்கமில்லையா என்றுதான் தோன்றும். தமிழனின் நிலையை ஆரியர்கள் தங்கள் சாமர்த்தியத்தால் மானங்கெட்ட காட்டுமிராண்டி லம்பாடி சமூகமாக ஆக்கி விட்டதால் இவ்வளவு இழிவு ஏற்பட்டுள்ள போதிலும் தமிழனுக்கு சூடு சொரணை ஏற்படுவதில்லை.

கோவிலுக்கு தேவதாசிகளை விட்டவன் தமிழனே என்றால் மற்றபடி தமிழனால் ஆக்கப்படவேண்டிய இழிசெயல் வேறு என்ன இருக்கிறது?

இது மாத்திரமா மோட்சம் என்றால் தமிழன் எதையும் செய்ய முன்வருகிறான்.

ஆ பயன் அய்ந்து என்று சொல்லிக்கொண்டு மாட்டு மூத்திரம், சாணி எல்லாவற்றையும் காசு கொடுத்து வாங்கிக் குடிக்கிறான். மற்றும் கேரள நாட்டில் நடப்பதை எழுதவே கை நடுங்குகிறது. ஏன் என்றால் ஒரு தடவை ‘விடுதலை’யில் எழுதிவிட்டு 1500ரூ. செலவு செய்தும் ஆசிரியருக்கும் சொந்தக் காரருக்கும் 9, 9 மாத தண்டனை கிடைத்தது. அக்கிரமம் செய்கிற வர்களுக்குப் பெரிய வேட்டையும், பதவியும் கிடைக்கிறது; எடுத்துக்காட்டுபவருக்கு செலவும் ஜெயில் வாசமும் கிடைக்கிறது.

மனுதர்மத்தைவிட ஒருபடி முன்னால் போய்விட்டது நமது தேசிய ஆட்சி. ஆதலால் அதைச் சொல்ல பயந்துகொண்டு நிறுத்திக்கொள்ளுகிறேன்.

ஆரியர்களால் எழுதப்பட்டு இன்று நம் இலக்கண இலக்கியங்களில் முன்னிடம் பெற்ற நம் பண்டிதர்களுக்கு புலவர் (வித்வான்) பட்டம் பெற ஆதாரமாயிருக்கும் நூல்களில் இருப்பதையே சொல்லுகிறேன். படித்துப்பாருங்கள். இந்த ஆபாசமுறை மாற்றப்பட வேண்டாமா? நம் தமிழ்நாட்டைப் பொறுத்தவரை சென்றதை மறந்து இனிமேலாவது ஒரு நாகரிகமான முறையில் நமது வருஷமுறையை அமைத்துக் கொள்ள வேண்டாமா என்பதை வலியுறுத்தவே மேலும் கீழும் குறிப்பிடப்படுவனவாகும்.

நம் வருஷப்பிறப்புக்குத் தமிழ் வருஷப் பிறப்பு என்று சொல்லிக்கொள்ளுகிறோம். இது நியாயமா? தமிழ் வருஷப் பிறப்பு கதையைப் பாருங்கள்.

வருடப் பிறப்புக் கதை

நாரதப் பிரம்ம ரிஷி அவர்களுக்கு ஒருநாள் காம இச்சை ஏற்பட்டதாம். எங்கு போனால் இது தீரும் என்று ஞான திருட்டியினால் பார்த்து சாட்சாத் கிருஷ்ண பகவான் இடம் போனால் நமது காம இச்சை தீரும் என்று கருதி கிருஷ்ணனிடம் ஓடோடி வந்தாராம். கிருஷ்ண பகவான் நாரத முனி சிரேஷ்டரே எங்கு வந்தீர் என்றாராம். அதற்கு நாரதர் ஒன்றும் இல்லை என்று தலையைச் சொறிந்துகொண்டு பல்லைக் காட்டினாராம். கிருஷ்ண பகவான் சும்மா சொல்லும் என்றாராம். நாரதர் எனக்கு எப்படியோ இருக்கிறது, உமக்கு அறுபது ஆயிரம் கோபிகள் (வைப்பாட்டிகள்) இருக்கிறார்களே, அதில் ஒன்று கொடுங்களேன் என்று கேட்டாராம். உடனே கிருஷ்ண பகவான் இதுதானா பிரமாதம் இன்று இரவு, எனது அறுபது ஆயிரம் கோபிகளில் நான் இல்லாத ஒரு வீட்டிற்கு போய் அங்கு உள்ள கோபியை அனுபவித்துக்கொள்ளுங்கள் என்றாராம். உடனே நாரத பிரம்மம் கிருஷ்ண பகவானுக்கு ஒன்று போக தனக்கு 59999 கிடைத்ததாகக் கருதிக்கொண்டு மகிழ்ச்சிப் பெருக்குடன் கோபிகள் வீடு சென்றாராம். அங்கு சென்று எந்த வீட்டைப் பார்த்தாலும் அங்கெல்லாம் கிருஷ்ண பகவான் கோபியுடன் படுத்துக்கொண்டிருப்பதைக் கண்டு வெட்கப்பட்டு வெகு கோபத்துடன் வீட்டுக்கு வந்தார். வழியில் என்ன நினைத்துக் கொண்டு வருகிறார் என்று யோசித்தால் அது மிகவும் வேடிக்கையானது. அதாவது இப்படி நம்மை மோசம் பண்ணின கிருஷ்ணனையே இன்று அனுபவிப்பது என்றுதான் கருதிக்கொண்டு வருகிறார் என்று தெரியவருகிறது.

அதாவது பகவானே நான் சென்ற கோபி வீட்டில் எல்லாம் நீர் இருந்தீர். ஆதலால் சும்மா வந்துவிட்டேன். அதன் நிமித்தம் நான் தேவரீரையே அனுபவிக்க ஆசைப்படுகிறேன் என்று சொன்னதோடு பகவானைப் பெண்ணாகக் கொண்டு அனுபவிக்க அழைத்தால் ஒரு சமயம் வரமாட்டாரோ என்று கருதி போலும் பகவானே, என்னைப் பெண்ணாகக் கொண்டு தாங்கள் அனுபவிக்கவேண்டும் என்கின்ற எண்ணம் கொண்டேன் என்று கெஞ்சினார். பகவான் உடனே கருணைகொண்டு ஸ்ரீமதிநாரத அம்மாளை அனுபவித்தார். எத்தனை காலம் அனுபவித்தார் என்று தெரிய யாராவது வாசகர் ஆசைப்படலாம். இந்த நாரத அம்மையுடன் கண்ணன் 60 வருஷம் லீலை செய்தார். அப்புறம் என்ன ஆயிற்று என்றால் ஆணாயிருந்தால் என்ன,

பெண்ணாய் இருந்தால் என்ன பகவான் கிரீடை செய்தால் அது வீணாகப் போகுமா. போகவே போகாதுதான். எனவே அந்த 60 வருஷ லீலைக்கும் வருஷத்திற்கு ஒரு பிள்ளை வீதம் நாரத அம்மாளுக்கு 60 பிள்ளைகள் பிறந்தன. இந்த 60 பிள்ளைகளும் தகப்பனைப் பிடித்துக்கொண்டு எங்களுக்கு என்ன கதி என்று கேட்டன. பகவான் அருள் சுரந்து நீங்கள் 60 பேரும் 60 வருஷங்களாக ஆகி ஒவ்வொருவர் ஒவ்வொரு வருஷத்துக்கு உலகாளுங்கள் என்று கருணை சாதித்தார். அதிலிருந்து 60 வருஷங்கள் ஏற்பட்டு அவைகளுக்கு இந்த 60 பிள்ளைகள் பெயர் வைக்கப்பட்டு வருஷம்தோறும் அப்பெயர்கள் மாறி மாறி வருகின்றன.

ஆகவே இந்த 60 வருஷங்கள் பகவானும் ரிஷியும் ஆன ஆணும் ஆணும், ஆண் பெண்ணாகச் சேர்ந்து பிறந்த குழந்தைகள். இதற்கு ஆகத்தான் நாம் வருஷப் பிறப்பு கொண்டாடுகிறோம்.

இப்படி ஆணும் ஆணும் சேர்ந்ததால் பிறந்த அதிசயமான பிள்ளைகளானாலும் இந்த வருஷப் பெயரையோ எண்ணிக்கையையோ கொண்டு 60 வருஷத்திற்கு மேற்பட்ட காலத்தைக் கண்டுபிடிக்க முடிவதில்லை. அதனால்தான் தமிழனுக்கு சரித்திரமில்லை என்பதோடு தமிழர் சரித்திர காலத்திற்கு விவகாரம் இல்லாமலும் இல்லை.

ஆகையால் இனியாவது தமிழர்கள் இந்த 60 வருஷ முறையைக் காறித்துப்பிவிட்டு கி. பி. யையோ, ஹிஜரியையோ, கொல்லத்தையோ, விக்கிரமாதித்தனையோ, சாலிவாகனையோ அல்லது வேறு ஏதாவது ஒரு சனியனையோ குறிப்பு வைத்துக் கொள்ளுவார்களா? என்றும் அவ்வளவு சூடுசுரணை தமிழனுக்கு உண்டா என்றும் கெஞ்சிக் கேட்கிறோம்.

பின்னிணைப்பு II
மரணத்தின் மறுபக்கத்திலிருந்து பாப்லோ பிக்காஸோ, காலின் பவுலிடம் கூறும் வார்த்தைகள்
ஏரியல் டோர்ஃப்மன்

ஆம், இங்கும் கூட, வேறெங்கிலும்விட இங்கே
நாங்கள் விட்டு வந்த உலகில்
என்ன நடக்கிறது
நீங்கள் என்ன செய்து கொண்டிருக்கிறீர்கள் என்பதை
நாங்கள் அறிவோம் பார்க்கிறோம்.

எங்கள் நேரத்தில் வேறெதை நாங்கள் செய்ய முடியும்?
ஆம், அங்குதான் இருந்தீர்கள் திருவாளர் செயலர் அவர்களே
உங்களை இப்படித்தான் அழைக்கிறார்கள் என நான் நினைக்கிறேன்
அங்குதான் நீங்கள்
எனது குவெர்னிகாவின் முன் நின்றுகொண்டிருந்தீர்கள்
அது ஒரு நகல்தான்
ஆனால் 1937-இல் வானத்திலிருந்து
ஆண்களுக்கும் பெண்களுக்கும்
குழந்தைகளுக்கும் அந்த ஒரு குழந்தைக்கும்
இழைக்கப்பட்டது என்ன என்பதைப் பற்றிய
எனது பார்வைதான் அந்த நகலிலும்

உண்மையில் அதன் எதிரே நீங்கள் நின்று கொண்டிருக்கவில்லை
எங்கள் குவெர்னிகா மீது திரை போர்த்தப்பட்டிருந்தது
நீங்கள் பேசுவதற்காகத் திரை போர்த்தப்பட்டிருந்தது
அங்கே ஐ.நா. கட்டடத்தில்
இராக்கைப் பற்றி நீங்கள் பேசுவதற்காக
குவெர்னிகாவால் மன அமைதி குலையாமலிருப்பதற்காக

அது ஏன் உங்கள் மன அமைதியைக் குலைக்க வேண்டும்
உங்கள் மனதைக் கலக்கமடையச் செய்ய வேண்டும்.
அந்தத் திரையை அகற்ற வேண்டும் என்று
அந்தச் சித்திரம் வெளிப்படுத்தப்பட வேண்டும் என்று
நீங்கள் ஏன் கேட்கவில்லை?

அலறல்களை
குதிரை மீண்டும் செத்துக் கொண்டிருப்பதை
பெண்ணும் குழந்தையும் மீளாச் சாவில் ஆழ்ந்ததை
இந்த இருளில் நான் பாலூட்டி வளர்த்துக் கொண்டிருக்கும்
குழந்தையை
நீங்கள் பேசுகையில்
நீங்கள் பேசுகிறீர்கள்
ஏன் சுட்டிக் காட்டவில்லை?

இராக்கும் இதைத்தான் செய்துள்ளது என்று
நீங்கள் ஏன் கூறவில்லை?
இதிலிருந்துதான் உலகைக் காப்பாற்ற
நாங்கள் முனைகின்றோம் என
நீங்கள் ஏன் கூறவில்லை?
உங்கள் தரப்பு நியாயத்தை எடுத்துரைக்க
குவெர்னிகாவை ஏன் நீங்கள் பயன்படுத்தவில்லை?

அந்தத் தாய்
அந்தப் படிமத்திலிருந்து பாய்ந்து வந்து
இல்லை, இதோ இவர்தான்
இதோ இவர்கள்தான்
தொலைவிலிருந்து குண்டு வீசப் போகிறவர்கள்
குழந்தையைக் கொல்லப் போகிறவர்கள்
இல்லை இல்லை இல்லை
இவர்தாம், இவர்கள்தாம், இவர்கள்
தொலைவிலிருந்து குண்டு வீசப் போகிறவர்கள்
எங்களை எப்போதும் தங்கள் பார்வையிலிருந்து விலக்கிவைத்து
சாவுக்குள் வைத்து, பார்வையிலிருந்து விலக்கி

எனச் சொல்வாள்
என்று அஞ்சினீர்களா?

முதல் மணி நேரத்தில்
வானத்திலிருந்து
மூவாயிரம் குரூயிஸ் ஏவுகணைகள்
பாக்தாதில் சுழன்று சுழன்று விழும்
பத்தாயிரம் குவெர்னிகாக்கள்
பாக்தாதில் சுழன்று சுழன்று விழும் என்பதை
எதிர்வரும் நாள்களில்
இந்தக் குதிரை உலகிற்குக் காட்டும் என்று
நீங்கள் அஞ்சினீர்களா?

எனது கலை
அறுபத்தைந்தாண்டுகளுக்குப் பின்பு
நான் இப்போதும் சொல்லிக் கொண்டிருப்பது
இப்போதும் சொல்லப்பட்டு வரும் கதை
இப்போதும் அபாயகரமானதாக உள்ள கலா தரிசனம்
இறந்தவரின் கண்ணைப் போல
இறந்தவரிடமிருந்து உங்களைப் பார்த்துக்கொண்டிருக்கும்
கண்ணைப் போல
இன்னும் தொங்கிக் கொண்டிருக்கும் மின்சார பல்பு
உங்களுக்கு அச்சமூட்டியதா?

கவனம்
இருளில் உள்ள குழந்தையின் கண்
கவனம்

நீங்கள் எங்களுடன்
குழந்தையுடனும் என்னுடனும்
குழந்தையுடனும் பெண்ணுடனும்
இங்கே இந்தப் பக்கம்
நீங்கள் எங்களுடன் சேர்வீர்கள்

விரைவில் எங்களுடன் சேர்வீர்கள்
இங்கு நீங்கள் பயணித்து வருவீர்கள்
நம் எல்லோரையும் போல

அதனால் என் மீது
உங்களுக்கு அச்சமா?

எங்களுடன் சேருங்கள்
எங்களுக்கு அருகில் இருந்து
எங்கேயோ இறந்தவர் அருகில்
இராக்கில் மட்டுமல்ல
அங்கு மட்டுமல்ல
இறந்தவர் அனைவருடனும் அருகில் இருந்து
பார்த்துக் கொண்டிருப்பதில்
பார்த்துக் கொண்டிருப்பதில்

பார்த்துக் கொண்டிருப்பதில்
நித்தியத்தின் எஞ்சிய பகுதியைச் செலவிடுங்கள்

இதனால்தான் அந்தக் கண் மீது
உங்களுக்கு அச்சமா?

நீங்கள் விட்டு வந்த உலகை
இமைகள் மூடாதபடி அகலத் திறந்து வைக்கப்பட்ட
உங்கள் கண்களால்
பார்த்துக் கொண்டிருப்பது

நமக்குள்ள நேரத்தில்
செய்வதற்கு வேறொன்றுமில்லை

உலகில் குவெர்னிகா ஏதும் இல்லாது போகும் வரை
உயிர்த்திருப்பவர்கள் புரிந்துகொள்ளும் வரை
பார்த்துக் கொண்டிருக்கும்படி
எங்களுக்கு அருகிலிருந்து பார்த்துக் கொண்டிருக்கும்படி
தண்டிக்கப்பட்டு

பிறகு, திருவாளர் செயலர் அவர்களே
அதன் பிறகு
குவெர்னிகா ஏதுமில்லாத உலகம்
அதன் பிறகு

ஆம், பிறகு
ஓய்வுகொள்ளலாம்
நீங்களும் நானும்
திரை போர்த்து மூடப்பட்டுள்ள குழந்தையும்.

நன்றி: Open Democracy, 22.04.2007
(http://www.opendemocracy.net)
தமிழாக்கம்: எஸ்.வி. ராஜதுரை

பின்னிணைப்பு III

போருக்காகவே நடத்தப்படும் போர்*

மஹ்மூத் தர்வீஷ்

'போருக்காகவே போர்' என்று நடத்தப்படும் போர் இது. தன்னைத் தானே நிலைநிறுத்திக்கொள்வதைத் தவிர வேறு எந்தக் குறிக்கோளும் இந்தப் போருக்கு இல்லை. இதை ஒவ்வொருவரும் அறிவர். ஆன்மாவை நசுக்குவதற்கான ஆற்றல் வாளுக்கு இல்லை என்பது மீண்டுமொரு முறை மெய்ப்பிக்கப்படும். எங்கள் வரலாற்றுரீதியான தேசத்தில் ஐந்திலொரு பகுதியிலிருந்து இஸ்ரேலியர்கள் திரும்பிச் செல்வார்களேயானால், அதற்கு ஈடாக அராபியர்கள் ஒரு கூட்டு சமாதானத்தை வழங்க முன் வந்தனர். வழங்கப்பட்ட இந்த தாராளமான கொடையை ஏற்றுக்கொள்வதற்குப் பதிலாக இஸ்ரேலியர்கள் பாலஸ்தீன மக்கள் மீது மட்டுமல்ல, எதிர்காலம் பற்றிய அரபு மக்களின் தரிசனத்தின் மீதுமே போர் தொடுத்துள்ளனர்.

மீண்டுமொரு முறை நாம் தார்மிகரீதியான உயர்ந்த இடத்தில் இருக்கிறோம் என்பதை மெய்ப்பித்துக் காட்டுவோம். இந்தச் சான்றைத் தவிர நம்மிடம் வேறெதுவும் எஞ்சியிருப்பதில்லை. சர்வதேச அதிகாரத்தின் பலாபலத்தைத் தீர்மானிப்பவர்கள் - சமாதானத்தைத் தவிர வேறு வழி ஏதும் இல்லை என்னும் போதிலும் - போரைத் தடுத்து நிறுத்துவதை உத்தரவாதம் செய்யும் ஆற்றல் இல்லாதவர்களாகத் தங்களை மெய்ப்பித்துக் கொண்டதைப் போலவே, சமாதானத்தை உத்தரவாதம் செய்யும் ஆற்றல் அற்றவர்களாகவும் தங்களைக் காட்டிக்கொண்டுள்ளனர்

---

* 2002-இல் பாலஸ்தீனத்தின் மேற்குக் கரையின் மீதும் காஸா பகுதி மீதும் இஸ்ரேல் தொடுத்த இராணுவத் தாக்குதலின்போது எழுதப்பட்ட கட்டுரை.

என்பதை நாம் உணர்ந்துகொள்ளும் வரை, அவர்கள்தாம் அறிவுரீதியான அல்லது சட்டரீதியான வாதத்தைச் சற்றும் மதிக்காமல் தொடர்ந்து நிகழ்வுகளை வடிவமைத்து வருவார்கள்.

ஒவ்வொரு மூலையிலும் குற்றங்கள் இழைக்கப்பட்டு வருகின்றன. ஒவ்வொரு தெருவிலும் கொலை செய்யப்பட்டவர்களின் உடல்கள் கிடக்கின்றன. ஒவ்வொரு சுவரிலும் இரத்தம். வாழும் உரிமை என்னும் அடிப்படை உரிமைகூட உயிரோடு இருப்பவர்களுக்கு மறுக்கப்படுகிறது. போராடி மடிந்த தியாகிகளுக்கு, அமைதியில் உறங்குவதற்கு சமாதிகள்கூட மறுக்கப்படுகின்றன. ஆயினும், எல்லாவற்றுக்கும் மேலாக நாம் இப்போது பார்த்துக்கொண்டிருப்பது எதிர்த்துப் போராடுவதைத் தவிர வேறு வழியில்லாத மக்களின் சங்கற்பத்தைத்தான். காயப்படுத்தப்பட்ட நமது இதயத்தின் ஓர் இதயத் துடிப்பிற்கும் மற்றொன்றுக்குமிடையில் நாம் எழுப்பும் கேள்வி இதுதான்: எத்தனை காலத்துக்குத்தான் நாம், கிறிஸ்து கொல்கொத்தா (கல்வாரி)* மலையில் ஏறிக்கொண்டிருப்பதைப் பார்த்து ஆர்ப்பரித்துக்கொண்டிருக்க வேண்டும்?

பாலஸ்தீனத் தரப்பு என்பது புகழ்பெற்ற 'அரபு - இஸ்ரேலிய சண்டை' என்பதன் எச்சம் மட்டுமா? கறுப்பும் இரத்தமுமாக உள்ள இந்தக் கோரக் காட்சிக்கு முன் நடுநிலை வகிக்கும் (அரபு நாடுகளின்) ஆற்றலற்ற தன்மைக்குக் காரணம் இதுதானா? யாஸிர் அராஃபத்தின் கூக்குரல்கள் என்றென்றைக்குமாக ஒரு மரச்சிலுவையில் வைத்து அறையப்படும் என்று இப்போது நாம் எப்படி அஞ்சுகிறோம்: முடிவில்லாத ஒரு நல்ல வெள்ளிக்கிழமையில்** ஒரு தேசம் முழுவதும் அனுஷ்டிக்கும் துக்கத்தை அவசியமற்றதாக்கும் அளவுக்கு தற்போதைய நிகழ்வுகள்

---

* கொல்கொத்தா: சிலுவையில் அறையப்படுவதற்காக சங்கிலியால் பிணைக்கப்பட்டு இந்த மலையின் மீது கிறிஸ்துவை அழைத்துச் சென்றதாக விவிலியம் கூறுகிறது. அவர் சிலுவையைச் சுமந்து செல்கையில் மக்கள் கூட்டம் ஆர்ப்பரித்ததாகவும் சொல்லப்படுகிறது.

** நல்ல வெள்ளிக்கிழமை (Good Friday): சிலுவையில் அறையப்பட்ட ஏசு கிறிஸ்து மரணமடைந்த நாளாகக் கருதப்படுகிறது.

தியாகத்தின் அழகியலை உள்ளடக்கியுள்ளன. கண்ணீர் ஆன்மாவைத் தூய்மைப்படுத்துகிறது; உடலைக் கழுவிச் சுத்தப்படுத்துகிறது - அதிலுள்ள உப்பு உடலில் சுரீரெனனப் படும்போதுகூட; அவல நாடகத்தின் கதைத் தலைவனுக்குப் பொருத்தமான முடிவு என்னும் கிரீடம் சூட்டப்பட்டு, இறுக்கமாகப் புனையப்பட்ட கதைக்கூறுகள் ஒரு தொன்மமாக ஆக்கப்பட்டு, அராஃபத் கூறியதைப் போல தியாகி, தியாகி, தியாகி என்னும் நிலைமைக்கு அவன் மாற்றப்படும் தருணத்தை, அது நிகழும்போதே காட்சியாகப் பார்ப்பதற்காகப் பார்வையாளர் கள் கண்ணீர் மல்க இப்போது காத்துக் கொண்டிருக்கிறார்கள்.

இல்லை, இந்தத் தனிமையுணர்வுகளோ, இந்த அலாதியான தன்மை பற்றிய உணர்வுகளோ பாலஸ்தீனர்களுக்குத் தேவையில்லை. அவர்கள் ஏற்கெனவே, உயிர்ப் பலிகள் என்னும் பாத்திரத்தை வகித்திருக்கிறார்கள். அதை அவர்கள் மேலும் வகிக்க வேண்டியதில்லை. பாலஸ்தீனர்கள் உருவகங்களுக்கு வெளியே வாழ விரும்புகிறார்கள். அவர்கள் எந்த இடத்தில் பிறந்தார்களோ அங்கே வாழ விரும்புகிறார்கள். தொன்மவியலின் பெருஞ்சுமையிலிருந்து தங்கள் நாட்டை விடுதலை செய்ய விரும்புகிறார்கள். ஆக்கிரமிப்பின் காட்டுமிராண்டித்தனத் திலிருந்தும் அழிவைத் தவிர வேறு எதற்கும் வாக்குறுதி தராத சமாதானம் என்னும் கானல் நீரிலிருந்தும் விடுதலையடைய விரும்புகிறார்கள்.

ஆயினும், இஸ்ரேலியப் படைகள் இனவாத மூடநம்பிக்கை களுடனும் இராணுவ தளவாடங்களுடனும் உடல் முழுக்க ஆயுதம் தரித்து, சாதாரண வாழ்க்கையை வாழ்வதற்கான பாலஸ்தீனர்களின் உரிமையை முற்றுகையிட்டுக்கொண்டிருக் கின்றன. இத்தனைக்கும் அவர்களது வாழ்க்கை இப்போது கனவுகளைவிடக் குறுகலான விளிம்பு நிலையில்தான், தீய கனவுகளைவிட அகலமான விளிம்பு நிலையில்தான் இருந்து வருகின்றது. இந்த உரிமை, அமெரிக்காவின் கட்டுப்பாட்டிலுள்ள உலகத்தாலும் முற்றுகையிடப்பட்டுள்ளது. அமெரிக்கா, இஸ்ரேல் ஆகிய பெயர்களுக்கு இடையே முன்பு இருந்து வந்த 'மற்றும்' என்னும் இணைப்புச் சொல்லை ஒழித்துக்கட்டியுள்ள

ஒரு மூர்க்கத்தனமான காளையின் கொம்புகளை நம் மீது பாய்வதற்காகத் தூண்டிவிடும் உலகம் அது. அரபு நாடுகள் மற்றவர்களைச் சார்ந்திருக்கும் நிலையாலும்கூட பாலஸ்தீனர்கள் முற்றுகையிடப்பட்டுள்ளனர். பிச்சை கேட்பதற்கான சொல் வன்மையையும் எல்லாவற்றின் மீதும் சினமடையும் மக்களை சாந்தப்படுத்தும் ஆற்றலையும்கூட அரபு நாடுகளின் அதிகார அமைப்புகளிடமிருந்து அபகரித்து விட்ட நிலைதான் அது.

அரபு உலகம், தானும்கூட முற்றுகையின் கீழ்தான் இருக்கிறது என்பதை உணர்வதற்கு முன், எத்தனை தடவைதான் பாலஸ்தீனர்கள் முற்றுகையிடப்பட வேண்டும்? அது தானும் ஒரு பிணைக் கைதிதான் - தான் எதிர்த்துப் போராடாமல் இருந்தபோதிலும்கூட - என்பதை உணர்வதற்கு முன் எத்தனை தடவைதான் பாலஸ்தீனர்கள் முற்றுகைக்குள்ளாக வேண்டும்? நமக்கு நாமே விளக்கம் கூறிக்கொள்வதைத் தொலைக்காட்சி அவசியமற்றதாக்கிவிட்டது. இப்போது நமது இரத்தம் ஒவ்வொரு வீட்டிலும் ஒவ்வொரு மனசாட்சியின் மீதும் கொட்டப்படுகிறது. இந்த நாள் முதல் தனது இதயத்தில் பாலஸ்தீனனாக ஆகாத எவனொருவனும் தனது உண்மையான தார்மிக அடையாளத்தை ஒருபோதும் புரிந்துகொள்ளப் போவதில்லை. இதற்குக் காரணம், நீதியையோ சுதந்திரத்தையோ உள்ளடக்காத வெற்று 'சமாதானத்திட்டம்' பற்றிய அன்றாடப் பேச்சுவார்த்தைகளுக்கு அடியில் மறைந்துள்ள மோஸ்தரற்ற விழுமியங்களுக்கு இப்போது மீண்டும் உயிரூட்டப்பட்டுள்ளது என்பது மட்டுமல்ல; மக்களின் சங்கற்பம் இப்போது இலாப-நஷ்டம் என்னும் எளிமைப்படுத்தப்பட்ட கணக்கீட்டி லிருந்தும் சோர்வுறச் செய்யும் அறிவாளிகளின் அவநம்பிக்கை வாதத்திலிருந்தும் விடுதலை செய்யப் பட்டிருக்கிறது என்பதும் தான் காரணம். இது மானுட இருப்புக்குள்ள ஒரே ஒரு உண்மையான அர்த்தத்தை, சுதந்திரம் என்னும் அர்த்தத்தை விடுதலை செய்துள்ளது.

பாலஸ்தீனர்களுக்கு வேறு விருப்பத் தேர்வு ஏதுமில்லை. அமெரிக்க நிதியுதவி பெற்றுள்ள இஸ்ரேலிய ஆக்கிரமிப்பால் வழங்கப்படும் அரசியல் இனக்கொலைக்கு எதிரே, பாலஸ்தீனர்கள் தங்களுடைய உறுதியான எதிர்ப்பைக் காட்டிவருகிறார்கள் -

அதற்குத் தரப்பட வேண்டிய விலையைப் பற்றிக் கவலைப்படாமல், தப்பிக்க முடியாத நிலைமையில் உள்ள, தங்களது கண்களை நம்பிக்கை என்பதன் மீது பதிந்துள்ள அவர்கள், எளிதில் விளக்கப்பட முடியாத ஆன்மிக பலத்தை வெளிப்படுத்துகிறார்கள்.

பாலஸ்தீன மக்கள் மீது இஸ்ரேல் தொடுத்துள்ள ஒட்டுமொத்தமான போர், எல்லா வகையான கேள்விகளுக்கும் கதவைத் திறந்து வைத்துள்ளது. இவற்றில் முக்கியமான கேள்வி, எதிர்கால அரபு - இஸ்ரேலிய மற்றும் அரபு - அமெரிக்க உறவு பற்றிய கேள்வியாகும். இந்தப் போர் 'இஸ்ரேலின் இருப்புக்கான போராட்டம்' என்றும் இஸ்ரேலிய அரசை நிறுவுவதற்கான போர் இன்னும் முடிவு பெறவில்லை என்றும் இஸ்ரேல் அவசரம் அவசரமாக அறிவித்துள்ளது. இதன் பொருள், சமாதான முயற்சிகள் ஒருபுறம் இருந்தாலும், பாலஸ்தீன தேசிய இயக்கத்தைத் துடைத்தெறிவது இஸ்ரேலின் செயல்திட்டத்தில் இடம் பெற்றுள்ளது என்பதும், அழிக்கப்படும் அச்சுறுத்தலுக் குள்ளாகியிருப்பது இஸ்ரேலியர்களின் இருப்பு அல்ல, பாலஸ்தீனர்களின் இருப்புதான் என்பதும்தான்.

இஸ்ரேல், போராட்டத்தை அதன் தொடக்கத்திற்கே எடுத்துச் செல்லுமாறும், முரண்நகையாக நாம் நடந்து வந்த கட்டங்கள் அனைத்தையும் - போராட்டம் பற்றிய நமது கருத்து இந்தக் கட்டங்களினூடேதான் மாற்றமடைந்தது - பரிசீலனை செய்யுமாறும் நமக்கு அழைப்பு விடுத்திருக்கிறது. சமாதானம் என்னும் கருத்தின் மீதே இஸ்ரேல் போர்ப் பிரகடனம் செய்துள்ளது. இஸ்ரேலின் இருப்பை, இப்படிப்பட்ட ஆக்கிர மிப்பின் மூலம் பாதுகாக்கப்படும் இருப்பை அச்சுறுத்துவதுதான் என்ன? அது இஸ்ரேல் மீது அராபியர்கள் பிரகடனம் செய்யாத போரா? அல்லது அராபியர்கள் வழங்க முன்வந்துள்ள சமாதானமா?

இஸ்ரேலிய சமுதாயத்திற்கு இப்போது நடக்கும் போர் அவசியமானது என்னும் பொய், இஸ்ரேலிய அரசு, தன்னை நிறுவுவதற்கு உருவாக்கிய கட்டுக்கதைக்குப் பொருத்தமானதாக உள்ளது. இப்போது சொல்லப்படுவது போல, ஆக்கிரமிப்புதான் இஸ்ரேலின் இருப்புக்கான நிபந்தனையும் சாரமும் ஆகும்

என்றால் இந்தப் பிரச்சினை தீர்வு எதற்கும் உட்படக்கூடியதாக இருக்காது.

நாம் அக்கறைப்பட வேண்டியது நமது தேசிய இருப்பு, மானுட இருப்பு ஆகியவற்றின் பாதுகாப்புதான் - நாம் தப்பிக்க முடியாத சூழ்நிலையில் இருந்தாலும்கூட. நமக்கு வேறு வழி முற்றிலுமாக இல்லை.

நன்றி: Al-Ahram Weekly. http://weekly.ahram.org.eg.lssue No.581.11-17 April 2002 & *OP-Palestinian Media Center*, General Secretariat.

தமிழாக்கமும் குறிப்புகளும்: எஸ்.வி. ராஜதுரை